LỜI MỞ ĐẦU

Gửi tặng những người bạn **iu** mến bộ môn Tử Vi – đặc biệt là các bạn đã từng lắng nghe Rosy Rain qua YouTube.

Có một câu hỏi mà Rosy thường xuyên nhận được trong suốt hành trình chia sẻ trên kênh:

"Chị ơi, em mới bắt đầu tìm hiểu Tử Vi, thì nên đọc sách gì?"

Và đây – chính là quyển sách Rosy viết ra, dành cho câu hỏi ấy.

Một cuốn sách nhỏ, không cầu kỳ, không quá thuật ngữ, không đòi hỏi bạn phải biết trước điều gì – mà chỉ cần tấm lòng chân thành muốn hiểu mình, muốn bắt đầu.

Tử Vi không phải điều gì xa vời. Lá số không phải là lời phán xét.

Nó giống như một tấm gương – đôi khi mờ, đôi khi sáng – để ta lặng nhìn lại chính mình, hiểu thêm một chút về con người, về cuộc sống, và cả về những điều chưa từng gọi tên.

Nếu bạn đang đứng trước cánh cửa của bộ môn này – hãy cứ bước vào bằng sự tò mò và một trái tim bình thản.

Rosy mong rằng quyển sách nhỏ này sẽ là người bạn đồng hành đầu tiên, để bạn không còn thấy lạc lõng khi mới bắt đầu con đường học Tử Vi.

Chúc bạn có một hành trình khám phá thật rõ ràng, dịu yên –
và đủ sâu để hiểu mình, hiểu người.

Rosy Rain

Ngày 30 Tháng 5 Năm 2025.

Ảnh Tác Giả: Rosy Rain – Chụp bởi Ryan White.

Author Photo by Ryan White.

Tử Vi Nhập Môn

Bìa sách "Tử Vi Nhập Môn — Tử Vi cho người mới bắt đầu" được hoàn thiện nhờ những góp ý tinh tế và đầy tâm huyết của Thân mẫu, bà Lê Hồng Nga. Xin gửi lời cảm ơn sâu sắc đến mẹ, người luôn âm thầm ủng hộ, chia sẻ niềm vui và dành trọn tâm ý để giúp sách thêm phần đẹp và ý nghĩa. Mong rằng tình cảm chân thành ấy sẽ lan tỏa đến bạn đọc yêu Tử Vi, trở thành niềm vui nhỏ trong quá trình khám phá bộ môn này.

Tử Vi Nhập Môn

Tử Vi Nhập Môn

CÁCH LẬP LÁ SỐ TỬ VI TRÊN GIẤY

Bước 1: Chuẩn bị thông tin ngày giờ sinh âm lịch

Bạn cần biết:

- Ngày, tháng, năm sinh âm lịch
- Giờ sinh (theo 12 giờ địa chi: Tý, Sửu, Dần... mỗi giờ cách nhau 2 tiếng)
- Giới tính

Tốt nhất: nên quy đổi sang âm lịch bằng phần mềm www.tuvi8.com

Bước 2: Vẽ khung lá số (12 cung)

Vẽ bảng chia thành 12 ô tương ứng với 12 cung Tử Vi:

ROSY RAIN

Tử Vi Nhập Môn

Cách Lập Lá Số Tử vi – Chia 12 ô như hình dáng sau đây:

Cung Tỵ	Cung Ngọ	Cung Mùi	Cung Thân
Cung Thìn	Họ và Tên Ngày, Tháng, Năm, Giờ sinh Tuổi Âm Dương Bản Mệnh Cục		**Cung Dậu**
Cung Mão			**Cung Tuất**
Cung Dần	Cung Sửu	Cung Tý	Cung Hợi

ROSY RAIN

Tử Vi Nhập Môn

Xác định tuổi Âm hay Dương và Tìm Bản Mệnh

Có 2 cách phân biệt Âm hay Dương:

1) Tính theo hàng Can của năm sinh

Dương	Giáp	Bính	Mậu	Canh	Nhâm
Âm	Át	Đinh	Kỷ	Tân	Quý

2) Tính theo hàng Chi của năm sinh

Dương		Tý	Dần	Thìn	Ngọ	Thân	Tuất
Âm		Sửu	Mão	Tỵ	Mùi	Dậu	Hợi

Bạn chọn cách tính nào cũng đưa đến kết quả giống nhau.

Nếu là Nam, tuổi Dương thì gọi là Dương Nam, tuổi Âm thì gọi là Âm Nam.

Nếu là Nữ, tuổi Dương thì gọi là Dương Nữ, tuổi Âm thì gọi là Âm Nữ.

Viết tuổi Dương Nam hoặc Âm Nam, hoặc Dương Nữ hoặc Âm Nữ vào khoan ở giữa lá số.

Tiếp theo tìm Bản Mệnh

Bản Tra 60 Nạp Âm

3

Tử Vi Nhập Môn

	Giáp	Ất	Bính	Đinh	Mậu	Kỷ	Canh	Tân	Nhâm	Quý
Tý	1 Kim		13 Thủy		25 Hóa		37 Thổ		49 Mộc	
Sửu		2 Kim		14 Thủy		26 Hóa		38 Thổ		50 Mộc
Dần	51 Thủy		3 Hóa		15 Thổ		27 Mộc		39 Kim	
Mão		52 Thủy		4 Hóa		16 Thổ		28 Mộc		40 Kim
Thìn	41 Hóa		53 Thổ		5 Mộc		17 Kim		29 Thủy	
Tỵ		42 Hóa		54 Thổ		6 Mộc		18 Kim		30 Thủy
Ngọ	31 Kim		43 Thủy		55 Hóa		7 Thổ		19 Mộc	
Mùi		32 Kim		44 Thủy		56 Hóa		8 Thổ		20 Mộc
Thân	21 Thủy		33 Hóa		45 Thổ		57 Mộc		9 Kim	
Dậu		22 Thủy		34 Hóa		46 Thổ		58 Mộc		10 Kim
Tuất	11 Hóa		23 Thổ		35 Mộc		47 Kim		59 Thủy	
Hợi		12 Hóa		24 Thổ		36 Mộc		48 Kim		60 Thủy

ROSY RAIN

Tử Vi Nhập Môn

Định Giờ

Ngày, giờ, tháng, năm sinh âm lịch chính xác (cả giờ âm lịch)

Giờ sinh được chia theo 12 canh giờ (mỗi canh 2 giờ):

Thời Hạn	Giờ	Thời Hạn	Giờ
23 giờ đến 1 giờ	Tý	11 giờ đến 13 giờ	Ngọ
1 giờ đến 3 giờ	Sửu	13 giờ đến 15 giờ	Mùi
3 giờ đến 5 giờ	Dần	15 giờ đến 17 giờ	Thân
5 giờ đến 7 giờ	Mão	17 giờ đến 19 giờ	Dậu
7 giờ đến 9 giờ	Thìn	19 giờ đến 21 giờ	Tuất
9 giờ đến 11 giờ	Tỵ	21 giờ đến 23 giờ	Hợi

ROSY RAIN

Tử Vi Nhập Môn

Cần lưu ý: Nếu sinh quá 23 giờ (23h 1 phút) kể là giờ Tý. Còn Trường hợp sinh vào giờ Tý , phải lưu ý tính qua ngày mới, bởi lẽ ngày mới bắt đầu từ giờ Tý.

Về cách tính giờ sinh cho các bé sinh ở nước ngoài trong Tử Vi:

Các bé sinh ở nước ngoài thì không quy đổi giờ theo giờ Việt Nam, mà tính theo giờ địa phương tại nơi sinh. Tuy nhiên, nếu quốc gia đó có áp dụng chế độ đổi giờ mùa (Daylight Saving Time - DST), bạn cần xác định chính xác xem vào năm sinh đó, ngày tháng nào quốc gia bắt đầu và kết thúc giờ mùa hè (hoặc mùa đông).

Nguyên tắc: Dùng giờ chuẩn (Standard Time) – tức là múi giờ mùa đông, để tính Tử Vi. Không dùng giờ đã được điều chỉnh theo DST (giờ mùa hè).

Ví dụ: Một bé sinh ở Mỹ ngày 15/7 năm có DST, thì cần trừ đi 1 tiếng để trở về giờ chuẩn (vì tháng 7 thường đang trong DST). Sau đó mới quy đổi sang Canh Giờ để an Tử Vi.

ROSY RAIN

Tử Vi Nhập Môn

Cách An Mệnh

Bắt đầu từ cung Dần là tháng Giêng, đếm theo chiều thuận đến tháng sinh, ngừng tại cung nào gọi là giờ Tý, đếm theo chiều nghịch đến giờ sinh, ngừng tại cung nào an Mệnh Viên ở cung đó. Sau khi đã an Mệnh, bắt đầu chiều thuận thứ tự an cac cung:

Phụ Mẫu, Phúc Đức, Điền Trạch, Quan Lộc, Nô Bộc, Thiên Di, Tật Ách, Tài Bạch, Tử Tức, Thê Thiếp (hay Phu Quân nếu là số đàn bà), Huynh Đệ.

Tỵ	Ngọ	Mùi	Thân
Thìn			Dậu
Mão			Tuất
Dần ↑	Sửu	Tí	Hợi

Tử Vi Nhập Môn

Cách An Thân

Bắt đầu từ cung Dần là tháng Giêng, đếm theo chiều thuận đến tháng sinh, ngừng tại cung nào gọi là giờ Tý, đếm theo chiều thuận đến giờ sinh ngừng lại cung nào an Thân ở cung đó.

Thân chỉ có thể an vào Mệnh, Phúc Đức, Quan Lộc, Thiên Di, Tài Bạch, Thê Thiếp (Phu Quân). Nếu khi an Thân thấy Thân lạc vào những cung khác các cung kể trên, như vậy là đã nhầm lẫn, cần phải soát lại.

Tỵ	Ngọ	Mùi	Thân
Thìn			Dậu
Mão			Tuất
Dần ↑	Sửu	Tí	Hợi

Tìm Cục của tuổi

Cục của tuổi tùy thuộc vào Can và cung Mệnh theo bảng kê dưới đây:

CAN	NẾU MỆNH LẬP TẠI CUNG					
	Tý,Sửu Thủy	Dần,Mão Hỏa	Thìn,Tỵ Mộc	Ngọ,Mùi Thổ	Thân,Dậu Kim	Tuất,Hợi Hỏa
Giáp,Kỷ						
Ất,Canh	Hỏa	Thổ	Kim	Mộc	Thủy	Thổ
Bính,Tân	Thổ	Mộc	Thủy	Kim	Hỏa	Mộc
Đinh,Nhâm	Mộc	Kim	Hỏa	Thủy	Thổ	Kim
Mậu, Quý	Kim	Thủy	Thổ	Hỏa	Mộc	Thủy

Ví dụ: Tuổi Tân, Mệnh đóng tại ngọ, thì Kim tứ cục.

Tuổi Kỷ, Mệnh đóng tại Dần, thì Hỏa lục cục

Tuổi Giáp, Mệnh đóng tại Tí, thì Thủy nhị cục

Biết được tên cục, ghi ngay vào khoanh giữa lá số, dưới chỗ ghi bản mệnh, tuổi Dương Âm .

Cục là để tìm vị trí an sao Tử vi.

Tử Vi Nhập Môn

An Sao.

Xác định vị trí sao Tử vi (Theo Cục và Ngày sinh)

Ngày Sinh	Thủy nhị cục	Mộc tam cục	Kim tứ cục	Thổ ngũ cục	Hỏa lục cục
1	Sửu	Thìn	Hợi	Ngọ	Dậu
2	Dần	Sửu	Thìn	Hợi	Ngọ
3	Dần	Dần	Sửu	Thìn	Hợi
4	Mão	Tỵ	Dần	Sửu	Thìn
5	Mão	Dần	Tý	Dần	Sửu
6	Thìn	Mão	Tỵ	Mùi	Dần
7	Thìn	Ngọ	Dần	Tý	Tuất
8	Tỵ	Mão	Mão	Tỵ	Mùi
9	Tỵ	Thìn	Sửu	Dần	Tý
10	Ngọ	Mùi	Ngọ	Mão	Tỵ
11	Ngọ	Thìn	Mão	Thân	Dần
12	Mùi	Tỵ	Thìn	Sửu	Mão
13	Mùi	Thân	Dần	Ngọ	Hợi
14	Thân	Tỵ	Mùi	Mão	Thân
15	Thân	Ngọ	Thìn	Thìn	Sửu

ROSY RAIN

Tử Vi Nhập Môn

Ngày Sinh	Thủy nhị cục	Mộc tam cục	Kim tứ cục	Thổ ngũ cục	Hỏa lục cục
16	Dậu	Dậu	Tỵ	Dậu	Ngọ
17	Dậu	Ngọ	Mão	Dần	Mão
18	Tuất	Mùi	Thân	Mùi	Thìn
19	Tuất	Tuất	Tỵ	Thìn	Tý
20	Hợi	Mùi	Ngọ	Tỵ	Dậu
21	Hợi	Thân	Thìn	Tuất	Dần
22	Tý	Hợi	Dậu	Mão	Mùi
23	Tý	Thân	Ngọ	Thân	Thìn
24	Sửu	Dậu	Mùi	Tỵ	Tỵ
25	Sửu	Tý	Tỵ	Ngọ	Sửu
26	Dần	Dậu	Tuất	Hợi	Tuất
27	Dần	Tuất	Mùi	Thìn	Mão
28	Mão	Sửu	Thân	Dậu	Thân
29	Mão	Tuất	Ngọ	Ngọ	Tỵ
30	Thìn	Hợi	Hợi	Mùi	Ngọ

Ví dụ: Sinh ngày 9, Kim tứ cục sao Tử Vi đóng ở cung Sửu.

Sinh ngày 7, Mộc tam cục thì sao Tử Vi đóng ở cung Ngọ.

Sinh ngày 19, Thổ ngũ cục, Tử Vi đóng ở cung Thìn

Tử Vi Nhập Môn

Tử vi tinh hệ.

Nhóm sao này gồm có Tử vi, Liêm trinh, Thiên Đồng, Vũ khúc, Thiên Cơ. Trước hết phải an sao Tử vi bắt đầu từ cung đã định trước.

Sau khi an Tử vi, đếm theo chiều thuận bỏ qua ba cung an Liêm Trinh, bỏ qua hai cung an Thiên Đồng, an Vũ Khúc , an Thái Dương, bỏ qua 1 cung an Thiên cơ. Những cung đã định trước để từ đấy, an Tử vi được ghi ở bảng trên (tùy theo cục và ngày sinh).

Khi biết được vị trí của Sao Tử vi ta có thể tìm được vị trí của các chính tinh còn lại

Vòng Tử Vi đi ngược kim đồng hồ, Vòng Thiên phủ đi thuận chiều kim đồng hồ.

Tử vi Thiên Phủ sẻ gặp nhau ở 2 cung Dần Thân và bắt đầu xa dần ra .

Nhóm sao Tử vi – Nhóm sao Thiên Phủ

	Liêm Trinh		
	Nghịch chiều kim đồng hồ		Thiên Đồng
	6 Sao		Vũ Khúc
Tử Vi	Thiên Cơ		Thái Dương

Cự Môn	Thiên Tướng		Thất Sát
Tham Lang	Thuận chiều kim đồng hồ		
Thái Âm	8 Sao		
Thiên Phủ		Phá Quân	

13

ROSY RAIN

Tử Vi Nhập Môn

Thiên Phủ Tinh Hệ

Chùm sao này gồm có: Thiên Phủ, Thái Âm, Tham Lang, Cự Môn, Thiên Tướng, Thiên Lương, Thất Sát, Phá Quân.

Trước hết an Thiên Phủ bắt đầu từ một cung đã định trước. Sau khi an Thiên phủ, theo chiều thuận lần lượt mỗi cung an một sao thứ tự. Thái Âm, Tham Lang, Cự Môn, Thiên Tướng, Thiên Lương, Thất Sát, bỏ qua ba cung an Phá Quân. Những cung đã định trước để từ đấy, an Thiên Phủ được ghi trong bảng dưới đây (tùy theo vị trí của Tử vi).

– Bảng 1 trình bày theo thứ tự 12 cung trên lá số tử vi, ứng với vị trí của vòng sao Thiên Phủ.

– Bảng 2 là bảng đối chiếu: dựa vào vị trí của Tử Vi tại cung nào trên lá số để xác định vị trí của sao Thiên Phủ tương ứng theo nguyên tắc an sao.

Người học có thể lựa chọn bảng mà mình thấy dễ hiểu và thuận tiện hơn trong quá trình thực hành.

Tử Vi Nhập Môn

Tử Vi	Tử Vi	Tử Vi	Tử Vi Thiên Phủ
Tử Vi			Thiên Phủ
Tử Vi			Thiên phủ
Tử vi Thiên Phủ	Thiên Phủ	Thiên Phủ	Thiên Phủ

Thiên Phủ	Thiên Phủ	Thiên Phủ	Thiên Phủ Tử Vi
Thiên Phủ			Tử vi
Thiên Phủ			Tử Vi
Thiên Phủ Tử Vi	Tử Vi	Tử Vi	Tử vi

ROSY RAIN

Bài Phú *Thứ tự danh sách Chính Tinh*

Nhất tử nhị cơ tứ thái dương, *Ngũ vũ lục đồng cửu liêm phương.* *Lục tinh nghịch bài hư tam vị,* *Thập tứ khứ tử thiên phủ tàng.* *Thiên phủ thái âm dữ tham lang,* *Cự môn thiên tướng cập thiên lương.* *Thất sát phá quân thập nhất số,* *Bát tinh thuận bố lưỡng đối đương.*	Một Tử, hai Cơ, bốn Thái Dương Năm Vũ, sáu Đồng, chín Liêm phương Sáu sao bày nghịch, trống ba vị Mười bốn bỏ Tử, Thiên Phủ nương Thiên Phủ, Thái Âm, với Tham Lang Cự Môn, Thiên Tướng, cùng Thiên Lương Thất Sát, Phá Quân số mười một Tám sao bày thuận, cặp đối đương

- Tử vi luôn tam hợp với Vũ khúc, Liêm trinh
- Thiên cơ và Thiên đồng luôn tam hợp
- Thiên phủ và Thái dương luôn thế nhị hợp
- Phá quân luôn nhị hợp với Thiên cơ
- Vũ khúc và Thái âm luôn nhị hợp
- Tham lang và Thiên đồng luôn nhị hợp
- Thiên lương và Liêm trinh luôn nhị hợp
- Tử vi luôn lục hại với Cự Môn
- Thái dương luôn lục hại với Thất sát.

Tử Vi Nhập Môn

Nếu Tử Vi ở	An Các Chính Tinh Vào Các Cung											
	Tý	Sửu	Dần	Mão	Thìn	Tỵ	Ngọ	Mùi	Thân	Dậu	Tuất	Hợi
Tý	00 Tử		Phá		* Liêm Phủ 00	Âm	Tham *	Đồng Cự	00 Vũ Tướng *	Dương Lương	Sát	Cơ
Sửu	Cơ 0	0 Tử Phá 00		Phủ	Âm	Liêm Tham	Cự 00	Tướng 0	* Đồng Lương 00	* Vũ Sát	Dương	
Dần	Phá *	Cơ 0	* Tử Phủ *	Âm	Tham 00	Cự	00 Liêm Tướng 00	Lương 00	Sát *	Đồng	Vũ *	Dương
Mão	Dương	Phủ	Cơ Âm	Tử Tham	Cự	Tướng 0	Lương *	0 Liêm 0			Đồng	Vũ Phá
Thìn	00 Vũ Phủ 00	0 Âm Dương 0	Tham 0	* Cơ Cự *	00 Tử Tướng 00	Lương	Sát *		Liêm 00		Phá 0	Đồng 00
Tỵ	00 Đồng Âm 00	* Tham *	00 Cự Dương 00	Tướng	* Cơ Lương *	0 Tử Sát 00				Liêm Phá		Phủ 00

Tử Vi Nhập Môn

Nếu Tử Vi ở	An Các Chính Tinh Vào Các Cung											
	Tý	Sửu	Dần	Mão	Thìn	Tỵ	Ngọ	Mùi	Thân	Dậu	Tuất	Hợi
Ngọ	Tham	Đồng Cự	00 Vũ Tướng *	00 Dương Lương 00	Sát	Cơ	Tử		Phá	Dương Lương	* Liêm Phủ	Âm *
Mùi	Cự 00	Tướng 0	* Đồng Lương 00	0 Vũ Sát	Dương 00		Cơ 0	0 Tử Phá 00		Phủ	Âm *	Liêm Tham
Thân	00 Liêm Tướng 00	Lương	Sát *	Đồng 0	Vũ *	Dương *	Phá *	Cơ *	* Tử Phủ	Âm *	Tham 00	Cự 00
Dậu	Lương 00	0 Liêm Sát 0			Đồng	Vũ Phá	Dương *	Phủ	00 Cơ Âm 00	Tử Tham	Cự	Tướng 00
Tuất	Sát *		Liêm 00		Phá 0	Đồng 0	00 Vũ Phủ *	0 Âm Dương 0	Tham 0	* Cơ Cự *	0 Tử Tướng 00	Lương
Hợi			Liêm Phá		Phủ	Đồng Âm	* Vũ Tham *	0 Cự Dương	Tướng	* Cơ Lương	* Tử Sát *	

ROSY RAIN

Tử Vi Nhập Môn

An Vòng Thái Tuế

Trước hết phải an Thái Tuế ở cung có tên hàng Chi của năm sinh.

Thí dụ: Sinh năm Dậu, an Thái tuế ở cung Dậu

Sinh năm Tý, an Thái tuế ở cung tý.

Sau khi an Thái Tuế dù là nam hay nữ cứ **theo chiều thuận** lần lượt mỗi cung an một sao theo thứ tự:

1. Thiếu dương
2. Tang môn
3. Thiếu âm
4. Quan phù
5. Tử phù
6. Tuế phá
7. Long đức
8. Bạch hổ
9. Phúc đức
10. Điếu khách
11. Trực phù

Sao Đấu Quân (Nguyệt Tướng).

Bắt đầu từ cung an Thái Tuế kể là tháng Giêng, đếm theo chiều nghịch đến tháng sinh, ngừng lại ở cung nào kể đó là giờ Tý, đếm theo chiều thuận đến giờ sinh ngừng lại tại cung nào an Đấu Quân ở cung đó.

Sao Thiên Không

An Thiên Không ở cung đẳng trước cung an Thái Tuế.

Ví dụ: Thái Tuế ở cung Dậu an Thiên Không ở cung Tuất.

Tử Vi Nhập Môn

An vòng Lộc Tồn (hệ thống sao Bác Sĩ)

Dương Nam, Âm Nữ: ghi theo chiều Thuận

Âm Nam,Dương Nữ: ghi theo chiều nghịch

An sao Bác sĩ đồng cung với Lộc Tồn, rồi ghi tiếp theo 11 sao dưới đây, mỗi sao một cung:

1. Bác sĩ
2. Lực sĩ
3. Thanh long
4. Tiểu hao
5. Tướng quân
6. Tấu thư
7. Phi liêm
8. Hỷ thần
9. Bệnh phù
10. Đại hao
11. Phục binh
12. Quan phủ

An Lộc Tồn, theo hàng Can của tuổi sinh. Coi bảng dưới đây:

Hàng Can	Giáp	Ất	Bính	Đinh	Mậu	Kỷ	Canh	Tân	Nhâm	Quý
Cung	Dần	Mão	Tỵ	Ngọ	Tỵ	Ngọ	Thân	Dậu	Hợi	Tý

ROSY RAIN

Tử Vi Nhập Môn

An Vòng Tràng Sinh (12 Sao) Xem lá số thuộc cục gì để định vị trí sao Tràng sinh.

Thủy Cục thì Tràng sinh đóng ở cung Thân

Mộc Cục thì Tràng sinh đóng ở cung Hợi

Kim Cục thì Tràng sinh đóng ở cung Tỵ

Thổ Cục thì Tràng sinh đóng ở cung Thân

Hỏa Cục thì Tràng sinh đóng ở cung Dần

Ghi kế tiếp vào 11 cung kia, mỗi sao một cung, Dương nam, Âm nữ theo chiều Thuận còn Âm nam, Dương nữ thì theo chiều Nghịch, 11 sao dưới đây:

1. Tràng sinh
2. Mộc dục
3. Quan đới
4. Lâm quan
5. Đế vượng
6. Suy
7. Bệnh
8. Tử
9. Mộ
10. Tuyệt
11. Thai
12. Dưỡng

An Tràng Sinh tùy theo Cục. Coi bảng dưới đây:

Cục	Thủy	Mộc	Kim	Thổ	Hỏa
Cung	Thân	Hợi	Tỵ	Thân	Dần

Thí dụ: số thuộc Kim Tứ Cục, phải an tràng sinh tại Tỵ

Bộ Lục Sát Tinh

- ➤ Kình Dương
- ➤ Đà la
- ➤ Địa Kiếp
- ➤ Địa Không
- ➤ Hỏa Tinh
- ➤ Linh Tinh

Kình Dương, Đà La

An Kình Dương ở trước cung đã an Lộc Tồn

An Đà La ở đẳng sau cung đã an Lộc Tồn

Thí dụ Lộc Tồn ở Dậu thì Kình dương ở Tuất và Đà la ở Thân

"Kình tiền, Hậu Đà" tức Kình phía trước, Đà là hậu ở phía sau.

Bất luận là Âm nam, Dương nữ đều an giống nhau.

23

ROSY RAIN

Địa Không, Địa Kiếp

Địa Không: Bắt đầu từ cung Hợi, kể là giờ Tý, đếm theo chiều nghịch, đến giờ sinh ngừng lại ở cung nào là an Địa Không ở cung đó.

Địa Kiếp: Bắt đầu từ cung Hợi, kể là giờ Tý, đếm theo chiều thuận đến giờ sinh ngừng lại ở cung nào an Địa Kiếp ở cung đó.

Coi bảng dưới đây:

Sao \ Giờ Sinh	Tý	Sửu	Dần	Mão	Thìn	Tỵ	Ngọ	Mùi	Thân	Dậu	Tuất	Hợi
Địa Không	Hợi	Tuất	Dậu	Thân	Mùi	Ngọ	Tỵ	Thìn	Mão	Dần	Sửu	Tý
Địa Kiếp	Hợi	Tý	Sửu	Dần	Mão	Thìn	Tỵ	Ngọ	Mùi	Thân	Dậu	Tuất

		↑ Địa Không
		← Địa Kiếp

Hỏa Tinh, Linh Tinh

Năm Sinh	Hỏa Tinh	Linh Tinh
Dần,Ngọ,Tuất	Sửu	Mão
Thân, Tý,Thìn	Dần	Tuất
Ty,Dậu,Sửu	Mão	Tuất
Hợi,Mão,Mùi	Dần	Tuất

☯ Dương nam, Âm nữ

Hỏa Tinh: bắt đầu từ một cung đã định trước, kể là giờ Tý, đếm theo chiều thuận, đến giờ sinh, ngừng lại ở cung nào, an Hỏa tinh ở cung đó.

Linh Tinh: bắt đầu từ một cung đã định trước, kể là giờ Tý, đếm theo chiều nghịch, đến giờ sinh, ngừng lại ở cung nào an Linh Tinh ở cung đó.

☯ Âm nam, Dương nữ

Hỏa Tinh: bắt đầu từ một cung đã định trước, kể là giờ Tý, đếm theo chiều nghịch, đến giờ sinh, ngừng lại ở cung nào, an Hỏa tinh ở cung đó.

Linh Tinh: bắt đầu từ một cung đã định trước, kể là giờ Tý, đếm theo chiều thuận, đến giờ sinh, ngừng lại ở cung nào an Linh Tinh ở cung đó.

Tử Vi Nhập Môn

Ví dụ cách tìm sao Hỏa tinh: Người Tuổi Tỵ, sinh giờ Thìn, Dương nam hay Âm nữ thì Hỏa Tinh đóng cung Mùi. Nếu Âm nam hay Dương nữ thì Hỏa Tinh đóng ở cung Hợi.

Ví dụ cách tìm sao Linh Tinh: Người Tuổi Dậu, sinh giờ Dần, Dương nam Âm nữ thì Linh Tinh đóng tại cung Thân. Nếu Âm nam Dương nữ thì Linh Tinh đóng tại cung Tí

Bộ sao Tả Hữu (Tả Phụ, Hữu Bật)

Tả Phụ: Bắt đầu từ cung Thìn kể là tháng Giêng, đếm theo chiều thuận đến tháng sinh, ngừng lại ở cung nào an Tả Phủ ở cung đó.

Hữu Bật: Bắt đầu từ cung Tuất kể là tháng Giêng, đếm theo chiều nghịch đến tháng sinh, ngừng lại ở cung nào an Hữu bật ở cung đó.

↑ **Tả Phụ**			
			Hữu Bật ↓

Bộ Tam Thai, Bát Tọa

Tam Thai: Xem Tả Phụ ở cung nào kể cung ấy là mồng một, bắt đầu đếm theo chiều thuận đến ngày sinh, ngừng lại ở cung nào an Tam Thai ở cung đó.

Bát Tọa: Xem Hữu Bật ở cung nào kể cung ấy là mồng một, bắt đầu đếm theo chiều nghịch đến ngày sinh, ngừng lại ở cung nào an Bát Tọa ở cung đó.

Bộ sao Văn Xương, Văn Khúc

Văn Xương: Bắt đầu từ cung Tuất kể là giờ Tý, đếm theo chiều nghịch đến giờ sinh, ngừng lại ở cung nào an Văn Xương ở cung đó.

Văn Khúc: Bắt đầu từ cung Thìn kể là giờ Tý, đếm theo chiều thuận đến giờ sinh, ngừng lại ở cung nào an Văn Khúc ở cung đó.

↑ Văn Khúc			↑ Văn Xương

Bộ Ân Quang, Thiên Quý

Ân Quang: Xem Văn Xương ở cung nào kể cung ấy là mồng một, bắt đầu đếm theo chiều thuận đến ngày sinh, lùi lại một cung an Ân Quang.

Thiên Quý: Xem Văn Khúc ở cung nào kể cung ấy là mồng một, bắt đầu đếm theo chiều nghịch đến ngày sinh, lùi lại một cung an Thiên Quý.

Tỵ	Ngọ	Mùi	Thân
Thìn ↑ Long Trì			Dậu
Mão			Tuất ↑ Phượng Cát
Dần	Sửu	Tí	Hợi

Bộ sao Long Trì, Phượng Cát

Long Trì: Bắt đầu từ cung Thìn kể là năm Tý, đếm theo chiều thuận đến năm sinh, ngừng lại ở cung nào an Long Trì ở cung đó.

Phượng Cát: Bắt đầu từ cung Tuất kể là năm Tý, đếm theo chiều nghịch đến năm sinh, ngừng lại ở cung nào an Phượng Cát ở cung đó.

ROSY RAIN

Bộ Sao Thiên Khôi, Thiên Việt

An bộ sao Khôi Việt, phải tùy theo hàng Can của năm sinh. Coi bảng đươi đây:

Hàng Can	Thiên Khôi	Thiên Việt
Giáp, Mậu	Sửu	Mùi
Ất,Kỷ	Tý	Thân
Bính,Đinh	Hợi	Dậu
Nhâm,Quý	Mão	Tỵ
Canh, Tân	Ngọ	Dần

Ví dụ: Tuổi Tân Dậu an Thiên Khôi tại Ngọ, Thiên Việt tại Dần.

Tuổi Giáp Dần, an Thiên Khôi tại Sửu, Thiên Việt tại Mùi

ROSY RAIN

Bộ Sao Thiên Khốc, Thiên Hư

Thiên Khốc: Bắt đầu từ cung Ngọ kể là năm Tý, đếm theo chiều nghịch đến năm sinh, ngừng lại ở cung nào an Thiên Khốc ở cung đó.

Thiên Hư: Bắt đầu từ cung Ngọ kể là năm Tý, đếm theo chiều thuận đến năm, ngừng tại cung nào an Thiên Hư tại cung ấy.

Thiên Khốc, Thiên Hư cùng với Song Hao, Tang môn. Bạch Hổ hợp thành bộ Lục Bại, Thiên Hư bao giờ cũng đồng cung với Tuế Phá.

	←	**Thiên Khốc** **Thiên Hư** →	

Bộ Thiên Đức, Nguyệt Đức

Thiên Đức: Bắt đầu từ cung Dậu kể là năm Tý, đếm theo chiều thuận đến năm sinh, ngừng lại ở cung nào an Thiên Đức ở cung đó.

Nguyệt Đức: Bắt đầu từ cung Tỵ kể là năm Tý, đếm theo chiều thuận đến năm sinh, ngừng lại ở cung nào an Nguyệt Đức ở cung đó.

Nguyệt Đức	→		
			Thiên Đức
			↓

Bộ sao Thiên Hình, Thiên Riêu (Diêu), Thiên Y

Thiên Hình: Bắt đầu từ cung Dậu kể là tháng Giêng, đếm theo chiều thuận đến tháng sinh, ngừng lại ở cung nào an Thiên Hình ở cung đó.

Thiên Riêu: Bắt đầu từ cung Sửu kể là tháng Giêng, đếm theo chiều thuận đến tháng sinh, ngừng lại ở cung nào an Thiên Riêu ở cung đó.

			Thiên Hình
			↓
←	**Thiên Riêu**		←

Bộ sao Hồng Loan, Thiên Hỷ

Hồng Loan: Bắt đầu từ cung Mão kể là năm sinh, đếm theo chiều nghịch đến năm sinh, ngừng lại ở cung nào an Hồng Loan ở cung đó.

Thiên Hỷ: Thiên Hỷ luôn an ở cung đối với cung an Hồng Loan

Thí dụ Hồng Loan ở Ngọ Thì an Thiên Hỷ ở Tí.

Hồng Loan			
↓	→		

Bộ Quốc Ấn, Đường Phù (Ấn Phù)

Quốc Ấn: Bắt đầu từ cung an Lộc Tồn kể là cung thứ nhất, đếm theo chiều thuận đến cung thứ chín, ngừng lại an Quốc Ấn.

Đường Phù: Bắt đầu từ cung an Lộc Tồn kể là cung thứ nhất, đếm theo chiều nghịch đến cung thứ tám, ngừng lại an Đường Phù.

Tất Quốc Ấn luôn tam hợp với Lộc Tồn

Tất Đường Phù sẽ năm trong tam hợp với Song Hao

Bộ sao Thiên Giải, Địa Giải, Giải Thần (Thiên Địa Giải)

Thiên Giải: Bắt đầu từ cung Thân kể là tháng Giêng, đếm theo chiều thuận đến tháng sinh, ngừng lại ở cung nào an Thiên Giải ở cung đó.

Địa Giải: Bắt đầu từ cung Mùi kể là tháng Giêng, đếm theo chiều thuận đến tháng sinh, ngừng lại ở cung nào an Địa Giải ở cung đó.

Giải Thần: Phượng Các ở cung nào an Giải Thần ở cung đó.

		Địa Giải →	Thiên Giải
			↓

ROSY RAIN

Bộ Thai Phụ, Phong Cáo (Thai Cáo)

Có hai cách để tìm Thai Phụ và Phong Cáo.

Cách thứ nhất: Theo giờ sinh

Thai Phụ: Bắt đầu từ cung Ngọ là giờ Tý, tính thuận tới giờ sinh, ngưng tại cung nào, an Thai Phụ tại cung ấy.

Phong Cáo: Bắt đầu từ cung Dần là giờ Tý, tính thuận tới giờ sinh, ngưng tại cung nào, an Phong Cáo tại cung ấy.

	Thai Phụ	→	
		Cách Thứ Nhất	
↑			
Phong Cáo			

Cách thứ hai: Căn cứ vào Văn Khúc, sau hai cung là sao Thai Phụ, trước hai cung là sao Phong Cáo.

	Văn Khúc		Thai Phụ
Phong Cáo			
		Cách Thứ Hai	

Bộ Sao Thiên Tài, Thiên Thọ (Tài Thọ)

Thiên Tài: Bắt đầu từ cung an Mệnh kế là năm Tý, đếm theo chiều thuận đến năm sinh, ngừng lại ở cung nào an Thiên Tài ở cung đó.

Thiên Thọ: Bắt đầu từ cung an Thân kế là năm Tý, đếm theo chiều thuận đến năm sinh, ngừng lại ở cung nào an Thiên Thọ ở cung đó.

Xem bảng sao Thiên Tài theo hành Chi của Tuổi.

Tuổi	Thiên Tài An tại Cung
Tí	Cung Mệnh
Sửu	Cung Phụ Mẫu
Dần	Cung Phúc Đức
Mão	Cung Điền Trạch
Thìn	Cung Quan Lộc
Tỵ	Cung Nô Bộc
Ngọ	Cung Thiên Di
Mùi	Cung Tật Ách
Thân	Cung Tài Bạch
Dậu	Cung Tử Tức
Tuất	Cung Phu Thê
Hợi	Cung Huynh Đệ

Tử Vi Nhập Môn

Bộ Sao Thiên Thương, Thiên Sứ (Thương Sứ)

Thiên Thương luôn an tại cung Nô Bộc

Thiên Sứ luôn an tại cung Tật Ách

Bộ sao Thiên La, Địa Vọng (La Võng)

Thiên La: Bao giờ cũng an ở cung Thìn

Địa Vọng: Bao giờ cũng an ở cung Tuất

Cung Thìn **Thiên La**			
			Cung Tuất **Địa Vọng**

Bộ Tứ Hóa (Hóa Lộc, Hóa Quyền, Hóa Khoa, Hóa Kỵ)

Theo hàng Can của năm sinh an Tứ Hóa theo Lộc Quyền Khoa Kỵ, vào những cung đã an sao kê trong bảng dưới đây:

Hàng Can	Lộc	Quyền	Khoa	Kỵ
Giáp	Liêm Trinh	Phá Quân	Vũ Khúc	Thái Dương
Ất	Thiên Cơ	Thiên Lương	Tử vi	Thái Âm
Bính	Thiên Đồng	Thiên Cơ	Văn Xương	Liêm Trinh
Đinh	Thái Âm	Thiên Đồng	Thiên Cơ	Cự Môn
Mậu	Tham Lang	Thái Âm	Hữu Bật	Thiên Cơ
Kỷ	Vũ Khúc	Tham Lang	Thiên Lương	Văn Khúc
Canh	Thái Dương	Vũ Khúc	Thiên Đồng	Thái Âm
Tân	Cự Môn	Thái Dương	Văn Khúc	Văn Xương
Nhâm	Thiên Lương	Tử Vi	Tả Phụ	Vũ Khúc
Quý	Phá Quân	Cự Môn	Thái Âm	Tham Lang

Lưu ý: Can Canh là Thái Âm đi với Hóa Kỵ

Ví dụ: Sinh năm Tân Dậu an Hóa Lộc với Cự môn, Hóa Quyền đi cùng Thái Dương, Văn Khúc đồng cung với Hóa Khoa, và Văn Xương đồng cung với Hóa Kỵ

41

Bộ Sao Thiên Quan, Thiên Phúc (hay còn gọi là Thiên Quan quý nhân,Thiên Phúc quý nhân)

Hàng Can	Thiên Quan	Thiên Phúc
Giáp	Mùi	Dậu
Ất	Thìn	Thân
Bính	Tỵ	Tý
Đinh	Dần	Hợi
Mậu	Mão	Mão
Kỷ	Dậu	Dần
Canh	Hợi	Ngọ
Tân	Dậu	Tỵ
Nhâm	Tuất	Ngọ
Quý	Ngọ	Tỵ

Ví dụ: Sinh năm Bính Tý an Thiên Quan ở cung Tỵ, Thiên Phúc ở cung Tý.

ROSY RAIN

Bộ Sao Cô Thần, Quả Tú (Cô Quả)

Năm Sinh	Cô Thần	Quả Tú
Hợi, Tý, Sửu	Dần	Tuất
Tỵ, Ngọ, Mùi	Thân	Thìn
Dần, Mão, Thìn	Tỵ	Sửu
Thân, Dậu, Tuất	Hợi	Mùi

Ví dụ: Sinh năm Hợi an Cô Thần ở cung Dần, Quả Tú ở cung Tuất.

Sao Đào Hoa

Tuy theo hàng Chi của năm sinh, coi bảng dưới đây:

Năm Sinh	Đào Hoa
Tỵ, Dậu, Sửu	Ngọ
Thân, Tý, Thìn	Dậu
Hợi, Mão, Mùi	Tý
Dần, Ngọ, Tuất	Mão

Ví dụ: Sinh năm Dậu an Đào Hoa tại Ngọ

Sao Thiên Mã

Tùy theo hàng Chi của năm Sinh, coi bảng dưới đây:

Năm Sinh	Thiên Mã
Tỵ, Dậu, Sửu	Hợi
Thân, Tý, Thìn	Dần
Hợi, Mão, Mùi	Tỵ
Dần, Ngọ, Tuất	Thân

Ví Dụ: Sinh năm Tý an Thiên Mã ở cung Dần.

Vị trí của Thiên Mã luôn ở 4 góc, còn gọi là cung vị Tứ Mã

Sao Kiếp Sát

Tùy theo hàng Chi của năm sinh, coi bảng dưới đây:

Hàng Chi	Kiếp Sát
Ty, Dậu, Sửu	Dần
Hợi, Mão, Mùi	Thân
Dần, Ngọ, Tuất	Hợi
Thân, Tý, Thìn	Ty

Kiếp Sát chỉ đóng 4 góc của lá số Tử vi. Đây là một điểm cần ghi nhớ.

ROSY RAIN

Tử Vi Nhập Môn

Sao Lưu Hà

An theo Thiên Can của năm sinh. Bảng an sao Lưu Hà coi dưới đây.

Tuổi	Cung An Sao
Giáp	Dậu
Ất	Tuất
Bính	Mùi
Đinh	Thân
Mậu	Tỵ
Kỷ	Ngọ
Canh	Thìn
Tân	Mão
Nhâm	Hợi
Quý	Dần

Giáp Kê, Ất Khuyển, mạnh Lưu Hà

Bính Mùi, Đinh Hầu, Mậu kiên Xà

Kỷ Ngọ, Canh Thìn, Tân Mão vị

Nhâm Trư, Quý Hổ thị can gia.

ROSY RAIN

Sao Thiên Trù

Tùy theo hàng Can của năm sinh, coi bảng dưới đây:

Hàng Can	Thiên Trù
Giáp	Tỵ
Ất	Ngọ
Bính	Tý
Đinh	Tỵ
Mậu	Ngọ
Kỷ	Thân
Canh	Dần
Tân	Ngọ
Nhâm	Dậu
Quý	Tuất

Ví dụ: Sinh năm Tân Dậu, an Thiên Trù ở cung Ngọ

ROSY RAIN

Sao Lưu Niên Văn Tinh (L.N Văn Tinh)

Tùy theo hàng Can của năm sinh

Hàng Can	Lưu Niên Văn Tinh
Giáp	Tỵ
Ất	Ngọ
Bính	Thân
Đinh	Dậu
Mậu	Thân
Kỷ	Dậu
Canh	Hợi
Tân	Tý
Nhâm	Dần
Quý	Mão

Ví dụ: Sinh năm Bính Ngọ, an Lưu Niên Văn Tinh ở cung Thân.

Sao Phá Toái

Tùy theo hàng Chi của năm sinh, coi bảng dưới đây:

Năm sinh	Phá Toái
Tý, Ngọ, Mão, Dậu	Tỵ
Dần, Thân, Tỵ, Hợi	Dậu
Thìn, Tuất, Sửu, Mùi	Sửu

Phá Toái chỉ ở trong Tam hợp Kim (Tỵ,Dậu,Sửu)

Ví dụ: Sinh năm Dậu an Phá Toái ở cung Tỵ

ROSY RAIN

Sao Hoa Cái

Tùy theo hàng Chi của năm sinh, coi bảng dưới đây:

Hàng Chi	Hoa Cái
Ty, Dậu, Sửu	Sửu
Hợi, Mão, Mùi	Mùi
Dần, Ngọ, Tuất	Tuất
Thân, Tý, Thìn	Thìn

Sao Hoa Cái vị trí luôn ở Tứ Mộ là bốn cung Mộ Khố .

Ví dụ người sinh năm Ngọ an Hoa Cái ở cung Tuất.

Tử Vi Nhập Môn

Tuần Trung Không vong, Triệt Lộ Không vong (Tuần – Triệt)

Tuần Trung Không vong.

Tùy theo năm sinh, khoảng mười năm đã được giới hạn theo Can từ Giáp đến Quý. Coi bảng dưới đây.

Năm sinh trong khoảng	Cung An Tuần
Từ Giáp Tý đến Quý Dậu	Tuất – Hợi
Từ Giáp Tuất đến Quý Mùi	Thân-Dậu
Từ Giáp Thân đến Quý Ty	Ngọ-Mùi
Từ Giáp Ngọ đến Quý Mão	Thìn-Ty
Từ Giáp Thìn đến Quý Sửu	Dần-Mão
Từ Giáp Dần đến Quý Hợi	Tý-Sửu

Ví dụ: Sinh năm Bính dần , tức là trong khoảng từ Giáp Tý đến Quý Dậu, vậy phải an Tuần ở giữa cung Tuất và cung Hợi

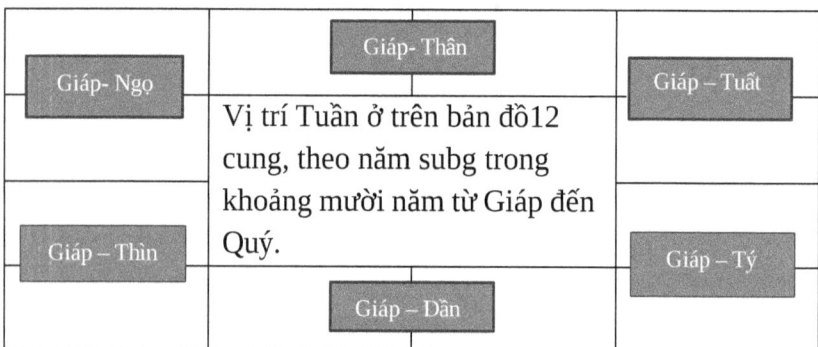

Vị trí Tuần ở trên bản đồ12 cung, theo năm subg trong khoảng mười năm từ Giáp đến Quý.

Giáp- Thân

Giáp- Ngọ

Giáp – Tuất

Giáp – Thìn

Giáp – Tý

Giáp – Dần

ROSY RAIN

Triệt Lộ Không vong

Tùy theo hàng Can của năm sinh, coi bảng dưới đây

Sinh Thuộc Can	Cung An Triệt
Giáp Kỷ	Thân-Dậu
Ất Canh	Mùi- Ngọ
Bính Tân	Thìn-Tỵ
Đinh Nhâm	Dần-Mão
Mậu Quý	Tý-Sửu
Bính Tân	Thìn-Tỵ

Ví dụ: sinh năm Canh Ngọ an Triệt ở giữa cung Thân và cung Dậu. Vị trí của Triệt ở trên bảng đồ 12 cung, tùy theo hàng Can của năm sinh.

	Ất Canh		Giáp Ký
Bính Tân			
Đinh Nhâm			
	Mậu Quý		

Tam chiếu là gì: Chiếu vào cung chánh có đến 2 cung Tam chiếu. Sở dĩ gọi như thế là vì mỗi cung tam chiếu cách cung chánh 3 cung, chiều thuận và chiều nghịch. Ví dụ chánh là dần thì 2 cung tam chiếu kia là Ngọ (chiều thuận) và Tuất (chiều nghịch). Chỉ có 4 bộ cung tam chiếu trong lá số mà thôi, và hướng tam chiếu này không bao giờ thay đổi. Đó là:

1. Dần - Ngọ - Tuất
2. Thân – Tý - Thìn
3. Tỵ - Dậu - Sửu
4. Hợi – Mão – Mùi

Trong mỗi bộ như thế, bao giờ 2 cung cũng được gọi là tam chiếu với cung kia trong bộ. Tam chiếu với Dần và Ngọ, Tuất; tam chiếu với Ngọ là Dần, Tuất; tam chiếu với Tuất là Dần, Ngọ.

Tam chiếu, ba cung chiếu lẫn nhau, coi bảng dưới đây:

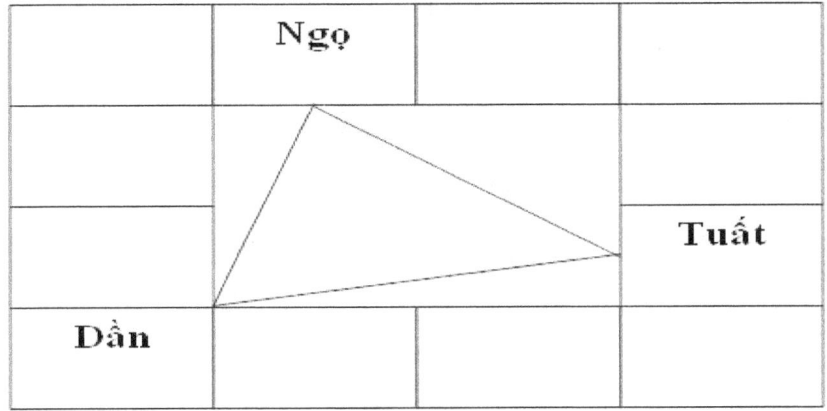

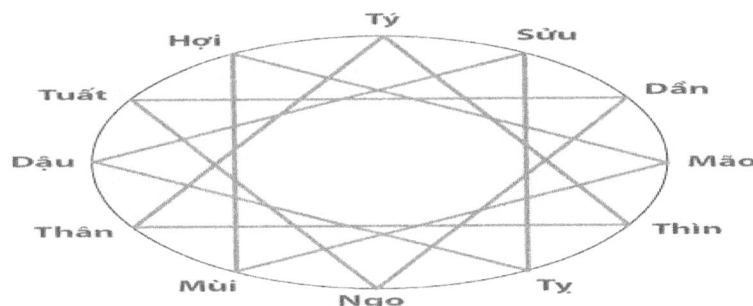

ROSY RAIN

Tử Vi Nhập Môn

Xung Chiếu là gì: Cung Xung chiếu là cung đối diện trực tiếp.

 Ví dụ: Cung xung chiếu của cung Tuất là Thìn, của Thìn là Tuất, của Dần là Thân, của Thân là Dần, của Tỵ là Hợi, của Hợi là Tỵ, của Sửu là Mùi, của Mùi là Sửu, ..v..v.. không bao giờ thay đổi. Vì chiếu trực tiếp nên cung xung chiếu quan trọng hơn 2 cung tam chiếu và cung nhị hợp.

Xung chiếu, Hai cung đối nhau, chiếu lẫn nhau, coi bảng dưới đây:

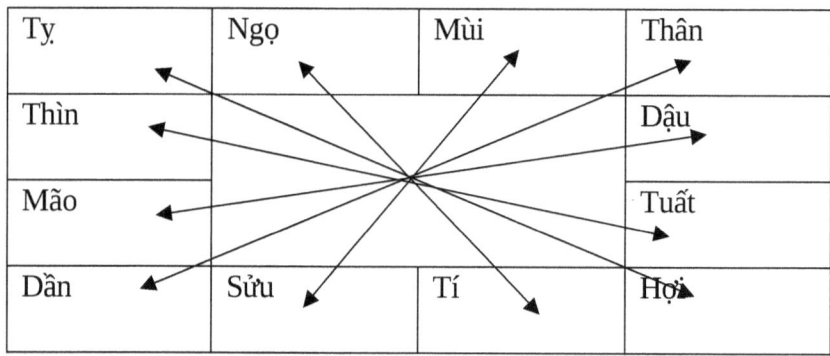

Nhị Hợp:

Thế chiếu nhị hợp trong lá số cũng không bao giờ thay đổi.

Tý nhị hợp vơi Sửu	Sửu nhị hợp với Tý
Dần nhị hợp với Hợi	Hợi nhị hợp với Dần
Mão nhị hợp với Tuất	Tuất nhị hợp với Mão
Thìn nhị hợp với Dậu	Dậu nhị hợp với Thìn
Tỵ nhị hợp với Thân	Thân nhị hợp với Tỵ
Ngọ nhị hợp với Mùi	Mùi nhị hợp với Ngọ

Tóm lại, khi xem cung nào phải đồng thời xem cả cung xung chiếu, 2 cung tam chiếu và nhị hợp, tức là phải xem 5 cung cùng một lúc để cân nhắc chung.

Nhị Hợp:

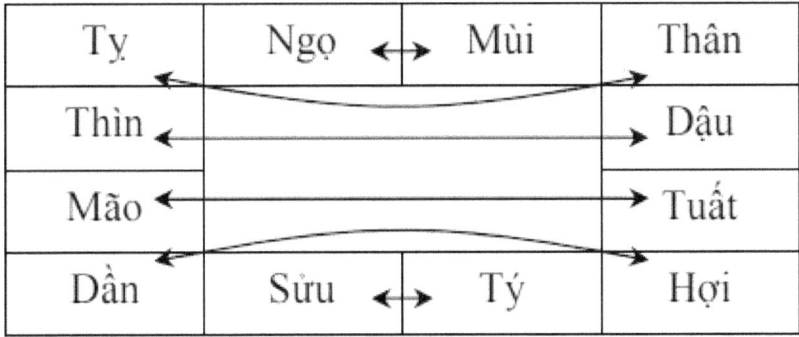

ROSY RAIN

Tử Vi Nhập Môn

Lục Hại:

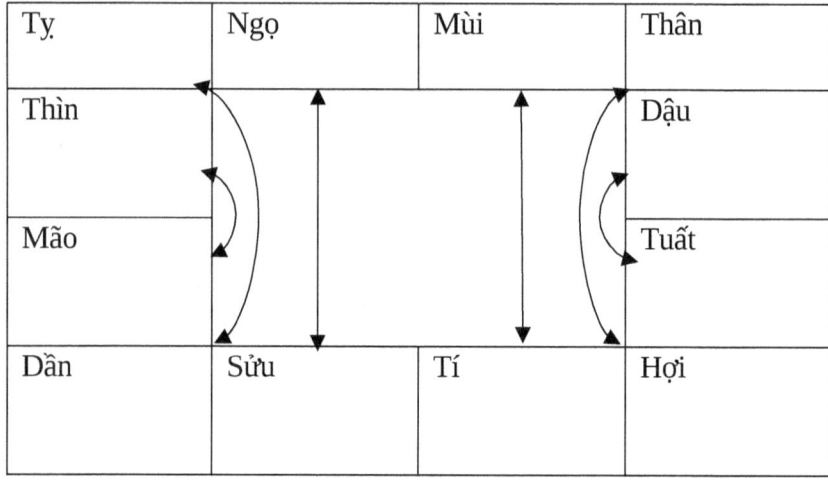

Tóm tắt trên bản đồ 12 cung, những vị trí của các cung hợp, chiếu không bao giờ thay đổi. Muốn xem cung số, phải xem cả hai cung tam hợp hợp chiếu của nó, cùng với cung xung chiếu và một cung nhị hợp.

ROSY RAIN

Lý Giải Ngũ Hành, Can, Chi

Theo đông phương lý học thì mọi vật chất ở xung quanh ta đều tạo nên bởi một phần của Ngũ hành hay cấu kết bởi hai, ba phần của Ngũ hành, hoặc còn nguyên thể, hoặc đã biến thể.

Ngũ hành gồm có

Kim: Vàng, noi chung các loại kim loại

Mộc: Gỗ, hay nói chung tất cả những loại cây

Thủy: Nước, hay nói chung tất cả những chất lỏng

Hỏa: lửa hay hơi nóng

Thổ: Đất, hay nói chung tất cả nhưng khoáng vật.

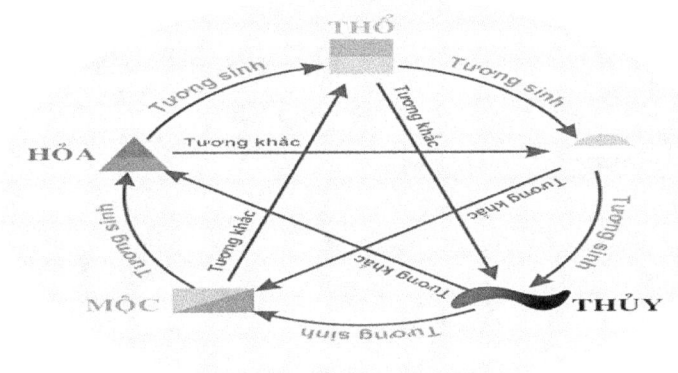

ROSY RAIN

Tử Vi Nhập Môn

Tương Sinh

Kim sinh Thủy	Hỏa sinh Thổ
Thủy sinh Mộc	Thổ sinh Kim
Mộc sinh Hỏa	

Tương Khắc

Kim khắc Mộc	Thủy khắc Hỏa
Mộc khắc Thổ	Hỏa khắc Kim
Thổ khắc Thủy	

Thập Can

Giáp, Ất, Bính, Đinh, Mậu, Kỷ, Canh, Tân, Nhâm, Quý

Tương Hợp

Giáp hợp Kỷ	Đinh hợp Nhâm
Ất hợp Canh	Mậu hợp Quý
Bính hợp Tân	

ROSY RAIN

Tử Vi Nhập Môn

Tương Phá

Giáp phá Mậu	Kỷ phá Quý
Ất phá Kỷ	Canh phá Giáp
Bính phá Canh	Tân phá Ất
Đinh phá Tân	Nhâm phá Bính
Mậu phá Nhâm	Quý phá Đinh

Phần Âm Dương và phối hợp Ngũ Hành

Thiên Can	Âm Dương	Ngũ Hành
Giáp	Dương	Mộc
Ất	Âm	Mộc
Bính	Dương	Hỏa
Đinh	Âm	Hỏa
Mậu	Dương	Thổ
Kỷ	Âm	Thổ
Canh	Dương	Kim
Tân	Âm	Kim
Nhâm	Dương	Thủy
Quý	Âm	Thủy

ROSY RAIN

Nhập Nhị Chi

Tý, Sửu, Dần, Mão, Thìn, Tỵ, Ngọ, Mùi, Thân, Dậu, Tuất, Hợi

Tượng hình

Thập nhị Chi được tượng hình bằng những giống vật.

Thập Nhị Chi	Tượng Hình
Tý	Chuột
Sửu	Trâu
Dần	Cọp
Mão	Mèo
Thìn	Rồng
Tỵ	Rắn
Ngọ	Ngựa
Mùi	Dê
Thân	Khỉ
Dậu	Gà
Tuất	Chó
Hợi	Heo

Chia nhóm

Tứ Sinh		Tứ Mộ		Tứ Tuyệt	
Dần	Tỵ	Thìn	Sửu	Tý	Mão
Thân	Hợi	Tuất	Mùi	Ngọ	Dậu

Tam hợp

Dần, Ngọ, Tuất	Thân, Tý, Thìn	Hợi, Mão, Mùi	Sửu, Tỵ, Dậu

Nhị Hợp

Tý-Sửu	Thìn-Dậu	Dần-Hợi	Tỵ- Thân	Mão- Tuất	Ngọ- Mùi

Xung

Tý-Ngọ	Mão- Dậu	Dần-Thân	Tỵ-Hợi	Thìn-Tuất	Sửu-Mùi

Phần Âm Dương: Phối hợp Ngũ Hành, Ngũ sắc, định Bát quái và Phương hướng.

Thập nhị chi	Âm Dương	Ngũ hành	Ngũ Sắc	Bát quái	Phương hướng
Tý	Dương	Thủy	Đen	Khảm	Chính Bắc
Sửu	Âm	Thổ	Vàng		Đông Bắc Thiên Bắc
Dần	Dương	Mộc	Xanh	Cấn	Đông Bắc Thiên Đông
Mão	Âm	Mộc	Xanh	Chấn	Chính Đông
Thìn	Dương	Thổ	Đen		Đông Nam Thiên Đông
Tỵ	Âm	Hỏa	Đỏ	Tốn	Đông Nam Thiên Nam
Ngọ	Dương	Hỏa	Đỏ	Ly	Chính Nam
Mùi	Âm	Thổ	Vàng		Tây Nam Thiên Nam
Thân	Dương	Kim	Trắng	Khôn	Tây Nam Thiên Tây
Dậu	Âm	Kim	Trắng	Đoài	Chính Tây
Tuất	Dương	Thổ	Vàng		Tây Bắc Thiên Tây
Hợi	Âm	Thủy	Đen	Càn	Tây Bắc Thiên Bắc

Qui định trên bản đồ 12 cung.

Âm -Tỵ - Hỏa Tốn – Đỏ Đông Nam Thiên Nam	Dương-Ngọ- Hỏa Ly – Đỏ Chính Nam	Âm – Mùi – Thổ Trung -Vàng Tây Nam Thiên Nam	Dương-Thân- Kim Khôn – Trắng Tây Nam Thiên Tây
Dương – Thìn- Thổ Trung – Vàng Đông Nam Thiên Đông			Âm-Dậu-Kim Đoài – Trắng Chính Tây
Âm – Mão – Mộc Chấn – Xanh Chính Đông			Dương- Tuất -Thổ Trung- Vàng Tây Bắc Thiên Tây
Dương-Dần- Mộc Cấn – Xanh Đông Bắc Thiên Đông	Âm-Sửu-Thổ Trung- Vàng Đông Bắc Thiên Bắc	Dương-Tý- Thủy Khảm- Đen Chính Bắc	Âm-Hợi- Thủy Càn – Đen Tây Bắc Thiên Bắc

65

Tử Vi Nhập Môn

Phối hợp với 12 chi, phân ra bốn mùa và qui định vào ngũ hành.

12 Tháng	12 chi	4 Mùa	Ngũ Hành
Giêng	Dần	Xuân	
Hai			Mộc
Từ 1/3 đến 12/3	Mão		
Từ 13/3 đến hết tháng 3	Thìn	Tứ Quý	Thổ
Tư	Tỵ	Hạ	
Năm	Ngọ		Hỏa
Từ 1/6 đến 12/6			
Từ 13/6 đến hết tháng 6	Mùi	Tứ quý	Thổ
Bảy	Thân	Thu	Kim
Tám	Dậu		
Từ 1/9 đến 12/9			
Từ 13/9 đến hết tháng 9	Tuất	Tứ quý	Thổ
Mười	Hợi	Đông	Thủy
Mười Một	Tý		
Từ 1/12 đến 12/12			
Từ 13/12 đến hết tháng 12	Sửu	Tứ quý	Thổ

ROSY RAIN

Tử Vi Nhập Môn

Phối hợp với mười can.

Tháng	Giáp Kỷ	Ất Canh	Bính Tân	Đinh Nhâm	Mậu Quý
Dần	Bính	Mậu	Canh	Nhâm	Giáp
Mão	Đinh	Kỷ	Tân	Quý	Ất
Thìn	Mậu	Canh	Nhâm	Giáp	Bính
Tỵ	Kỷ	Tân	Quý	Ất	Đinh
Ngọ	Canh	Nhâm	Giáp	Bính	Mậu
Mùi	Tân	Quý	Ất	Đinh	Kỷ
Thân	Nhâm	Giáp	Bính	Mậu	Canh
Dậu	Quý	Ất	Đinh	Kỷ	Tân
Tuất	Giáp	Bính	Mậu	Canh	Nhâm
Hợi	Ất	Đinh	Kỷ	Tân	Quý
Tý	Bính	Mậu	Canh	Nhâm	Giáp
Sửu	Đinh	Kỷ	Tân	Quý	Ất

ROSY RAIN

Tháng Giêng bao giờ cũng là tháng Dần, tháng hai là tháng Mão.. Nhưng cũng cần phải phối hợp 12 tháng với 10 can để biết rõ hàng Can của mỗi tháng. Hàng Can mỗi tháng thay đổi tùy theo hàng Can của mỗi năm.

Ví dụ: sinh năm Kỷ Sửu, tháng Tám. Coi bảng trên đây, tháng Tám là tháng Dậu, hàng Can của Tháng Quý. Vậy tháng Tám năm Kỷ Sửu là tháng Quý Dậu.

Ngày và Giờ.

Giờ	Giáp Kỷ	Ất Canh	Bính Tân	Đinh Nhâm	Mậu Quý
Tý (23-1)	Giáp	Bính	Mậu	Canh	Nhân
Sửu (1-3)	Ất	Đinh	Kỷ	Tân	Quý
Dần (3-5)	Bính	Mậu	Canh	Nhâm	Giáp
Mão (5-7)	Đinh	Kỷ	Tân	Quý	Ất
Thìn (7-9)	Mậu	Canh	Nhâm	Giáp	Bính
Tỵ (9-11)	Kỷ	Tân	Quý	Ất	Bính
Ngọ (11-13)	Canh	Nhâm	Giáp	Bính	Mậu
Mùi (13-15)	Tân	Quý	Ất	Đinh	Kỷ
Thân (15-17)	Nhâm	Giáp	Bính	Mậu	Canh
Dậu (17-19)	Quý	Ất	Đinh	Kỷ	Tân
Tuất (19-21)	Giáp	Bính	Mậu	Canh	Nhâm
Hợi (21-23)	Ất	Đinh	Kỷ	Tân	Quý

Muốn biết rõ sự phối hợp của mỗi ngày trong tháng, với 10 can và 12 Chi, Sau khi biết Can Chi của ngày, có thể tìm được hàng Can của Giờ.

ROSY RAIN

Tử Vi Nhập Môn

Luận Đoán 12 Cung

Những điều phải chú ý trước khi luận đoán

Thuận lý, Nghịch lý

Thuận lý hay nghịch lý giữa năm sinh với tháng sinh, giữa ngày sinh với giờ sinh.

Ví dụ năm sinh thuộc âm, tháng sinh cũng thuộc âm là thuận, ngày sinh thuộc dương, tháng sinh lại thuộc âm là nghịch. Nếu năm sinh, tháng sinh, ngày sinh và giờ sinh đều thuộc dương cả hay âm thì rất tốt.

Tương sinh – Tương khắc

Tương sinh hay tương khắc giữa năm sinh với tháng sinh, giữa ngày sinh với giờ sinh.Ví dụ: Năm sinh thuộc Mộc, Tháng sinh thuộc Hỏa là năm tháng tương sinh. Ngày sinh thuộc Thủy, giờ sinh thuộc Hỏa là ngày, giờ tương khắc. Nếu năm sinh tháng, tháng sinh ngày, ngày sinh giờ, như năm thuộc Hỏa sinh tháng thuộc Thổ, tháng thuộc Thổ sinh ngày thuộc Kim, ngày thuộc Kim sinh giờ Thuộc Thủy, như vậy thì rất quý.

Tương hợp – Tương Phá

Hợp hay phá giữa năm sinh với tháng sinh, giữa ngày sinh với giờ sinh. Cần phải xem Can, Chi của năm, tháng và ngày giờ.

70

ROSY RAINROSY RAIN

Tử Vi Nhập Môn

Bản Mệnh – Cục

Tương sinh hay tương khắc giữa Bản Mệnh và Cục

Ví dụ: Kim Mệnh, Thủy Cục là tương sinh, vì Kim sinh Thủy. Nếu ngược lại, Cục sinh Bản Mệnh, như Kim Mệnh, Thổ Cục, cũng được tốt đẹp, nhưng không bằng Bản Mệnh sinh Cục. Bản Mệnh khắc cục: rất xấu dù toàn thể lá số có tốt chăng nữa, độ số cũng bị chiết giảm một phần.

Năm sinh – Cung Mệnh

Thuận lý hay nghịch lý giữa năm sinh và cung an mệnh

Ví dụ: sinh năm Tý thuộc Dương, an Mệnh tại Dần cũng thuộc Dương là thuận lý.

ROSY RAIN

Tử Vi Nhập Môn

Chính tinh cung Mệnh

Chính diệu thủ Mệnh (các sao thuộc Tử vi tinh hệ và Thiên Phủ tinh hệ)

Miếu địa ? Vượng địa ? Đắc địa ? Hãm đại ?

Có hợp Mệnh không ? Sinh Mệnh hay khắc Mệnh ?

Nếu cung an Mệnh không có chính diệu, gọi là mệnh vô chính diệu.

Cần phải xem đến chính diệu xung chiếu và trung tinh bàng tinh tạo thủ, hội hợp.

Ví dụ:

Kim Mệnh, Chính diệu thủ mệnh, cũng thuộc Kim là hợp.

Kim Mệnh chính diệu thủ Mệnh thuộc Thổ là chính diệu sinh Mệnh rất tốt.

Nếu ngược lại, Kim Mệnh chính diệu thủ mệnh thuộc thủy là Mệnh sinh chính diệu rất xấu.

Kim mệnh, chính diệu thuộc Hỏa là Mệnh khắc chính diệu lại càng xấu hơn nữa.

Tử Vi Nhập Môn

Chính tinh các cung

Vị trí của các Chính diệu trên 12 cung: Miếu, Vượng, Đắc, có đúng chỗ không?

Phân loại chính tinh trong khoa Tử Vi.

Khoa Tử Vi chia các chính tinh thành 10 loại chính, dựa trên tính chất và vai trò của từng sao như sau:

- Đế Tinh: Là chủ tinh đại diện cho chính tinh cốt lõi, tiêu biểu là sao Tử Vi.
- Phúc Tinh: Liên quan đến phúc đức và may mắn, gồm các sao Thiên Đồng, Thiên Lương.
- Thiện Tinh: Đại diện cho anh em, phúc thọ, ví dụ sao Thiên Cơ.
- Quí Tinh: Tượng trưng cho quan lộc và chức vụ, tiêu biểu là sao Thái Dương.
- Phú Tinh: Liên quan đến của cải và sự bảo vệ, ví dụ sao Thái Âm.
- Quyền Tinh: Chủ về tài lộc và quyền lực, gồm các sao Thiên Phủ, Thiên Tướng, Thất Sát.
- Tài Tinh: Chuyên về tài sản, như sao Vũ Khúc, Thiên Phủ.
- Đào Hoa Tinh: Biểu tượng cho đào hoa và tình cảm, ví dụ sao Liêm Trinh.
- Ám Tinh: Liên quan đến âm khí và thần bí, như sao Cự Môn.

ROSY RAIN

- Hung Tinh: Các sao mang tính sát thương hoặc phá hoại, gồm Tham Lang (dâm tinh), Phá Quân (hao tinh), và Liêm Trinh (tù tinh).

Việc phân biệt các loại sao như trên không phải là cách luận đoán chính xác tuyệt đối. Mỗi sao đắc địa đều mang trong mình nhiều ý nghĩa về phúc đức, thời vận, phú quý, tài lộc, quyền lực... Tuy nhiên, phân loại này chủ yếu nhằm xác định vị trí phù hợp nhất để an đặt một chính tinh trong lá số mà thôi.

Chẳng hạn:

- Sao Thái Dương chủ về quan lộc khi xuất hiện ở cung Quan Lộc sẽ rất hợp lý.
- Sao Thái Âm chủ về điền sản khi tọa tại cung Điền Trạch cũng rất thích hợp.
- Sao Vũ Khúc, Thiên Phủ chủ về tài lộc khi xuất hiện ở cung Tài Bạch cũng phù hợp.

Tuy nhiên, điểm then chốt vẫn là sao đó phải nằm ở vị trí đắc địa. Ví dụ, nếu sao Vũ Khúc tại cung Tài Bạch mà lại bị Hãm địa (bất lợi) thì không thể khẳng định người đó giàu có được.

Hay sao Thái Dương tại cung Quan Lộc cũng không được xem là quý nếu không đắc địa.

Do đó, để đạt hiệu quả tối ưu trong luận đoán, cần phải đồng thời đảm bảo hai điều kiện:

- Sao phải ở vị trí đắc địa (Miếu, Vượng, Đắc địa).
- Sao phải tọa lạc ở vị trí phù hợp với đặc tính chủ yếu của nó.

Về Tứ Hóa trong Tử Vi, việc đặt các sao hóa (Hóa Lộc, Hóa Quyền, Hóa Khoa, Hóa Kỵ) ở các cung tương ứng mang ý nghĩa rất quan trọng trong luận giải vận trình:

Hóa Quyền ở cung Quan Lộc: thể hiện sự quyền lực, uy thế trong công việc, dễ được thăng tiến, có sức ảnh hưởng trong sự nghiệp. Đây là vị trí lý tưởng để phát huy quyền hành.

Hóa Lộc ở cung Tài Bạch: biểu thị tài lộc sung túc, tiền bạc dư dả, có vận may về tiền bạc, thu nhập ổn định hoặc tăng tiến. Vị trí này giúp tài vận thêm vượng.

Tuy nhiên, không phải chỉ cần Hóa Quyền hay Hóa Lộc xuất hiện đúng cung mà "tự nhiên được việc" ngay lập tức. Cần xem xét thêm các yếu tố như:

Các sao chính tinh đi kèm và các sao phụ trợ trong cùng cung, phối hợp thế nào với Tứ Hóa.

Các yếu tố khác như địa bàn (đắc địa hay hãm địa), vòng vận, và các thế kỵ (Tuần, Triệt) có ảnh hưởng như thế nào.

Mức độ hòa hợp tổng thể giữa các cung trong lá số.

Tóm lại, vị trí Tứ Hóa ở các cung chủ chốt như Quan Lộc, Tài Bạch là rất thuận lợi, tạo nền tảng để phát triển các mặt quyền lực và tài lộc, nhưng để đánh giá "được việc" hay không cần phải luận giải tổng thể trên toàn bộ lá số.

Tử Vi Nhập Môn

Vị trí lục sát tinh (Kình Dương, Đà La, Hỏa Tinh, Linh Tinh, Địa Không, Địa Kiếp) trên 12 cung cần đặc biệt quan sát ở những cung sau vì ảnh hưởng lớn:

- Cung Mệnh: Gây ảnh hưởng trực tiếp đến thân chủ, sức khỏe, tính cách.
- Cung Thân: Liên quan đến thể trạng, vận mệnh bản thân.
- Cung Quan Lộc: Ảnh hưởng đến sự nghiệp, công việc, quyền lực.
- Cung Tài Bạch: Tác động đến tiền tài, tài sản, thu nhập.
- Cung Phu Thê: Ảnh hưởng đến quan hệ vợ chồng, hôn nhân.
- Cung Tử Tức: Liên quan đến con cái, hậu vận.
- Cung Thiên Di: Ảnh hưởng đến mối quan hệ xã hội, di chuyển, nơi xa.

Ngoài ra, cần xem xét tổng thể sự phối hợp với các sao khác và Tứ Hóa để đánh giá đúng mức độ hung cát của lục sát tinh tại mỗi cung.

ROSY RAIN

Tử Vi Nhập Môn

Vận Hạn trong Tử Vi gồm Đại Hạn chạy 10 năm trên 12 cung, mỗi Đại Hạn mang một ảnh hưởng riêng đến cuộc đời đương số. Khi xem, cần lần lượt luận đoán từng Đại Hạn theo vị trí ứng với các cung trên lá số để xác định tốt xấu, thuận lợi hay khó khăn trong từng giai đoạn.

Cách xem Đại Hạn:

Đại Hạn di chuyển theo trình tự 12 cung trên lá số, bắt đầu từ cung Mệnh hoặc cung theo quy luật từng tuổi.

 Mỗi Đại Hạn kéo dài 10 năm, chủ về một mảng cuộc sống tương ứng với cung đó:

Cung Mệnh: thân thể, sức khỏe, tính cách

Cung Quan Lộc: công danh, sự nghiệp

Cung Tài Bạch: tiền bạc, tài sản

Cung Phúc Đức: phúc lộc, tổ tiên

Cung Phu Thê: hôn nhân, gia đình

Cung Tử Tức: con cái, hậu vận

Cung Thiên Di: xã hội, đi lại, mối quan hệ bên ngoài

Các cung khác tương ứng các lĩnh vực liên quan

Khi luận giải, phải xét kỹ sao trên cung Đại Hạn, các sao hóa, sát tinh hoặc cát tinh có mặt, đồng thời phối hợp với cung chủ và vòng vận niên để đưa ra đánh giá đúng đắn.

Đại Hạn tốt sẽ mang cơ hội, may mắn, thuận lợi phát triển; Đại Hạn xấu báo hiệu khó khăn, trở ngại cần đề phòng.

Tóm lại:

Việc xem Đại Hạn từng giai đoạn 10 năm theo 12 cung giúp nhận diện rõ các vận trình thăng trầm trong đời người, từ đó có phương án ứng xử phù hợp, phát huy thế mạnh, hạn chế điểm yếu.

Địa Danh trong Tử Vi

- Miếu Địa: Vị trí tốt nhất của một sao, nơi sao được coi như được "thờ cúng," phát huy tối đa năng lực.
- Vượng Địa: Vị trí thuận lợi, sao hoạt động mạnh mẽ, có tác dụng tích cực.
- Đắc Địa: Vị trí phù hợp, sao được hỗ trợ, có hiệu quả tốt.
- Bình Hòa: Vị trí trung tính, không làm sao sáng hơn cũng không làm sao yếu đi.
- Hãm Địa: Vị trí bất lợi, làm sao yếu đi hoặc bị mờ ám, giảm tác dụng.
- Sao đơn thủ: Một sao an tại một cung mà không có sao chính diệu khác đồng cung.
- Nhiều sao tọa thủ đồng cung: Nhiều sao cùng an tại một cung.
- Nhiều sao hội họp: Nhiều sao gặp nhau tại cùng một cung hoặc chiếu lẫn nhau.
- Sao sáng sủa, tốt đẹp: Sao có đặc tính tốt hoặc được an tại vị trí Miếu, Vượng, Đắc Địa.
- Sao mờ ám, xấu xa: Sao có đặc tính xấu hoặc bị an tại vị trí Hãm Địa.

Tử Vi Nhập Môn

Xem Lá Số Tử Vi Cho Trẻ Em

Thông thường, người ta ít khi xem tử vi cho trẻ em, đặc biệt là những bé dưới 12 tuổi. Lý do là ở độ tuổi này, các em vẫn đang nằm trong vòng tay bảo bọc, chăm sóc và định hướng của cha mẹ. Tuy nhiên, trong tử vi cổ truyền, vẫn có cách xem vận hạn cho trẻ theo từng năm tuổi, mỗi tuổi ứng với một cung trong lá số:

- 1 tuổi xem cung Mệnh

- 2 tuổi xem cung Tài Bạch

- 3 tuổi xem cung Tật Ách

- 4 tuổi xem cung Phu Thê

- 5 tuổi xem cung Phúc Đức

- 6 tuổi xem cung Quan Lộc

- 7 tuổi xem cung Nô Bộc

- 8 tuổi xem cung Thiên Di

- 9 tuổi xem cung Tử Tức

- 10 tuổi xem cung Huynh Đệ

- 11 tuổi xem cung Phụ Mẫu

- 12 tuổi xem cung Điền Trạch

ROSY RAIN

Tử Vi Nhập Môn

Kể từ khi trẻ bước sang tuổi 13, có thể bắt đầu luận giải hạn giống như người trưởng thành.

Tuy nhiên, cần lưu ý rằng việc xem hạn cho trẻ nhỏ dưới 12 tuổi thường không phản ánh chính xác biến cố thực tế, vì phần lớn các sự kiện trong đời sống các em chịu ảnh hưởng trực tiếp từ cha mẹ. Có người cho rằng biến động lớn trong lá số của trẻ thực chất phản ánh vận thịnh hay suy của cha mẹ, nhưng cách tổng quát hóa này dễ dẫn đến sai lệch.

Do đó, việc xem lá số cho trẻ em đòi hỏi sự cẩn trọng, tiết chế và không nên đưa ra những kết luận quá cứng nhắc. Những điều luận giải, nếu có, chỉ nên mang tính tham khảo nhẹ nhàng và định hướng tích cực, thay vì đưa ra dự báo chắc chắn.

_____

Tử Vi Nhập Môn

Cung Mệnh – Cung Thân

Tốt hay xấu của Mệnh và Thân. **Cung Mệnh** là gốc rễ, thể hiện tính cách, khí chất và căn cơ bẩm sinh. **Cung Thân** là biểu hiện bên ngoài, phản ánh quá trình trưởng thành và kết quả cuộc sống.

- **Mệnh tốt, Thân xấu**: Có nền tảng tốt nhưng dễ gặp khó khăn khi hành động.
- **Thân tốt, Mệnh xấu**: Tuy xuất phát điểm thấp nhưng biết nỗ lực nên dễ thành công.
- **Cả hai tốt**: Số mệnh hanh thông, dễ thành đạt.
- **Cả hai xấu**: Cuộc đời vất vả, cần cẩn trọng.

Cần nhắc xem cung an Mệnh và cung an Thân, để biết cung nào tốt cung nào xấu. Phân tích cả hai cung giúp người học tử vi hiểu rõ bản thân và hướng đi cuộc đời.

Cung Phụ Mẫu dùng để xét các phương diện liên quan đến cha mẹ như:

- Tuổi thọ (thọ hay yểu), tình trạng sức khỏe và bệnh tật.
- Hoàn cảnh kinh tế của cha mẹ: giàu hay nghèo.
- Tính cách, phẩm chất, mức độ gắn bó và hạnh phúc giữa cha mẹ với con cái.
- Khả năng có cha mẹ nuôi hoặc xa cách cha mẹ ruột.

ROSY RAIN

Cung Huynh Đệ phản ánh:

- Số lượng anh chị em, có cùng cha mẹ hay dị bào (khác cha hoặc khác mẹ).
- Mối quan hệ: hòa hợp hay xung khắc.
- Tổng quát về sự nghiệp, vận mệnh và cuộc sống của anh chị em.
- Vai trò và ảnh hưởng của họ đối với cuộc đời đương số.

Cung Phu Thê trong Tử Vi là yếu tố chủ đạo phản ánh đời sống hôn nhân của đương số. Qua các tổ hợp sao và cách cục tại cung này, có thể khảo sát các khía cạnh:

- Thời điểm và duyên khởi hôn nhân: kết hôn sớm hay muộn, hôn nhân thuận lý hay do ngoại duyên chi phối.
- Số lượng và biến động hôn phối: khả năng một đời hay đa phối, tái hôn.
- Tính chất phối ngẫu: phẩm chất đạo đức, năng lực, diện mạo, hành vi.
- Mức độ hòa hợp: xét tương tác giữa mệnh cung và phu thê cung (về ngũ hành, xung chiếu, tam hợp).
- Sự nghiệp người phối ngẫu: căn cứ sao chủ tài lộc, địa vị tại cung Phu Thê.
- Thọ yểu và ly biệt: đánh giá khả năng ai là người yểu mệnh hơn hoặc gặp biệt ly vì hoàn cảnh.

Trong phân tích, cần phối hợp cung Phu Thê với các cung liên quan như Mệnh, Phúc, Tài, Quan và cả Thân (nếu Thân cư Phu) để có cái nhìn tổng thể và chính xác hơn về tiểu gia đình.

Cung Tử Tức là cung chủ về hậu duệ, phản ánh tổng quát tình hình con cái và mối quan hệ giữa đương số với thế hệ kế thừa. Việc phân tích cung này giúp xác định:

- Tư cách và nguồn gốc con cái: phân biệt giữa con ruột – con nuôi, con chính thất hay con ngoài giá thú, ảnh hưởng của các sao chỉ dị chủng/dị huyết (như Thiên Không, Cô Thần, Kiếp Sát).
- Số lượng và khả năng sinh dưỡng: dựa vào cường độ chính tinh và sát tinh, có thể luận đoán nhiều con hay ít, dễ sinh hay khó nuôi.
- Thời điểm sinh con: thông qua vận hạn và sự kết hợp giữa cung Tử Tức – cung Phu Thê – cung Mệnh để định thời sinh con, trước hay sau hôn lễ.
- Tính cách và sự nghiệp của con: các sao Tử Tức chỉ rõ mức độ hiếu thuận, học hành, công danh hoặc nghịch tử – phá gia chi tử.
- Quan hệ cha mẹ – con cái: hài hòa hay cách trở, có hỗ trợ nhau về sau không.
- Dấu hiệu ngoại hôn, sinh con ngoài giá thú: khi phối hợp cung Phu Thê và Tử Tức, nếu có sao ly hôn, đào hoa, sát

tinh mạnh… có thể dự đoán khả năng đương số có con ngoài hôn ước.

Khi luận giải, cần đặt cung Tử Tức trong mối liên hệ với cung Phúc Đức (nối dõi tông đường), cung Phu Thê (người phối ngẫu sinh con), và cung Mệnh (để xét ảnh hưởng nhân quả từ chính đương số đến con cái).

Cung Nô Bộc – Phản ánh quan hệ xã hội và đời sống ngoại hôn

- Đời sống ngoại hôn: Nếu cung Nô Bộc có nhiều sao đào hoa (Đào Hoa, Hồng Loan, Thiên Diêu) đi với sát tinh (Hỏa, Linh, Kình, Đà) thì đương số dễ có tình cảm ngoài luồng, công khai hoặc thầm kín.
- Tầng lớp người yêu: Các sao trong cung này cho biết người yêu là người có học (Văn Xương), có tài (Thiên Khôi), hoặc phức tạp, nguy hiểm (Kiếp Sát, Thiên Hình).
- Ảnh hưởng qua lại: Có sao tốt như Tả Hữu, Hóa Lộc, Thiên Tướng → được người yêu nâng đỡ.
- Có sao xấu như Phục Binh, Hóa Kỵ, Không Kiếp → dễ bị lừa dối, phá rối, khống chế.
- Cần kết hợp: Luận cung Nô Bộc phải đi cùng Mệnh, Phu Thê, Phúc Đức và Đại Hạn để đánh giá chính xác về các mối quan hệ ngoài gia đình và tác động của chúng.

Cung Quan Lộc – Phân tích về nghề nghiệp và công danh

Cung Quan Lộc thể hiện tổng thể về con đường công danh và nghề nghiệp của đương số, bao gồm:

- Công danh và sự nghiệp: Phản ánh vị trí xã hội, thành tựu trong công việc, khả năng thăng tiến, cùng với triển vọng thành bại trong nghề nghiệp
- Nghề nghiệp và năng khiếu chuyên môn: Cho biết lĩnh vực nghề nghiệp phù hợp dựa trên đặc tính cung và sao tọa thủ; đồng thời cho thấy khả năng và sở trường chuyên môn.
- Khoa bảng và học thuật: Phản ánh trình độ học vấn, sự thi cử và khả năng đạt được các danh hiệu, bằng cấp liên quan đến công danh.
- Quyền hành và thế lực: Mức độ ảnh hưởng và quyền lực mà đương số có thể đạt được qua sự nghiệp.
- Người giúp việc trong nghề nghiệp: Cho biết các mối quan hệ đồng nghiệp, cấp dưới, người hỗ trợ, hoặc đối tác trong công việc.
- Tư cách và ước vọng nghề nghiệp: Phản ánh tính cách, động lực cá nhân, và mục tiêu nghề nghiệp của đương số.
- Thu nhập từ nghề nghiệp: Mức độ thu nhập và sự ổn định tài chính liên quan đến công việc.

- Thời kỳ thịnh suy và biến động nghề nghiệp: Các giai đoạn thuận lợi hoặc khó khăn trong sự nghiệp, bao gồm may rủi nghề nghiệp.
- Nghề nghiệp của vợ/chồng: Cho biết ảnh hưởng hoặc tính chất nghề nghiệp của người phối ngẫu đối với đương số. Do cung Quan Lộc luôn xung chiếu với cung Phu Thê.

Việc luận đoán cung Quan Lộc cần kết hợp với các sao chính tinh và phụ tinh, cùng với ảnh hưởng của các cung liên quan để có cái nhìn toàn diện và chính xác về con đường sự nghiệp của đương số.

Phân tích chi tiết về Tài sản: Cung Tài Bạch và Cung Điền Trạch

1. Cung Tài Bạch

Cung Tài Bạch biểu thị toàn diện về tiền bạc và tài chính của đương số, bao gồm các yếu tố sau:

- Nguồn thu nhập và thủ đắc tài sản: Xác định cách thức mà đương số có được tiền bạc, có thể là thừa kế, tự tạo lập, hoặc nhờ sự trợ giúp từ bên ngoài.
- Mức độ giàu nghèo và hạnh phúc kim tiền: Phản ánh sự sung túc hay khó khăn về tài chính, cũng như thái độ hài lòng với vật chất.

- Khả năng bảo toàn tài sản: Đánh giá mức độ giữ gìn và duy trì tài sản qua thời gian, cùng với khả năng phòng tránh mất mát do trộm cắp hoặc các rủi ro khác.

- Thời kỳ phát tài và hao tài: Các giai đoạn thuận lợi hoặc khó khăn về tài chính trong đời người, đồng thời phản ánh thời điểm đương số được hưởng thụ của cải.

- Phong cách sử dụng tài chính: Phân tích cách chi tiêu, tính tiết kiệm hay phóng khoáng, thái độ đối với tiền bạc như bố thí, hà tiện hay tiêu xài hoang phí, bao gồm cả các hành vi như cờ bạc.

- Tư cách đạo đức liên quan đến tiền bạc: Xem xét thái độ và tâm lý đương số khi tiếp xúc với tiền, bao gồm lòng tham, tính vị tha, khắt khe trong gia đình, hoặc các thói quen xấu như lạm dụng tài chính vì dục vọng.

- Các mối quan hệ liên quan đến tài chính: Xác định những người có ảnh hưởng hoặc liên hệ trong việc quản lý và chia sẻ tài sản với đương số.

2. Cung Điền Trạch

Cung Điền Trạch phản ánh tình trạng và vận mệnh liên quan đến bất động sản và tài sản vật chất của đương số:

- Loại hình tài sản bất động sản: Bao gồm nhà cửa, ruộng vườn, cơ sở sản xuất kinh doanh, kho bãi, hoặc các tài sản cố định khác.

- Tài sản động sản liên quan: Phản ánh các sản phẩm, hàng hóa, đồ đạc trong nhà hoặc cơ sở làm ăn có liên quan mật thiết đến bất động sản.

- Nguồn gốc và quá trình sở hữu bất động sản: Xác định đương số có được thừa kế, mua bán, hay tự tạo dựng tài sản; đồng thời xem xét các nguy cơ bị sang đoạt hoặc mất mát tài sản.

- Quy mô và mức độ sở hữu tài sản: Đánh giá số lượng, giá trị điền sản, từ mức vô sản đến giàu có.

- Chu kỳ thu nhận và phá tán tài sản: Phân tích thời gian đương số tích lũy hoặc mất mát tài sản, cũng như các sự kiện lớn ảnh hưởng đến bất động sản.

- Khả năng bảo toàn tài sản điền sản: Đánh giá phương thức và hiệu quả trong việc giữ gìn tài sản, có thể là công khai hay bí mật, minh bạch hay phức tạp.

Việc luận giải cung Tài Bạch và Điền Trạch cần kết hợp các sao tọa thủ, các bộ sao liên quan và ảnh hưởng từ các cung khác để có cái nhìn tổng thể và chính xác về vận mệnh tài sản của đương số.

Phân tích chi tiết về Xã Hội: Cung Thiên Di

Cung Thiên Di thể hiện toàn diện về cuộc sống và vận trình của đương số trong môi trường xã hội bên ngoài gia đình và quê hương, bao gồm các khía cạnh sau:

- Cuộc sống xã hội và vận khí ngoại cảnh: Phản ánh sự thuận lợi hay khó khăn, may rủi khi đương số rời khỏi nơi cư trú, trải nghiệm các biến cố hoặc cơ hội bên ngoài.
- Mối quan hệ xã hội quan trọng: Xác định những cá nhân có ảnh hưởng đáng kể đến đương số như bạn bè, người yêu, đồng nghiệp, cùng thái độ và cảm xúc của họ đối với đương số, ảnh hưởng đến các phương diện đời sống xã hội.
- Môi trường xã hội và bối cảnh lịch sử: Đánh giá hoàn cảnh thời thế, đặc biệt là sự thuận lợi (sinh phùng thời) hoặc nghịch cảnh (bất phùng thời) của xã hội trong thời kỳ đương số sinh sống, từ đó đánh giá khả năng thích ứng và hài hòa của đương số với xã hội.
- Chức vị, địa vị và uy tín xã hội: Cung Thiên Di biểu thị vị thế, danh tiếng, cũng như các giá trị mà xã hội có thể mang lại cho đương số thông qua mối quan hệ và hoạt động xã hội.

- Cuộc sống ngoại hôn: Đây cũng là cung chủ về các mối quan hệ ngoài luồng, các yếu tố liên quan đến đời sống tình cảm ngoài gia đình.
- Tai nạn và bệnh tật ngoài xã hội: Phản ánh các rủi ro, nguy cơ về tai nạn hoặc bệnh tật phát sinh bên ngoài môi trường gia đình.
- Tình trạng lưu vong hoặc mất nơi cư trú xa nhà: Phản ánh khả năng hoặc sự kiện liên quan đến mất nơi ở, di cư, hoặc sống xa quê hương.

Trong quá trình luận giải, cung Thiên Di cần được phối hợp chặt chẽ với cung Nô Bộc cũng như cung Mệnh và cung Thân để có cái nhìn toàn diện và chính xác. Ngoài ra, mọi chi tiết và ảnh hưởng liên quan cần được cân nhắc qua hàm số cung Phúc Đức nhằm đảm bảo sự thấu đáo và hợp lý trong việc đánh giá vận trình đương số.

Việc nghiên cứu cung Thiên Di không chỉ giúp hiểu rõ vận mệnh xã hội mà còn là chìa khóa mở rộng phạm vi luận đoán tử vi theo hướng toàn diện, sâu sắc.

Cung Tật Ách đại diện cho các yếu tố liên quan đến sức khỏe, bệnh tật và tai nạn của đương số trong suốt cuộc đời. Đây là cung quan trọng trong việc đánh giá thể trạng, khả năng chịu đựng và những thử thách về mặt thể chất mà một người có thể gặp phải.

- Tình trạng sức khỏe tổng thể: Phản ánh sức khỏe cơ bản của đương số, mức độ bền bỉ và sức đề kháng của cơ thể trước các tác động tiêu cực từ môi trường và bệnh tật.

- Bệnh tật và tai nạn: Thể hiện khả năng mắc các bệnh tật, tính chất, mức độ nghiêm trọng, thời điểm phát bệnh và các nguy cơ tai nạn xảy ra trong đời.

- Khả năng phục hồi: Đánh giá mức độ hồi phục, sức khỏe phục hồi sau bệnh tật hoặc thương tổn, từ đó đánh giá sự bền bỉ và khả năng thích ứng của đương số.

- Tác động của các yếu tố ngoại cảnh: Cung Tật Ách cũng phản ánh ảnh hưởng của môi trường sống, thói quen sinh hoạt, và yếu tố ngoại cảnh khác lên sức khỏe của đương số.

Cung Tật Ách cần được luận giải kết hợp với cung Mệnh, cung Thân và cung Phúc Đức để có cái nhìn toàn diện về sức khỏe và vận mệnh.

Cung Phúc Đức: Lá số và Thực tại

Khi xem tử vi, người ta thường xét tốt xấu của Cung Phúc Đức qua việc có nhiều sao tốt hay sao xấu. Tuy nhiên, trên thực tế, phúc đức của một con người không hoàn toàn do cung Phúc trên lá số quyết định.

Có một khái niệm sâu xa hơn, gọi là Phúc Đức Thực Tại – yếu tố vô hình nhưng có ảnh hưởng rõ rệt đến số mệnh. Ví dụ, hai người có cùng ngày tháng năm giờ sinh hoàn toàn giống nhau, nhưng chưa chắc có cùng vận mệnh, tính cách hay hoàn cảnh sống. Ngay cả anh em sinh đôi cũng không nhất thiết giống nhau hoàn toàn về đời sống hay may rủi. Điều này cho thấy phúc đức thực tại của mỗi người là khác nhau, và nó có thể chi phối vận mệnh vượt qua cả những gì mà lá số thể hiện.

Đáng tiếc thay, phúc đức thực tại là một ẩn số lớn trong khoa Tử Vi. Chúng ta không thể đo lường chính xác những yếu tố thuộc về nghiệp lực tiền kiếp hay công đức của dòng họ tích lũy. Do đó, những quy tắc luận giải dựa trên cung Phúc chỉ mang tính tham khảo tương đối.

Chính vì thiếu một công cụ để định lượng và lý giải Phúc Đức Thực Tại, nên khoa Tử Vi vẫn có những giới hạn nhất định. Việc giải đoán sai lệch trong một số lá số đặc biệt là điều hoàn toàn có thế xảy ra, và cũng là một trong những khuyết điểm lớn của môn học này.

Tóm lại, khi xét cung Phúc Đức, cần hiểu rằng đó là một phần của bức tranh, còn phần sâu hơn – phúc đức thực tại – vẫn luôn là điều mà lý trí và lá số chưa thể lý giải trọn vẹn.

Đặc tính 14 Chính Tinh

Tử Vi Nhập Môn

Vị trí của sao Tử Vi tại các cung

1. Sao Tử Vi được xem là Đế tinh, Nam Bắc Đẩu tinh, Dương Thổ, Đế tinh tức là sao chủ, "vua" trong các chính tinh, nên được đánh giá rất cao và không bị coi là hãm địa ở bất kỳ cung nào. Cách xếp loại vị trí tốt – xấu của sao Tử Vi trong sách này được trình bày như sau:

- Miếu địa: Tị, Ngọ, Dần, Thân
- Vượng địa: Thìn, Tuất
- Đắc địa: Sửu, Mùi
- Bình hòa: Hợi, Tý, Mão, Dậu

An tại cung nào giáng phúc cho cung đó.

An tại Hợi, Tý, Mão, Dậu: Kém rực rỡ, giảm uy lực nên không cứu giải được những tai ương lớn, hoặc họa hại.

Tử vi gặp được Tả Hữu, Xương Khúc, Khôi Việt thì uy quyền hiển hách. Tử vi gặp được những bộ sao này ví như Vua gặp bề tôi trung lương có tài phó tá.

Tử Vi gặp Thiên Phủ là cách cục quý, như vua gặp quan giữ kho, chủ quyền lực đi cùng tài lực. Người có cách này thường giàu, có uy, quản lý giỏi, thích hợp làm lãnh đạo. Lưu ý không được gặp Tuần Triệt hoặc sát tinh đồng cung nếu không sẽ phá cách.

ROSY RAIN

Tử Vi Nhập Môn

Tử vi gặp Lộc Tồn, Thiên Mã: Tăng thêm quyền lực

Tử vi Thất sát, rực rỡ ban quyền hành cho Thất sát, như vua mang kiếm báu.

Tử vi đặc biệt chế được hung ác tinh như Hỏa tinh, Linh tinh

Tử vi không ưa gặp Tuần, Triệt án ngữ cũng như Kình dương, Đà la, Địa Không, Địa Kiếp. Tử vi gặp sát tinh như này thật chẳng khác gì vua bị vây hãm, bị quân hung đồ làm hại, nên cuộc đời thường gặp những sự chẳng lành.

2. Sao Liêm Trinh (Bắc Đẩu tinh, Âm Hỏa, Tù tinh)

Chủ về quan lộc, hình ngục

Miếu: Thìn Tuất

Vượng địa: Tý, Ngọ, Dần, Thân

Đắc địa: Sửu Mùi

- Liêm khiết, thẳng thắn

Hãm địa: Tỵ Hợi Mão Dậu

- Khắc nghiệt

Khi Liêm Trinh tọa miếu, vượng, hoặc đắc địa tại Mệnh hoặc Thân, có thể mang đặc tính đào hoa, thường được mệnh danh là "đào hoa thứ hai" sau Tham Lang. Nếu Liêm Trinh miếu, vượng

97

hoặc đắc địa nhưng gặp các sao như Văn Xương, Trực Phù (hoặc khi Liêm hãm địa), dễ chủ về kiện tụng, lao lý, vì vậy còn được gọi là "Tù tinh".

Trường hợp Liêm Trinh hãm địa, lại hội tụ nhiều sát tinh, Hóa Kỵ, Hình, thì tạo thành tổ hợp sao gây họa nghiêm trọng, dễ đưa đến tai họa, tù tội, tranh chấp nặng nề.

3. Thiên Đồng (Nam Đẩu tinh, Dương Thủy, Phúc tinh)

Chủ: Phúc thọ, may mắn, vui vẻ, nhân hậu, từ thiện.

Miếu địa: Dần, Thân

Vượng địa: Tý

Đắc địa: Mão, Tỵ, Hợi

Tính cách: Canh cải, thất thường, sống theo cảm xúc. → Phát huy tối đa phúc khí, thông minh, tốt bụng, sống thọ.

Hãm địa: Ngọ, Dậu, Thìn, Tuất, Sửu, Mùi → Dễ gặp thị phi, kiện tụng, lòng tốt dễ bị lợi dụng.

4. Vũ Khúc (Bắc Đẩu tinh – Âm Kim – Tài tinh)

Chủ về Tài lộc

Miếu địa: Thìn, Tuất, Sửu, Mùi

Vượng địa: Dần, Thân, Tý, Ngọ

Đắc địa: Mão, Dậu

- Cương nghị dũng mãnh, tăng tài tiến lộc. Ở thế Miếu Vượng gặp sát tinh không đáng lo ngại

Hãm địa: Tỵ, Hợi

- Tham lam, ương gạnh, phá tán. quả cảm, độc lập, thực tế, ít tình cảm. Biểu hiện rõ đặc tính Cô Quả, tức có xu hướng đơn độc, khó hòa hợp tình cảm, nhất là khi không có đào hoa tinh đi kèm.

5. Thái Dương (Nam Đẩu tinh, Dương Hỏa, Quý tinh)

Chủ quan lộc

Miếu địa: Tỵ, Ngọ

Vượng: Dần, Mão, Thìn

Đắc: Sửu, Mùi

Hãm địa: Thân, Dậu, Tuất, Hợi, Tý

Tính chất chính:

Chủ quan lộc, quyền uy, biểu tượng mặt trời, cha, ông nội, với nữ là chồng.

Tử Vi Nhập Môn

Ở miếu địa, sao rất rực rỡ, thông minh, nhân hậu, sinh ban ngày càng thuận lợi, uy quyền hiển hách. Ở hãm địa, giảm thông minh, dễ nhầm lẫn, giảm uy quyền, tính cách nóng nảy hơn.

Gặp sao cát như Đào Hồng Hỷ, Hỏa Linh ở đắc địa tăng thêm vẻ sáng đẹp, nhưng vẫn cẩn thận sức khỏe.

Gặp Tuần Triệt án ngữ ở miếu, vượng làm giảm ánh sáng; nhưng ở hãm địa gặp Tuần Triệt lại tăng sáng. (giảm xấu tất tăng tốt)

Bộ Âm Dương Lưu ý: Đắc địa gặp Kỵ đồng cung, Chỉ tạo hiệu ứng toàn mỹ như mặt trời có mây năm sắc , chỉ khi trong tam hợp, cung xung đối có đủ bộ Tam Hóa (Khoa Quyền Lộc) còn như chỉ có Hóa Kị thì công danh bất trắc không được đoán là tốt.

6. Sao Thiên Cơ (Nam Đẩu tinh, Âm Mộc, Thiện tinh)

Chủ huynh đệ, phúc thọ, cơ mưu, học vấn, biến hóa.

Miếu địa: Thìn, Tuất, Mão, Dậu

Vượng địa: Tỵ, Thân

Đắc địa: Tý, Ngọ, Sửu, Mùi

Hãm địa: Dần, Hợi

Tính chất:

Miếu, vượng, đắc địa: sáng suốt, thông minh, linh hoạt, khéo léo, giàu lòng nhân ái, có tinh thần từ thiện.

ROSY RAIN

Hãm địa: giảm sự minh mẫn, dễ lo nghĩ, thay đổi thất thường, lòng tốt dễ bị hiểu lầm hoặc lợi dụng.

Tính khí hướng nội, ưa suy xét, thích tìm tòi, nghiên cứu, có khả năng thích nghi và xoay chuyển tình huống.

7. Thiên Phủ (Nam Đẩu tinh – Âm Thổ – Tài tinh, Quyền tinh)

Chủ tài lộc, kho tàng, quyền uy, lòng nhân hậu và đức độ.

Miếu địa: Dần, Thân, Tý, Ngọ

Vượng địa: Thìn, Tuất

Đắc địa: Tỵ, Hợi, Mùi

Bình hòa: Mão, Dậu, Sửu

Tại miếu, vượng, đắc địa: gia tăng quyền lộc, nhân ái, khoan hòa, có khả năng quản lý, giữ gìn, tích trữ tài sản.

Có khả năng cứu giải tai họa, bệnh tật, mang tính ổn định và hậu thuẫn vững chắc cho các sao đi cùng.

Chế giải được phần lớn tính hung của Kình Dương hoặc Đà La, Hỏa Tinh, Linh Tinh, giúp chuyển xấu thành tốt. Tuy nhiên, nếu gặp đủ cả bốn sát tinh, thì quyền uy và tài lộc đều bị suy giảm rõ rệt trong tam hợp Mệnh, Thân.

Kỵ tinh & Hạn chế:

Kỵ gặp Tuần, Triệt án ngữ: khiến tài khố bị phong tỏa, khó phát huy quyền lực hay tài lộc.

Gặp Thiên Không, Địa Không, Địa Kiếp: ví như kho tàng bị phá vỡ, chủ sự thất tán, hao hụt, mất mát vật chất hoặc tổn thất quyền lực.

8..Thái Âm (Bắc Đẩu tinh – Âm Thủy – Phú tinh)

Chủ điền trạch, tiền bạc, âm phần; biểu tượng của mặt trăng, mẹ, bà nội, và vợ trong lá số.

Miếu địa: Dậu, Tuất, Hợi

Vượng địa: Thân, Tý

Đắc địa: Sửu, Mùi

Hãm địa: Dần, Mão, Thìn, Tỵ, Ngọ

Miếu, vượng, đắc địa: chủ phú túc, nhiều nhà cửa, khoan hòa, nhân hậu, giàu lòng từ thiện, dễ gặp may mắn.

Hãm địa: dễ nhầm lẫn, kém sáng suốt, thường chủ về tán tài, hao hụt phúc lộc, dễ bị người thân gây phiền lụy.

Tử Vi Nhập Môn

Ảnh hưởng bởi giờ sinh và phụ tinh:

Miếu, vượng địa sinh ban đêm là thuận lý, đặc biệt tốt nếu sinh từ mùng 1 đến rằm (thượng huyền) → ánh sáng rực rỡ, phúc lộc toàn mỹ.

Gặp các sao cát như Đào Hoa, Hồng Loan, Hỷ Thần: tăng thêm vẻ đẹp, nhân duyên, dễ hưởng phúc.

Gặp sát tinh như Tang, Hổ, Riêu, Đà, Kỵ, Kình, Không, Kiếp: giảm tốt đẹp, dễ gây buồn lo, hao tán.

Gặp Tuần, Triệt án ngữ:

Tại miếu, vượng địa: làm che lấp ánh sáng, trở nên mờ tối, u ám.

Tại hãm địa hoặc đắc địa: lại tăng sáng, hóa giải tối tăm, chủ về chuyển hung thành cát. Cách đi xa sứ lập nghiệp.

Đắc địa gặp Kỵ đồng cung: ví như trăng sáng có mây ngũ sắc chầu, là cách toàn mỹ, chủ người thông tuệ, phú quý song toàn. Cách này chỉ đúng khi trong tam hợp có Tam Hóa.

Lưu ý Âm Dương lạc hãm gặp Tuần Triệt đều là cách có duyên với người nước ngoài, chủ xuất ngoại, tha hương là tốt.

9. Sao Tham Lang (Bắc Đẩu tinh – Âm Thủy_ Hung tinh, Dâm tinh)

Chủ họa phúc, uy quyền, ham muốn và dục vọng. Là sao đứng đầu nhóm Sát Phá Tham, tượng trưng cho sự biến động mạnh, chủ xuất thế.

Miếu địa: Sửu, Mùi

Vượng địa: Thìn, Tuất

Đắc địa: Dần, Thân

Hãm địa: Tỵ, Hợi, Tý, Ngọ, Mão, Dậu

Miếu, vượng, đắc địa: có thể phát huy uy quyền, tài lộc, khả năng giao tế, ứng xử linh hoạt, đôi khi mang tính nghệ thuật, giải trí, ngoại giao.

Hãm địa: dễ trở thành người tham lam, dâm dục, hung bạo, phóng túng, thường gây tai họa do lỗi lầm hoặc hành động nông nổi.

Dù tốt hay xấu, Tham Lang thường là sao của biến động, lăn lộn, thay đổi môi trường sống, ít khi ổn định.

10. Sao Cự Môn (Bắc Đẩu tinh – Âm Thủy – Ám tinh)

Chủ ngôn ngữ, khẩu thiệt, thị phi, uy quyền và tài lộc. Là sao biểu tượng cho lời nói, luận lý, đấu tranh, nhưng cũng dễ mang tính ám muội, mập mờ.

Miếu địa: Mão, Dậu

Vượng địa: Tý, Ngọ, Dần

Đắc địa: Thân, Hợi

Hãm địa: Thìn, Tuất, Sửu, Mùi, Tỵ

Miếu, vượng, đắc địa: ăn nói sắc sảo, tinh tế, có tài về biện luận, ngoại giao, giảng dạy, luật pháp, lại chủ về phúc lộc, uy danh.

Hãm địa: dễ gian trá, hiểu lầm, nhầm lẫn, gây kiện tụng, tai họa, khẩu thiệt. Người có Cự Môn hãm địa thường nói nhiều, dễ bị hiểu lầm, hay gây mâu thuẫn.

Ảnh hưởng phối tinh: Vượng địa ví như ngọc quý giấu trong đá – tiềm năng lớn nhưng khó phát lộ. Nếu gặp Hóa Lộc đồng cung hoặc Tuần, Triệt án ngữ, sẽ giống như đá bị phá, ngọc lộ ra ngoài, trở nên rực rỡ, phát sáng. Ý là tu dưỡng mài dũa sẽ có ngày thành công danh tiếng.

Cự Môn hãm địa nếu gặp Hóa Khoa: có khả năng hóa giải ám tính, giúp sáng suốt, nói điều chính đáng, giảm bớt họa thị phi, kiện tụng.

ROSY RAIN

11. Sao Thiên Tướng (Nam Đẩu tinh- Dương Thủy – Quyền tinh, Dũng tinh)

Chủ quan lộc, uy quyền, công danh, phúc thiện

Miếu địa: Dần, Thân

Vượng địa: Thìn, Tuất, Tý, Ngọ

Đắc địa: Sửu, Mùi, Tỵ, Hợi

Hãm địa: Mão, Dậu

Miếu, vượng, đắc địa: người đôn hậu, can đảm, có chí tiến thủ, dễ thành công trong lĩnh vực quản lý, hành chính, quân sự, công quyền. Thường có uy phong và phúc lộc đi kèm.

Bản chất ưa thanh sắc, dễ vướng vào tình cảm, đam mê nếu không tiết chế.

Ảnh hưởng phối tinh: Có khả năng chế ngự tính nóng nảy, khắc nghiệt của Liêm Trinh, làm dịu tính sát phạt.

Thiên Tướng Đắc gặp sát tinh (Hỏa, Linh, Kình, Đà...) tại miếu, vượng, đắc địa: chế được hung tinh, khiến chúng trở thành sao tùy tùng, gia tăng quyền lực và công danh.

Thiên Tướng Hãm gặp Kình Dương hãm đồng cung: ví như dao kề cổ, báo hiệu những mối họa bất ngờ, tai tiếng, tranh đấu, có thể ảnh hưởng nghiêm trọng đến uy tín hoặc địa vị.

Gặp Tuần, Triệt án ngữ: như tướng mất đầu, ấn tín bị gãy, khiến uy quyền tiêu tan, hay gặp tai họa lớn, thất bại nặng nề dù trước đó có công danh.

12. Sao Thiên Lương (Nam Đẩu tinh – Âm Mộc – Thọ tinh, Ấm tinh)

Chủ về phụ mẫu, phúc đức, thọ mạng, cứu giải bệnh tật, tai ương.

Miếu địa: Ngọ, Thìn, Tuất

Vượng địa: Tý, Mão, Dần, Thân

Đắc địa: Sửu, Mùi

Hãm địa: Dậu, Tỵ, Hợi

Miếu, vượng, đắc địa: người nhân hậu, khoan hòa, sáng suốt, có khả năng quyền biến, mưu cơ, thường gặp quý nhân phù trợ, có thể làm nghề y, luật, tôn giáo, phúc thiện.

Hãm địa: tuy vẫn nhân hậu, nhưng dễ nhầm lẫn, thất thường, thiếu ổn định, ham vui chơi, thiếu thực tế, ít chủ kiến.

13. Sao Thất Sát (Nam Đẩu tinh – Dương Kim – Quyền tinh, Dũng tinh)

Chủ về uy vũ, sát phạt, võ nghiệp, quyền lực cứng rắn.

Miếu địa: Dần, Thân, Tý, Ngọ

Vượng địa: Tỵ, Hợi

Đắc địa: Sửu, Mùi

Hãm địa: Mão, Dậu, Thìn, Tuất

Miếu, vượng, đắc địa: người can đảm, dũng mãnh, có ý chí mạnh, hành động quyết liệt, thích hợp với vai trò chỉ huy, quân sự, kỹ thuật, hành động. Tuy nhiên thường nóng nảy, dễ hành động cực đoan nếu không có sao điều hòa.

Hãm địa: tính hung bạo, liều lĩnh, bất cần, dễ gây tai họa, tổn hại, thường vướng vào thị phi, tranh đấu, thất bại do chính bản thân gây ra.

Thất Sát là sao chủ về động , hạn gặp Thất sát là hạn có thay đổi, có sự dời chuyển đi xa.

Tử Vi Nhập Môn

Ảnh hưởng phối tinh:

Gặp Kình Dương đồng cung: tăng tính sát phạt đến cực độ, thường gây ra tai họa khủng khiếp, ví như đao phủ nắm gươm, dễ đưa đến hành động phá hoại, bạo lực, nguy hiểm tính mạng. Nếu gặp các sao văn tinh (Xương, Khúc, Khoa) hoặc phúc tinh (Ân Quang, Thiên Quý...): giúp tiết chế bớt tính cực đoan, hướng năng lượng Thất Sát vào chính đạo, công chính, phát huy theo hướng bảo vệ chính nghĩa. Chỉ tốt khi có Phượng cát, Giải Thần đi cùng.

14. Sao Phá Quân (Bắc Đẩu tinh – Âm Thủy – Hung tinh, Hao tinh)

Chủ về cung Phu Thê, Chủ sự biến động, phá tán, hao tổn, thay đổi, nhất là trong tài lộc, hôn nhân, địa vị.

Miếu địa: Tý, Ngọ

Vượng địa: Sửu, Mùi

Đắc địa: Thìn, Tuất

Hãm địa: Mão, Dậu, Dần, Thân, Tỵ, Hợi

Miếu, vượng, đắc địa: người can đảm, cương nghị, quyết đoán, thích cách tân, đổi mới, dám làm việc lớn, có thể thành công nếu biết giữ đạo và có sao tốt đi kèm.

Tuy nhiên, ngay cả ở vị trí tốt, tính cách thường quá khích, dễ bất mãn, nổi loạn, thích thay đổi, không chịu ràng buộc.

Hãm địa: dễ trở thành người hung bạo, gian hiểm, liều lĩnh, thường tự gây tai họa, thất bại, bại sản, đặc biệt nếu mệnh yếu hoặc thiếu sao cát hóa giải.

Ảnh hưởng phối tinh:

Hạn gặp Thiên Lương, Hóa Lộc, Hỷ Thần: giảm thiểu tính phá hoại, chuyển hướng năng lượng phá cách của Phá Quân theo chiều xây dựng, cải cách, sáng tạo, từ đó có thể đổi họa thành phúc.

Gặp các sao Hao (Tiểu Hao, Đại Hao): càng làm tăng tính phá tán, tổn hại, dễ dẫn đến phá sản, ly hôn, thất bại lớn.

Nếu hội với các sát tinh như Kình, Đà, Hỏa, Linh: gây nên đại họa, dễ dính vào tai tiếng, kiện tụng, đổ vỡ, hủy hoại.

Phá Quân giống Thất Sát cả hai chủ thay đổi

Thất sát: Quyền tinh, Dũng tinh

Phá Quân: Hung Tinh, Hao Tinh

Tham Lang: Hung Tinh, Dâm tinh

Phân Loại các Phụ Tinh theo Đặc tính chủ yếu

Các sao tốt

Quý Tinh	Lộc Tồn, Hóa Lộc, Long Trì, Phượng Cát, Ấn Quang, Thiên Quý, Tấu Thư, Thiên Mã, Thiên Khôi, Thiên Việt
Phú Tinh	Lộc Tồn, Hóa Lộc
Quyền Tinh	Hóa Quyền, Quốc Ấn, Tướng Quân, Phong Cáo, Đường Phù, Quan Đới
Phúc Tinh	Ấn Quang, Thiên Quý, Thiên Quan, Thiên Phúc, Thiên Thọ, Tràng Sinh, Đế Vương, Thanh Long, Hóa khoa, Thiên giải, Địa giải , Thiên Đức, Nguyệt Đức, Long Đức, Phúc Đức, Thiên Hỷ, Thiếu Dương, Thiếu Âm, Hỷ Thần, Bác sĩ, Thiên y, Thiên Trù.
Văn Tinh	Thiên Khôi, Thiên Việt, Văn Xương, Văn Khúc, Hóa Khoa, L.N Văn Tinh, Phong Cáo, Quốc Ấn, Thai Phụ
Đài các Tinh	Tam Thai, Bát Tọa, Lâm Quan, Hoa Cái, Đường Phù.
Đào Hoa Tinh	Đào Hoa, Hồng loan

Các Sao Xấu.

Sát Tinh	Địa Kiếp, Địa Không, Kình Dương, Đà La, Hỏa Tinh, Linh Tinh, Kiếp Sát, Thiên Không
Bại Tinh	Đại Hao, Tiểu Hao, Tang Môn, Bạch Hổ, Thiên La, Địa Võng, Thiên Sứ, Thiên Thiên, Thiên Khốc, Thiên Hư, Tuế Phá, Lưu Hà, Phá Toái, Tử Phù, Bệnh Phù, Quan Phù, Suy, Bệnh, Tử, Mộ, Tuyệt.
Ám Tinh	Hóa Kỵ, Thiên Riêu, Thiên Thương, Thiên Sứ, Phục Binh, Cô Thần, Quả Tú, Quan Phủ.
Dâm Tinh	Thiêu Riêu, Mộc Dục, Thai, Mộ
Hình Tinh	Thiên Hình, Thái Tuế, Quan Phù
Các sao Không Tốt, Không Xấu	Tả Phù, Hữu Bật, Dưỡng, Tuần, Triệt.

Các Sát Tinh

ROSY RAIN

Sát Tinh

Kình Dương – Đà La (Bắc Đẩu tinh, Kim đới Hỏa, Sát tinh)

Kình chủ hình thương, Đà chủ tai họa, xung khắc, thường gây ra tai biến, thương tích, bệnh tật, sát phạt, phá hoại.

Kình Dương: Dương Kim đới Hỏa – Hình tinh

Đà La: Âm Kim đới Hỏa – Kỵ tinh

Đắc địa: Thìn, Tuất, Sửu, Mùi

Hãm địa: Tý, Ngọ, Mão, Dậu, Dần, Thân, Tỵ, Hợi

Khi đắc địa: can đảm, dũng mãnh, quả quyết, hành động nhanh chóng, quyết liệt.

• Khi hãm địa: liều lĩnh, hung bạo, độc đoán, dễ gây xung đột, hình thương, kiện tụng, tai nạn.

• Gặp cùng sao tốt thì giảm bớt sự hung hãn, nhưng thường vẫn gây bất ổn nếu không được hóa giải.

Hỏa Tinh – Linh Tinh

Hỏa Tinh (Nam Đẩu tinh, Dương Hỏa đới Kim, Sát tinh)

Linh Tinh (Nam Đẩu tinh, Âm Hỏa đới Kim, Sát tinh)

Chủ sát phạt, hình thương, đốt phá, gây biến loạn, tai nạn, thương tích, bệnh tật.

Hỏa Tinh: Dương Hỏa đới Kim

Linh Tinh: Âm Hỏa đới Kim

Đắc địa: Dần, Mão, Thìn, Tỵ, Ngọ

Hãm địa: Thân, Dậu, Tuất, Hợi, Tý, Sửu, Mùi

Khi đắc địa: tăng hoạt lực, biểu hiện mạnh mẽ, quyết liệt, tuy có sát khí nhưng dễ kiểm soát nếu gặp cát tinh. Nhất là chính tinh Tử vi, hoặc Tham Lang đắc địa.

• Khi hãm địa: thâm trầm, nham hiểm, hung dữ, dễ gây tai họa lớn, bất ngờ.

• Là Sát tinh đoản thọ, ảnh hưởng xấu đến phúc thọ nếu hội thêm với sao hung (Kình, Đà, Không, Kiếp...)

• Gặp cát tinh như Thiên Giải, Giải Thần, Phúc Đức có thể giảm nhẹ tai họa, hóa hung thành cát. Ân Quang, Thiên Quý đồng cung

Địa Không – Địa Kiếp (Sát tinh, Hỏa hành – Địa Không: Âm Hỏa, Địa Kiếp: Dương Hỏa)

Chủ sát phạt, phá tán, bất ngờ, thường gây tai họa, bệnh tật, mất mát, hoặc những biến động lớn trong

Địa Không: Âm Hỏa

Địa Kiếp: Dương Hỏa

Đắc địa: Dần, Thân, Tỵ, Hợi

Hãm địa: Tý, Ngọ, Mão, Dậu, Sửu, Mùi, Thìn, Tuất

Khi đắc địa: hành vi thâm trầm, dễ hoạnh phát, hoạnh phá, có thể thành công đột ngột nhưng cũng dễ đổ vỡ bất ngờ.

• Khi hãm địa: bạo ngược, gian ác, thường gây tai nạn, tật ách, phá sản, tuyệt vọng.

• Gặp thêm cát tinh như Thiên Giải, Giải Thần, Phúc Đức, Thiên Đức... có thể giảm nhẹ sát khí.

• Gặp cùng lúc nhiều sát tinh khác (Kình, Đà, Hỏa, Linh...) sẽ tăng mức độ phá hoại rất mạnh, dễ đưa đến kết cục nghiêm trọng.

Kiếp Sát (Sát tinh, Hỏa hành)

Tính chất: Hung tinh, chuyên sát phạt, gây tai họa, chủ về đâm chém, mổ cắt, châm chích, tai nạn do vũ khí, dao kéo.

Tọa thủ tại Mệnh hoặc Tật Ách: thường gây bệnh tật, tai nạn nghiêm trọng, hoặc tính khí cực đoan.

Được mệnh danh là "Địa Kiếp thứ hai" vì sát tính mạnh, khó giải, đặc biệt nguy hiểm khi hội tụ với các sát tinh như Kình Dương, Đà La, Hỏa, Linh, Không, Kiếp.

Không phân biệt rõ đắc địa – hãm địa, mà chủ yếu căn cứ vào vị trí an sao và các sao đi kèm để luận cát hung.

Nếu hội cát tinh như Thiên Giải, Giải Thần, Thiên Đức, Phúc Đức thì giảm hung hóa cát.

Thiên Không (Sát tinh, Hành Hỏa)

Tính chất: Chủ về hoang hủy, phá tán, gian trá, quỷ quyệt, thường làm việc không đến nơi đến chốn, dễ mưu sự thất bại, hay dở dang, dang dở.

Đặc biệt lưu ý khi tọa thủ tại:

• Cung Mệnh có Thiên Không + Đào Hoa đồng cung nếu có sát tinh đi cùng thì chủ xảo trá, đa mưu túc trí, có tài giỏi ứng biến, đôi khi dối trá thủ đoạn. Nếu không có sát tinh thì không thể luận như vậy

• Cung Mệnh có Thiên Không + Hồng Loan đồng cung:

Có khuynh hướng hướng nội, thích ẩn dật, hoặc nghiêng về tâm linh, tu hành.

Thiên Không đi đôi với Địa Không, Địa Kiếp, hoặc các Sát tinh khác như Kình, Đà, Linh, Hỏa… làm tăng tính bất định và phá tán.

Gặp cát tinh giải thần như Thiên Giải, Giải Thần, Phúc Đức, Thiên Đức sẽ giúp giảm bớt sát khí.

Tính Chất Các Bại Tinh

Đại Hao – Tiểu Hao (Bại tinh, Hành Hỏa)

Tính chất: Chủ hao tán, ly tán, suy bại, gây thiếu hụt tài lộc, mất mát, hoặc chia lìa xa cách trong tình cảm, gia đạo.

Đắc địa: Dần, Thân, Mão, Dậu

Khi đắc địa, mức độ hao tán giảm nhẹ, có thể chủ chi tiêu lớn nhưng hợp lý, hoặc tiêu tiền để tạo thành công (ví dụ kinh doanh, đầu tư).

Hãm địa (các địa khác): Gây phá tán lớn, hụt hẫng, dễ bị cướp đoạt, mất mát hoặc hao tổn do bệnh tật, kiện tụng.

Khi đồng cung với Phá Quân, Không Kiếp, Kình Đà thì tính phá tán càng mạnh, rất cần cát tinh giải bớt như Thiên Phúc, Giải Thần, Thiên Đức.

Lưu ý Song Hao và Lộc Tồn là một bộ tương tác lẫn nhau. Tam hợp Mệnh Có Song Hao thì rất dễ gặp Lộc Tồn trong tam hợp Huynh Điền Tật. Ý báo trước đó là tiền kinh doanh làm ăn, tài chính vận chuyển, không phải hao tán theo chiều hướng xấu.

Tử Vi Nhập Môn

Tang Môn – Bạch Hổ (Bại tinh — Tang Môn hành Mộc, Bạch Hổ hành Kim)

Chủ về tang tóc, tai họa, bệnh tật, hình thương, buồn khổ, có thể gây hao tán tài lộc hoặc bất lợi về công danh, sự nghiệp nếu lạc hãm.

Đắc địa: Dần, Thân, Mão, Dậu. Khi đắc địa, thể hiện tính dũng mãnh, quyết liệt, có thể chuyển thành nghị lực, ý chí mạnh mẽ để vượt qua nghịch cảnh.

Hãm địa (các vị trí khác): Làm tăng tính bi thương, hung họa, dễ gặp trắc trở, xui rủi, đặc biệt ảnh hưởng đến sức khỏe và danh phận.

Gặp Tấu Thư đồng cung:

Ví như "Hổ đội hòm sắt", tăng khả năng thi cử, học vấn, có thể phát chức quyền từ học thuật.

Gặp Phi Liêm đồng cung:

Ví như "Hổ mọc cánh", mang đến may mắn bất ngờ, tăng tốc độ thành công, có lợi cho thi cử, công danh.

Lưu ý: Tuy là bại tinh, nhưng nếu biết hóa giải qua các cát tinh như Thiên Đức, Phúc Đức, Long Phượng, Hóa Khoa, thì có thể dùng Hung để thành Cát, biến tang khổ thành sức mạnh.

Bạch Hổ và Đường Phù không sinh khắc ngũ hành trực tiếp, nhưng xung đột ý nghĩa:

Một bên là vẻ ngoài tốt đẹp.

Một bên là hung hiểm nội tại.

Gặp nhau không phải lúc nào cũng xấu, nhưng nếu đi kèm sao bại – sát tinh, sẽ gây nên "mỹ nhân bạc mệnh", "kẻ sĩ yểu vong", dễ gặp họa lớn dù có vẻ ngoài tốt.

Thiên La – Địa Võng (Hung sát tinh — hành Thổ)

Chủ giam cầm, bắt bớ, kìm hãm, ngăn trở, tạo nên những trói buộc vô hình khiến công việc dễ bị rối rắm, khó thông suốt. Tượng trưng cho lưới trời lưới đất, khó thoát nếu phạm phải luật trời (Thiên La) hoặc luật đời (Địa Võng).

Tác động chung: Gây tâm lý bất an, dễ vướng vào tranh chấp, kiện tụng, hoặc rơi vào cảnh tù tội, vướng mắc pháp luật nếu đi kèm các sát tinh như, Đà La, Hỏa Linh, Không Kiếp. Trường hợp Kình Dương đắc địa thì đỡ hơn.

Thường làm chậm trễ mọi sự, phá hỏng kế hoạch vào phút chót.

Vị trí an cố định:

Thiên La an tại cung Thìn

Địa Võng an tại cung Tuất

Hai sao này luôn đối xung nhau và tạo thành một trục cố định trong lá số.

Ý nghĩa bổ sung: Trong một số trường hợp, được coi là mạng lưới thiên luật và nhân quả, khiến người mang mệnh này phải tu tâm, tích đức, nếu không dễ gặp nghiệp báo, trắc trở lâu dài.

Thiên Thương – Thiên Sứ (Bại Tinh - Hung tinh – hành Thổ & Thủy)

Tính chất chủ yếu: Chủ sự buồn thảm, đau thương, mang đến nhiều điều không may, thường liên quan đến tai họa, bệnh tật, hoặc tang chế.

Gây ngăn trở mọi công việc, ảnh hưởng đến tâm lý và vận trình của đương số.

Tác động:

- Khi đắc địa, tác động nhẹ, có thể biểu hiện thành tâm lý u uất, hay lo nghĩ.
- Khi hãm địa hoặc đi cùng sát tinh, nhất là gặp Xương, Khúc, thường tác họa mạnh, gây ra những biến cố lớn, đau thương mang tính định mệnh.

Ý nghĩa bổ sung:

Dễ gặp tang chế trong gia đình, hoặc mang tâm lý ưu uất, bi quan lâu dài.

Nếu hội đủ các sao cứu giải như Thiên Đức, Nguyệt Đức, Giải Thần, Phúc Đức, mức độ ảnh hưởng có thể được giảm nhẹ.

Tử Vi Nhập Môn

Thiên Khốc – Thiên Hư (Bại tinh – hành Thủy)

Miếu/Đắc địa: Tý, Ngọ, Mão, Dậu, Sửu, Mùi

Hãm địa: các vị trí còn lại

Tính chất: Thuộc loại bại tinh, chủ về u sầu, phiền muộn, buồn rầu, hoảng hốt, dễ sinh lo âu, đa cảm, đa sầu, ảnh hưởng tới tâm lý, sức khỏe và sự bình ổn cuộc sống.

Gây ra sự trở ngại ban đầu trong công việc hoặc sự nghiệp (cổ nhân gọi là "tiên trở hậu thành").

Làm phát sinh bệnh tật do tâm bệnh, do nghĩ ngợi, cảm xúc tiêu cực.

Hiệu ứng đặc biệt:

Nếu đắc địa, tuy vẫn mang tính u sầu nhưng lại giúp lời nói đanh thép, lập luận sắc bén, thường thấy ở người viết văn hay biện luận giỏi.

 Nếu hội tụ cùng sao tốt, có thể biến ưu sầu thành nội lực tinh thần (dù vẫn ẩn chứa nét buồn sâu xa).

Kết hợp tiêu cực: Gặp thêm các sao tang tóc như Tang Môn, Bạch Hổ, Thiên Thương, Thiên Sứ làm tăng khả năng vướng vào tang sự, tâm lý suy sụp, hay lo lắng việc sinh tử.

ROSY RAIN

Tử Vi Nhập Môn

Lưu Hà (Bại tinh – hành Thủy)

Đặc tính: Thuộc loại bại tinh sát phạt, chủ về giết chóc, huyết quang, tai họa, hoạn nạn.

Tính thâm trầm, gian hiểm, độc ác, dễ gây tổn thương thể chất, đặc biệt liên quan đến máu huyết, đao thương, tai nạn.

Tọa thủ tại cung Mệnh:

Gặp cách hung hiểm:

- Nam mệnh: dễ yểu vong, chết giữa đường xá (ý chỉ chết nơi lưu lạc, không người thân thích).
- Nữ mệnh: tử vong khi lâm bồn, chủ nguy hiểm về sản nạn, thai sản.

Dù không gặp sát tinh mạnh, nếu hội thêm Tang, Hổ, Bạch, Khốc, Hư, cũng cần hết sức đề phòng tai họa bất ngờ.

Kết hợp tiêu cực: Gặp Kiếp Sát đồng cung: tác họa cực mạnh, dễ sinh đại họa, đâm chém, tử vong, tai nạn giao thông, bị thương do dao kéo, mổ xẻ.

Thường thấy trong các lá số yếu mệnh, khó giữ mạng, nhất là nếu thân nhược, không có sao phò trợ giải cứu.

Tử Vi Nhập Môn

Phá Toái - Hỏa đới Kim- Sát tinh – Bại tinh- Hao Tinh (thuộc nhóm gây trở ngại, hao tán)

Tác động chung: Tính táo bạo, nóng nảy, chóng chán, có xu hướng phá ngang mọi quy củ, khuôn mẫu.

Gây hao tán, trở ngại trong công việc, khó bền chí, thường làm hỏng việc vào phút cuối.

Gây bất lợi nếu đi cùng các cung Tài Bạch, Quan Lộc, Thiên Di.

Tại Mệnh: Làm tính tình bất an, thiếu kiên nhẫn, dễ nổi loạn hay đi ngược quy tắc, phá bỏ giới hạn truyền thống.

Nếu có Lưu Hà đồng cung với Phá Quân được gọi là "toán quân lưỡng phá" biểu tượng người dũng mãnh, hiển đạt võ nghiệp, có thể có uy danh lừng lẫy, đặc biệt phù hợp ngành quân sự, cảnh sát, võ thuật, bảo an.

Phối hợp tốt: Với sao cương mãnh như Thất Sát, Kình Dương, Lưu Hà, nếu mệnh phù hợp (nam giới, theo đuổi công việc võ nghiệp) thì có thể hóa giải và phát huy thành uy danh.

Phối hợp xấu: Gặp sao mềm yếu, văn tinh (Văn Xương, Văn Khúc) dễ gây mâu thuẫn trong nội tâm, lưỡng lự, dễ bỏ dở.

Gặp Địa Không, Địa Kiếp, Hao tinh dễ hao tán nặng, làm việc uổng công, mất cả chì lẫn chài.

ROSY RAIN

Tử Vi Nhập Môn

Tử Phù – Trực Phù Hành Hỏa-Bại tinh (buồn thảm, tang thương, gây trở ngại)

Tác động chung:

Chủ về tang chế, u uất, phiền muộn, tạo sự ngăn trở, trì trệ trong công việc và cuộc sống.

Tăng tính u ám, phiền não, nhất là khi tọa thủ tại các cung mệnh, phúc, tật, di.

Tại Mệnh: Làm cho đương số có xu hướng sầu muộn, bi quan, nặng tình cảm gia đình nhưng dễ chịu ảnh hưởng tiêu cực từ các biến cố tang thương hoặc tâm lý nặng nề.

Kết hợp xấu: Hạn gặp các sao bại, sát như Tang Môn, Bạch Hổ, Khốc, Hư, Kiếp Sát → hiệu ứng buồn thảm, tai họa càng mạnh.

Gặp Địa Không, Địa Kiếp → thường báo hiệu tang tóc bất ngờ, đổ vỡ hoặc tổn thất lớn trong đời.

Sao Quan Phù (Hành Hỏa - Bại tinh – Hình Tinh– Chủ thị phi, kiện tụng, pháp luật)

Chủ sự: Thị phi, kiện cáo, xét đoán, lý luận.

Những việc liên quan đến pháp luật, kiện tụng, nhà tù.

Tính chất: Gặp sao tốt: hỗ trợ điều hay lẽ phải, giúp sáng suốt, lý luận sắc bén.

Gặp sao xấu: tăng tính tranh cãi, thị phi, kiện tụng, nguy cơ tù tội.

Kết hợp đặc biệt: Gặp Xương, Khúc, Tuế: thuận lợi cho công việc liên quan đến pháp luật, xét xử.

Hạn gặp Liêm Trinh, Tang Môn, Bạch Hổ: chủ tang thương, bệnh tật, mất mát, tổn hại công danh.

Gặp Tuế, Đà, Kỵ: gây cản trở lớn, kiện tụng, tù tội, mất chức quyền, tổn hại thanh danh.

Tuế Phá (Hành Hỏa- Bại tinh – Chủ phá hoại, ngang trái)

Tính chất: Ngang ngược, bướng bỉnh, dễ gây rắc rối.

Chủ sự phá tán, trở ngại, khó giữ được sự ổn định lâu dài.

Tọa cung Mệnh/Thân: Thường có vấn đề về răng miệng, răng dễ xấu hoặc đau. Tuế phá được cho là Phá hoại tinh khi đi cùng Phá Toái, Đại hao...

127

Bệnh Phù (Thổ đới Mộc) - Bại tinh – Chủ bệnh tật, đau yếu

Tính chất: Chủ ốm đau, buồn rầu, thể trạng yếu đuối.

Dễ mắc các bệnh mạn tính hoặc kéo dài.

Tọa thủ cung Mệnh: Thể chất yếu, da dẻ xanh xao vàng vọt, ít sức sống.

Tọa cung Mệnh hoặc Tật Ách, lại gặp Đào Hoa, Hồng Loan, Thiên Riêu hội hợp: Dễ mắc bệnh phong tình, bệnh liên quan đến sinh lý – giới tính.

Suy (Thủy) Bại tinh (thuộc vòng Tràng Sinh)

Tính chất:Chủ sự sa sút, suy bại, thoái trào.

Người có sao này thủ Mệnh thường yếu đuối, bạc nhược, thiếu khí lực.

Gặp thêm sao xấu dễ thất bại, không bền lâu trong công danh hay tài lộc.

Bệnh (Hỏa) Bại tinh (thuộc vòng Tràng Sinh)

Tính chất: Chủ bệnh tật, suy nhược thể chất, tinh thần yếu đuối.

Dễ buồn rầu, lo lắng, lầm lẫn, tâm trí không ổn định.

Gặp thêm sao xấu thì tăng nguy cơ đau yếu lâu dài, u uất.

Tử (Thủy) Bại tinh (thuộc vòng Tràng Sinh)

Tính chất: Chủ sự chết chóc, tang thương, chiết giảm phúc thọ.

Tính cách: thâm trầm, kín đáo, đa sầu đa cảm, hay suy nghĩ sâu xa.

Nếu an tại cung Điền Trạch hoặc Tài Bạch: Có khả năng giữ tiền, biết tích trữ, thường có của cải ẩn tàng (ví như của chôn giấu).

Mộ (Thổ) Bại tinh (thuộc vòng Tràng Sinh)

Tính chất: Chủ sự chôn cất, mồ mả, u mê, nhầm lẫn.

Biểu hiện: tối tăm, trì trệ nếu rơi vào hãm địa.

Tốt nếu an tại cung Phúc Đức ở Tứ Mộ (Thìn, Tuất, Sửu, Mùi): Họ hàng có âm phần kết phát, ba bốn đời giàu sang, hiển đạt.

Tuyệt (Thổ) Loại sao: Bại tinh (thuộc vòng Tràng Sinh)

Tính chất chung:Chủ sự tiêu vong, bại hoại, tuyệt diệt.

Mang ý nghĩa tiêu tán, khô cạn, bế tắc, làm gián đoạn hoặc kết thúc sự vật, sự việc.

Chiết giảm phúc thọ, làm giảm sinh khí.

Nếu tọa thủ tại cung Mệnh: Tuy nghịch lý nhưng lại có thể sinh ra sự sắc bén, mưu lược, túc trí.

Người có Tuyệt ở Mệnh: thường khôn ngoan, thâm trầm, nhìn xa trông rộng, biết cách giữ mình, nhưng dễ cô độc hoặc khó kết giao sâu sắc.

Ám Tinh

Tử Vi Nhập Môn

Sao Hóa Kỵ (Thủy) Hung hóa tinh- Bại tinh, Ám tinh, chủ thị phi, bệnh tật, kiện tụng, hao tán.

Địa vị tốt: Thìn, Tuất, Sửu, Mùi (đắc địa).

Tính chất: Độc hiểm, ích kỷ, dễ nhầm lẫn, có xu hướng giữ của bền chặt.

Cách cục tiêu biểu:

Tọa Sửu, Mùi + Nhật Nguyệt đồng cung: Cần có Tam hóa trong tam hợp mệnh, Kỵ thành "vân ngũ sắc", tăng rực rỡ cho Nhật, Nguyệt.

Tọa Tỵ, Hợi + Liêm, Tham đồng cung: Có tam hóa trong tam hợp, Kỵ hóa giải hung tính Liêm Tham. Tất lúc này Hóa kỵ không còn hung họa khi đi cùng Liêm Tham.

Gặp Cự đồng cung: Tác họa mạnh, sinh bệnh tật, kiện tụng nặng.

Gặp Lương, Khúc: Bế tắc, ngăn trở, nhiều hung họa.

Gặp Tấu, Đà: Thị phi, tai nạn, kiện tụng.

Gặp Đà, Riêu: Thành "Tam Ám", che ánh Nhật Nguyệt, gây ám muội.

Lưu ý đặc biệt: Hãm địa tại Mệnh, nếu mệnh cục Dương, năm sinh Dương là tác họa bị giảm nhẹ.

ROSY RAIN

Sao Thiên Riêu (Diêu) thuộc hành Thủy - Ám tinh, Dâm tinh, Tình ái tinh

Chủ tín ngưỡng, tình cảm, tửu sắc, sự huyễn hoặc.

Đắc địa: Dần, Mão, Dậu, Tuất là tâm linh, cảm hứng, yêu nghệ thuật; tửu sắc không tổn hại.

Hãm địa: Dễ sa đọa, dâm loạn, tổn hại thọ mệnh, nguy vì tửu sắc.

Cách cục tiêu biểu:

Gặp Xương, Khúc: Dâm đãng, giảm thọ.

Gặp Đào, Hồng: Hoa nguyệt, lẳng lơ, bất chính.

Gặp Long, Phượng: Vui vẻ, tốt đẹp, lợi về hôn nhân – sinh nở – tài lộc – công danh.

Lưu ý Mệnh có Riêu: Răng xấu hoặc hay đau.

Riêu + nhiều sát tinh mờ ám: Tổn thọ, yếu mệnh.

Sao Phục Binh (Hỏa) – Ám tinh, Mưu sự tinh Chủ mưu mô, giấu diếm, nội ứng, việc quân sự.

Tốt: Gặp cát tinh là trung hậu, biết phò tá, hỗ trợ âm thầm.

Xấu: Gặp hung sát tinh thì âm mưu, hãm hại, trộm cắp, lừa đảo, bị giam quyền.

Sao Cô Thần – Quả Tú (Thổ) – Cô Quả tinh

Cô độc, khắc nghiệt, ít giao tiếp, lạnh lùng.

Ảnh hưởng:

Xấu: Ngăn trở hôn nhân, đoàn tụ, sinh nở, duyên phận trắc trở.

Tốt: Giữ của bền, thích hợp tu hành, ẩn dật.

Sao Quan Phủ (Hỏa) Pháp Lý Tinh

Chủ cô độc, khắc nghiệt, ít giao tiếp, lạnh lùng.

Ảnh hưởng:

Xấu: Ngăn trở hôn nhân, đoàn tụ, sinh nở, duyên phận trắc trở.

Tốt: Giữ của bền, thích hợp tu hành, ẩn dật.

Dâm Tinh

Sao Thiên Diêu (Thủy, Ám tinh, Tình ái tinh)

Tượng trưng cho dục tính, sự huyễn hoặc, đa nghi, tín ngưỡng, sự mờ ám.

Thường liên quan đến tình cảm bất chính, đam mê sắc dục, sự ủy mị, tưởng tượng, và tín tâm.

Địa vị:

Đắc địa: Dần, Mão, Dậu, Tuất thì tinh vi, có tín tâm, không nhiễm nhơ dục vọng.

Hãm địa: Các vị trí khác thì dễ sa đọa, dâm loạn, chịu khổ vì tửu sắc, u mê.

Tác dụng & hội hợp:

Gặp Xương, Khúc: tăng tính dâm đãng, giảm thọ.

Gặp Đào Hoa, Hồng Loan: tăng dục tình, lẳng lơ, hoa nguyệt.

Gặp Long, Phượng: đẹp đẽ, thanh tú, may mắn về hôn sự, sinh nở, tài lộc.

Gặp nhiều sao ám tinh: tăng bệnh tật, u uất, giảm thọ.

Tử Vi Nhập Môn

Cung Mệnh có Riêu tọa:

Nếu đắc địa: hấp dẫn, quyến rũ, nhưng vẫn giữ được phẩm hạnh (như sen trong bùn).

Nếu hãm địa: dễ mắc bệnh về răng, dễ bị hư hao vì tửu sắc, dễ yếu mệnh nếu nhiều sao xấu hội hợp.

Tổng kết học thuật:

Thiên Riêu là sao ái tình - ám ảnh, có thể hóa giải hoặc khuếch đại ảnh hưởng tùy theo hoàn cảnh hội tụ tinh diệu. Cần xét kỹ sự phối hợp để luận đoán chuẩn xác.

Mộc Dục (Thủy, Ám tinh, Tình dục tinh)

Chủ sự thay đổi, dục vọng, sự non nớt, bất định, liên quan đến tắm gội, hành trình, sự mở đầu.

Tác dụng chính:

Tâm lý: dễ thay đổi ý chí, hay bỏ dở công việc, thiếu kiên định, dễ sa ngã vào sắc dục, u mê, nhầm lẫn.

Về thể chất: chủ sự dâm dật, bệnh tật về sinh lý, suy nhược do sắc dục.

Công danh: thường học hành dang dở, ít thành tài nếu không có sao tốt hỗ trợ.

ROSY RAIN

Tử Vi Nhập Môn

Hội hợp:

Gặp Đào Hoa, Hồng Loan, Riêu, Thai Phụ, Nguyệt Đức, Thiên Cái: dễ lao tâm khổ tứ vì tình, bệnh tật do sắc dục.

Gặp nhiều sao sáng sủa tốt đẹp: có thể chế ngự được tính dâm, chuyển hóa thành tài năng thủ công, nghề như kim hoàn, thợ rèn, công nghệ tinh xảo.

Vị trí đặc biệt:

Cung Mệnh có Mộc Dục tọa thủ (nhất là Mệnh Vô Chính Diệu): dễ nản chí, công danh dở dang, học nhiều mà không thành.

Tốt hơn nếu Mộc Dục chỉ là sao hội chiếu chứ không tọa thủ trực tiếp tại Mệnh.

Tổng kết học thuật: Mộc Dục là một sao nhỏ nhưng ảnh hưởng mạnh về tâm lý và dục vọng. Trong Tử Vi, nó được xem là sao chủ khởi đầu, nhưng thường không bền, dễ gây bất định trong hành vi và công danh, đặc biệt nếu thiếu các sao hóa giải.

Sao Thai hành Thổ – Ám tinh, Phúc tinh yếu

Chủ về thai nghén, thụ thai, sinh nở, khởi điểm của một chu kỳ sống.

Còn mang ý nghĩa non yếu, chưa trưởng thành, mê muội, dễ bị dẫn dắt, và thiếu sáng suốt.

Tử Vi Nhập Môn

Tác dụng chính

Tâm lý: biểu hiện tính cách ngây thơ, dễ a dua, hay bị lôi kéo, không có chính kiến.

Về thể chất: biểu thị tình trạng non yếu, dễ mắc bệnh từ nhỏ, nhất là khi tọa thủ gặp Tuần/Triệt hoặc nhiều Sát tinh, Bại tinh.

Đối với nữ mệnh: chủ thai nghén, sinh nở, nếu hội cát tinh thì dễ sinh thuận, ngược lại thì khó sinh, có thể sinh thiếu tháng hoặc con yếu ớt.

Hội hợp:

Gặp Tuần, Triệt, hoặc các Sát tinh (Hỏa Tinh, Linh Tinh, Kiếp, Không…) thì trẻ sinh ra đau yếu, có thể sinh thiếu tháng, dễ bệnh tật từ nhỏ.

 Gặp sao tốt (Thiên Đức, Nguyệt Đức, Thiên Phúc…) thì có thể giảm nhẹ tai họa, chuyển thành cát tượng cho đường con cái.

Tóm tắt: Thai là sao trung tính nghiêng về âm, mang tính bắt đầu nhưng non yếu, thường cần được sao khác hỗ trợ để phát huy tốt. Khi rơi vào các thế yếu hoặc bị nhiều sát tinh vây hãm, thường gây khuyết thiếu từ đầu, dù trong mệnh lý, tình cảm hay thể chất.

Các Hình Tinh

ROSY RAIN

SaoThiên Hình (Hỏa)

Đắc địa: Dần, Thân, Mão, Dậu

Bản chất: Dũng mãnh, sát phạt, có oai phong. Chủ sự đâm chém, mổ cắt, châm chích, liên quan đến quân sự và binh quyền.

Tác dụng: Có khả năng chế hóa tính hoa nguyệt, dâm đãng của Đào Hồng.

Cung Mệnh hoặc Thân tại Dần, có Thiên Hình tọa thủ, tạo cách "Hổ hàm kiếm" hay "Hổ ngậm kiếm": người dũng mãnh, tài giỏi, biết điều khiển binh sĩ, thường thành công trong võ nghiệp.

Gặp bộ Tướng, Binh, Ấn: thể hiện uy dũng, kiêm nhiếp cả văn lẫn võ.

Gặp Sát tinh: tăng cường hung hiểm, dễ gây tai họa nghiêm trọng như đâm chém, giết chóc, tù tội.

Gặp Lộc, Y: liên quan đến y dược, chữa bệnh.

Gặp Tuần, Triệt án ngữ: uy lực mất hết, như thanh kiếm gãy, không phát huy được sức mạnh.

Tóm tắt:Thiên Hình là sao sát tinh có uy lực, tượng trưng cho sức mạnh võ nghệ và sự nghiêm khắc, có thể gây tai họa nếu kết hợp với sát tinh khác, nhưng cũng có thể làm nên sự nghiệp binh nghiệp vang dội nếu ở thế đắc địa và được các sao hỗ trợ tốt.

Sao Quan Phù là một phụ tinh có tính chất trung gian, chủ về kiện tụng, thị phi, luật pháp, tranh cãi và những điều liên quan đến pháp lý, hình luật.

Trong hệ thống Tử Vi, hình tinh là những sao chủ về sự trừng phạt, đâm chém, giam cầm, hình pháp, và sao Hình tinh chủ yếu gồm:

- Kình Dương – Hình tinh dương tính (chủ sự đối đầu, đâm chém, trực diện)
- Thiên Hình – Hình tinh thuần túy, chủ sự trừng phạt, đao kiếm, mổ xẻ, liên quan đến pháp luật và y học
- Quan Phù – Không phải là hình tinh theo nghĩa chính thống, nhưng lại liên quan chặt chẽ đến hình luật, kiện tụng và thường đi cùng hoặc gây phát tác khi hội với các hình tinh như Thiên Hình, Kình Dương, Đà La, Địa Không, Hóa Kỵ.

Tóm lại: Quan Phù không phải là Hình tinh, nhưng có tính chất pháp luật, hình sự, vì vậy khi gặp các Hình tinh như Thiên Hình, thì tác họa tăng mạnh, thường gây kiện tụng, lao lý, tai họa, nhất là khi đi với các sao như Liêm Trinh (chủ nghiêm luật), Hóa Kỵ, Tang Môn, Đà La, Tuế Phá.

Sao Thái Tuế (Hỏa) – Là Văn tinh nhưng có tính Sát.

Khinh người, cô độc, ít cảm tình, thích xét đoán, lý luận.

Đắc cách: Gặp Xương, Khúc, Khôi, Việt lợi về học hành, công danh, ăn nói đanh thép, có uy quyền.

Hung cách: Gặp Đà, Kỵ thị phi, kiện cáo, tranh chấp, tổn hại danh lợi, dễ bị tù tội.

Gặp Sát tinh giảm phúc thọ, tai họa, tai nạn, bệnh tật.

Mệnh có Tuế, Cái đồng cung ăn nói kiêu kỳ, ngạo mạn.

Các Sao Văn Tinh

Thiên Khôi- Thiên Việt (Thiên Khôi là Dương Hỏa đới Kim – Thiên Việt là Âm Hỏa đới Mộc) Nam Đẩu tinh – Văn tinh – Quý tinh.

Tính chất: Chủ khoa giáp, quyền tước, quý hiển.

Biểu tượng: Thiên Ất Quý Nhân – người giúp đỡ, gặp hung hóa cát.

Tốt: Thông minh, nhân hậu, thích văn chương, từ thiện, danh tiếng.

Gặp Xương, Khúc, Khôi, Việt quý cách, học hành hiển đạt.

Xấu: Gặp Hỏa, Linh, Hình tác họa mạnh, gây tai nạn, thương tích, kiện tụng.

Văn Xương – Văn Khúc

Sao Văn Xương- Bắc Đẩu tinh – Dương Kim đới Thổ – Văn tinh

Chủ: Văn chương, khoa giáp, mỹ thuật

Tốt: Đắc địa tại Thìn, Tuất, Sửu, Mùi, Tỵ, Hợi thông minh, hiếu học, tài năng văn nghệ

Xấu: Gặp Sát tinh, Kỵ, Riêu dâm đãng, truân chuyên, dễ yếu

Tử Vi Nhập Môn

Sao Văn Khúc- Nam Đẩu tinh – Dương Thủy đới Hỏa – Văn tinh

Chủ: Mỹ thuật, biện luận, thi ca, khoa bảng

Tốt: Gặp cát tinh văn nghiệp lừng danh, thi cử đỗ đạt

Xấu: Gặp Riêu, Kỵ, Sát ham mê tửu sắc, tổn thọ, vướng thị phi

Sao Phong Cáo, Quốc Ấn khi được kết hợp với Văn Xương, Văn Khúc, Thiên khôi, Thiên việt thành bộ tứ Phong Cáo tinh. Chủ về đại khoa bản, thi đỗ cao, được phong chức, công danh vẻ vang.

Lưu ý

Các sao Văn tinh khi gặp cát tinh (như Khôi, Việt, Tuế, Tấu, Phượng, Giải) chủ đăng khoa, phong tước.

Nếu gặp Sát tinh (Kỵ, Riêu, Hình, Không, Kiếp...) văn chương hư danh, dâm loạn, truân chuyên.

Sao Quốc Ấn: Quyền tinh, Ấn tinh

Thuộc tính: Thổ, chủ quyền lực, chức vị, công danh

Tính chất: Chủ ấn tín, quyền hành, lợi cho thi cử, thăng tiến công danh, giữ vững chức vụ. Là sao hộ cách tốt trong các cung Mệnh, Quan, Tài.

142

ROSY RAIN

Tốt khi:Hội chiếu với Khôi, Việt, Xương, Khúc hiển đạt, đỗ đạt, có địa vị trong xã hội.

Gặp Tướng, Hình, Binh hợp võ nghiệp, chức quyền trong quân sự.

Hung khi: Gặp Tuần, Triệt án ngữ công danh trắc trở, bị cách chức, bãi miễn.

Gặp sát tinh (Đà, Kỵ, Hỏa, Linh) uy quyền bị phá, gặp tiểu nhân, thất bại.

Tác dụng theo cung:

Cung Mệnh, Quan: tăng quyền uy, dễ nắm chức quyền, giữ vững địa vị.

Cung Thiên Di: ra ngoài được người trọng vọng, có địa vị trong xã hội.

Tử Vi Nhập Môn

Sao Thai Phụ (Kim đới Thổ) – Phong Cáo (Thổ đới Thủy)

Văn tinh - Phong ấn tinh trong Tử Vi

Hai sao Thai Phụ và Phong Cáo thường được luận thành bộ đôi, chủ về hình thức, bằng cấp, danh giá và công danh sự nghiệp, mang sắc thái văn chương, quý hiển

Đặc tính chung: Tự đắc, khoe khoang, hiếu danh, ưa hình thức bề ngoài, thích phô trương thành tích. Có khuynh hướng thích được ghi nhận, phong tặng, đề cao bản thân. Mang tính văn chương, thi cử, công danh, đặc biệt liên quan đến bằng sắc, phong tước trong văn hóa truyền thống.

Gặp Xương, Khúc, Khôi, Việt, Hóa Khoa: rất lợi cho khoa bảng, thi cử, công danh dễ thành.

Gặp các phúc tinh như Ân Quang, Thiên Quý, Thiên Đức: người học rộng, đỗ đạt, có danh phận trong xã hội.

Gặp Tử Vi, Thiên Phủ, Nhật Nguyệt sáng sủa: làm nên nghiệp lớn, được quý nhân phong danh hiệu, tôn trọng.

Tọa thủ tại Mệnh, Thân, Quan, Phúc: Người có học thức, thích nghi lễ, lễ nghĩa hình thức.

Nếu đi kèm sao sáng, được phong tước, bổ nhiệm chức vụ, thi đỗ cao.

Nếu hội Sát tinh, bại tinh: dễ tự mãn, khoa trương, cầu danh hão.

ROSY RAIN

Tử Vi Nhập Môn

Sao Lưu Niên Văn Tinh (l.N Văn Tinh)

Lưu Niên Văn Tinh (Hỏa)

Lưu Niên Văn Tinh thuộc hành Hỏa, biểu thị tính chất năng động, sáng tạo và khát khao thể hiện bản thân trong lĩnh vực học thuật và công danh. Sao này thường gắn liền với các đặc điểm sau:

Trí tuệ sắc bén và ham học hỏi: Lưu Niên Văn Tinh thúc đẩy khả năng tiếp thu kiến thức nhanh nhạy, tư duy linh hoạt và sự nhạy bén trong việc xử lý thông tin.

Chuộng bằng sắc, trọng danh vị: Sao này thể hiện xu hướng đề cao thành tựu học vấn và sự công nhận xã hội qua các bằng cấp, danh hiệu, đồng thời thúc đẩy cá nhân hướng tới những vị trí có tính uy tín cao.

Tác động tích cực đến học hành và thi cử: Khi Lưu Niên Văn Tinh xuất hiện trong lưu niên, nó báo hiệu sự thuận lợi trong các kỳ thi, công tác tuyển chọn và quá trình thăng tiến trong môi trường học thuật hoặc các ngành nghề liên quan đến tri thức.

Khuyến khích phát triển năng lực cá nhân và mở rộng quan hệ xã hội: Đặc tính Hỏa của sao này còn thúc đẩy sự tự tin, khả năng thuyết phục và giao tiếp hiệu quả, góp phần gia tăng uy tín cá nhân trong cộng đồng học thuật và nghề nghiệp.

Các Sao Đài Cát Tinh

Tam Thai (Thủy) – Bát Tọa (Mộc)

Loại sao: Phúc tinh, phụ tinh trợ cách, hỗ trợ Mệnh – Quan – Điền

Tính chất:Tăng phúc khí, chủ an nhàn, yên ổn, có căn cơ vững chắc.

Gây bệ vệ, khôn ngoan, hỗ trợ sự nghiệp và công danh.

Gặp cát tinh: tăng quý cách, có địa vị, dễ đắc chức vị.

Gặp sát tinh: giảm phúc, có nguy cơ bị lạm quyền, tiểu nhân hãm hại.

Cung Mệnh: Tăng vẻ uy nghi, phúc hậu, dễ được tín nhiệm.

Cung Quan Lộc: Có sự nghiệp ổn định, vững tiến.

Cung Điền Trạch: Nhà cửa khang trang, đất đai có phúc.

Tốt khi hội hợp với: Tả Phù, Hữu Bật, Khôi, Việt, Long Đức, Nguyệt Đức

Kỵ khi gặp: Hình, Sát, Không, Kiếp

Tử Vi Nhập Môn

Sao Hoa Cái (Kim) - Văn tinh, Quý tinh.

Thuộc tính: Kim, chủ phú quý, quyền thế, hình thức

Tính chất: Biểu tượng của sự trang nghiêm, thanh cao, uy nghi, vẻ ngoài sang trọng.

Chủ về công danh, chức vị, tín ngưỡng, có thể mang khuynh hướng tu hành, đạo hạnh nếu đi với các sao tôn giáo.

Tốt khi: Gặp Long, Phượng, Hổ thành Tứ Linh cách hiển đạt, có danh vọng, quyền uy.

Gặp Ấn, Khôi, Việt tăng danh giá, được trọng dụng, giữ chức quyền.

Cung Mệnh có Cái, Ấn người thanh cao, phẩm hạnh tốt, dễ được trọng vọng.

Hung khi: Gặp Riêu, Mộc có xu hướng dâm đãng, bị sắc dục chi phối.

Gặp sát tinh (Đà, Kỵ) bị hư danh, xa rời thực tế.

Tác dụng theo cung: Mệnh, Quan: tăng hình thức, danh vọng, có lợi cho công danh.

Phúc Đức: có nền tảng tâm linh, tôn giáo, dòng họ có người tu hành.

ROSY RAIN

Sao Lâm Quan (Kim) -sao vòng Tràng Sinh

Vị trí: Giai đoạn vượng của vòng Tràng Sinh, đứng sau Đế Vượng

Tính chất: Biểu tượng của sự phô trương, tác phong kiểu cách, thích nổi bật, thu hút sự chú ý.

Có tính cách khoe khoang, ham địa vị, thích được trọng vọng.

Tốt khi: Gặp các sao cát tinh (Xương, Khúc, Khôi, Việt, Tả, Hữu, Thai, Cái...) chủ phát đạt, danh vọng, vui vẻ, dễ thành công nơi chốn đông người.

Trong cung Quan Lộc, Mệnh, Di tăng khả năng giao tiếp, lãnh đạo, thu hút đám đông.

Xấu khi: Gặp hung tinh (Đà, Kỵ, Riêu, Không, Kiếp...) chủ ngăn trở, bị hiểu lầm, gặp thị phi, công việc trắc trở.

Bị Tuần, Triệt án ngữ mất hết phong độ, trở nên lố bịch, bị khinh thường.

Tác dụng theo cung:

Mệnh: người thích phô trương, ưa hình thức, dễ nổi bật giữa đám đông.

Quan Lộc: có khả năng ăn nói, thu hút, dễ làm chính trị, quản lý, văn nghệ.

ROSY RAIN

Đường Phù (Mộc)– Đài Các tinh

Tính chất: Văn tinh – Đài các tinh

Tác dụng chính: Làm tăng vẻ đài các, sang trọng, quý phái.

Tăng cường sự danh giá, thanh cao, văn nhã.

Hỗ trợ cho các sao chính trong việc phát huy học vấn, công danh, hình tướng sang quý.

Tốt khi: Gặp Văn Xương, Văn Khúc, Tả Hữu, Thai Phụ, Phong Cáo tăng vẻ đài các, văn học, học hành giỏi giang.

Ở các cung Mệnh, Quan, Phúc chủ thanh cao, có uy tín, dễ thành danh.

Xấu khi: Gặp sát tinh, bại tinh trở thành người khoa trương hình thức, sĩ diện hão, giả đài các.

Nếu gặp sao xấu, sát tinh (Hình, Kỵ, Không, Kiếp): dễ thị phi, tai họa, thân thể bị thương tích dù có học hành.

Các Đào Hoa Tinh

ROSY RAIN

Đào Hoa (Mộc) – Hồng Loan (Thủy đới Kim)- Ái tình tinh, Phúc tinh, Đài các tinh

Chủ về tình cảm, nhan sắc, hôn nhân, sự vui mừng, đặc biệt ảnh hưởng đến nữ giới và các việc liên quan đến phái nữ.

Là hai sao tăng sáng, thường được dùng để làm đẹp cách cục, đặc biệt khi hội hợp với Tử Vi, Thiên Phủ, Nhật, Nguyệt.

Đào Hoa: Mộc, Dương

Hồng Loan: Thủy đới Kim, Âm

Có tính tương sinh, tăng trưởng khí sắc, tình dục, sự cuốn hút.

Tọa thủ tại Mệnh, Thân: dung mạo xinh đẹp, duyên dáng, có sức hấp dẫn mạnh mẽ với người khác giới.

Gặp Tử Vi, Phủ, Nhật, Nguyệt: làm sáng cung, gia tăng phúc khí.

Gặp Hỷ Thần: thành bộ Tam Minh, tăng may mắn về tình cảm, sinh nở, hôn nhân.

Có lợi cho các việc: cưới hỏi, thi cử, cầu danh, các ngành nghề liên quan đến thẩm mỹ, giải trí, phụ nữ.

Tử Vi Nhập Môn

Hung – Hại điểm

Hội hợp với sát tinh (Riêu, Đà, Kỵ, Hình): dâm tính, lẳng lơ, phóng đãng, dễ vướng tai tiếng tình cảm.

Gặp thêm Binh, Tướng, Thai: dễ bị hiếp dâm, mang thai ngoài ý muốn, nhất là với nữ Mệnh.

Nam mệnh có Đào hoặc Hồng thủ Mệnh/Thân: thường đa tình, hai đời vợ, có xu hướng lập phòng nhì.

Hội hợp sát tinh nhiều: chủ giảm thọ, bất trinh, bất chính.

Tóm lại: Bộ Đào – Hồng là tinh hệ biểu tượng cho sự quyến rũ, nhu cầu tình cảm và dục vọng.

Nếu gặp cát tinh, văn tinh: tăng mỹ cảm, trí tuệ, khả năng giao tiếp.

Nếu hội sát tinh: trở thành ám tinh, gây hại về danh tiết, sức khỏe và tuổi thọ.

Cần xét theo vị trí (Mệnh, Thân, Phu, Tật) và các sao hội chiếu để xác định cát – hung rõ ràng.

Các Phúc Tinh

ROSY RAIN

Ân Quang (Mộc) – Thiên Quý (Thổ) -Phúc tinh, Giải thần, Quý nhân tinh

Chủ về nhân hậu, từ thiện, đem lại may mắn, trợ lực vô hình, bảo vệ đương số khỏi tai họa, bệnh tật.

Được coi là Thiên Ất Quý Nhân trong Tử Vi, mang tính chất cứu giải mạnh.

Ân Quang: Dương Mộc

Thiên Quý: Âm Thổ

Dương Mộc sinh Âm Thổ, tạo thế tương hỗ điều hòa.

Quang Quý: Là giải thần bậc nhất: hóa giải tai ách, giảm sát khí của các hung tinh như Hỏa, Linh, Kình, Đà, Riêu.

Tăng phúc khí, trợ lực trong thi cử, công danh, cứu giúp lúc hoạn nạn.

Tăng sự ôn hòa trong tính cách: người có Quang, Quý thường hiền lương, trọng ân nghĩa, dễ được giúp đỡ.

Có thể chế giải tính hoa nguyệt, dâm đãng do sao Đào Hoa, Hồng Loan gây ra.

Hung – Hại điểm

Gặp sát tinh vẫn không phát huy tác họa, do Quang – Quý có tính chế giải mạnh.

Tuy nhiên, nếu đơn độc, không có sao chính tinh tốt nâng đỡ, thì cũng chỉ có tác dụng phụ trợ nhẹ, không thể xoay chuyển toàn cục.

Tóm lại:

Ân Quang – Thiên Quý là bộ sao quý nhân, thường đi với các Phúc tinh, Văn tinh để tạo nên những cách cục cao đẹp, giải hung thành cát.

Trong luận giải cần chú ý vị trí tọa thủ (Mệnh, Quan, Phúc, Tật, Tài…) để định rõ tác dụng cụ thể.

Khi gặp Mệnh yếu, gặp nhiều sát tinh, nhưng có Quang – Quý cứu giải, đương số vẫn có thể vượt thoát tai nạn lớn.

Tử Vi Nhập Môn

Sao Thiên Quan - Thiên Phúc

Thiên Quan Quý Nhân (Hỏa) – Thiên Phúc Quý Nhân (Thổ)- Phúc tinh, Giải thần, Quý nhân tinh

Chủ về phúc đức, nhân hậu, lòng từ thiện, mang tính thiêng liêng, cao cả, thường ứng với những người có tâm linh, tín ngưỡng. Có năng lực giải trừ tai họa, hóa hung thành cát, thường xuất hiện trong những cách cục có sự phù trợ vô hình.

Thiên Quan Quý Nhân: Dương Hỏa

Thiên Phúc Quý Nhân: Âm Thổ → Hỏa sinh Thổ, tạo thế thuận hành, bổ trợ lẫn nhau.

Tăng cường phúc khí, giải tai ách, đặc biệt hữu hiệu trong việc hóa giải bệnh tật, tai nạn, kiện tụng, thị phi.

Gia tăng tuổi thọ, tăng sức phúc đức tổ tiên, nhất là khi hội hợp với các sao như Thiên Đức, Nguyệt Đức, Ân Quang, Thiên Quý.

Người có Quan, Phúc tọa thủ tại Mệnh, Phúc Đức, Quan Lộc thường có tâm địa tốt, thích giúp đỡ người khác, dễ gặp quý nhân phù trợ trong đời.

Hung – Hại điểm

Khi đơn độc hoặc gặp nhiều sao mờ ám xấu xa, sức cứu giải sẽ bị giảm nhẹ.

154

ROSY RAIN

Tử Vi Nhập Môn

Tuy là phúc tinh, nhưng không có tác dụng tích cực nếu hội hợp quá nhiều Bại tinh, hoặc không có sao chính tinh tốt hỗ trợ.

Tóm lại: Thiên Quan Quý Nhân là cứu tinh trong thiên tai, bệnh hoạn; thường đại diện cho quý nhân ở cõi trên hoặc sự linh ứng bất ngờ.

Thiên Phúc Quý Nhân thì nghiêng về sự may mắn âm thầm, bền bỉ, có công năng nâng đỡ mệnh cục lâu dài, nhất là trong các đại hạn hoặc vận hạn khó khăn.

Bộ sao này thường kết hợp với các Phúc tinh khác để hình thành cách "phúc hậu trường thọ", "quý nhân hộ mệnh", "đức trọng phúc dày".

Sao Thiên Giải, Địa Giải, Giải Thần.

Thiên Giải (Hỏa) – Địa Giải (Thổ) – Giải Thần (Mộc) - Phúc tinh, Giải thần, Trung tinh

Chủ về giải trừ tai họa, hóa hung thành cát, có năng lực cứu khổn phò nguy, tiêu trừ bệnh tật, giải ách nạn trong hạn.

Tượng trưng cho lòng nhân hậu, từ thiện, đức độ khoan hòa, là các sao âm đức âm thầm nâng đỡ mệnh cục.

Thiên Giải: Dương Hỏa

Địa Giải: Âm Thổ

Giải Thần: Dương Mộc

Bộ sao có đủ ba hành tạo nên thế tương sinh bổ trợ, tác dụng hỗ trợ lẫn nhau khi đồng cung hoặc tam hợp.

Cát – Lợi điểm

Hóa giải bệnh tật, tai nạn, hung hoạ, đặc biệt hiệu nghiệm khi hội hợp với các Phúc tinh khác như Ân Quang – Thiên Quý, Thiên Đức – Nguyệt Đức.

Trong hạn gặp Thiên Giải, Địa Giải: thường tai qua nạn khỏi, thoát hiểm trong gang tấc.

Người có các sao này tọa thủ tại Mệnh, Quan Lộc, Thiên Di thường là người có lòng từ thiện, gặp nhiều may mắn khi lâm nguy.

Hung – Hại điểm

Giải Thần tọa tại cung Tài Bạch hoặc Điền Trạch:

- Khó tụ tài, tiền bạc hao hụt, khó giữ của lâu dài.
- Không thích hợp cho cách cục cầu phú quý lớn.

Tử Vi Nhập Môn

- Khi đi với sao mờ ám hoặc bại tinh: năng lực cứu giải bị suy giảm, chỉ mang tính an ủi tinh thần.

Tóm lại

Bộ Giải là trung tinh thiên về giải cứu, nhưng sức mạnh không tự chủ, cần có chính tinh tốt và các Phúc tinh khác hỗ trợ mới phát huy trọn vẹn công năng.

Dù không thuộc nhóm quyền quý, văn tài hay tài lộc, nhưng đây là bộ sao âm đức cần thiết trong những vận xấu hoặc khi cung Mệnh thiếu cát tinh.

Trong tổ hợp sao, nên dùng Giải Thần để hỗ trợ hóa giải sự hung hiểm, hơn là dùng để luận chính về công danh, tài lộc.

Giải hạn bằng tổn thất của Tam Giải: "Của đi thay người" là hiện tượng khi gặp tai ách, hung hiểm, hạn xấu, thay vì bị ảnh hưởng đến thân thể, tính mạng, sức khỏe, thì bản thân lại gặp may mắn thoát nạn, nhưng phải chịu tổn thất về tiền bạc, tài sản.

Đây là sự chuyển hóa tai họa từ thân thể sang vật chất, mang tính giảm nhẹ hạn xấu, một kiểu "giải hạn bằng tổn thất"

ROSY RAIN

Thiên Đức, Nguyệt Đức

Thiên Đức (Hỏa) – Nguyệt Đức (Hỏa)

(Phúc tinh, Giải thần)

Chủ phúc hậu, nhân từ, đoan chính, có đức độ.

Có khả năng chế hóa các sao hoa nguyệt như Đào Hoa, Hồng Loan, giảm thiểu ảnh hưởng dâm đãng.

Là giải thần: giúp hóa giải tai ách nhỏ, giảm nhẹ bệnh tật, tiêu trừ tai họa, đặc biệt khi hội với các sao xấu.

Thường gặp trong các cách cục có tính âm phúc – cứu độ, hỗ trợ cho người mệnh yếu hoặc khi gặp vận hạn hung sát.

Ghi chú: Thiên Đức và Nguyệt Đức là hai trong các phúc tinh tiêu biểu trong tử vi, thường gặp trong cách "đức tinh chế sát" – lấy thiện lành hóa giải hung họa.

Tử Vi Nhập Môn

Thiên Đức, Phúc Đức

Thiên Đức (Hỏa)- Giải thần, Phúc tinh

Phúc Đức (Thổ) -Phúc tinh, giải tinh

Chủ về phúc đức, nhân hậu, khoan hòa, từ bi, có lòng thiện nguyện.

Là giải thần: có khả năng giải trừ tai họa, giảm nhẹ bệnh tật, chế giải sát tinh khi hội chiếu

Có thể hóa giải ảnh hưởng xấu của các sao hoa nguyệt như Đào Hoa, Hồng Loan, đặc biệt với nữ mệnh.

Tăng phúc thọ, may mắn, đem lại sự bình an và cứu độ trong nguy nan.

Phúc Đức (Thổ)

Chủ âm phúc tổ tiên, sự nhân hậu, đoan chính, khoan hòa.

Giải họa: giúp giảm bớt ảnh hưởng xấu của sát tinh, bại tinh.

Gia tăng phúc thọ, đem lại sự may mắn, thuận lợi trong cuộc sống.

Gặp nhiều sao thiện như Thiên Đức, Nguyệt Đức, Thiên Phúc, Thiên Quý: phúc đức dày, vận số ổn định, ít gặp hung hiểm.

Gặp sát tinh, bại tinh thì hiệu lực suy giảm nhưng vẫn mang tính chất "giải nhẹ tai họa".

Khi Phúc Đức thủ Mệnh hoặc xung chiếu Mệnh: người nhân hậu, sống thọ, được người quý mến giúp đỡ.

Khi Phúc Đức thủ cung Phúc: tổ tiên tích đức, hậu vận ổn định.

Khi Phúc Đức đi cùng với Thiên Hình, Đà, Kỵ, Không Kiếp: phúc khí bị hao hụt, dễ gặp chuyện phiền toái, vận kém may.

Tóm lại: Sao Phúc Đức là sao mang tính phò trợ, chế giải, đại diện cho âm phúc và hậu vận, rất cần thiết trong cách cục nhiều sát tinh. Tuy không mạnh như Thiên Phúc, Ân Quang, Thiên Quý, nhưng vẫn là một sao lành có giá trị hỗ trợ quan trọng trong lá số.

Tử Vi Nhập Môn

Thiếu Dương (Hỏa) – Thiếu Âm (Thủy) - Phúc tinh, Giải tinh

Chủ thông minh, hòa nhã, nhân hậu, từ thiện.

Biểu tượng cho ánh sáng nhỏ, hỗ trợ ánh sáng lớn của Nhật và Nguyệt.

Có khả năng giải trừ tai họa nhẹ, bệnh tật nhỏ, tăng cường nhân cách hiền lương, lạc quan.

Cách cục đặc biệt: Thiếu Dương + Thái Dương (đồng cung, Nhật sáng): ánh sáng tăng thêm, phúc khí cường thịnh, ví như có hai mặt trời chiếu sáng.

Thiếu Âm + Thái Âm (đồng cung, Nguyệt sáng): tăng vẻ đẹp, nhân hậu, sâu sắc.

Thiếu Dương/Thiếu Âm + Hóa Khoa (đồng cung hoặc xung chiếu): bộ sao phúc thiện giải ách, chủ cứu khốn phò nguy, tăng phúc thọ và trí tuệ

Tóm lại: Thiếu Dương và Thiếu Âm là những sao phụ cát tinh, mang lại ảnh hưởng êm dịu nhưng bền bỉ, có khả năng tăng sáng, tăng thiện, rất quý khi hội hợp với cát tinh như Khoa, Quý, Ân Quang, Thiên Đức.

Tác dụng mạnh hơn khi đồng cung với Nhật Nguyệt sáng sủa. Đồng cung với Nhật Nguyệt lạc hãm thì sớm vất vả sau tốt.

Hỷ Thần (Hỏa)- Phúc tinh, Hi tinh

Chủ vui vẻ, mang đến may mắn, tin mừng, hỷ sự, đặc biệt tốt cho việc cưới hỏi, sinh nở, thi cử, cầu công danh.

Tốt khi gặp Long, Phượng: Hỷ thần giúp ánh sáng rực rỡ, làm tăng phúc lộc, đem lại nhiều điềm lành trong cuộc sống và sự nghiệp.

Tóm lại: Hỷ Thần là sao cát mang tính vui tươi, may mắn, rất cần thiết trong việc hình thành các cách cục hôn nhân, sinh nở, thành đạt. Khi hội hợp với các cát tinh như Long, Phượng, hiệu lực càng tăng, giúp hoàn thành những mục tiêu trọng đại trong đời.

Tử Vi Nhập Môn

Thiên Hỷ (Thủy)- Phúc tinh, Hi tinh

Tượng trưng cho niềm vui, sự hòa nhã, tin mừng bất ngờ.

Mang lại may mắn trong các việc liên quan đến hôn nhân, sinh nở, cầu danh, thi cử, thăng tiến.

Thường được xem là một cát tinh phụ, hỗ trợ hỷ sự, làm dịu bớt ảnh hưởng của các sao sát bại.

Xuất hiện ở các cung Phu, Tử, Mệnh, Thân là điềm tốt cho gia đạo và nhân duyên.

Tóm lại: Thiên Hỷ là một sao phụ cát có tác dụng hỗ trợ các việc hôn nhân, sinh nở, thi cử, mang tính hòa hoãn, cát lợi, đặc biệt khi đi cùng với các sao như Hỷ Thần, Đào Hoa, Hồng Loan, hoặc Long, Phượng.

Sao Thiên Thọ

Thiên Thọ (Thổ)- Phúc tinh, Thọ tinh

Tượng trưng cho sự trường thọ, điềm lành, phúc đức lâu dài.

Người có Thiên Thọ thủ Mệnh thường điềm đạm, hòa nhã, nhân hậu, có xu hướng làm việc thiện.

ROSY RAIN

Tử Vi Nhập Môn

Là sao cát, gia tăng tuổi thọ và sự bình an, đặc biệt khi đồng cung hoặc hội chiếu với các sao phúc tinh như Ân Quang, Thiên Phúc, Thiếu Dương, Thiên Đức.

Xuất hiện ở các cung Mệnh, Phúc, Tật, Tử là dấu hiệu tốt cho sức khỏe, tuổi thọ và hậu vận.

Tóm lại: Thiên Thọ là phúc tinh chuyên về tuổi thọ và sức khỏe, có khả năng chế giải tai ương nhỏ, củng cố hậu vận, mang đến sự bình an và sống lâu nếu đi kèm các cát tinh.

Tràng Sinh (Thủy)- Phúc tinh, Thọ tinh, Sinh khí tinh

Nhân hậu, từ thiện, có độ lượng, gia tăng phúc thọ, chủ sự bền vững và lâu dài. Lợi ích cho sinh nở, dưỡng dục, phát triển.

Tọa thủ tại Dần, Thân, Tỵ gặp Thiên Mã đồng cung: chủ công danh hanh thông, dễ thành đạt, gặp nhiều may mắn.

Tọa tại Hợi gặp Mã: chủ lao đao, trắc trở, ít lợi về công danh.

Tọa cung Tật Ách, nếu hội nhiều sao ám tinh, bại tinh: dễ có bệnh mãn tính, khó khỏi.

Tóm lại:Tràng Sinh là sinh khí tinh, tượng trưng cho sự khởi đầu tốt đẹp, phúc lộc trường tồn, hỗ trợ mạnh mẽ cho sức khỏe, sinh nở và công danh, nhất là khi hội tụ với các cát tinh.

ROSY RAIN

Tử Vi Nhập Môn

Đế Vượng (Kim) - Thọ tinh, Phúc tinh, Sinh khí tinh, Quyền tinh

Uy nghi, đường bệ, biểu thị sự vững mạnh, nhân hậu, từ thiện.

Gia tăng phúc thọ, giải trừ tai họa, bệnh tật, thúc đẩy công danh, quyền thế, tài lộc.

Chủ sự thịnh đạt, phát triển nhanh chóng, thuận lợi trong sinh sản và mở rộng gia đạo.

Cung Mệnh hoặc Thân có Đế Vượng tọa thủ, lại gặp Tử Vi: chủ tài năng lãnh đạo, dễ đảm nhiệm trọng trách, có uy quyền.

Khi hội tụ với các cát tinh: tăng phúc thọ, đem lại hưng vượng lâu dài.

Tóm lại: Đế Vượng là biểu tượng của cực thịnh, đại diện cho quyền uy, phúc thọ, và vượng khí trong lá số, đặc biệt phát huy tác dụng khi đi cùng các chính tinh lớn như Tử Vi, Thái Dương, Thiên Phủ, v.v.

Thanh Long (Thủy) - Cát tinh, Phúc tinh, Hỷ tinh

Tính hòa nhã, vui vẻ, chủ sự may mắn, tốt lành

Lợi ích cho các việc như: cầu công danh, hôn nhân, sinh nở.

Có khả năng giải trừ tiểu tai, hỗ trợ thuận lợi trong việc mưu sự.

ROSY RAIN

Tọa thủ tại Tứ Mộ (Thìn, Tuất, Sửu, Mùi) gặp Kỵ đồng cung: ví như rồng xanh ẩn hiện trong mây ngũ sắc, biểu tượng phú quý, uy quyền, may mắn vượt trội.

Gặp Lưu Hà đồng cung: như rồng xanh vẫy vùng giữa đại hà, tượng trưng cho sự phát đạt, thuận lợi về thi cử, cầu danh.

Tóm lại: Thanh Long là cát tinh có năng lực trợ mệnh mạnh mẽ, khi tọa thủ đúng vị và hội hợp cát tinh sẽ tăng cường phúc khí, giúp phát huy tài năng, và vượt qua nghịch cảnh.

Hóa Khoa (Mộc đới Thủy)- Văn tinh, Phúc tinh, Giải thần

Chủ về trí tuệ, văn học, học vấn uyên bác, nhân hậu, có đức độ.

Là sao giải tai, giải nạn, tăng phúc thọ, có khả năng hóa giải sát khí, chế phục các hung tinh.

Được mệnh danh là vị thần chủ quản thi cử, giám sát văn chương, có ảnh hưởng đặc biệt trong sự nghiệp học hành và công danh.

Gặp Văn Xương, Văn Khúc, Thiên Khôi, Thiên Việt: thành bộ Văn tinh, chủ văn học, thi cử, đỗ đạt.

Gặp Hóa Quyền, Hóa Lộc: thành bộ Quý tinh, gia tăng ảnh hưởng đến tài lộc, quyền thế.

Gặp sát tinh: không bị ảnh hưởng tiêu cực, thậm chí chế hóa hung họa, làm giảm nhẹ tai ương.

Tóm lại: Hóa Khoa là đại biểu cho trí tuệ và đức hạnh, có vai trò trọng yếu trong việc thăng tiến công danh, giải trừ tai ách, và bảo trợ học nghiệp. Khi tọa thủ tại các cung trọng yếu và hội hợp cát tinh, Hóa Khoa phát huy tối đa khả năng trợ mệnh, biến hung thành cát.

Bác Sỹ (Thủy) - Phúc tinh, Văn tinh, Giải thần (thuộc nhóm Thai Phụ–Bác Sỹ trong Thai Tọa hệ)

Tượng trưng cho trí tuệ, sự thông minh, khoan hòa, và nhân hậu.

Có tính chất văn học, thích hợp với người theo đuổi nghiệp học hành, nghiên cứu, y thuật.

Là sao có khả năng giải trừ bệnh tật nhẹ, hỗ trợ tốt cho công việc học tập, thi cử, và nghiệp văn chương.

Khi hội chiếu cùng các sao như Văn Xương, Văn Khúc, Thiên Khôi, Thiên Việt, Hóa Khoa, càng gia tăng khả năng đỗ đạt, cầu danh thuận lợi.

Khi tọa thủ cung Tật Ách hoặc tam hợp Mệnh: có thể giảm nhẹ bệnh tật, đem lại sự lành mạnh, an khang.

Tóm lại: Bác Sỹ là một sao trợ học và trợ phúc, tuy không chủ quyền thế hay phú quý lớn, nhưng đóng vai trò quan trọng trong việc nuôi dưỡng trí tuệ, giải trừ bệnh hoạn, và phò trợ sự nghiệp học hành, đặc biệt hữu ích với những người theo đuổi văn nghiệp, y dược, hoặc các ngành học thuật sâu xa.

Thiên Y (Thủy) - Phúc tinh – Giải thần – Y tinh

Biểu tượng cho sự tinh khiết, cẩn trọng, và có khả năng chữa lành, giải trừ bệnh tật.

Mang ý nghĩa bảo hộ sức khỏe, có tác dụng như một "thầy thuốc trên trời" cứu giúp những tai họa liên quan đến thân thể và tinh thần.

Tượng trưng cho vệ sinh, sạch sẽ, sống nề nếp và biết chăm sóc bản thân.

Khi tọa thủ tại cung Tật Ách hoặc tam hợp Mệnh, Thiên Y có khả năng giảm nhẹ bệnh tật, hỗ trợ quá trình phục hồi sức khỏe.

Khi hội hợp cùng các sao Ân Quang, Thiên Quý, Thiếu Dương, Hóa Khoa, càng tăng khả năng cứu giải tai họa, gia tăng phúc thọ.

Là sao có ảnh hưởng tích cực nếu xuất hiện trong vận hạn, đặc biệt khi đương số đang mắc bệnh hoặc chịu ảnh hưởng của sát tinh.

Tóm lại: Thiên Y là một trong những giải tinh tiêu biểu trong Tử Vi, mang thiên chức cứu giải, hộ thân và bảo trợ về mặt sức khỏe. Sao này đóng vai trò phò tá ẩn tàng, giúp đương số vượt qua tai nạn, bệnh tật và hướng đến lối sống cẩn trọng, lành mạnh, đặc biệt hữu ích trong các ngành y dược hoặc nghề nghiệp có tính chăm sóc, chữa trị.

Thiên Trù (Thổ) - Phúc tinh – Tài tinh

Chủ về ẩm thực, sự hưởng thụ vật chất, đặc biệt là thức ăn, rượu thịt.

Mang ý nghĩa no đủ, sung túc, thường tượng trưng cho phúc thực, sự may mắn trong việc ăn uống, hưởng lộc trời.

Có khả năng thu hút tài lộc, gia tăng của cải vật chất, đôi khi đi kèm với sự thích hưởng thụ, nhàn lạc.

Tọa tại cung Tài Bạch hoặc Điền Trạch: gia tăng khả năng hưởng phúc, thuận lợi trong việc làm ăn buôn bán, dễ có tài lộc tự đến.

Cung Mệnh có Thiên Trù: người thường có khiếu ăn uống, dễ béo tốt, thích cuộc sống hưởng thụ, đôi khi ưa rượu chè, tiệc tùng.

Cung Phúc Đức có Trù: gia đình dễ có truyền thống ẩm thực, bếp núc đủ đầy, tổ tiên để lại hưởng phúc vật chất.

Tóm lại:Thiên Trù là sao biểu trưng cho sự sung túc, hưởng lộc, thiên về phúc thực và sự thoải mái về vật chất. Là một sao nhẹ nhàng nhưng có lợi, nhất là khi hội tụ cùng các Tài tinh như Lộc Tồn, Hóa Lộc, hoặc Phúc tinh như Thiên Phúc, Ân Quang. Tuy nhiên, nếu gặp nhiều sao đào hoa hoặc dâm tinh, đương số có xu hướng ham mê tửu sắc, sa đà vào hưởng thụ.

Các Sao Quyền Tinh

Hóa Quyền (Mộc đới Thủy) có sách cho rằng Mộc đới Hỏa

Hóa Quyền thuộc hành Mộc nhưng được Thủy sinh trợ, tạo nên đặc tính mạnh mẽ, quyết đoán và linh hoạt trong việc thực thi quyền lực. Sao này mang ý nghĩa biểu tượng cho sự uy quyền, năng lực lãnh đạo và sức mạnh hành động.

Tính cách mạnh bạo, mau lẹ trong hành động Hóa Quyền thể hiện bản chất oai vệ, khảng khái, luôn chủ động nắm bắt và điều khiển quyền lực. Người có Hóa Quyền thường có năng lực quyết định nhanh chóng, kiên định, đồng thời thể hiện tinh thần lãnh đạo bẩm sinh.

Ảnh hưởng tăng cường bởi sự phối hợp với các sao khác

Khi kết hợp với các sao tốt đẹp, Hóa Quyền sẽ khuếch đại năng lượng tích cực, làm tăng giá trị, uy tín và sự thành công của cá nhân, thúc đẩy việc nắm giữ vị trí quyền lực một cách thuận lợi.

 Ngược lại, nếu gặp phải các sao xấu, sao này có thể làm gia tăng tính tiêu cực, biểu hiện qua sự cố chấp, áp bức hoặc lạm dụng quyền hành, từ đó dẫn đến các kết quả không mong muốn.

Tóm lại: Hóa Quyền thể hiện khả năng chủ động thay đổi tình thế và khẳng định vị trí trong xã hội hoặc môi trường làm việc. Tuy nhiên, cần lưu ý về sự hài hòa trong phối hợp sao để phát huy mặt tích cực, tránh biểu hiện thái quá gây hại.

Quyền tinh: Sao Quốc Ấn

Quyền tinh trong Tử Vi là những sao thể hiện quyền lực, ảnh hưởng và sự điều khiển trong các lĩnh vực khác nhau của cuộc sống. Trong đó, sao Quốc Ấn là một trong những sao thuộc nhóm quyền tinh nổi bật, mang ý nghĩa đặc thù liên quan đến danh tiếng, quyền lực và sự uy nghiêm.

Quốc Ấn đại diện cho con dấu của triều đình hoặc nhà nước, biểu trưng cho sự thừa nhận quyền lực chính thức và hợp pháp. Trong tử vi, nó biểu thị sức mạnh pháp lý, danh tiếng, và địa vị được xã hội công nhận.

Tính chất quyền uy: Sao này thể hiện sức mạnh kiểm soát, quyền thế và khả năng lãnh đạo trong các lĩnh vực công quyền, hành chính hoặc các tổ chức lớn.

Hình ảnh uy nghiêm: Quốc Ấn mang theo sự nghiêm túc, trật tự và sự tôn nghiêm trong cách ứng xử, thể hiện qua phong thái chỉ huy, khả năng duy trì kỷ luật và pháp luật.

Vị trí an sao: Khi Quốc Ấn tọa thủ ở các cung trọng yếu như Mệnh, Quan Lộc, hoặc Tài Bạch, chủ mệnh thường có khả năng nắm giữ các vị trí quyền lực hoặc có ảnh hưởng lớn trong xã hội.

Khi kết hợp với các sao tốt, Quốc Ấn giúp gia tăng uy tín cá nhân, tạo điều kiện thuận lợi cho sự thăng tiến trong sự nghiệp công quyền, làm tăng tính pháp lý và sự chính danh.

Nếu đi kèm với sát tinh hoặc bị phá cách, Quốc Ấn có thể biểu hiện sự cứng nhắc, độc đoán, hoặc lạm quyền, gây ảnh hưởng xấu đến mối quan hệ xã hội và sự nghiệp.

 Mối liên hệ với Quyền tinh khác: Quốc Ấn thường phối hợp với các sao quyền tinh như Hóa Quyền, Thiên Phủ để tạo thành bộ ba quyền lực vững chắc, biểu thị sự cân bằng giữa quyền lực hành chính (Quốc Ấn), quyền lực thực thi (Hóa Quyền), và quyền sở hữu tài sản (Thiên Phủ). Quốc Ấn là một phụ tinh cần có sao chính tinh dẫn động, đóng cung Vô chính diệu ở thế trung bình.

Tử Vi Nhập Môn

Quan Đới (Kim)

Trong vòng Tràng Sinh, biểu hiện giai đoạn bắt đầu phát triển ý thức xã hội và tham vọng công danh.

Sao Quan Đới mang ý nghĩa của lễ phục triều đình (áo mũ chỉnh tề khi ra nhậm chức), tượng trưng cho công danh, quyền vị và địa vị xã hội. Tên gọi "Quan Đới" tức là "mặc áo quan" – ý chỉ sự trang nghiêm, hướng về đường quan lộc. Dân gian hay gọi vui (hoặc theo kiểu diễn nghĩa biểu tượng) rằng "Quan Đới là dây đai của áo quan", nhằm nhấn mạnh tính chất chuyển tiếp sinh – tử, chứ không phải chỉ mang nghĩa chết chóc hay tang tóc.

Chủ công danh, chức vị, quyền uy: Khi đắc địa và đi cùng các sao cát, Quan Đới chỉ người có chí tiến thủ, ham thích địa vị, dễ đạt được sự trọng vọng, công nhận từ xã hội.Tượng trưng cho quy củ, trật tự: Người có Quan Đới mạnh thường sống theo nề nếp, có ý thức tổ chức, có khát vọng lập thân bằng đường chính đạo.

Cát – Hung tùy phối hợp sao: Quan Đới là một sao trung tính, mang tính hình thức và tiềm năng, do đó dễ biến đổi theo môi trường (tức sự phối hợp với các sao khác).

Khi gặp Cát tinh (như Thiên Khôi, Thiên Việt, Hóa Khoa, Quốc Ấn, Tả Hữu...): Quan Đới trở thành biểu tượng của danh vị hiển đạt, mang đến sự thăng tiến chính danh, được cấp trên trọng dụng và tín nhiệm.

ROSY RAIN

Khi gặp sao mờ ám, xấu xa (như Cô Thần, Quả Tú, Thiên Hình, Bệnh Phù...): Quan Đới chuyển thành trạng thái ràng buộc, thể hiện sự phiền nhiễu trong quan trường, dễ bị hiểu lầm, liên lụy pháp luật, hoặc bị trì hoãn trong việc thăng tiến.

Khi đi với Sát tinh, Bại tinh (như Địa Không, Địa Kiếp, Kình Dương, Đà La...): Quan Đới hóa thành trạng thái trói buộc, giống như sợi dây thắt cổ, chủ sự ức chế, gò bó, có thể rơi vào hoàn cảnh bị ép buộc, hoặc tự đưa mình vào thế khó thoát thân, dẫn tới khổ tâm và suy nhược tinh thần.

Tóm lại: Quan Đới thể hiện một giai đoạn trưởng thành trong vòng đời, khi con người hướng ra xã hội, mang theo hoài bão công danh và khát vọng quyền lực. Tuy nhiên, sao này không bảo chứng thành tựu mà chỉ biểu thị khuynh hướng và môi trường danh lợi, nên cần phối hợp tốt với các Cát tinh để khai phát mặt tích cực. Nếu không, sẽ dễ trở thành gánh nặng danh vọng, đưa đương số vào vòng ràng buộc, thậm chí là "danh lụy thân".

Tướng Quân (Mộc)

Quyền tinh, mang khí chất mạnh mẽ, biểu tượng cho quyền lực thực thi, tinh thần dũng mãnh, ý chí lãnh đạo. Tướng Quân là một trong những sao biểu hiện rõ nét về uy quyền, thực lực, và ý chí chiến đấu, tượng trưng cho khí phách của người làm tướng, người lãnh đạo

Chủ khí phách anh hùng: Sao này đại diện cho những phẩm chất như can đảm, hiên ngang, quyết đoán, thích xông pha, không chịu khuất phục.

Óc lãnh đạo và nhu cầu cầm đầu: Người có Tướng Quân thủ Mệnh thường có thiên hướng làm người chỉ huy, điều phối, lãnh đạo người khác thay vì làm cấp dưới.

Thích hợp môi trường cần bản lĩnh: Nhất là các lĩnh vực như quân sự, chính trị, điều hành, tổ chức hay những ngành nghề đòi hỏi sự dấn thân, quyết đoán.

Lợi ích cho công danh: Khi đi với các Cát tinh (Thiên Tướng, Quốc Ấn, Hóa Quyền...), Tướng Quân phát huy mạnh mẽ tính cách anh minh, chính trực, dám hành động, giúp đương số đạt được vị trí cao, được trọng dụng trong cơ cấu quyền lực hoặc tập thể.

Chủ quyền lực, đặc biệt liên quan đến quân đội hoặc chính quyền: Đây là sao thường gặp ở những người làm trong lĩnh vực quân sự, cảnh sát, điều hành cấp cao, hoặc nắm thực quyền trong một hệ thống hành chính.

Gặp Thiên Tướng đồng cung: Biểu hiện rõ nhất của thế quyền hành song toàn, chính - võ kết hợp, có tài lãnh đạo vừa mềm mỏng, vừa cương nghị. Thường là người có "oai đức song toàn", dễ nắm giữ đại quyền.

Gặp Tuần hoặc Triệt án ngữ (đặc biệt là đồng cung): gọi là "đoản đầu Tướng Quân" – ông tướng mất đầu. Tượng trưng cho việc quyền thế bị cản trở, thường dẫn đến:

Công danh bị truất giáng, bãi cách

Gặp tai nạn nghiêm trọng, nhất là tai nạn xe cộ, dao kéo, vũ khí

Dễ gặp biến cố đột ngột làm sụp đổ uy tín, quyền lực. Đây là một cách phá lớn, nhất thiết phải luận kỹ về các sao giải (như Giải Thần, Thiên Giải, Địa Giải) đi kèm.

Ý nghĩa riêng với nữ mệnh, Nữ Mệnh có Tướng Quân tọa thủ: Sao này vốn dương cương và mang tính đối kháng mạnh, khi nhập cung Mệnh của nữ giới dễ dẫn đến:

Tính cách mạnh mẽ, lấn át, khó phục tùng.Có khuynh hướng ghen tuông, áp chế bạn đời, khó thuận hòa nếu đối phương nhu nhược

Nếu phối hợp không thuận, dễ dẫn đến mâu thuẫn hôn nhân, bất lợi đường tình cảm

Tóm lại: Tướng Quân là sao quyền tinh mang khí chất xung phong, quyết liệt và đòi hỏi hoàn cảnh thích hợp để phát huy. Khi được nâng đỡ bởi các sao cát và không bị án ngữ bởi Tuần/Triệt, sao này trở thành trụ cột cho sự nghiệp lớn, mang lại công danh rực rỡ. Ngược lại, nếu bị phá cách, Tướng Quân có thể dẫn đến biến cố lớn, thậm chí nguy hại tính mạng trong trường hợp sát tinh cùng hội chiếu.

Phong Cáo – Quyền tinh phụ (Hành Thổ)

"Phong" nghĩa là phong tước, phong chức, "Cáo" nghĩa là cáo sắc, chiếu chỉ, tức là văn bản phong quan, ban ân, bổ nhiệm của vua chúa.

Phong Cáo tượng trưng cho chiếu chỉ công nhận quyền lực và địa vị chính thức, uy tín được xác lập hợp pháp.

Chủ công danh, vinh hiển, được công nhận: Phong Cáo đại diện cho con đường công danh suôn sẻ, dễ được bổ nhiệm chức vụ, được thăng tiến bằng con đường chính đạo.

Gia tăng danh vọng, hợp thức hóa quyền lực: Người có sao này thường không chỉ có tài mà còn được chính quyền, tổ chức hoặc xã hội công nhận, tin tưởng và giao quyền.

Hợp với người theo đường quan chức, nhà nước, học thuật, tôn giáo, hoặc bất kỳ ai cần sự công nhận chính thống để thăng tiến.

Phong Cáo + Quốc Ấn: Danh chính ngôn thuận, dễ giữ chức cao, có quyền lực được tổ chức trao.

Phong Cáo + Hóa Quyền: Vừa có năng lực thật sự, vừa được công nhận và giao quyền – thường là người thăng tiến nhanh trong môi trường có tổ chức rõ ràng.

Phong Cáo + Thiên Khôi/Thiên Việt: Cách "văn võ kiêm toàn", được trọng dụng như nhân tài hiếm có.

Phong Cáo + sát tinh (Đà, Kỵ, Không, Kiếp): Quyền lực dễ bị nghi ngờ, danh tiếng bị phá hoại, hoặc bị truất giáng, thuyên chuyển không minh bạch.

Phong Cáo là sao quyền tinh phụ, mang ý nghĩa về quyền lực được công nhận một cách chính thức. Đây là một dấu hiệu quan trọng cho công danh hiển đạt, đặc biệt nếu hội tụ với các sao cát hoặc quyền tinh khác. Tuy không chủ về "thực quyền tự thân" như Hóa Quyền, Phong Cáo lại có tác dụng làm vững vàng, chính danh hóa quyền lực, giúp đương số dễ được thăng chức, được quý nhân hoặc tổ chức lớn nâng đỡ.

Đường Phù – Quyền tinh phụ (Hành Thổ hoặc Mộc tùy hệ)

"Đường" chỉ triều đình, nhà nước (Đường triều, chính đường), còn "Phù" là phù hiệu, ấn tín, lệnh bài.Do đó, Đường Phù tượng trưng cho việc tham gia vào bộ máy hành chính, mang chức vụ, quyền hạn trong tổ chức nhà nước hoặc tập đoàn hành chính lớn.

 Chủ quyền hành chính, tổ chức: Đường Phù thể hiện khả năng nắm giữ vai trò điều hành hoặc thư ký, như kiểu "chưởng ấn văn phòng" – người giữ con dấu, điều khiển công văn, hỗ trợ chính sự.

178

Tăng cường quyền lực mang tính điều phối, gián tiếp, không thiên về chỉ huy như Tướng Quân, mà nghiêng về quyền vận hành – hành chính – tổ chức.

Hội hợp tốt: Khi đi cùng các cát tinh như Quốc Ấn, Văn Xương, Thiên Khôi, Hóa Quyền, Đường Phù giúp người làm việc trong cơ cấu nhà nước, chính trị, hoặc tổ chức lớn được trọng dụng, phân công điều hành hành chính hoặc đóng vai trò trung tâm điều phối công việc.

Hội hợp xấu: Nếu đi với Hóa Kỵ, Thiên Hình, Đà La..., dễ gặp phiền toái vì giấy tờ, thủ tục, dính dáng pháp luật hoặc bị trói buộc vào các hệ thống cứng nhắc, dễ bị điều tiếng hành chính (lạm quyền, nhũng nhiễu...).

Đường Phù là một quyền tinh phụ, mang đậm tính hành chính, tổ chức và lễ nghi triều đình, thường thấy ở những người làm việc trong môi trường hành chính, công vụ, hoặc nơi đòi hỏi sự điều phối và quy củ. Khi phối hợp tốt, sao này giúp củng cố địa vị, tăng khả năng giữ quyền lực trong tổ chức, nhất là vai trò điều hành trung gian hoặc thư ký quyền lực.

Nếu gặp tổ hợp hạn như sau:

Đại hạn hoặc tiểu hạn hoặc lưu niên nhập cung có Không – Kiếp – Hình – Kỵ – Bạch Hổ, lại xung chiếu mệnh hoặc Thân, thì: Nguy cơ tai họa cực lớn, dù bản thân không sai vẫn dễ "đứng mũi chịu sào", bị oan sai, mất mát nặng.

ROSY RAIN

Cách giải và phòng ngừa trong năm hạn như vậy:

- Kỵ tranh chấp – tránh cãi vã – không động đến pháp luật
- Không ký kết đầu tư rủi ro – tránh "bảo lãnh" giùm người khác
- Giữ gìn sức khỏe – kiểm tra phòng ngừa tai nạn dao kéo, giao thông
- Tạo phước hành thiện, bố thí, tu tập tĩnh tâm
- Lánh xa thị phi – tập trung vào chuyên môn, không tham vọng danh lợi khi vận khí không cho phép.

Các Phú Tinh

Thiên Lộc – Lộc Tồn

Nhân Lộc – Hóa Lộc

Tử Vi Nhập Môn

Lộc Tồn (Bắc Đẩu tinh – Dương Thổ đới Thủy – Phú tinh, Quý tinh, Phúc tinh) Cát tinh điển hình, mang tính tích lũy, lâu bền, âm thầm và ổn định

Chủ về tài lộc bền vững, quyền tước do tích đức, phúc thọ trường cửu.

Gia tăng lợi ích vật chất, củng cố thế vững trong sự nghiệp, điền sản, tiền bạc.

Người có Lộc Tồn thủ mệnh thường: Thông minh, hiếu học, có tinh thần cầu tiến

Cẩn trọng, nguyên tắc, sống tiết chế, nghiêm nghị

Thường sống cô tịnh, hướng nội, nhưng lại nhân hậu, từ tâm, có xu hướng hành thiện, giúp đỡ kẻ yếu

Có tư chất của người phò tá, bảo hộ, hành đạo – rất hợp với các ngành như y học, giáo dục, từ thiện

Lộc Tồn có khả năng giải trừ tai họa, bệnh tật, khó khăn nguy biến, nhất là khi hội với các hung sát tinh

Đặc biệt có tác dụng tiết chế, triệt tiêu tính hoa nguyệt, phóng đãng của các sao Đào Hoa như Đào Hoa, Hồng Loan, Riêu, Tham, Mộc Dục – làm cho đời sống tình cảm trở nên đứng đắn, nghiêm túc hơn

ROSY RAIN

Tử Vi Nhập Môn

Tại Mệnh hoặc Thân: Người biết tích lũy, có tài đức, ít phô trương, thường sống lâu, làm điều lành, hưởng phước về sau.

Tại Tài Bạch: Lộc bền, tài vận ổn định, càng già càng giàu.

Tại Phúc Đức: Có tổ nghiệp, hưởng âm phúc tổ tiên truyền lại, đời sống hậu vận tốt đẹp.

Tại Quan Lộc: Công danh từ từ mà lên, không rực rỡ đột biến nhưng vững bền, do tích đức mà thành.

Tại Phu/Thê: Hôn nhân gắn bó nhờ đức hạnh và lòng chung thủy, giảm thiểu tính đào hoa phá hoại.

Lộc Tồn là một trong những phú tinh trọng yếu nhất trong Tử Vi Đẩu Số, tượng trưng cho Thiên lộc, là tài lộc do đức mà có, không thiên về may mắn nhất thời hay tranh đoạt hơn thua. Bản chất ôn hòa, tích lũy, mang giá trị về bền vững, phòng thủ, cứu trợ, rất thích hợp để luận giải chiều sâu về phúc đức – tài vận – nhân cách – hậu vận. Đây là sao nâng đỡ, chế hóa và định hướng con người theo con đường chính trực và thiện lành.

Hóa Lộc là sao do các chính tinh sinh ra

Hóa Lộc là kết quả của sự hóa khí từ một chính tinh theo từng thiên can. Mỗi năm sinh (tức mỗi thiên can) sẽ có một sao chính tinh hóa thành Hóa Lộc.

Thiên Can Năm Sinh	Sao Sinh Ra Hóa Lộc
Giáp	Liêm Trinh
Ất	Thiên Cơ
Bính	Thiên Đồng
Đinh	Thái Âm
Mậu	Tham Lang
Kỷ	Vũ Khúc
Canh	Thái Dương
Tân	Cự Môn
Nhâm	Thiên Lương
Quý	Phá Quân

Như vậy, Hóa Lộc không phải là "sao gốc", mà là một dạng năng lượng được phát sinh từ chính tinh, tùy thuộc vào năm sinh của đương số.

Chính tinh nào phát Hóa Lộc sẽ ảnh hưởng đến cách vận hành tài lộc, tính cách và tài năng của đương số.

Ví dụ: Người tuổi Giáp có Liêm Trinh Hóa Lộc: tài lộc đến từ sự mưu trí, giỏi ứng biến, có lúc mang tính mạo hiểm hoặc liên quan đến pháp luật, hình sự. Hóa lộc có năng lực làm tính chất cứng ngắt của Liêm trinh thêm mềm mỏng dễ lưu động trong tài chính.

Người tuổi Kỷ có Vũ Khúc Hóa Lộc: tài lộc đến từ kinh doanh, tính toán kỹ lưỡng, thực dụng, mạnh về tiền bạc.

Phú Tính Hóa Lộc

Hóa Lộc (Mộc đới Thổ – Tứ Hóa tinh – Phú tinh – Cát diệu trọng yếu)

Ngũ hành: Mộc, mang ảnh hưởng của Thổ khí

Thuộc Tứ Hóa (Hóa Lộc, Hóa Quyền, Hóa Khoa, Hóa Kỵ)

Cát tinh hàng đầu về tài lộc, biểu trưng cho sự sinh trưởng, thu hoạch, tăng tiến và tích tụ lợi ích vật chất

Là giám quan của cung Phúc Đức, mang ý nghĩa bảo hộ phúc khí, trường thọ

Coi sóc thu nhập và tài sản tại hai cung trọng yếu là Tài Bạch và Điền Trạch

Chủ tăng tài, tiến lộc, làm ăn thuận lợi, tiền bạc hanh thông

Có năng lực hút tài, sinh tài, bảo toàn của cải, đặc biệt khi thủ hoặc chiếu vào Tài Bạch, Điền Trạch, Quan Lộc

Tích lũy lâu dài, tạo thành cơ nghiệp, phát triển bền vững

Về phúc đức và đạo đức: Nhân hậu, từ thiện, thích giúp người, dễ hành thiện tích đức

Có năng lực giải trừ bệnh tật, tai họa, tương tự một loại "phúc khí hộ thân"

Dù là sao tài lộc, nhưng hướng tâm chính trực, khác với loại tài tinh mang tính thủ đoạn

Về chức vị và quyền thế: Góp phần giữ gìn chức vụ, củng cố uy tín, làm cho đương số dễ được tín nhiệm, được thăng thưởng nhờ có tài có đức

Hóa Lộc đi cùng Hóa Quyền hoặc Hóa Khoa thì vừa có tài – quyền – danh, là biểu hiện vận hội hanh thông

Hóa Lộc là một cát tinh đại biểu cho "tài lộc chính đáng", mang tính chất phúc hậu và tích cực, phù hợp với người sống lương thiện, cầu tiến, biết giữ đạo làm người. Khi được hội tụ với các cát tinh khác (như Xương, Khúc, Lộc Tồn, Thiên Khôi, Thiên Việt), Hóa Lộc không những gia tăng của cải mà còn làm đẹp thêm tính cách và uy tín của đương số. Tuy nhiên, nếu lạc vào các tổ hợp xung phá, nó lại trở thành nguồn gốc của tai họa do tài mà sinh phiền, nên cần tùy thời thuận thế, phát huy chính đạo.

Các Sao Quý Tinh

Quý Tinh Lộc Tồn

Quý tinh đại diện cho phẩm chất cao quý, thanh khiết, mang năng lượng tích cực và lành mạnh.

Chủ quyền tước, tài lộc, phúc thọ: Lộc Tồn biểu thị cho sự giàu có bền vững do đức tích, không mang tính chất may rủi nhất thời.

Thông minh, hiếu học, cô độc, nghiêm cẩn, nhân hậu, từ thiện: Người có Lộc Tồn thủ mệnh thường có tư cách đạo đức, sống kín đáo, biết giúp đỡ người khác.

Cứu khốn, phò nguy, giải trừ bệnh tật, tai họa: Sao này có tác dụng trợ giúp, cứu giải khi gặp khó khăn, bệnh tật, tai ương.

Gia tăng tài lộc, phú thọ: Làm tăng cường phúc lộc, giúp tài vận ổn định, kéo dài tuổi thọ.

Triệt tiêu tính dâm đãng, hoa nguyệt của Đào Hồng: Lộc Tồn có tác dụng làm giảm bớt tính đào hoa, giúp đời sống tình cảm trở nên nghiêm túc, đứng đắn hơn.

Lộc Tồn là sao phúc tinh quý giá, vừa biểu trưng cho sự tích đức tích lộc, vừa có khả năng cứu giải tai họa, duy trì sự ổn định lâu dài về tài vận và sức khỏe.

Tử Vi Nhập Môn

Quý Tinh Hóa Lộc

Sao Hóa Lộc giám quan coi sóc việc thu hoạch tại cung Điền Trạch và Tài Bạch: Hóa Lộc liên quan đến quyền quản lý phúc lộc, của cải và tài sản.

Nhân hậu, từ thiện, cứu khổn, phò nguy, giải trừ bệnh tật tai họa: Hóa Lộc là sao phúc đức, giúp hóa giải tai ương, tăng phúc lợi.

Tăng tài, tiến lộc, giữ gìn chức vị, uy quyền: Là sao biểu trưng cho sự tăng trưởng, phát triển tài sản và sự củng cố quyền lực.

Gặp Tham Lang, Vũ Khúc đồng cung: làm giàu có thêm.

 Khi hội hợp với các sao tài lộc mạnh, sự phát triển về vật chất càng lớn.

Gặp Lộc Tồn đồng cung: làm giàu có thêm. Hai sao phúc tinh gặp nhau tăng cường phúc lộc lâu dài. Nhưng lại luôn lo lắng về tài chính. Tuy nhiên vẫn là Quý Tinh Lộc Tinh phò trợ.

Gặp Kiếp Sát, Không, Thiên Không, Hao: hao tán, suy bại, gây tai họa: Khi chịu sự phá cách của sát tinh hoặc bại tinh, Hóa Lộc dễ bị tổn thương, dẫn đến mất mát tài sản hoặc tai họ

ROSY RAIN

Long Trì (Thủy) – Phượng Các (Mộc đới Thổ) Phúc tinh – Văn tinh phụ tá – Cát tinh hỗ trợ

Là bộ sao văn quý, mang ý nghĩa về phúc khí, may mắn, và thường tượng trưng cho sự thăng hoa về danh vị, thuận lợi trong các sự kiện vui vẻ, như hôn lễ, sinh con, tân gia.

Góp phần làm tăng tính chất văn nhã, thông minh, nhân hậu, vui vẻ, ôn hòa cho mệnh cách khi đồng cung hoặc đồng bộ với các văn tinh khác.

Chủ về thanh tú, hòa nhã, từ tốn, thường có tư cách đạo đức, nết na, dễ được người khác quý mến.

Người có Long Trì – Phượng Các thủ mệnh thường được đánh giá là dịu dàng, nhã nhặn, có duyên giao tiếp, sống thuận theo lễ nghĩa.

Công danh – Tài lộc: Góp phần tạo thuận lợi về học hành, thi cử, chức vụ, tăng khả năng được quý nhân nâng đỡ.

Có tác dụng làm đẹp thêm cho cung Tài Bạch, Điền Trạch, báo hiệu gia cư cao sang, phúc lộc hưng thịnh.

Gia đạo – Hôn nhân: Là bộ sao chỉ sự vui mừng, thường báo hiệu cưới hỏi, sinh nở, hỷ sự trong đại hạn hoặc lưu niên.

Gặp trong cung Phu/Thê, Tử Tức hoặc cung Điền cũng là dấu hiệu tốt đẹp về gia đình, con cái, nhà cửa.

Gặp Văn Xương, Văn Khúc, Tả Phù, Hữu Bật, Thiên Khôi, Thiên Việt: Tạo thành bộ hiền thần, chuyên phò tá các chính tinh chủ quyền như Tử Vi, Thiên Phủ.

Khi đồng cung hoặc tam hợp với Tử/Phủ: uy quyền hiển hách, dễ thành danh to, gặp thời gặp thế.

Gặp Phi Liêm (Phi): Đem đến những tin vui đến nhanh, thay đổi tích cực bất ngờ, nhất là về danh vị và tình cảm.

Trong hạn vận: thường báo hỷ sự, thăng chức, thêm người trong nhà.

Tóm lại: Bộ Long Trì – Phượng Các tuy không phải sao chủ đạo, nhưng có tác dụng phụ trợ rất mạnh khi đi cùng các chính tinh tốt. Trong mệnh cách, sự xuất hiện của bộ sao này thường biểu thị một người có phúc hậu, danh giá, thuận lợi trong các chuyện vui, và được quý nhân yêu mến. Đây là bộ sao giúp tăng cát giảm hung, rất được trân trọng trong việc luận mệnh và hạn.

Ân Quang (Mộc) – Thiên Quý (Thổ) Phúc tinh – Quý tinh – Cát tinh giải ách

Bộ Ân Quang – Thiên Quý là hai sao phúc hậu, chủ về thiện tâm, từ bi, cứu độ, gặp may mắn, thường được xem như ánh sáng ngầm soi đường trong vận mệnh, giải cứu nhiều tai ương trong đời người.

Trong Tử Vi, đây là Quý tinh, tượng trưng cho trời thương, người cứu, rất được xem trọng khi luận đoán các vận hạn và cứu giải hung sát tinh.

Người có Quang Quý thủ mệnh thường có trí tuệ sáng suốt, tính tình ôn hòa, vui vẻ, trọng đạo nghĩa, nhân hậu, yêu chuộng công lý. Rất hay giúp đỡ người khác, sống thiên về tâm linh hoặc nhân đạo, có khuynh hướng từ thiện, tôn giáo.

Gặp Quang Quý trong cung hạn hoặc đại vận là dấu hiệu của quý nhân phù trợ, tai qua nạn khỏi, hoặc có người âm âm trợ giúp.

Có khả năng giải trừ tai nạn, bệnh tật, phiền lụy, thị phi, nhất là khi đi cùng các Sát tinh như Kình Dương, Đà La, Không Kiếp.

Có khả năng chế hóa tính phong lưu, dâm dục của các sao như Đào Hoa, Hồng Loan, giúp cho đương số sống đoan chính, tránh lối sống buông thả.

Tử Vi Nhập Môn

Đặc biệt hữu ích trong lá số có các sao tình cảm lấn át hoặc mệnh có khuynh hướng sa ngã, giúp giữ mình trong sạch, sống đúng đạo lý.

Gặp Sát tinh (Kình, Đà, Không, Kiếp, Linh, Hỏa…):

Quang Quý không bị nhiễm xấu mà còn có tác dụng hóa giải, chế sát, khiến tác hại của sát tinh bị suy giảm đáng kể.

Vì vậy, nhiều người mệnh có Quang Quý dù rơi vào vận xấu vẫn thoát hiểm trong gang tấc, nhờ "trời độ".

Gặp các Phúc tinh khác như Thiên Đức, Nguyệt Đức, Thiên Trù, Long Đức…

Càng tăng độ phúc hậu, cứu nguy mạnh mẽ, báo hiệu số mệnh hưởng nhiều âm đức, hay được trợ giúp bất ngờ.

Tóm lại: Bộ sao Ân Quang – Thiên Quý là trụ cột trong nhóm Phúc tinh – Quý tinh, đóng vai trò giải tai ách, dưỡng thiện căn, tăng phúc trạch, giúp người có trong mệnh hoặc hạn được giảm xấu tăng tốt, hóa hung thành cát.

Trong hạn vận: là dấu hiệu tai qua nạn khỏi, gặp người giúp đỡ kịp thời, hoặc gặp cơ hội hóa giải bất ngờ.

Trong mệnh cách: báo hiệu người có lòng hiền từ, nhân hậu, sống có đạo đức, có căn tu, thường được "trời thương".

Thiên Mã (Hỏa) Dịch Mã tinh – Quý Tinh – Động tinh chủ sự thay đổi, di chuyển, chuyển hóa vận khí

Thiên Mã là sao chủ về biến động, di chuyển, xê dịch, tượng trưng cho sự linh hoạt, tháo vát, cầu tiến, thường chỉ những thay đổi mang tính chất đột phá hoặc chuyển vận trong đời người.

Được gọi là Dịch Mã, đi kèm với các chuyển động cơ bản trong công danh, tài lộc, cư trú, xuất ngoại, thay đổi môi trường sống, v.v.

Còn được xếp vào nhóm Quý Tinh ,sao này mang lại vận hội lớn, khả năng vươn lên nhanh chóng, được "trời trao xe ngựa đi xa".

Khi tọa thủ Mệnh, Thân, có kèm Lộc tồn, và bộ chính tinh sáng sủa chủ về: Đa tài, đa nghệ, có ý chí vượt khó. Thành công lớn trong việc kinh doanh, giao thương, công vụ hoặc xuất ngoại.

Tử Vi Nhập Môn

Mệnh có Thiên mã thích hoạt động, không ngừng tiến thủ.

Tổ hợp	Tên cách cục	Ý nghĩa
Mã + Tử Phủ	Phù Du Mã	Ngựa kéo xe vua
Mã+ Nhật, Nguyệt sáng	Thư Hùng Mã	Ngựa tốt đủ đôi
Mã+ Lộc tồn	Chiết Tiễn Mã	Bẻ roi đánh ngựa, tài quan song vinh
Mã xung chiếu Lộc	Lộc Mã Giao Trì	Gặp thời
Mã+Hỏa Linh	Chiến Mã	Ngựa ra chận, lãnh đạo
Mã + Khốc, Khách	Tuấn Mã	Ngựa hay, thành công nhờ thử thách lớn.

Các tổ hợp phá cách, nguy hiểm

Tổ hợp	Tên cách cục	Hệ quả tiêu cực
Mã+Hình	Phù Thi Mã	Ngựa mang xác, đại họa, tang thương
Mã + Đà	Chiết Túc Mã	Ngựa què, ngăn trở, khó thành sự
Mã cư Tuyệt địa	Cùng Đồ Mã	Bế tắc, cùng đường, thất bại
Mã + Tuần, Triệt	Tử Mã	Tai biến đột ngột, giảm thọ, phá sản..

ROSY RAIN

Tóm lại: Thiên Mã là sao chuyển động – cơ hội – thành tựu, khi đắc địa, chủ mệnh có năng lực hành động xuất sắc, gặp thời mà lên, thường nổi bật nơi tha phương.

Khi bị sát tinh khống chế, lại là dấu hiệu của lao đao vì chuyển dịch, thay đổi bất ổn, thậm chí mang họa về tai nạn giao thông, tù tội, phá sản.

Quan trọng nhất trong việc luận sao Thiên Mã là xét các sao hội hợp, vị trí sao Thiên Mã, và thế đứng đối xứng với các sao chủ tĩnh hay động.

TẤU THƯ (Kim)- Quý tinh – Văn tinh phụ – Cát tinh hỗ trợ nghệ thuật và diễn đạt

Tấu Thư là một trong các sao nhỏ mang tính chất văn học, biện luận, nghệ thuật, chủ về khả năng diễn đạt ngôn ngữ, hùng biện, nói năng khéo léo, ứng đối lanh lợi.

Được xem là Quý Tinh, nghĩa là tinh đầu mang lại những điều may mắn, lợi ích, đặc biệt là trong phương diện thi cử, văn chương, ca hát, luật pháp, ngoại giao.

 Người có Tấu Thư thủ mệnh thường: Vui vẻ, lanh lợi, có khiếu ăn nói, ca hát, văn thơ. Có khả năng hùng biện, viết lách, trình bày vấn đề rõ ràng mạch lạc, thích hợp với các ngành văn hóa, nghệ thuật, luật pháp, truyền thông, giáo dục.

Tử Vi Nhập Môn

Có duyên khi giao tiếp, dễ thuyết phục người khác, thích hợp với vai trò người phát ngôn, dẫn chương trình, luật sư, giáo viên, nhạc sĩ, nhà văn...

Trong công danh: Lợi ích lớn cho học hành thi cử, nhất là nếu hội cùng Văn Xương, Văn Khúc, Thiên Khôi, Thiên Việt.

Góp phần hỗ trợ công danh qua con đường ăn nói, viết lách, lập luận, hoặc khi làm việc cần đến khả năng trình bày, viết báo cáo, thương thuyết.

Trong nghệ thuật: Là sao nghệ thuật nhẹ nhàng, chủ về ca nhạc, sáng tác, văn thơ Nếu đi cùng các sao Hồng, Đào, Xương, Khúc, Hỉ Thần, thường sinh người có năng khiếu nghệ thuật phong phú, có thể theo hướng biểu diễn hoặc nghệ thuật ngôn từ.

Gặp Văn Xương, Văn Khúc: Hình thành bộ tam văn, cực kỳ tốt cho thi cử, nghiên cứu, nghề nghiệp trí tuệ, văn nghệ.

Gặp Thiên Khôi, Thiên Việt: Tăng độ quý hiển, có thể thành thư sinh thành danh, người làm lớn nhờ văn tài.

Gặp Thiên Hỷ, Đào Hoa, Hồng Loan: Phát triển trong ngành giải trí, nghệ thuật, diễn xuất, âm nhạc.

Gặp Không, Kiếp, Hình, Kỵ: Có thể trở nên nói nhiều mà không trọng nội dung, bị thị phi, khẩu nghiệp, hoặc viết ra điều tai hại, phản tác dụng.

195

ROSY RAIN

Tấu Thư hãm địa, không có Văn tinh hội chiếu: Khả năng diễn đạt thường nông cạn, thiếu chiều sâu, dễ gây hiểu lầm.

Tóm lại: Tấu Thư là một Văn – Quý Tinh có vai trò hỗ trợ đặc biệt trong việc thi cử, học hành, phát triển nghệ thuật và nghề nghiệp cần giao tiếp.

Đặc biệt hữu ích cho lá số thiên về trí tuệ – học thuật – ngoại giao, hoặc các ngành nghệ thuật cần khả năng sáng tạo bằng lời nói hoặc ngôn ngữ hình tượng.

Tuy không phải sao chính tinh, nhưng khi hội đủ cát tinh phù hợp, Tấu Thư vẫn là nền tảng quý giá cho con đường học vấn và thành tựu qua tài năng mềm.

THIÊN KHÔI – THIÊN VIỆT - (Quý tinh – Văn tinh – Cát tinh quyền quý)

Thiên Khôi và Thiên Việt là hai sao Văn Quý Tinh, có nguồn gốc từ chức Tả – Hữu bộc thần trong triều đình xưa, nên còn được gọi là "bộ Khôi Việt", tượng trưng cho hiền thần, mưu sĩ, người phò tá trung thành, người tài đức phò trợ quân vương.

Trong Tử Vi, Khôi Việt chủ về công danh, học hành, quý nhân phù trợ, và tài năng vượt trội.

ROSY RAIN

Tử Vi Nhập Môn

Nếu mệnh có đủ Khôi Việt hội chiếu, thường là người xuất chúng, học cao hiểu rộng, gặp thời đổi vận, có người nâng đỡ.

Thiên Khôi (Dương Thủy – Bắc Đẩu tinh)

Chủ về thông minh, học hành giỏi giang, đầu óc sáng suốt, uyên bác.

Có duyên thi cử, khoa bảng, dễ đậu đạt, thành danh.

Là sao khai mở trí tuệ, rất lợi cho những người theo đường học thuật, lý luận, viết lách, quản lý.

Gặp các sao Văn như Văn Xương, Văn Khúc thì sự nghiệp học thuật càng rạng rỡ.

Thiên Việt (Âm Thổ – Nam Đẩu tinh)

Chủ về quý hiển, được người giúp đỡ, có người nâng đỡ trong hoạn nạn.

Tượng trưng cho phúc khí, quý nhân, uy quyền âm thầm, làm tăng vận may trong đời sống.

Là sao bảo trợ và phong chức trong bộ sao danh vọng.

Gặp Ân Quang, Thiên Quý, dễ được ưu ái, nâng đỡ, nhất là khi vào hạn lớn.

ROSY RAIN

Tử Vi Nhập Môn

Người có Khôi Việt thủ mệnh: Thông minh, học rộng, lanh lợi, quyết đoán, có tư chất làm quan hoặc lãnh đạo.

Có uy tín, dễ được người trọng dụng.

Có năng lực thiên bẩm về nghiên cứu, tư duy logic, lý luận chặt chẽ.

Về công danh – khoa cử – quý nhân. Cực kỳ lợi cho thi cử, học hành, cầu danh, đặc biệt khi đi với Xương, Khúc, Khoa, Quyền, Lộc.

Khi nhập cung Quan Lộc hoặc Mệnh – Thân, dễ đỗ đạt, thành công sớm, có người giúp đỡ thăng tiến.

Nếu đi với Ân Quang, Thiên Quý, Long Trì, Phượng Các, gọi là cách Quý Nhân hội tụ, sự nghiệp sẽ rực rỡ.

Về hạn và vận trình

Khi vào hạn có Khôi Việt, dù gặp sao xấu khác cũng dễ có người giúp đỡ, hóa hung thành cát. Là một bộ sao "giải nguy", nâng đỡ mệnh số trong thời kỳ khó khăn.

Cát cách: Khôi – Việt + Xương – Khúc: Trí tuệ sáng suốt, danh vọng lớn, thi cử đỗ đạt, học thuật cao siêu.

Khôi – Việt + Tả – Hữu: Lãnh đạo tài năng, có người phò tá, công danh thuận lợi.

Khôi – Việt + Khoa, Quyền, Lộc: Gặp thời thành đại sự, làm quan lớn hoặc nổi danh.

Hung cách: Khôi – Việt gặp Không Kiếp, Kình Đà: Bị phá cách, tài danh khó giữ, có thể gặp họa do kẻ tiểu nhân, tai tiếng, thất bại.

Bị Tuần Triệt án ngữ: Mất đi cơ hội lớn, quý nhân không thể giúp, bị dìm, thiệt thòi.

Tóm lại:

Thiên Khôi – Thiên Việt là bộ Quý tinh – Văn tinh cát lợi, chủ danh vọng, học thức, quý nhân và công danh.

Những người có Khôi – Việt thủ mệnh hoặc nhập hạn thường được nâng đỡ, gặp may mắn về thi cử, sự nghiệp, và có trí tuệ hơn người.

Tuy nhiên, bộ sao này cần được hội chiếu đúng cách, tránh gặp sát tinh phá hoại thì mới phát huy trọn vẹn phúc khí và công danh.

Các sao Trung Tinh (các sao không tốt, không xấu)

TẢ PHỤ – HỮU BẬT

Bắc Đẩu tinh

Tả Phụ: Dương Thổ đới Kim

Hữu Bật: Dương Thủy đới Thổ

Trợ tinh – Phù tinh – Trung Tinh

Là bộ phò tá điển hình, chuyên giúp đỡ, hỗ trợ chính tinh hoặc các sao đắc cách.

Chủ quyền lệnh, có tác dụng làm nổi bật quyền uy, công danh, tài trí khi hội tụ với các sao cát như Tử Vi, Thiên Phủ, Tả Hữu, Khôi Việt, Xương Khúc, Khoa Quyền Lộc...

Gặp nhiều sao cát tường: cát càng thêm cát, giúp người được nâng đỡ, có quý nhân, dễ thành công trong các việc trọng yếu.

Gặp nhiều sao hung ác (như Không Kiếp, Kình Đà, Hỏa Linh, Hình Kỵ...): hung càng thêm hung, gia tăng nguy cơ bị hại bởi chính những người trợ giúp, hoặc bị phản bội, truất chức, phá hoại.

Vị trí & Tác dụng nổi bật: Khi tọa thủ tại Mệnh, Quan, Tài gặp chính tinh đắc địa, rất lợi cho công danh, địa vị, quý nhân phù trợ.

Khi đi với các sao văn tinh (Xương Khúc, Tấu Thư, Văn Xương, Văn Khúc...): hỗ trợ học nghiệp, thi cử, văn chương.

Nếu đi với Tuần, Triệt hoặc rơi vào hãm địa: mất tác dụng trợ giúp, hoặc trở nên trợ giúp sai người, dễ bị hiểu lầm, trách phạt.

Tóm lại:

Bộ sao Tả Phụ – Hữu Bật là Trung Tinh thiên về cát, có khả năng khuếch đại tính chất của các sao đi cùng. Đây là bộ sao quan trọng trong việc xét khả năng được giúp đỡ, nâng đỡ, và phối hợp tốt với các cát tinh để tạo nên cách cục thành công. Tuy nhiên, gặp sát tinh hoặc hung tinh quá mạnh, thì hiệu ứng "trợ hung" cũng cần lưu ý trong luận đoán hạn và vận trình.

DƯỠNG – Trong Vòng Trường Sinh -Ngũ hành: Mộc

Trung tinh-Phụ tinh – Sinh khí tinh – Chủ về nuôi dưỡng, bảo trợ

Sao Dưỡng mang tính chất chăm sóc, nuôi nấng, bảo bọc, gìn giữ, chủ về quá trình tích lũy dưỡng khí sau khi đã sinh ra (Trường Sinh).

Là sao biểu hiện tính cần mẫn, thận trọng, kiên nhẫn, thích hợp với vai trò chăm sóc, giáo dưỡng, hộ trì, hoặc những công việc âm thầm phía sau hậu trường.

Trong tử vi, Dưỡng không có sức mạnh tạo biến động mạnh như Quyền, Kỵ, Không, Kiếp, nhưng lại có tính chất dẫn dắt, bảo tồn âm thầm, nếu đi cùng các sao phù hợp.

Cung Vị	Luận Giải
Mệnh	Cẩn thận, mềm mỏng, thiên hướng sống vì người khác
Thân	Chăm sóc gia đình, thường đông con, vất vả nhưng bền bỉ
Phúc	Dễ mang số làm con nuôi, hoặc sống nhờ che chở của người khác
Tật	Có hung tinh hội họp bệnh kéo dài lâu hết, khó chữa dứt, cần lưu ý khí huyết và tiêu hóa.
Tử Tức	Dễ có con nuôi, chăm sóc con cái người khác như con ruột
Bào	Quan hệ tốt với anh em, hoặc có người thân thiết như ruột thịch nhưng lại không cùng huyết thống.

Gặp Cát tinh: tăng tính ôn hòa, từ ái; thích hợp trong các cách cục phò tá, dưỡng dục.

Gặp Hung sát tinh (Không, Kiếp, Kỵ, Hình): chủ lao tâm, khổ tứ, nuôi người vô ơn, hoặc bản thân mang bệnh lâu ngày.

Gặp các sao Phúc (Ân Quang, Thiên Quý, Thiên Trù…): phúc thọ tăng thêm, cuộc sống có người che chở.

Tóm lại: Dưỡng là một trung tinh có ảnh hưởng âm thầm và bền bỉ, không tạo biến cố nhưng góp phần giữ gìn sự ổn định, dưỡng sinh trong mệnh cách. Tác động của Dưỡng mang tính tiếp nối của Trường Sinh, là giai đoạn khởi đầu tích lũy nội lực. Khi hội hợp với cát tinh, Dưỡng giúp củng cố phúc thọ, công danh và mối quan hệ thân tình; khi gặp sát tinh, lại trở thành dấu hiệu của gánh nặng, trì trệ, hoặc khổ lụy vì người khác.

Tuần – Triệt không phải sao

TUẦN TRUNG KHÔNG – TRIỆT LỘ KHÔNG

Trung tinh đặc biệt – (không tốt cũng không xấu)

Tính chất:mang năng lực ngăn chặn, cản trở, làm khuyết thiếu hoặc hóa giải, che chắn, tiết chế tùy theo hoàn cảnh

Nguồn gốc: Hai điểm giao nhau giữa Hoàng đạo và đường xích đạo trời (tượng trưng cho "chỗ trống" trong hệ thống thiên bàn)

Không thuộc vào bất kỳ chính tinh hay phụ tinh nào, nhưng ảnh hưởng mạnh mẽ đến toàn cục lá số

Trường hợp hội họp	Tác dụng
Án ngữ Sát tinh	Giảm nhẹ sát phạt
Án ngữ Cát tinh	Giảm uy lực, mất phần tốt
Thân cư gặp Tuần- Triệt	Cuộc đời gãy khúc, có bước ngoặc bất ngờ
Gặp chính tinh bị Tuần – Triệt	Tùy chính tinh yếu hay mạnh, có thể biến tốt thành xấu hoặc ngược lại xấu lại thành nhẹ nhàng

Tóm lại:

Tuần và Triệt là hai vị trí có tác động mạnh nhưng không tuyệt đối, mang tính hai mặt. Chúng có thể là "lưỡi dao chém đứt mạch cát khí", nhưng cũng có thể là "bức tường chắn bão hung sát". Cách cục bị Tuần Triệt án ngữ thường phải xét lại toàn bộ hệ thống sao hội chiếu, đặc biệt là vai trò của các Chính tinh, Sát tinh và các cát tinh hỗ trợ đi cùng.

NGUYÊN TẮC LUẬN GIẢI CUNG MỆNH VÀ CUNG THÂN

1. Phân giai đoạn ảnh hưởng:

- Từ lúc sinh ra đến 30 tuổi: căn cứ cung Mệnh.
- Từ 30 tuổi trở đi: trọng cung Thân, song vẫn không bỏ qua cung Mệnh.

2. Thuận – nghịch lý âm dương:

- Thuận lý: Dương cư Dương vị hoặc Âm cư Âm vị → độ số gia tăng.
- Nghịch lý: Dương cư Âm vị hoặc Âm cư Dương vị → độ số suy giảm.

3. Cung Mệnh vượng – suy theo địa chi và hành mệnh:

Sinh/Vượng địa: có lợi. Bại/Tuyệt địa: cần sao cứu giải, đặc biệt là chính tinh sinh được bản mệnh.

NGUYÊN TẮC SINH KHẮC GIỮA MỆNH – CUNG – CHÍNH TINH

4. Thuận lý:

- Cung Mệnh sinh Chính tinh tọa thủ
- Chính tinh sinh bản mệnh thì Độ số gia tăng

5. Nghịch lý:

- Cung Mệnh sinh Chính tinh hoặc Chính tinh sinh cung Mệnh
- Chính tinh khắc bản mệnh hoặc cung Mệnh khắc chính tinh thì Độ số suy giảm, nếu có sát tinh hội thì đáng lo ngại

CUNG MỆNH VÔ CHÍNH DIỆU

6. Tính chất:

- Người khôn ngoan, sắc sảo, nhưng hay lao đao, vất vả lúc thiếu thời
- Dễ là con thứ, con vợ lẽ hoặc con nuôi

Yếu tố cần cứu giải:

- Nên có Tuần, Triệt, Thiên Không, Địa Không hoặc Chính tinh sáng hội chiếu, Trung tinh rực rỡ
- Nếu không, dễ đoản thọ, phải rời tổ nghiệp, ly hương mới mong an ổn

MỆNH – THÂN SÁNG TỐI

- Mệnh và Thân đều sáng là độ số gia tăng, suốt đời toại nguyện
- Mệnh sáng – Thân tối thì tiền vận tốt, hậu vận lao đao
- Mệnh tối – Thân sáng là thiếu thời vất vả, hậu vận an nhàn
- Mệnh yếu – Thân mạnh tất dễ đạt được ý nguyện nhưng khó phát phú lớn

MỆNH – THÂN ĐẶC BIỆT

Mệnh Thân đồng cung:

- Nếu tại Tứ Mộ, gặp nhiều sát tinh lại vô Chính diệu thì cùng khổ, giảm thọ
- Tại Tý, Ngọ vô Chính diệu lại có sát tinh là dễ yếu
- Có Hóa Lộc thì giàu mà giảm thọ, không có Hóa Lộc dễ nghèo nhưng sống lâu

ROSY RAIN

Mệnh Tuần – Thân Triệt hoặc Mệnh Triệt – Thân Tuần:

- Cần gặp Cơ, Nguyệt, Đồng, Lương sáng sủa để hóa giải là về già mới danh giá, an nhàn

Mệnh Không – Thân Kiếp / Mệnh Kiếp – Thân Không:

- Người sắc sảo, thành bại bất thường, đời sống buồn nhiều hơn vui
- Nếu gặp Hồng, Đào, Phá Quân, Thiên Đồng thì giảm thọ
- Có Nhật, Nguyệt, Tử Vi sáng là được sống lâu no đủ

THÂN CƯ CÁC CUNG

Thân cư cung nào thì cung ấy thêm phần trọng yếu

Thân cư Thiên Di: Sao tốt phát triển phương xa

Tuần, Triệt/Sát tinh là dễ chết xa nhà

Thân cư Thê/Phu: Có Nguyệt thì phụ thuộc hôn phối

Tuần, Triệt là hôn nhân trắc trở

Thân cư Tài Bạch: Gặp sao tốt thì có danh trước tài sau

Song Hao, Lộc, Quyền, Kiếp dễ buôn bán giàu có

Lưu Kiếp là cần tránh thủy nạn

Thân cư Quan Lộc: Tuần, Triệt, Kiếp tất công danh muộn

Nữ có Sát tinh, Tang, Hổ là dễ goá bụa, đời sống tình cảm trắc trở

Thân cư Phúc Đức: Sáng sủa là hưởng phúc, sống lâu

Mờ ám thì khó tránh tai họa, dễ đoản thọ

210

Tử Vi Nhập Môn

Ảnh hưởng của các sao tọa thủ tại Cung Mệnh – Thân

(Tổng hợp theo đặc tính, phối hợp sao và giới tính đương số)

Tử Vi Tọa Thủ

Tính chất cơ bản: Tử Vi chủ về uy quyền, danh vọng, phúc thọ, trí tuệ và tầm ảnh hưởng.

Khi tọa thủ tại Mệnh hoặc Thân, đương số có khí chất nổi bật, thiên về lãnh đạo, cầm quyền, dễ được người khác kính trọng.

Ảnh hưởng theo địa vị của sao

- Miếu / Vượng / Đắc địa: Người thông minh, uy nghi, phúc hậu, dễ thành công lớn, sống thọ.
- Bình hòa: Cuộc sống ổn định, không quá nổi bật nhưng vẫn đủ ăn đủ mặc, sống lâu.
- Gặp sát tinh hoặc hãm địa: Hay gặp thử thách, tâm lý nặng nề, thường phải lo toan, vất vả.

Tác động khi phối hợp với các sao khác

- Gặp cát tinh (Phủ, Tướng, Xương, Khúc, Khôi, Việt, Khoa, Quyền, Lộc...):

Tăng mạnh tính cách quân tử, danh vị cao quý, phúc lộc đầy đủ, dễ có địa vị trong xã hội.

211

- Gặp sát tinh (Không, Kiếp, Hỏa, Linh, Bại tinh, Kỵ...): Dễ lao đao công danh, tâm lý căng thẳng, hay gặp biến cố, phải nỗ lực vượt nghịch cảnh.

Tử Vi Gặp Tuần/Triệt: Cuộc đời thường bị ngắt quãng, lúc trẻ vất vả, sống xa quê, dễ yểu nếu không có sao cứu giải.Về già mới khá lên nếu hội được cát tinh bổ trợ.

Tử – Tham đồng cung tại Mão hoặc Dậu: Tâm lý hướng nội, yếm thế, thường muốn rút lui khỏi đời sống bon chen, thích tu học, tôn giáo, thích sống ẩn dật.

Ảnh hưởng theo giới tính đương số

Tử Vi Nhập Môn

Nam mệnh Tử Vi thủ Mệnh – Thân

- Nếu đắc địa, gặp cát tinh: Được hưởng phú quý, quyền thế, sống lâu, dễ thành công lớn trong chính trị, quân sự, quản lý.
- Nếu bình hòa hoặc bị sát tinh vây chiếu: Công danh trung bình, cần nỗ lực bù đắp.
- Gặp Tuần, Triệt:Thường phải bôn ba, lập nghiệp xa quê; nếu không tu dưỡng thì dễ yếu hoặc lao khổ cả đời.
- Tử đồng cung Tham: Tính cách khép kín, nếu tu hành sẽ có thành tựu tinh thần.

Nữ mệnh Tử Vi thủ Mệnh – Thân

- Gặp cát tinh hội chiếu: Đức độ, vượng phu ích tử, vừa đảm đang vừa thông minh, dễ được nể trọng trong gia đình và xã hội.
- Gặp sát tinh hoặc Tuần/Triệt: Khó tránh lao khổ, trắc trở hôn nhân (muộn lập gia đình hoặc trải qua nhiều biến động).
- Nếu đồng cung với Tham Lang: Tâm tính nội hướng, có khuynh hướng sống hướng thiện hoặc xuất gia, cần tránh lập gia đình quá sớm.

Liêm Trinh Tọa Thủ

Liêm Trinh tại Cung Mệnh – Đặc tính tổng quát

Người có Liêm Trinh tọa thủ tại Mệnh thường có ngoại hình cao lớn, vóc dáng xương to, da thô, mặt hơi dài và sớm xuất hiện nếp nhăn. Gương mặt thường nghiêm nghị, mắt sáng, lồi nhẹ, lông mày rậm, biểu hiện khí chất cứng cỏi, nội tâm phức tạp.

Tính cách – Phẩm chất cá nhân

Liêm Trinh đặc điểm nổi bật

- Miếu, Vượng, Đắc địa: Chính trực, nghiêm khắc, can đảm, có khí chất lãnh đạo, thiên hướng chính nghĩa; nếu hội nhiều cát tinh (Phủ, Tướng, Xương, Khúc, Tả, Hữu, Khoa, Quyền, Lộc) thì phẩm cách thanh cao, danh vọng rực rỡ.
- Hãm địa: Tính khí cực đoan, tư chất tranh đấu, nội tâm nghi kỵ, thiên về thực dụng; thích kỹ thuật, kinh doanh, dễ bị hoàn cảnh thử thách, phải ly hương mới dễ thành đạt.

Tử Vi Nhập Môn

Công danh – Sự nghiệp

- Liêm Trinh miếu/vượng/đắc + cát tinh: Là cách quý hiển, chủ về công danh hiển đạt, quyền thế, địa vị cao, được trọng vọng.
- Liêm + Xương Khúc đồng cung: Thể hiện tài thao lược, ứng biến, vừa có văn tài, vừa có khí chất võ lược.
- Liêm miếu/vượng gặp sát tinh, Kỵ, Hình: Công danh bất toàn, tiền tài khó tụ, dễ bị ràng buộc bởi tai nạn, pháp lý, áp lực xã hội.
- Liêm hãm địa + sát tinh, Kỵ, Hình: Cách cuộc khắc nghiệt, dễ bị tù tội, tật bệnh, yếu mệnh, thường kết thúc cuộc đời trong cô độc hoặc hoàn cảnh bi thảm nếu không cải số bằng cách ly hương lập nghiệp.

Sao Liêm Trinh là biểu tượng của liêm chính, khí chất thanh cao, lòng chính nghĩa nhưng cũng là tinh tú của cạnh tranh, đấu tranh nội tâm và xã hội. Mức độ cát-hung của Liêm Trinh phụ thuộc mạnh mẽ vào địa bàn (miếu, hãm), tinh hệ đi kèm (cát tinh hay sát tinh), đồng thời còn bị ảnh hưởng bởi vị trí cung và can chi của đương số. Liêm Trinh không phải là sao "trung dung" mà thường thể hiện hai cực: hoặc rất cao, hoặc rất thấp, không có sự dung hòa.

ROSY RAIN

Liêm Trinh thủ Mệnh – Luận riêng cho Nam mệnh

- Liêm Trinh miếu, vượng, đắc địa + nhiều cát tinh hội chiếu (như Tử Phủ, Xương Khúc, Tả Hữu, Khoa Quyền Lộc): Chủ về phú quý tột bậc, công danh rực rỡ, quyền uy hiển hách, cuộc đời hưởng thọ, sự nghiệp vững bền.
- Liêm Trinh đắc địa + Xương, Khúc đồng cung: Tạo nên cách văn võ song toàn, mưu lược, trí dũng song toàn, có khí chất của bậc anh hùng cái thế.
- Liêm Trinh hãm địa + sát tinh, Kỵ, Hình, Bại tinh hội hợp: Chủ về bất hạnh, cô đơn, bôn ba phiêu bạt, dễ mắc bệnh nan y, có khuyết tật thân thể hoặc tai nạn nặng.
- Hình tượng định mệnh: bị gông cùm, pháp luật trói buộc, yếu tử và kết thúc cuộc đời trong hoàn cảnh bi thảm.

Tóm lại: Liêm Trinh đối với nam giới là một sao khí chất cương cường, trọng chính nghĩa và có xu hướng hành động dứt khoát. Khi vượng địa và được hội chiếu cát tinh, Liêm Trinh thể hiện người trượng nghĩa, có uy tín, năng lực lãnh đạo, phù hợp với các vai trò có trách nhiệm lớn.

Tuy nhiên, khi lạc hãm và gặp hung sát tinh, nó lại trở thành biểu tượng của định mệnh khắc nghiệt, cuộc đời chịu nhiều bức bách, dễ bị cô lập, tổn thương cả về thể chất lẫn tinh thần.

Liêm Trinh thủ Mệnh – Luận riêng cho Nữ mệnh

- Liêm Trinh miếu, vượng, đắc địa thủ Mệnh + cát tinh hội chiếu (Phủ, Tướng, Xương Khúc, Khoa, Quyền, Lộc...): Chủ về người đoan chính, cứng cỏi, thanh cao, có tài năng, đảm lược, biết quán xuyến công việc.

- Được phúc thọ song toàn, hưởng giàu sang, song thường có khuynh hướng lập gia đình muộn mới tránh được ưu phiền do chồng con mang lại. Hình tượng nữ mệnh có khí chất nghiêm nghị, tự trọng cao, đôi phần khó gần nhưng đáng kính trọng.

- Liêm Trinh hãm địa + sát tinh, Kỵ, Hình, bại tinh hội hợp: Chủ về đời sống lao khổ, cô độc, tâm lý bất an, sức khỏe kém, thường bị tổn thương về hôn nhân và gia đạo. Biểu hiện tính khí khắc nghiệt, cố chấp, dễ rơi vào trạng thái đời sống tình cảm nhiều biến cố. Nếu không ly hương lập nghiệp thì thường yếu mệnh, thậm chí tử vong trong hoàn cảnh thương tâm, liên quan đến bệnh tật hoặc tai nạn nghiêm trọng.

Tóm lại: Liêm Trinh ở nữ mệnh là biểu tượng của chính trực – thanh tiết – nghị lực, nhưng đi kèm là sự cô lập và khắt khe nội tâm.

Khi đắc cách, đây là mẫu người phụ nữ tiêu biểu cho "**nữ trung hào kiệt**", nhưng khó tránh khỏi vấn đề tình cảm riêng tư trắc trở.

Khi lạc hãm và hội sát, lại trở thành biểu tượng của cuộc đời long đong, số mệnh nghiệt ngã. Do đó, nữ mệnh có Liêm Trinh nên chọn sống độc lập, phát triển sự nghiệp cá nhân trước khi ràng buộc với hôn nhân để giảm thiểu tác hại của hung cách.

Sao Thiên Đồng – Tính chất cơ bản

Thuộc Nam Đẩu tinh, Âm Thủy, chủ về phúc thọ, từ thiện, trẻ trung, thích vui chơi, ham hưởng thụ, thay đổi thất thường.

Chủ tâm tính hiền hòa, nhân hậu, mềm dẻo, nhưng thiếu quyết đoán, dễ dao động.

- Miếu địa: Dần, Thân.

Rất sáng sủa, phúc hậu, thông minh, dễ thành danh

- Vượng địa: Mão, Tỵ, Hợi.

Giàu tình cảm, thích du lịch, nhân ái

- Đắc địa: Tý, Ngọ.

Có năng khiếu nghệ thuật, mềm mỏng, hay thay đổi

- Hãm địa: Thìn, Tuất, Sửu, Mùi.

Yếu đuối, thiếu kiên trì, dễ bị lôi kéo, bôn ba vất vả

- Gặp Xương, Khúc, Tả, Hữu, Khoa, Quyền, Lộc, Khôi, Việt: Thông minh, phúc thọ, công danh phú quý, thành đạt.
- Gặp Sát tinh (Kình, Đà, Hỏa, Linh), Hình, Kỵ: Thân tâm lao khổ, bệnh tật (mắt, tiêu hóa), thị phi, phiêu bạt.

- Tọa Tỵ, Hợi: Tính thích di động, thay đổi chỗ ở, hay đi xa, phù hợp người thích phiêu lưu.
- Tọa Thìn, Tuất, Sửu, Mùi: Hãm địa, hay tự tôn quá mức, không ổn định, nhiều khó khăn về sự nghiệp.
- Tọa Ngọ: Có óc kinh doanh, tuổi Đinh tại đây có thể khá giả.

Nam mệnh Thiên Đồng

- Miếu, vượng: Nhân hậu, hiền hòa, được lòng người, thành công nhờ quý nhân.
- Hãm địa: Không quyết đoán, thích vui chơi, dễ bị lôi kéo, hay thay đổi nghề nghiệp, bôn ba.

Nữ mệnh Thiên Đồng

- Miếu, vượng: Hiền thục, bao dung, chăm lo gia đình, có duyên làm mẹ, nhân ái.
- Hãm địa: Đa cảm, thiếu lập trường, dễ bị tổn thương trong tình cảm, nhiều nỗi buồn nội tâm.

Tử Vi Nhập Môn

Cung Mệnh có Vũ Khúc tọa thủ:

Thân hình cao vừa tầm, ngực nở về già nặng cân. Mặt dài, vẻ mặt uy nghi.

Thường cách biệt người thân: khắc cha mẹ, anh em, hoặc khắc vợ/chồng, hiếm con.

- Miếu, vượng, đắc địa: Thông minh, chí lớn, quả quyết, cương nghị, hiếu thắng, có tài tổ chức và kinh doanh.

Được hưởng giàu sang, sống lâu, có uy quyền.

Đặc biệt tốt nếu hội hợp các sao cát: Tử, Phủ, Tướng, Tham, Xương, Khúc, Khôi, Việt, Tả Hữu, Khoa Quyền Lộc.

- Miếu địa tại Sửu, Mùi: khởi đầu gian nan, về sau giàu có.
- Đắc địa tại Mão: có tài, nhưng dễ mắc bệnh thần kinh, tai nạn dao súng, điện lửa.
- Đắc địa tại Dậu: giàu sang, nhưng có bệnh nội thương; tốt nếu sinh Tây Bắc.
- Hãm địa: Thiếu thông minh, tham lam, không lương thiện. Công danh trắc trở, tiền tài khó giữ, thường phải tha hương cầu thực.Dễ phá tán gia sản, yếu mệnh.

Tử Vi Nhập Môn

Nếu gặp cát tinh (Xương, Khúc, Khôi, Việt...): chuyên về thủ công, kỹ nghệ, buôn bán, vẫn khá giả. Nếu hội Sát tinh, Kỵ, Hình: độc ác, gian tham, yểu tử thê thảm.

Nam mệnh Vũ Khúc

- Vũ miếu, vượng, đắc địa (Tý, Sửu, Dần, Tỵ, Ngọ, Thân, Dậu – tùy cách)
- Tổ hợp cát tinh hội chiếu (Tử, Phủ, Tướng, Tham, Xương, Khúc, Khôi, Việt, Tả, Hữu, Khoa, Quyền, Lộc): Phú quý tột bậc, uy quyền hiển hách, thọ lâu.
- Gặp Xương hoặc Khúc đồng cung: Văn võ kiêm toàn, có tài thao lược, chỉ huy và tổ chức.
- Gặp Khôi, Việt, Quyền, Lộc: Phù hợp môi trường quân đội, chính trị, kinh doanh, có khả năng lãnh đạo mạnh mẽ.
- Riêng Vũ đắc địa + sát tinh nhẹ: Võ nghiệp hiển đạt, phù hợp với quân đội, cảnh sát, an ninh.
- Vũ Khúc cư (Thìn, Tuất, Hợi – và một số vị trí như Mão tùy đi kèm tinh diệu) Hội cát tinh sáng sủa (Xương, Khúc, Khôi, Việt, Lộc, Khoa...) có thể phát triển về thủ công, kỹ nghệ, thương mại, nhưng phải xa quê lập nghiệp mới giàu có và thọ lâu.

222

- Hội nhiều sát tinh xấu xa (Kỵ, Hình, Linh, Không, Kiếp...):Cuộc đời cùng khổ, cô đơn, tha phương, dễ gặp tai họa, bệnh tật, có thể tàn tật hoặc yểu tử.

Lưu ý : Vũ Khúc vốn là sao Tài tinh kiêm Quyền tinh, chủ tiền tài, cương nghị, quản lý, tính cứng rắn, hiếu thắng.

Dễ thành công trong môi trường cạnh tranh khốc liệt, nhưng cũng dễ khắc kỵ thân nhân nếu đi cùng hung sát.

Nữ mệnh Vũ Khúc

- Vũ Khúc miếu, vượng, đắc địa: Tài giỏi, đảm đang, gan góc, có năng lực quản lý tài chính và tổ chức. Giàu sang, sống lâu.

Tuy nhiên, thường phải muộn lập gia đình thì mới tránh được khổ vì chồng con. Muộn hôn nhân sẽ vượng phu ích tử, thuận về phúc thọ.

- Tổ hợp cát tinh (Tử, Phủ, Tướng, Xương, Khúc, Khôi, Việt, Lộc, Khoa, Quyền…): Phú quý đến tột bậc, phúc thọ song toàn, có thể nổi bật cả sự nghiệp lẫn gia đình.
- Vũ Khúc hãm địa tính cách: Đảm đang nhưng tham lận, cứng rắn quá mức, dễ lấn át chồng. Khổ tâm vì chồng con,

223

phải lao lực tinh thần. Dễ mắc bệnh tật, tai họa, tuổi thọ giảm sút

- Nếu gặp thêm sát tinh (Kỵ, Hình, Linh, Không, Kiếp...): Tính cách cứng cỏi, quyết đoán thái quá có thể dẫn đến xu hướng khó hòa hợp trong quan hệ hôn nhân, dễ làm suy giảm sự gắn kết gia đình. Trường hợp không gặp sao hóa giải, đương số có thể phải trải qua cảnh cô đơn, cuộc sống hôn nhân bất ổn, ảnh hưởng bất lợi đến phúc phần chồng con. Hậu vận nếu gặp thêm nhiều sát tinh, dễ gặp biến cố lớn, thậm chí có thể rút ngắn thọ mạng nếu không được hóa giải kịp thời.

Tóm lại: Vũ Khúc là Tài tinh, nhưng tính cương nghị, quyết đoán quá mức khiến nữ mệnh dễ vất vả trong hôn nhân nếu không được điều tiết bởi sao mềm mại (như Nguyệt, Đồng, Cự...).

Muốn hóa giải phần khắc, cần phối hợp với các sao Ân Quang, Thiên Quý, Hồng Đào, Hỉ Hóa, hoặc an mệnh ở cung có lợi như Vũ Khúc miếu địa.

Sao Thái Dương Thủ Mệnh

Thái Dương là dương hỏa tinh, chủ về ánh sáng, biểu tượng của trí tuệ, danh vọng, quyền uy và nam giới trưởng thượng. Thuộc nhóm quý tinh, văn tinh nhưng mang uy lực mạnh, thiên về hành động, khai sáng và lãnh đạo.

Tính cách – hình tướng:

- Mệnh có Thái Dương miếu, vượng hoặc đắc địa: thường cao vừa tầm, mặt vuông đầy đặn, da hồng hào, khí sắc sáng sủa, tác phong đĩnh đạc, nghiêm trang.

- Tính khí: thông minh, thẳng thắn, cương nghị, giàu tinh thần trách nhiệm và chính nghĩa. Dễ nóng nảy nhưng nhân hậu, có lòng từ thiện.

Vận mệnh:

- Nếu tọa thủ tại Mệnh ở vị trí miếu, vượng, đắc địa và sinh ban ngày thì chủ quý hiển, phú thọ song toàn, danh tiếng vang xa.

- Nếu sinh ban đêm, tác dụng giảm sút: dễ gặp trở ngại, sức khỏe yếu, công danh không bền.

- Gặp sát tinh (Kình, Đà, Không, Kiếp, Hình, Riêu, Kỵ): công danh trắc trở, dễ mắc bệnh đầu, thần kinh, mắt; thường phải bôn ba, tuổi thọ kém.

- Gặp cát tinh (Xương, Khúc, Khôi, Việt, Tả, Hữu, Khoa, Quyền, Lộc, Đào, Hồng, Hỷ): phúc lộc tăng cường, uy quyền hiển hách, sống lâu giàu sang.

Vị trí Đắc, Hãm

- Nhật đắc địa (miếu, vượng, đắc địa) gặp Kỵ đồng cung nhưng không bị Kình, Đà, Không, Kiếp, Riêu, Hình xâm phạm thì vẫn phú quý, sống lâu.
- Nhật hãm địa (yếu, sa sút): Hình dáng, thân hình nhỏ nhắn, gầy, da xám, mặt hốc hác, mắt lộ. Tính tình vẫn có nhân hậu và trí tuệ, nhưng dễ cố chấp, thiếu kiên nhẫn, dễ sa sút chí hướng.
- Sức khỏe: hay đau đầu, thần kinh, khí huyết kém, mắt yếu. Nếu không ly tổ lập nghiệp từ sớm, thường khó sống thọ. Thường về già mới được an nhàn sung sướng.
- Hãm địa tại Hợi, Tý: tuy yếu nhưng lại là người cao khiết, có đạo đức, ham văn chương – triết học – đạo lý, mang tính khí thanh cao.
- Hãm địa tại Thân, Tuất, Tý (các Dương cung): không quá xấu, vẫn đủ ăn đủ mặc, bệnh tật không đáng ngại. Nếu gặp Tam hóa thì lại thành cách phát sau 30 tuổi. Tuổi trẻ vất vả và thường có số lập gia đình hoặc di dân nước ngoài sinh sống.
- Hãm địa nhưng gặp nhiều cát tinh sáng sủa như Xương, Khúc, Khôi, Việt, Tả, Hữu, Khoa, Quyền, Lộc, Đào,

226

Hồng, Hỷ, Hỏa Linh đắc địa: vẫn có công danh, tài lộc và tăng phúc thọ.

- Hãm địa gặp Tuần, Triệt án ngữ: trở thành sáng sủa, được giàu sang – sống thọ nhưng phải ly tổ.

- Hãm địa gặp nhiều sát tinh như Kình, Đà, Không, Kiếp, Riêu, Kỵ, Hình: Số khổ, cô đơn, lang bạt, thường mắc bệnh đầu, thần kinh, mắt rất kém. Có thể mù lòa, tàn tật hoặc gặp đại họa, yểu mệnh nếu không được cứu giải.

- Nhật gặp Hình đồng cung (dù là miếu hay hãm) dễ bị tật mắt, hoặc tai nạn do vật nhọn, kim khí gây thương tổn đến mắt.

Tóm lại: Thái Dương là sao chịu ảnh hưởng mạnh bởi thời gian sinh (ban ngày/ban đêm) và vị trí miếu – hãm.

Cần phối hợp sâu với các sao đồng cung, hội chiếu, đặc biệt là Tứ Sát, Tứ Cát, Tuần/Triệt để đánh giá độ cát/hung một cách toàn diện

Nam Mệnh Thái Dương

- Nam mệnh Nhật miếu, vượng hoặc đắc địa thủ Mệnh gặp nhiều cát tinh sáng sủa (Xương, Khúc, Khôi, Việt, Khoa, Quyền, Lộc, Tả Hữu, Đào Hồng Hỷ...) Tài giỏi toàn diện, có thể văn võ kiêm toàn, tư chất thao lược, lãnh đạo.

Được hưởng phú quý tột bậc, có uy quyền hiển hách, danh tiếng lẫy lừng, và thọ lâu.

Nam mệnh Thái Dương tại hãm địa gặp sát tinh:

- Khi Thái Dương ở vị trí hãm địa và đồng cung với các sát tinh như Kình, Đà, Không, Kiếp, Riêu, Hình, Kỵ, người nam thường trải qua cuộc sống khá nhiều thử thách và biến động. Họ có thể cảm thấy cô đơn và không ổn định trong các mối quan hệ cũng như sự nghiệp.
- Về sức khỏe, thường dễ gặp các vấn đề liên quan đến đau đầu, rối loạn thần kinh và khí huyết. Thị lực cũng có xu hướng suy giảm đáng kể. Nếu không có tổn thương rõ ràng về thể chất, nguy cơ thị lực bị suy yếu nghiêm trọng hoặc mù lòa vẫn tồn tại.
- Ngoài ra, do ảnh hưởng của sát tinh, những tai họa bất ngờ có thể xảy ra, ảnh hưởng đến tuổi thọ nếu không có sự hỗ trợ hoặc hóa giải từ các yếu tố cát tinh khác trong lá số

Lưu ý: Thái Dương thuộc Dương Hỏa, là chính tinh chủ quang minh, danh dự, nam quyền, nên hợp mệnh nam sinh ban ngày, khi đắc địa dễ phát huy toàn bộ tiềm năng.

Nhưng nếu hãm địa, đặc biệt lại gặp sát tinh, thì mặt trái của sao Nhật (quang tắt, mất ánh sáng) sẽ trở nên rất cực đoan — dẫn đến suy sụp cả về thể chất lẫn danh vọng.

Nữ mệnh Thái Dương

- Khi Thái Dương miếu, vượng hoặc đắc địa tọa thủ tại Mệnh, người nữ thường có năng lực đảm đang, tài giỏi, sức khỏe tốt, khí huyết dồi dào. Tính cách cương nghị, đôi khi nóng nảy nhưng được hưởng phú quý, phúc thọ song toàn, cuộc sống viên mãn.

- Nếu Thái Dương ở hãm địa, người nữ có khuynh hướng đa sầu đa cảm, khéo tay và chịu nhiều vất vả trong cuộc sống. Sức khỏe có thể yếu, mắt kém hoặc thường xuyên mắc bệnh, tuy nhiên vẫn được no đủ về vật chất.

- Với Thái Dương hãm địa, sớm ly tổ hoặc di chuyển lập nghiệp xa nhà thường giúp cải thiện vận mệnh và kéo dài tuổi thọ. Đồng thời, việc lập gia đình muộn hoặc có thể lấy kế thiếp cũng giúp giảm bớt những nỗi buồn phiền, trắc trở.

- Khi gặp nhiều sao mờ ám, sát tinh hội hợp, nữ mệnh dễ chịu cảnh cô đơn, khắc lục thân, cuộc sống bấp bênh, sức khỏe suy yếu, thường đau đầu, thần kinh bất ổn, khí huyết kém, thị lực giảm nghiêm trọng. Nếu không có tổn thương rõ ràng ở tay chân thì thị lực kém, nặng thì rất dễ bị mù lòa. Những tai họa lớn cũng có thể xảy ra, ảnh hưởng không tốt đến tuổi thọ.

Sao Thiên Cơ thủ Mệnh

- Cơ miếu, vượng, đắc địa: Thân hình cao, xương lộ, da trắng, mặt dài đều đặn.
- Cơ hãm địa: Thân hình nở nang, hơi thấp, da trắng, mặt tròn, kém thông minh hơn.
- Tính cách, trí tuệ và tài năng: Thông minh, khôn ngoan, có mưu trí và khả năng kinh doanh. Biết quyền biến, tính nhân hậu, từ thiện.
- Nếu sao Thiên Cơ đắc địa, miếu vượng gặp nhiều sao sáng như Xương, Khúc, Khôi, Việt, Tả, Hữu, Song Hao, Khoa, Quyền, Lộc được hưởng phú quý toàn diện, có uy danh lừng lẫy.
- Gặp Tả, Hữu, Lộc, Hình, Y, Quang, Quý thì chuyên về y khoa hoặc dược khoa.
- Gặp Tả, Hữu, Linh, Hình thì lại khéo tay, thường làm kỹ nghệ, máy móc, thủ công.
- Ở cung Mão, Dậu gặp Song Hao là người đa tài, rất phú quý, đặc biệt tuổi Ất, Tân, Kỷ, Bính là toàn mỹ.
- Ở cung Tý, Ngọ gặp nhiều văn tinh thì quý hiển, tuổi Ất, Bính, Đinh lập được sự nghiệp lớn, giàu sang trọn đời.

- Thiên Cơ Khó khăn và bất lợi: Nếu gặp Tuần, Triệt án ngữ đương số phải ly tổ, bôn ba, vất vả, dễ bị tật ở chân tay, gặp tai nạn xe cộ hoặc dao súng, tuổi thọ giảm.
- Ở trạng thái hãm địa, dù khá giả nhưng thường phải buôn bán ngược xuôi hoặc làm thủ công, cuộc sống vất vả.
- Gặp nhiều sao mờ ám, sát tinh, kỵ, hình thì dễ có thể bị tàn tật khó chữa, thường lang thang phiêu bạt, mắc tai họa lớn, dễ cô đơn, yểu tử.

Nam Mệnh Thiên Cơ

- Thiên Cơ miếu, vượng, đắc địa thủ Mệnh gặp nhiều sao sáng sủa tốt đẹp hội hợp: Người nam này hưởng phú quý đến tột bậc, có phúc thọ song toàn.Có sự nghiệp thành công, địa vị cao, cuộc sống sung túc.
- Cơ miếu tại địa bàn Thìn, Tuất: Người có mưu trí, có khả năng bàn luận, hoạch định về chính sách, chiến lược. Thường có tài năng về lãnh đạo, quản lý, hoặc tham gia công việc liên quan đến chiến lược, kế hoạch lớn.
- Cơ miếu tại địa bàn Mão, Dậu gặp Song Hao hội hợp: Người đa tài, có khả năng kiêm cả văn lẫn võ. Vừa có tài năng học thuật, lại vừa có sức mạnh, khả năng thực thi tốt.

231

- Cơ hãm địa gặp nhiều sao mờ ám, xấu xa hội hợp: Khó tránh tàn tật, bệnh tật khó chữa.Cuộc đời hay phải lang thang phiêu bạt, chịu nhiều tai họa lớn. Nếu không gặp được sự giúp đỡ, dễ phải sống cảnh cùng khổ, cô đơn, thậm chí yểu tử.

Nữ Mệnh Thiên Cơ

- Cơ miếu, vượng hay đắc địa thủ Mệnh: Người nữ này khôn ngoan, tài giỏi, đảm đang, có khả năng vượng phu ích tử (giúp chồng thành đạt, con cái phát triển tốt). Thường được hưởng giàu sang và sống lâu.
- Nếu Thiên Cơ gặp nhiều sao sáng sủa, tốt đẹp hội hợp thì chắc chắn hưởng phú quý đến tột bậc, phúc thọ song toàn, cuộc sống viên mãn.
- Cơ miếu địa Mão, Dậu: Tình cảm trắc trở, dễ sa vào đường tình ái phức tạp, hoặc cuộc sống cá nhân có nhiều biến động tình cảm.
- Cơ hãm địa: lanh lợi nhưng thiếu quyết đoán, dễ thay đổi, khó giữ lập trường. Thường lao tâm nhiều, mưu sự khó thành, cuộc sống không ổn định. Tình cảm dễ trắc trở, hôn nhân muộn hoặc không trọn vẹn. Nếu gặp nhiều sát tinh, số phận long đong, cô đơn hoặc vất vả suốt đời. Có thể đủ ăn mặc nhưng hay lo nghĩ, sức khỏe yếu.

Tử Vi Nhập Môn

Thiên Phủ thủ Cung Mệnh

- Người có Thiên Phủ tọa thủ ở cung Mệnh thường có thân hình đầy đặn, da trắng, mặt mày thanh tú, cân đối và đẹp. Tính tình khoan hồng, nhân hậu, ưa làm việc thiện, có óc suy tính, biết mưu lược để giải quyết công việc khó khăn. Đời sống được hưởng phúc lộc, giàu sang và trường thọ.

- Thiên Phủ gặp Tuần, Triệt, Không, Kiếp thì thân hình sẽ cao, hơi gầy, da kém tươi nhuận. Tính cách cứng đầu, ương ngạnh. Thường thích chơi bời, phóng túng, hay phiêu lưu và mưu toan chuyện viễn vông. Cuộc sống vì thế dễ gặp túng thiếu, không được như ý, tuổi thọ giảm bớt.

- Thiên Phủ gặp Sát tinh: Người này thường gian trá, lừa dối, hay nói dối.

- Thiên Phủ rất cần gặp các sao tốt như: Tử, Tướng, Xương, Khúc, Khôi, Việt, Tả, Hữu, Khoa, Quyền, Lộc. Các sao này giúp Thiên Phủ phát huy tốt phẩm chất, được phú quý, danh tiếng.

- Thiên Phủ rất kỵ gặp: Tuần, Triệt án ngữ hoặc Thiên Không, Không Kiếp hội hợp. Khi gặp những sao này sẽ bị kìm hãm, ảnh hưởng xấu đến vận mệnh, làm giảm phúc lộc, khó khăn trong cuộc sống.

ROSY RAIN

Nam mệnh Thiên Phủ

- Khi đắc cách (Phủ miếu, vượng, đắc địa):Tính cách đoan chính, điềm tĩnh, cẩn trọng, nhân hậu, biết giữ chữ tín.
- Gặp Tử, Tướng, Xương, Khúc, Khôi, Việt, Tả, Hữu, Khoa, Quyền, Lộc thì được: Phú quý song toàn. Địa vị và tài lộc đều vững bền.Cuộc đời an nhàn, danh giá, có tuổi thọ cao.Khả năng làm quản lý, trông coi tài sản hoặc giữ chức vụ lớn trong tổ chức, cơ quan.
- Khi phá cách (gặp sát tinh hoặc bị Tuần, Triệt án ngữ) Tính chất xấu: Phủ gặp Tuần, Triệt, hoặc Không, Kiếp, Thiên Không hội hợp dễ thành người có tham vọng nhưng thiếu thực lực, dễ đánh mất cơ hội lớn.Tính cách biến đổi, bất ổn, đôi khi buông thả hoặc mưu cầu những điều viển vông.Tai họa khó tránh, dễ gặp biến cố, thị phi, phá sản hoặc tai nạn. Yếu tử hoặc vất vả suốt đời nếu không có cát tinh hóa giải.

Khuyên: Gặp phá cách, chỉ nên theo đạo – thiền – tu hành hoặc chọn lối sống ẩn dật, giản dị thì mới được bình an, sống lâu.

Tử Vi Nhập Môn

Nữ mệnh Thiên Phủ

Khi đắc cách (Phủ miếu, vượng, đắc địa) người có diện mạo: Khuôn mặt tươi đẹp, thanh tú, ví như "hoa mới nở".Dáng người đầy đặn, dễ gây thiện cảm.

Tính cách: Đoan trang, cẩn thận, nhân hậu. Rất biết giữ gìn gia đạo, thích hợp vai trò vượng phu ích tử, làm chỗ dựa cho chồng con. Giỏi quản lý tài chính, giữ gìn của cải, tính bảo thủ vừa phải.

Nếu gặp Xương, Khúc, Tả, Hữu, Khôi, Việt, Khoa, Quyền, Lộc thì được hưởng giàu sang, sống lâu, phúc thọ song toàn. Dễ trở thành người phụ nữ thành đạt, ổn định về cả gia đạo lẫn tài vận.

Khi phá cách (Phủ bị Tuần, Triệt hoặc sát tinh hội)

Gặp Tuần, Triệt án ngữ, hoặc Không, Kiếp, Thiên Không hội hợp là cách phá cách nặng. Lao tâm khổ tứ cả đời, lo âu nhiều về chồng con. Dễ gặp cảnh buồn bực, thất vọng về hôn nhân, dễ muộn gia đạo hoặc tái giá, lấy chồng khó tính. Tuổi thọ bị chiết giảm, sức khỏe yếu, tâm lý bất ổn định.

Khuyên: Nếu người nữ có cách này mà dốc lòng tu hành, hướng thiện, chọn cuộc sống thanh đạm thì vẫn có thể: Gặt được bình an nội tâm, sống một đời an nhàn, bớt sóng gió. Tránh được các họa lớn về thân – tâm – thọ.

Tử Vi Nhập Môn

Sao Thái Âm thủ Mệnh

Thái Âm là chính tinh thuộc Bắc Đẩu, Âm Thủy, hóa phú, chủ tài bạch, văn chương, phúc hậu.Tượng trưng cho mặt trăng – biểu hiện của âm tính, nhu hòa, nhân từ, trí tuệ, đức hạnh và tài lộc. Là phúc tinh nhưng mang tính âm, nên có đặc tính trầm lặng, kín đáo, thích yên ổn.

- Thái âm nên gặp: Văn Xương, Văn Khúc, Tả Phù, Hữu Bật, Khôi, Việt, Đào, Hồng, Hỷ, Khoa, Quyền, Lộc.
- Thái âm không nên gặp Hung sát kỵ gặp: Kình Dương, Đà La, Không Kiếp, Hỏa Linh, Thiên Hình, Thiên Không, Tuần, Triệt.

Sao Thái Âm - Ảnh hưởng theo giới tính

- Nam mệnh: Nếu Thái Âm miếu, vượng thủ Mệnh, đặc biệt sinh ban đêm, gặp nhiều sao tốt thì là người thông minh, phú quý, sống lâu, có tài văn chương và khả năng quản lý tài chính. Nếu sinh ban ngày hoặc gặp sát tinh, thì kém phúc, hay ốm đau, vất vả.
- Nữ mệnh: Thái Âm rất hợp nữ mệnh, chủ hiền lương, nhu thuận, vượng phu ích tử, tài giỏi, đẹp người, có duyên văn nghệ, dễ làm nên nghiệp từ công việc yên ổn, nội trợ, văn phòng. Nếu hãm địa hay gặp sát tinh thì khắc phu, đa đoan trong tình cảm, hay đau mắt, bệnh tiêu hóa.

Tử Vi Nhập Môn

- Đặc biệt: Nguyệt miếu/vượng địa rất tốt khi đương số sinh ban đêm, nhất là từ mồng 10 đến 20 âm lịch.
- Nguyệt hãm địa, sinh ban ngày thì ánh sáng yếu ớt, tinh thần yếu, vận khí suy giảm.
- Nếu Nguyệt gặp Tuần/Triệt hoặc Không Kiếp xâm phạm, dễ tổn phúc, tuổi thọ giảm, bệnh về mắt, bao tử, và sống xa quê lập nghiệp.

Khi Thái Âm phối hợp với các sao Cát.

- Hội Xương, Khúc, Khôi, Việt, Tả, Hữu, Khoa, Quyền, Lộc, Đào, Hồng, Hỷ: Khi Thái Âm ở miếu, vượng hoặc đắc địa gặp các sao văn tinh và phúc tinh kể trên, đương số thường có tài học, văn chương xuất sắc, được quý nhân nâng đỡ, hưởng phú quý bền lâu, có tuổi thọ cao. Nếu ở hãm địa nhưng hội tụ đầy đủ các sao sáng sủa này thì cũng hóa giải phần lớn hung họa, trở thành người có danh vọng, tài năng và số mệnh tốt đẹp hơn mức bình thường.
- Gặp Thiên Đồng, Thiên Lương, Thiên Tướng:Tạo nên tổ hợp cách cục mang tính nhu hòa, đức độ, nhân hậu. Đương số thường có tinh thần thiện lương, được nhiều người quý mến, phát triển sự nghiệp thuận lợi ở nơi xa, dễ thành công trong các ngành nghề liên quan đến giáo dục, y tế, văn hóa nghệ thuật. Thái Âm miếu, vượng, đắc địa, sinh vào ban đêm từ ngày 10 đến 20 âm lịch. Đây là trường hợp cực kỳ cát tường, gọi là "toàn mỹ cách".

237

ROSY RAIN

Đương số có thể chất tốt, thông minh, diện mạo thanh tú, dễ thành đạt sớm, hưởng phúc lộc song toàn, cuộc đời ít gặp trắc trở.

Nam Mệnh Thái Âm

Đương số có Thái Âm tọa thủ cung Mệnh khi ở vị trí miếu vượng hoặc đắc địa thường có thân hình cao to, da trắng, mặt vuông đầy đặn, mắt sáng và trí tuệ thông minh, tính cách khoan hòa, nhân hậu và có lòng từ thiện. Nam giới Thái Âm thường ưa thích văn chương, nghệ thuật và có đời sống tinh thần phong phú. Khi Thái Âm hội tụ nhiều sao sáng, đặc biệt nếu gặp Tuần, Triệt án ngữ, đương số dễ có uy quyền lớn, địa vị cao trong xã hội, hưởng phú quý trọn đời và thường sống lâu.

Tuy nhiên, nếu Thái Âm hãm địa hoặc gặp nhiều sát tinh, đương số sẽ gặp nhiều trắc trở, sức khỏe yếu, dễ mắc bệnh về bộ máy tiêu hóa và thị giác. Nam mệnh Thái Âm, hoặc cung An Thân là Thái Âm còn được mô tả là người nể hoặc sợ vợ, điều này phản ánh phần nào tính cách hiền hòa, dễ chịu và biết nhường nhịn trong quan hệ gia đình. Những người này có xu hướng ít tranh chấp và biết duy trì hòa khí trong gia đình và xã hội.

Tử Vi Nhập Môn

Nữ mệnh Thái Âm

Đương số sở hữu Thái Âm tại cung Mệnh, khi sao này ở vị trí miếu, vượng hoặc đắc địa, thường có ngoại hình thu hút, đức hạnh và khả năng đảm đang trong công việc cũng như gia đình. Người này thường phát huy được phẩm chất vượng phu ích tử, đồng thời được hưởng sự giàu sang và trường thọ. Khi Thái Âm phối hợp với nhiều tinh diệu sáng sủa, đương số có cơ hội đạt đến phú quý viên mãn cùng phúc thọ song toàn.

Ngược lại, nếu Thái Âm gặp Tuần, Triệt án ngữ hoặc tọa tại hãm địa, đương số thường gặp khó khăn trong vấn đề gia đình, như lập gia đình muộn hoặc phải nhờ đến các giải pháp thay thế để tránh những phiền muộn, đau lòng liên quan đến chuyện chồng con. Thái Âm ở hãm địa cũng biểu hiện đời sống nhiều thử thách, kèm theo sức khỏe yếu kém và dễ mắc các bệnh lý, đặc biệt liên quan đến bộ máy tiêu hóa, tử cung hoặc thị lực. Trong trường hợp không có dị tật thân thể, đương số vẫn có thể đối diện nguy cơ suy giảm thị lực hoặc mù lòa. Đồng thời, người này cũng có khả năng gặp phải những tai họa nghiêm trọng và có tuổi thọ không dài.

Sao Tham Lang thủ Mệnh

Tham Lang là sao thuộc Bắc Đẩu, hành Thủy, chủ về tham dục, vật chất, giao tiếp, kinh thương và hoạt động xã hội. Khi thủ Mệnh, Tham Lang phản ánh rõ nét bản tính thích hoạt động, ưa hưởng thụ, có xu hướng ham muốn vật chất và trải nghiệm phong phú trong cuộc sống.

- Miếu, vượng, đắc địa :Đương số có thân hình cao lớn, đẫy đà, da trắng, mặt đầy đặn, lông tóc rậm, có ẩn tinh (miếu địa thường có nốt ruồi kín).Tính tình trung hậu, có óc tổ chức, ưa hoạt động, hiếu thắng và tự đắc. Có năng lực trong kinh doanh và quản lý. Lòng tham dục mạnh, thích mưu đồ đại sự. Tuy có chí tiến thủ, nhưng thường chỉ siêng năng ban đầu, dễ chán nản về sau.Thích nơi đông đúc, ăn mặc đẹp, hưởng thụ cuộc sống. Tham Lang miếu, vượng hay đắc địa tất hưởng giàu sang và trường thọ. Giai đoạn tiền vận thường lao đao, khó toại ý; từ ngoài 30 tuổi trở đi mới dần phát đạt, hậu vận phú quý, an nhàn.

- Hãm địa: Thân hình cao vừa tầm, gầy, da thô, mặt dài, không đầy đặn, tiếng nói to, thần sắc kém.Trí tuệ kém linh hoạt, khó thành công lớn.Tính tình phóng túng, dễ sa vào ham muốn vật chất, thiếu kiểm soát.

- Tham Lang miếu, vượng hoặc đắc địa nếu hội Tả, Hữu, Khoa, Quyền, Lộc, Hỏa Linh đắc địa: chắc chắn giàu sang, quyền quý, danh tiếng vang lừng, thọ lâu.

- Tham Lang vượng địa gặp Hóa Kỵ đồng cung hoặc xung chiếu: rất thích hợp với nghề buôn bán, kinh doanh, dễ phát tài nhưng cũng dễ hao tán nếu không biết tiết chế.

Mệnh có Tham Lang hãm địa

- Khi sao Tham Lang tọa thủ tại cung Mệnh ở vị trí hãm địa (như các địa Tý, Ngọ, Tỵ, Hợi), đương số thường mang cá tính tham vọng mạnh mẽ, dục tính cao và thiên về vật dục. Tuy vẫn có khả năng kinh thương, hoạt động kỹ nghệ hoặc buôn bán nhỏ lẻ, nhưng thiếu quyết đoán, thiếu kiên trì, dẫn đến sự nghiệp thường dang dở. Đa phần cuộc đời vất vả, sức khỏe yếu kém, dễ mắc các bệnh liên quan đến mắt, hệ tiêu hóa hoặc sinh dục. Đồng thời, đương số cũng thường gặp tai nạn, bị ràng buộc, giam cầm, nếu không ly tổ sớm thì khó trường thọ.

- Trong khi đó, nếu an tại Mão hoặc Dậu, Tham Lang chủ yếm thế, bất mãn, thường gặp thất bại và các biến cố bất lợi trong cuộc sống. Trường hợp này, chỉ có con đường tu hành hoặc hành thiện tích đức mới có thể giúp cải thiện vận số và kéo dài tuổi thọ.

- Khi Tham Lang hãm địa gặp nhiều sát tinh, đặc biệt là các sao có tính chất u ám, xấu xa như Kình Dương, Đà La, Hỏa Linh hãm, Địa Kiếp, Địa Không, Hình, Kỵ, Riêu…, đương số thường rơi vào tình trạng cô độc, phiêu bạt, khốn cùng, bệnh tật trầm trọng, hoặc có dị tật nơi mắt, thanh quản, tiêu hóa hoặc cơ quan sinh dục. Nguy cơ bị vướng vào tù tội, gông cùm là rất lớn. Trong những trường hợp cực đoan, mệnh số có thể dẫn đến tai họa nặng nề và đoản thọ.

- Dù Tham Lang ở miếu, vượng hay đắc địa, nếu gặp sao Kỵ hoặc Riêu đồng cung, đương số cũng dễ vướng vào kiện tụng, hình pháp hoặc tai nạn sông nước, đặc biệt nếu không có các sao cứu giải.

Nam mệnh có sao Tham Lang thủ Mệnh

Khi Tham Lang tọa thủ tại cung Mệnh và ở vào vị trí miếu, vượng hoặc đắc địa, lại gặp nhiều sao sáng sủa, cát tinh hội hợp (như Tả Phù, Hữu Bật, Văn Xương, Văn Khúc, Khoa, Quyền, Lộc…), đương số là người có tài năng, mưu lược, khí chất mạnh mẽ và khả năng điều hành, tổ chức xuất sắc. Đây là mẫu hình nam giới dễ phát huy trong lĩnh vực võ nghiệp hoặc các ngành nghề đòi hỏi năng lực điều hành và hoạt động thực tiễn cao.

242

Nếu hội đủ cách cục cát lợi, đương số có thể đạt được phú quý tột bậc, tiếng tăm lừng lẫy và trường thọ.

Ngược lại, nếu Tham Lang ở hãm địa và gặp nhiều sát tinh, bại tinh, hoặc các sao mờ ám (như Kình Dương, Đà La, Linh Tinh, Hỏa Tinh, Kỵ, Hình, Riêu…), đương số thường phải trải qua cuộc sống bấp bênh, đơn độc, dễ rơi vào hoàn cảnh phiêu bạt, thiếu ổn định. Về thể chất, dễ mắc các bệnh nan y, đặc biệt là các bệnh liên quan đến mắt, hệ tiêu hóa hoặc bộ máy sinh dục. Cuộc đời thường vướng nhiều tai họa nghiêm trọng, nguy cơ bị bắt bớ, tù tội hoặc tai nạn là rất cao. Trong trường hợp xấu, đương số có thể đoản thọ, không tránh khỏi những biến cố nặng nề ảnh hưởng trực tiếp đến thể chất và số mệnh.

Nữ mệnh có sao Tham Lang thủ Mệnh

Khi Tham Lang tọa thủ tại cung Mệnh và ở vị trí miếu, vượng hoặc đắc địa, nữ mệnh thường là người tài giỏi, đảm đang, mạnh mẽ và có tinh thần quả cảm. Tuy đôi khi mang tính cách bạo dạn, thẳng thắn, thậm chí dễ ghen tuông, nhưng lại có khả năng gánh vác việc lớn, tổ chức và quản lý tốt. Nếu hội tụ được nhiều cát tinh, đặc biệt là Tả, Hữu, Xương, Khúc, Khoa, Quyền, Lộc…, nữ mệnh sẽ được hưởng phú quý cao độ, vừa có tài vừa có phúc, sống lâu và vượng gia đạo.

ROSY RAIN

Tuy nhiên, khi Tham Lang lạc hãm hoặc bị Tuần, Triệt án ngữ, nữ mệnh thường gặp trắc trở về hôn nhân. Trong nhiều trường hợp, cần muộn kết hôn hoặc ở vị trí làm kế, làm lẽ thì cuộc sống mới tránh được nhiều thương tổn về tình cảm, gia đạo.

Tham Lang ở hãm địa các vị trí Tý, Ngọ, Tỵ, Hợi dễ tạo nên tính ưa hưởng thụ, thường phải trải qua cuộc sống vất vả, bất ổn. Bản thân dễ mắc bệnh tật, nhất là các bệnh liên quan đến mắt, hệ tiêu hóa, bộ máy sinh dục, và thường gặp tai họa hoặc biến cố nghiêm trọng trong đời. Nếu không sớm ly tổ lập nghiệp, khó tránh khỏi cảnh đoản thọ.

Trong trường hợp Tham Lang hãm địa lại gặp nhiều sao xấu hội chiếu như Kình, Đà, Hỏa, Linh, Hình, Riêu…, cuộc đời nữ mệnh dễ rơi vào cảnh cô độc, bất hạnh trong hôn nhân, khắc phu, hại con, phiêu bạt không nơi nương tựa. Thể chất yếu, bệnh tật kéo dài, và nếu gặp đại hạn xung phá, dễ gặp tai nạn nghiêm trọng dẫn đến đoản mệnh.

Tử Vi Nhập Môn

Sao Cự Môn thủ Mệnh

Thân hình đẫy đà, thấp, da trắng. Mặt vuông đầy đặn, mắt lộ.

- Khi miếu/vượng/đắc địa: Thông minh, nhân hậu, có trí xét đoán, ăn nói sắc sảo. Có mưu cơ, tinh thần biện bác, thích hợp ngành tư pháp, ngoại giao, chính trị.
- Khi hãm địa: Gian xảo, kém thông minh, tham lam, nói khoác, hay nghi kỵ, ít bạn bè.

Mức độ cát hung – Sự nghiệp

- Cự miếu/vượng + Xương Khúc, Khôi Việt, Khoa Quyền Lộc: Quý cách tột bậc, có uy quyền, danh tiếng.
- Cự miếu/vượng + Hổ, Tuế, Phù: Nghiêng về tư pháp, thầy kiện.
- Cự vượng địa tại Tý, Ngọ: Học rộng, tài cao, cần thêm Hóa Lộc hoặc Tuần Triệt để phát sáng.

Hạn chế – Hung họa

- Cự miếu/vượng + Sát, Kỵ, Hình: Thị phi, kiện tụng, dễ mắc tai nạn, bệnh tật vùng mắt/sinh dục, thường sống xa quê hương.
- Cự hãm địa: Cuộc đời nhiều lao đao, thị phi, bệnh tật, có thể tù tội nếu không ly tổ sẽ khó thọ.

Tử Vi Nhập Môn

Cự Môn thủ Mệnh tại Hãm Địa (Thìn, Tuất, Sửu, Mùi)

Cự Môn tọa thủ tại Thìn, Tuất, Sửu, Mùi là vị trí hãm địa, thuộc loại mờ ám xấu xa nhất trong hệ thống Tử Vi, thường dẫn đến nhiều hậu quả bất lợi về cả tinh thần lẫn vật chất. Đặc tính thường thấy là kém thông minh, gian trá, đa nghi, nói năng thiếu cẩn trọng, dễ bị thị phi, kiện tụng, thậm chí vướng vòng lao lý, chịu cảnh cô độc, lang bạt và dễ mắc bệnh nan y, đặc biệt ở mắt hoặc bộ phận sinh dục. Tuy nhiên, mức độ ứng nghiệm nặng nhẹ còn tùy thuộc vào tuổi bản mệnh và sao hội chiếu.

- Cự Môn hãm địa tại Thìn, Tuất: Nếu mệnh thuộc các tuổi Quý, Tân: ứng hợp tốt, hóa giải phần nào hung họa. Đương số vẫn là người thông minh, có cơ hội hưởng phú quý, không đáng lo ngại nhiều về bất lợi.
- Nếu mệnh thuộc các tuổi Đinh, Canh: khắc hãm mạnh, khiến tính chất mờ ám tăng cao. Đương số dễ rơi vào cảnh khốn cùng, đời sống lận đận, lao đao.
- Cự Môn hãm địa tại Sửu, Mùi: Nếu mệnh thuộc các tuổi Ất, Bính, Tân: gặp ứng hợp, cải thiện phần lớn tính xấu. Đương số là người học rộng, thông minh, có thể hiển đạt, khá giả, ít lo về bệnh tật hay tai họa.
- Gặp các sao cát tinh sáng sủa như Văn Xương, Văn Khúc, Thiên Khôi, Thiên Việt, Tả Phù, Hữu Bật, Hóa Khoa, Hóa Quyền, Hóa Lộc: Đương số vẫn có thể phát triển trí tuệ, văn tài lỗi lạc, khẩu

thuyết hùng biện, hoạt động tốt trong các lĩnh vực cần giao tiếp, tư pháp, giảng dạy, hoặc chính trị. Tuy không được như khi Cự Môn đắc địa, nhưng nếu các cát tinh đủ mạnh thì vẫn có thể đạt được phú quý.

- Gặp sao Lộc Tồn, Thái Tuế: Thích hợp đường thương mại, kinh doanh buôn bán, có duyên với tài chính thực tế, dễ phát đạt về tài lộc nếu biết nắm thời cơ.

- Gặp các sát tinh, hung tinh như: Kình Dương, Đà La, Linh Tinh, Hỏa Tinh, Địa Không, Địa Kiếp, Hóa Kỵ, Thiên Hình: Hung họa trở nên trầm trọng, đời cô độc, vất vả, có thể bị thương tổn về thể chất, tai nạn lớn hoặc dính dáng tới tù tội, thị phi không tránh khỏi, dễ yểu mệnh.

- Dù tại miếu, vượng hay hãm địa, nếu Cự Môn gặp Hóa Kỵ đồng cung thì tai họa hầu như không tránh khỏi, đặc biệt là các tai nạn liên quan đến sông nước, xe cộ, hoặc tổn hại cơ thể nghiêm trọng. Trường hợp này cần đặc biệt đề phòng, kể cả khi có nhiều cát tinh hội chiếu.

Nam mệnh Cự Môn thủ Mệnh

Khi sao Cự Môn thủ Mệnh tại vị trí miếu, vượng hoặc đắc địa (như Dần, Thân, Tý, Ngọ, đôi khi cả Hợi, Mão nếu gặp các sao cát nâng đỡ), đây là vị trí cát lợi, giúp nam mệnh: Có trí xét đoán sắc bén, khả năng biện luận và hùng biện mạnh mẽ. Tính tình chính trực, quyết đoán, có khí chất uy nghi.

Thường có uy danh lừng lẫy, dễ nổi bật trong lĩnh vực chính trị, tư pháp, học thuật hoặc truyền thông.

Đặc biệt, nếu gặp thêm các sao cát như Xương, Khúc, Khôi, Việt, Tả, Hữu, Khoa, Quyền, Lộc, đương số phúc thọ song toàn, phú quý đến tột bậc, cuộc đời hiển đạt.

Trường hợp hãm địa và gặp nhiều hung tinh:

Khi sao Cự Môn thủ Mệnh tại hãm địa (Thìn, Tuất, Sửu, Mùi) và lại gặp nhiều sát tinh, bại tinh, Hóa Kỵ hội hợp như: Hỏa, Linh, Không, Kiếp, Kình, Đà, Hình, Kỵ, nam mệnh dễ rơi vào các dạng cực đoan: Cuộc đời chung thân cùng khốn, cô đơn cô độc, số lang thang phiêu bạt, không nơi nương tựa ổn định.Dễ mắc bệnh tật nan y — đặc biệt ở mắt hoặc bộ phận sinh dục, có thể đi kèm yếu sinh lý hoặc vô sinh.

Có khả năng vướng vào vòng lao lý, bị hành hạ thân thể, bị tù tội hoặc tai nạn lớn, thậm chí chết yểu, chết thảm.Tâm lý thường bi quan, nghi ngờ, khắc nghiệt, khó hòa hợp với xã hội, dễ trở thành kẻ bất mãn hoặc phản kháng.

Lưu ý: Cự Môn là sao khẩu thiệt, dù cát hay hung đều liên quan đến lời nói, do đó nam mệnh cần đặc biệt chú trọng nghề nghiệp liên quan đến diễn thuyết, tư vấn, biện luận hoặc pháp lý nếu ở vị trí sáng sủa. Ngược lại, nếu ở vị trí hãm và có sao hung, lời nói dễ gây họa lớn, thị phi triền miên, cần ẩn nhẫn và tránh tranh cãi.

Nữ mệnh Cự Môn thủ Mệnh

Khi sao Cự Môn cư Mệnh tại các vị trí miếu, vượng hoặc đắc địa, đặc biệt ở các cung Tý, Ngọ, Dần, Thân (có cát tinh hội chiếu hoặc đồng cung), nữ mệnh: Là người tài giỏi, đảm đang, có bản lĩnh gánh vác việc lớn nhỏ trong gia đình và xã hội. Có đức độ, biết lo toan, cư xử khéo léo, vượng phu ích tử.

Nếu được Xương, Khúc, Khôi, Việt, Tả, Hữu, Khoa, Quyền, Lộc đồng hội, là mẫu phụ nữ phú quý song toàn, phúc thọ viên mãn, có danh vọng trong xã hội. Thường có khả năng biện luận, lãnh đạo, phù hợp các ngành liên quan giáo dục, hành chính, ngoại giao, truyền thông.

Khi sao Cự Môn thủ Mệnh tại hãm địa (Thìn, Tuất, Sửu, Mùi), và không có sao cát hóa giải tức sao Hóa đồng cung: Là người tính tình phức tạp, đa nghi, ghen tuông, dễ dâm dật, ngôn ngữ sàm sỡ hoặc điêu ngoa, dễ gây mất thiện cảm.

Tuy bề ngoài cuốn hút, dễ được mến ban đầu, nhưng nội tâm khó lường, gây bất an cho người gần gũi. Dễ khắc chồng, hại con, gặp bất trắc trong hôn nhân, nên muộn lập gia đình để tránh lỡ dở. Cuộc đời nhiều vất vả, thị phi, gặp nhiều tai nạn hoặc bệnh tật, đặc biệt liên quan đến mắt hoặc bộ phận sinh dục.

Nếu gặp thêm Sát tinh, Hình, Kỵ, Không Kiếp, số lang thang phiêu bạt, cô độc, thậm chí yểu tử, chết thảm.

Lưu ý: Trong trường hợp nữ mệnh Cự Môn hãm địa, sự xung khắc nội tâm kết hợp với môi trường bên ngoài dễ đẩy đương số vào trạng thái xung đột liên tục, dẫn tới hậu vận bất định. Đặc biệt nếu thiếu các sao giải như Tuần, Triệt, Lộc đồng cung, Thiên Giải, Địa Giải, Quang Quý, thì hôn nhân, sức khỏe, danh phận đều bị ảnh hưởng nặng.

Tử Vi Nhập Môn

Sao Thiên Tướng thủ Mệnh

Sao Thiên Tướng tọa thủ cung Mệnh tại vị trí miếu, vượng hoặc đắc địa biểu thị thân hình nở nang, vóc dáng cân đối, chiều cao vừa phải, da trắng mịn màng, khuôn mặt uy nghi trang nhã. Chủ nhân có trí tuệ thông minh, tính cách đôn hậu, thẳng thắn, trung thực, đồng thời ưa thích ăn ngon mặc đẹp và thanh sắc bên ngoài, thường được hưởng phú quý song toàn về vật chất và tinh thần.

- **Thiên Tướng ở hãm địa**
  Khi Thiên Tướng ở hãm địa, chủ nhân vẫn có thân hình nở nang nhưng thấp bé hơn, trí tuệ kém sắc bén hơn. Tính tình hiền lành nhưng dễ sa đà vào đam mê, thói ăn chơi và thiếu sự lo toan cho tương lai. Cuộc đời thường khó được như ý, tuy vẫn đủ ăn đủ mặc và tuổi thọ tương đối.
- **Phối hợp với sao cát tinh**
  Thiên Tướng miếu vượng đắc địa kết hợp với các sao cát tinh như Tử Vi, Thiên Phủ, Vũ Khúc, Xương Khúc, Khôi Việt, Tả Hữu, Khoa, Quyền, Lộc sẽ gia tăng cát lợi, bảo đảm phú quý bền vững, uy quyền hiển hách và danh tiếng vang dội.
- **Phối hợp với Kình, Đà**
  Thiên Tướng tại vượng địa gặp Kình, Đà chủ về nghiệp kỹ nghệ hoặc kinh doanh buôn bán phát đạt, tiền tài dư dả
- **Thiên Tướng kết hợp với sát tinh**

- Khi Thiên Tướng miếu vượng đắc địa hội sát tinh hoặc sao mờ ám thì chủ nhân dễ mắc bệnh đầu mặt nhưng vẫn được hưởng giàu sang, sống lâu và không bị ảnh hưởng nặng nề.

- Ngược lại, Thiên Tướng hãm địa gặp nhiều sát tinh thì sức khỏe suy kém, thường mang bệnh tật đầu mặt, tính tình liều lĩnh, thiếu suy xét nên đời sống lao khổ, nhiều lo âu về sinh kế và tuổi thọ suy giảm đáng kể.

- **Tác động của Tuần, Triệt**

  Dù Thiên Tướng ở vị trí nào, nếu gặp Tuần, Triệt án ngữ thì công danh trắc trở, tiền tài khó tích tụ, phải xa quê ly tổ bôn ba, đồng thời dễ gặp tai họa dao gươm, súng đạn, khiến tuổi thọ giảm sút và chết thê thảm.

- **Tác động của sao Hình**

  Gặp sao Hình đồng cung càng làm tăng nguy cơ thương tổn nghiêm trọng về đầu mặt, chân tay do tai họa dao gươm, súng đạn.

Tóm lại: Thiên Tướng thủ Mệnh thể hiện sự tổng hòa của các yếu tố hình thể, trí tuệ, tính cách và vận mệnh, phụ thuộc chặt chẽ vào vị trí an cung và sự phối hợp với các sao khác. Đặc biệt, ảnh hưởng của sát tinh, Tuần, Triệt và Hình quyết định rõ ràng vận mệnh cát hung và thọ mệnh của chủ nhân.

Tử Vi Nhập Môn

Nam Mệnh Sao Thiên Tướng thủ Mệnh.

Nam mệnh Thiên Tướng thủ Mệnh, nếu tọa thủ tại vị trí miếu, vượng hoặc đắc địa, đồng thời hội hợp với nhiều tinh tú sáng sủa như Tử Vi, Thiên Phủ, Văn Xương, Văn Khúc, Tả Phù, Hữu Bật, Khoa, Quyền, Lộc, thì chủ nhân tất được hưởng phú quý vinh hoa tột bậc, uy quyền hiển hách, danh tiếng vang dội, sự nghiệp ổn định và bền vững. Những người này thường có hình thể cân đối, thân hình nở nang vừa phải, da trắng sáng, vẻ mặt trang nghiêm uy phong, trí tuệ thông minh sáng suốt, tính cách thẳng thắn cương trực nhưng hào hiệp, biết cách chăm lo cho bản thân và gia đình, ưa thích sự thanh lịch trong ăn mặc và sinh hoạt.

Tuy nhiên, nếu Thiên Tướng ở vị trí hãm địa, dù thân hình vẫn nở nang nhưng thấp bé hơn, trí tuệ kém sắc bén hơn, tính tình vẫn đôn hậu nhưng dễ bị đam mê cám dỗ, ham chơi, thiếu sự lo xa, vận trình dễ gặp trắc trở, công danh sự nghiệp khó được như ý, cuộc sống có phần chật vật tuy vẫn đủ ăn đủ mặc và tuổi thọ tương đối dài. Trong trường hợp tọa thủ gặp nhiều sao sát tinh hoặc sao xấu, thì những bất lợi về sức khỏe, tai họa, cản trở trong cuộc sống càng tăng lên, làm giảm phúc lộc, tăng nguy cơ bệnh tật ở vùng đầu mặt, thậm chí có thể phải đối mặt với các sự cố nghiêm trọng, vận trình đời người nhiều lần biến động và không ổn định.

Đặc biệt, Thiên Tướng dù ở bất kỳ vị trí nào nhưng nếu bị Tuần, Triệt án ngữ, hoặc gặp hình hại cùng các sát tinh như Kình, Đà,

253

Hỏa, Linh, Đà La, thường là dấu hiệu của một cuộc đời gian truân, vất vả, luôn phải đối mặt với những trở lực lớn trong công danh tài lộc, nhiều khi phải ly tổ bôn ba, cuộc sống khó tránh khỏi cảnh cô đơn, thậm chí có thể gặp những tai họa nghiêm trọng về dao kiếm, súng đạn, khiến sức khỏe và tuổi thọ bị ảnh hưởng nghiêm trọng, nhiều trường hợp chết yểu và thê thảm.

Ngoài ra, Thiên Tướng tại vị trí miếu vượng mà gặp Kình, Đà hội hợp thì người này có khuynh hướng phát triển sự nghiệp trong lĩnh vực kỹ nghệ hoặc kinh doanh thương mại, có khả năng làm giàu và tích lũy của cải đáng kể. Ngược lại, khi tọa thủ hãm địa đồng thời hội hợp nhiều sao mờ ám, người này dễ có tính cách liều lĩnh, thiếu thận trọng trong mọi việc, khiến cho công danh, sự nghiệp và sức khỏe thường xuyên bị ảnh hưởng, cuộc sống phải trải qua nhiều thử thách.

Tóm lại, Thiên Tướng thủ Mệnh mang ý nghĩa biểu trưng cho quyền lực, phúc lộc, và uy nghiêm, nhưng vận trình của người nam sở hữu sao này còn phụ thuộc lớn vào vị trí tọa thủ và các sao hội hợp, đồng thời bị ảnh hưởng sâu sắc bởi các sao sát tinh và các sao triệt, tuần. Đây là sao chủ về sự nghiệp và uy quyền, song cũng đòi hỏi người có Thiên Tướng phải luôn giữ gìn sức khỏe, đề phòng tai họa, và có tinh thần kiên cường vượt qua mọi thử thách để đạt tới thành công viên mãn trong đời.

Nữ mệnh Thiên Tướng thủ Mệnh

Tọa thủ tại vị trí miếu, vượng hoặc đắc địa, thường là người tài giỏi, đảm đang, có tính cách mạnh mẽ nhưng dễ ghen tuông. Khi hội tụ nhiều sao sáng tốt như Tử Vi, Thiên Phủ, Văn Xương, Văn Khúc, Khôi, Việt, Khoa, Quyền, thì chủ nhân không chỉ được hưởng phú quý vinh hoa đến tột bậc mà còn rất vượng phu ích tử, giúp chồng con phát triển thuận lợi, gia đình ấm êm hạnh phúc, phúc thọ song toàn.

Trái lại, nếu Thiên Tướng ở vị trí hãm địa, người nữ vẫn có tài năng nhưng thường gặp nhiều trở ngại trong tình cảm, hay ghen tuông thái quá và suốt đời khó được như ý, thường chịu nhiều buồn khổ vì chồng con, công danh và cuộc sống thiếu ổn định. Đặc biệt, khi tọa thủ hãm địa đồng thời hội hợp với nhiều sao mờ ám, sát tinh, người nữ có khuynh hướng lăng loàn, dễ gây mâu thuẫn, khắc chồng hại con, dẫn đến cuộc đời đầy đau khổ, cô đơn, thiếu thốn tình cảm và có thể gặp phải vận hạn về sức khỏe, tuổi thọ thấp.

Ngoài ra, Thiên Tướng dù ở bất cứ vị trí nào mà gặp Tuần, Triệt án ngữ thì vận mệnh người nữ cực kỳ bất lợi, thường là cô đơn khốn khổ, có thể mắc tật bệnh tật hay tàn tật, nếu có danh tiếng và tiền tài, thường là kết cục thường gặp nhiều thử thách nghiêm trọng về sức khỏe và sinh mệnh, có thể dẫn đến kết thúc đời sống không được thuận lợi , đời sống không được viên mãn.

Tóm lại: Thiên Tướng thủ Mệnh nữ mệnh biểu trưng cho phẩm chất thông minh, tài năng, sự đảm đang nhưng vận trình lại chịu ảnh hưởng sâu sắc bởi vị trí tọa thủ và các sao hội hợp.

Sao này vừa có thể mang đến phú quý, vượng phu ích tử, vừa có thể đem lại gian truân, đau khổ nếu gặp sát tinh hay bị Triệt, Tuần án ngữ, đòi hỏi người nữ phải giữ gìn cẩn trọng trong sinh hoạt, tinh thần và tình cảm để có thể vượt qua khó khăn, phát huy được các điểm mạnh của sao Thiên Tướng.

Tử Vi Nhập Môn

Sao Thiên Lương thủ Mệnh

Thể hiện những đặc điểm cơ bản về hình thể, tính cách và vận mệnh của người có sao này đóng tại cung Mệnh. Người có Thiên Lương tọa thủ thường sở hữu thân hình thon cao, da trắng, gương mặt thanh tú và khôi ngô. Tính cách điển hình là sự khoan hòa, ôn nhu và nhân hậu. Đặc biệt, Thiên Lương ở vị trí miếu, vượng hay đắc địa biểu thị trí tuệ sắc bén, lòng từ thiện và khả năng thấu hiểu người khác sâu sắc, do đó vận mệnh thường hưởng giàu sang và tuổi thọ bền lâu.

- Ngược lại, Thiên Lương hãm địa, đặc biệt tại các cung Ty, Hợi, Dậu, biểu hiện phần nào sự suy giảm trí tuệ và độ cẩn trọng trong hành động. Người sở hữu Thiên Lương hãm địa thường thiếu bền chí, dễ nông nổi, có xu hướng phiêu lưu, tiêu pha hoang phí và không kiên định trong nghề nghiệp cũng như chí hướng. Sự dao động này làm cho cuộc đời họ khó tránh khỏi nhiều thử thách, gian nan và những biến cố phải ly tổ bôn ba.
- Trong trường hợp Thiên Lương miếu, vượng hoặc đắc địa gặp hội tụ nhiều sao tốt như Xương, Khúc, Khôi, Việt, Tả, Hữu, Khoa, Quyền, Lộc, người mệnh này không chỉ thừa hưởng phú quý, mà còn có uy quyền, danh tiếng và sự nghiệp ổn định, phát triển vững chắc. Những tổ hợp sao này củng cố thêm cho Thiên Lương tính nhân hậu và trí

tuệ, giúp gia tăng khả năng lãnh đạo cũng như ảnh hưởng xã hội.

- Như vậy, vận mệnh Thiên Lương thủ mệnh luôn gắn liền với tính cách ôn hòa, trí tuệ, nhân hậu nhưng cũng có thể gặp phải những khó khăn nếu sao bị hãm địa hoặc kết hợp với các sao xấu. Sự khác biệt rõ rệt giữa Thiên Lương miếu vượng và hãm địa tạo nên biên độ vận mệnh đa dạng, từ giàu sang phú quý đến phải trải qua gian truân, thử thách.

- Thiên Lương tại cung mệnh nếu ở thế miếu, vượng hoặc đắc địa, đồng thời hội hợp với các sao văn tinh như Xương, Khúc, Tả, Hữu, Thái Tuế, biểu thị khả năng văn chương xuất sắc và thường thiên về nghiệp sư phạm hoặc giảng dạy. Người mang tổ hợp này có trí tuệ sáng suốt, tài hoa lỗi lạc và khả năng truyền đạt kiến thức hiệu quả, được xã hội trọng vọng trong lĩnh vực học thuật.

- Tuy nhiên, khi Thiên Lương dù ở trạng thái tốt vẫn gặp phải Tuần, Triệt án ngữ, vận trình trở nên bất lợi rõ rệt. Những người này thường phải chịu cảnh lao khổ, sớm xa gia đình, và dễ gặp phải tai họa nghiêm trọng ảnh hưởng đến sức khỏe và tuổi thọ. Đặc biệt, với tổ hợp sao này, con đường tu hành được xem là phương thức duy nhất để tránh khỏi những bất ổn về thân tâm và có thể kéo dài tuổi thọ.

- Ngược lại, Thiên Lương hãm địa nếu gặp nhiều sát tinh, sao mờ ám như Hỏa Tinh, Linh Tinh, báo hiệu những bất lợi nghiêm trọng về sức khỏe. Người mang cấu trúc sao này dễ gặp tật bệnh, có thể phải chịu cảnh cô đơn hoặc khổ đau, và nguy cơ yểu tử khá cao. Sự kết hợp này thường gắn liền với những kết cục khó khăn, đòi hỏi sự kiên cường và ý chí mạnh mẽ để vượt qua.

Nam mệnh Thiên Lương thủ Mệnh

- Ở thế miếu, vượng hay đắc địa, đặc biệt khi hội hợp với nhiều sao sáng sủa, tốt đẹp, được xem là sở hữu phú quý tột bậc cùng uy quyền hiển hách trong xã hội. Người mang cấu trúc này thường có địa vị cao, quyền hành và danh tiếng vang dội, cuộc sống sung túc cả về vật chất lẫn tinh thần. Đặc biệt, nếu Thiên Lương tọa thủ tại Thìn hoặc Tuất, bản mệnh biểu hiện sự mưu lược sâu sắc, thiên về bàn bạc, phân tích chính sách, chiến lược và có năng lực lãnh đạo, điều hành hiệu quả.Tuy nhiên, khi Thiên Lương dù ở thế miếu, vượng hoặc đắc địa gặp phải Tuần, Triệt án ngữ, vận mệnh chịu nhiều bất lợi nghiêm trọng. Người mang cấu trúc sao này thường phải trải qua cảnh lao khổ, tinh thần không an yên, khó giữ được sự bình an trong cuộc sống, đồng thời tuổi thọ cũng bị suy giảm đáng kể. Trong trường hợp này, con đường tu hành được xem là

259

phương thức duy nhất để dưỡng thân, giữ tâm và kéo dài sự trường thọ.

- Ngược lại, khi Thiên Lương ở thế hãm địa, bản mệnh nam giới thường phải chịu cảnh khó thành công, ít khi được như ý trong cuộc sống. Thường xuyên thay đổi chí hướng, nghề nghiệp không ổn định, phải rời xa quê hương, bôn ba vất vả và không tránh khỏi tai họa, khó khăn. Nếu lại thêm nhiều sao mờ ám, sát tinh hội hợp, bản mệnh chịu nhiều tật bệnh trong người, cuộc sống cô đơn, nhiều lo âu và vận hạn bất lợi kéo dài. Dù có danh chức hay tài lộc, sức khỏe và tuổi thọ vẫn bị ảnh hưởng nghiêm trọng, khó có thể sống lâu bền.

Nữ mệnh Thiên Lương thủ Mệnh

- Tại thế miếu, vượng hoặc đắc địa, đồng thời hội hợp nhiều sao sáng sủa và tốt đẹp, thường được đánh giá là bậc hiền phu, người tài đức vẹn toàn. Cấu trúc này thể hiện phúc lộc dồi dào, giàu sang trọn đời và đặc biệt vượng phu ích tử, tức có khả năng hỗ trợ và mang lại may mắn, thành đạt cho chồng con, tạo nên gia đình hòa thuận, sung túc. Người nữ mang sao Thiên Lương trong trạng thái này thường thể hiện tính cách hiền hòa, nhân hậu, có trách nhiệm và được xã hội quý trọng. Tuy nhiên, nếu Thiên Lương dù ở thế miếu, vượng hay đắc địa mà gặp phải Tuần, Triệt án ngữ, vận trình nữ mệnh bị ảnh hưởng nghiêm trọng. Nữ chủ dễ gặp phải hoàn cảnh muộn lập gia đình hoặc phải chấp nhận kế lấy lẽ mới giảm thiểu được những nỗi buồn thương trong cuộc sống. Trạng thái này còn cho thấy sự cô đơn, khổ cực trong đời sống tình cảm, cùng với sự suy giảm về tuổi thọ. Trong trường hợp này, con đường tu hành, rèn luyện tâm tính được xem là cách duy nhất để đạt được phúc an nhàn và kéo dài tuổi thọ.

- Khi Thiên Lương ở thế hãm địa, nữ mệnh thường thể hiện tính cách phóng đãng, thích thú các mối quan hệ không ổn định, có khuynh hướng lăng nhăng, thiếu kiên định trong các mối quan hệ ong bướm. Đời sống gia đình dễ phát sinh nhiều lo âu, buồn bực liên quan đến chồng con, ảnh hưởng xấu đến hạnh phúc cá nhân và gia đình.

  Trường hợp Thiên Lương hãm địa lại thêm hội hợp với nhiều sao mờ ám, xấu xa, nữ chủ dễ trở thành người thiếu đức hạnh, có khuynh hướng dâm dật, khắc chồng hại con. Tình trạng này thường dẫn đến cảnh cô đơn, cùng khổ, thậm chí là suy giảm tuổi thọ một cách nghiêm trọng, khó tránh khỏi vận hạn đen tối và đời sống vật chất, tinh thần đều nghèo khó, bất ổn.

Tử Vi Nhập Môn

Sao Thất Sát thủ Mệnh

Sao Thất Sát khi tọa thủ cung Mệnh thường tạo nên một nhân cách mạnh mẽ, cá tính rõ rệt và phong thái cứng cỏi. Về mặt ngoại hình, đương số thường có thân hình nở nang, vóc dáng cao nhưng thô kệch, làn da thiên về sắc xám hoặc đen sạm, khuôn mặt thường có dấu vết (sẹo, nốt ruồi, tỳ vết...), mắt lớn và lồi, thần quang mạnh mẽ. Vẻ ngoài đôi khi khiến người khác e dè, khó gần.

Tính cách nổi bật của người có Thất Sát thủ Mệnh là ương ngạnh, cứng đầu, nóng nảy và luôn muốn hoàn tất công việc một cách nhanh chóng, thậm chí có phần hấp tấp. Tuy nhiên, đây cũng là mẫu người kiên quyết, hành động dứt khoát, dám nghĩ dám làm, không ngại mạo hiểm và đặc biệt có tinh thần tiên phong trong mọi hoàn cảnh.

- Khi Thất Sát cư miếu, vượng hoặc đắc địa, đương số thường rất can đảm, dũng mãnh, thông minh và mưu trí. Họ có khí chất anh hùng, phẩm chất lãnh đạo, dám đối đầu với khó khăn và biết tận dụng thời cơ. Tuy có xu hướng nói lời to tát (đại ngôn), nhưng phần lớn đều khiến người khác tin phục nhờ vào thực lực và thành tựu đạt được. Họ là mẫu người có thể bước lên địa vị giàu sang, quyền quý, nhưng con đường tiến thân thường trải qua nhiều thăng trầm, sóng gió.

ROSY RAIN

- Đặc biệt, Thất Sát miếu địa tại Dần hoặc Thân là vị trí rất tốt, mang lại quý cách hiển đạt, nhất là khi bản mệnh thuộc các tuổi Giáp, Canh, Đinh, Kỷ. Trường hợp này thường được gọi là "Tài quan song mỹ", nghĩa là vừa có tài năng, vừa gặp thời thế, dễ đạt được công danh và tài lộc song toàn.

- Tuy nhiên, nếu Thất Sát lạc hãm, không có cát tinh đi kèm mà lại bị sát tinh hoặc bại tinh xâm phạm, đương số dễ trở nên cực đoan, hung bạo, dễ vướng thị phi, tai họa hoặc phá sản, phải lưu ý hướng tu tâm dưỡng tính, tiết chế cá tính để tránh vướng vào cảnh lao đao trên đường đời.

- Khi Thất Sát ở thế miếu, vượng hoặc đắc địa mà gặp các sao tốt thuộc nhiều nhóm như: Tử Vi, Thiên Phủ (quyền quý, chủ về phúc và tài); Xương, Khúc, Khôi, Việt (văn tinh, quý tinh); Tả, Hữu (phò tá); Khoa, Quyền, Lộc (Tam Hóa, chủ công danh và phú quý); Mã, Kình (di động, võ cách, khí khái). Thì người có mệnh này thường cực kỳ thành công, nổi   tiếng, có địa vị cao, uy quyền và phú quý toàn diện

- Dù ở miếu địa (vị trí mạnh), Thất Sát gặp nhiều Sát tinh như Hỏa Tinh, Linh Tinh, Địa Không, Địa Kiếp, thường gây ra tai họa bất ngờ, bệnh tật, tổn thọ hoặc dính đến hình pháp, tai nạn.

263

- Khi Thất Sát ở hãm địa (như Mão, Dậu), bản chất khắc nghiệt và nóng nảy của sao này càng lộ rõ: Người thường có tính hung hãn, gặp thêm sát tinh thì dối trá, thích khoác lác. Nghề nghiệp thường thiên về tay chân nặng nhọc, buôn bán lặt vặt hoặc nghề liên quan đến dao kéo như đồ tể, thợ rèn. Cuộc đời không yên ổn, nhiều truân chuyên. Tuy nhiên cần lưu ý: Thất Sát vốn xấu ở Mão, Dậu, nhưng nếu người mệnh thuộc các tuổi Ất, Tân (ngũ hành Kim) thì lại có phần tương hợp, chế ngự được tính hung bạo, nhờ vậy mà chuyển hung thành cát, vẫn có thể phú quý và sống lâu. Nhất là khi được đồng cung với Lộc tồn hoặc các phúc tinh.

ROSY RAIN

Nam Mệnh Thủ Sao Thất Sát

Thất Sát miếu, vượng hay đắc địa thủ Mệnh, lại gặp nhiều sao sáng sủa tốt đẹp hội hợp như Tử Vi, Thiên Phủ, Xương, Khúc, Khôi, Việt, Khoa, Quyền, Lộc, Mã, Kình, Tả, Hữu…, tất chủ về đại phú đại quý, hiển đạt về võ nghiệp, uy quyền hiển hách, danh tiếng vang xa, và thọ mạng dài lâu.

Thất Sát miếu, vượng hay đắc địa gặp Thiên Hình đồng cung, là người có biệt tài về quân sự, hành sự oai phong lẫm liệt, thường được giao trọng trách trong môi trường kỷ luật nghiêm ngặt như quân đội, công an, pháp luật.

Thất Sát hãm địa (như tại Mão, Dậu) nếu lại hội nhiều sát tinh xấu mờ ám (Hỏa, Linh, Không, Kiếp…), thì đời sống cực khổ, cô độc, bệnh tật khó chữa, lang bạt tha phương, hay vướng tù tội, hoặc gặp tai nạn xe cộ, đao thương. Cách Thất Sát hãm địa hội nhiều sát tinh thường báo hiệu tuổi thọ bị rút ngắn, dễ vướng tai ách bất ngờ về thân thể.

Nữ mệnh Thất Sát thủ Mệnh

Thất Sát miếu địa hoặc đắc địa tọa Mệnh là người phụ nữ có cá tính mạnh mẽ, đảm đang, kiên cường, giàu năng lực hành động và đôi khi thể hiện sự ghen tuông rõ rệt trong quan hệ tình cảm. Trường hợp hội tụ nhiều sao sáng sủa, cát tinh đi kèm (như Tử Vi, Thiên Phủ, Xương Khúc, Tả Hữu, Khôi Việt...), thường được hưởng phú quý, có tài năng lãnh đạo, phúc thọ song toàn. Tuy nhiên, nên muộn kết hôn để giảm bớt những ưu phiền trong đời sống hôn nhân và gia đạo.

Thất Sát hãm địa tọa Mệnh thường biểu hiện một cá tính mạnh mẽ, độc lập, đôi khi nghiêng về sự cứng cỏi và quyết liệt trong hành xử. Trường hợp đi kèm với nhiều sao sát bại hoặc hung tinh, đương số có thể trải qua cuộc đời nhiều thử thách, dễ gặp áp lực trong đời sống cá nhân hoặc công việc. Một số bất ổn về sức khỏe cũng có thể xuất hiện, đặc biệt là trong các giai đoạn vận hạn bất lợi. Tuy nhiên, nếu được cục diện tinh diệu phối hợp hợp lý, vẫn có khả năng chuyển nguy thành an, giúp phát huy được bản lĩnh cá nhân qua nghịch cảnh, từ đó đạt được sự vững vàng nội tâm và từng bước ổn định cuộc sống.

ROSY RAIN

Tử Vi Nhập Môn

Phá Quân Thủ Mệnh

Người có Phá Quân tọa thủ cung Mệnh thường sở hữu thân hình đẫy đà, cân đối, chiều cao vừa phải (tùy vị trí đắc hay hãm địa có thể hơi thấp hơn), làn da hồng hào, gương mặt đầy đặn với đôi mắt sáng và lông mày thưa.

Phá Quân khi ở vị trí miếu, vượng hay đắc địa biểu thị người thông minh, mạnh mẽ, kiên cường, có tinh thần tự tin cao, đồng thời sở hữu tài thao lược và ý chí quyết đoán. Họ thường ưa thích vận động, có tinh thần dũng cảm, thích trải nghiệm và khám phá xa xôi, thậm chí có đam mê săn bắn.Tuy nhiên, do đặc tính của sao Phá Quân, người này cũng có xu hướng bị ảnh hưởng bởi lời nịnh hót, và khi ở vị trí hãm địa, có thể tiềm ẩn tính cách gian xảo, đôi khi thiếu nhân ái.

Người có Phá Quân miếu vượng thường được hưởng giàu sang và có tuổi thọ cao. Tuy nhiên, trên con đường đời, họ phải trải qua nhiều thăng trầm, với vận tài lộc và danh vọng không ổn định, lúc thịnh lúc suy như mây trôi trên trời.

ROSY RAIN

- Khi Phá Quân miếu vượng gặp các sao tốt như Xương, Khúc, Tả, Hữu, Khoa, Quyền, Lộc hay Kình Đà, Không Kiếp ở vị trí đắc địa, người đó dễ có cuộc sống hanh thông, uy quyền và danh tiếng rạng rỡ.

Ngược lại, nếu hội hợp nhiều sao xấu, sát tinh hãm địa, Song Hao, Hổ, Kỵ, Hình thì cuộc đời sẽ lắm gian truân, công danh trắc trở, tài vận bấp bênh, thường phải di chuyển nhiều, dễ gặp tai nạn và thậm chí bị tù tội, tuổi thọ bị giảm.

- Người có Phá Quân hãm địa thường có tính cách ương ngạnh, hiếu thắng, có phần hung bạo và nham hiểm. Họ có năng lực kinh doanh, khéo léo trong kỹ nghệ, thủ công hoặc buôn bán, nhưng cuộc sống nhiều vất vả, gặp nhiều tai họa, nếu không rời xa quê hương lập nghiệp thì khó có thể sống lâu.

Nếu Phá Quân hãm địa gặp Kình, Đà, Không, Kiếp đắc địa hội hợp, vẫn có thể hưởng giàu sang nhưng hay gặp tai họa.

Tóm lại: Nếu kết hợp với nhiều sao mờ ám, sát tinh hãm địa, Song Hao, Hổ, Kỵ, Hình thì thường cuộc đời phải chịu cảnh cô đơn, lang bạt, mắc bệnh nan y, dễ gặp tai nạn nghiêm trọng, chân tay có thể bị thương tật hoặc bị giam cầm, thậm chí tử vong sớm trong hoàn cảnh bi thảm.

ROSY RAIN

Tử Vi Nhập Môn

Nam mệnh Phá Quân:

Khi Phá Quân tọa thủ cung Mệnh ở vị trí miếu, vượng hoặc đắc địa, đồng thời hội tụ nhiều sao tốt, người nam thường có cuộc sống sung túc, phú quý, đặc biệt có khả năng thành đạt trong các lĩnh vực liên quan đến võ nghiệp hoặc những công việc đòi hỏi sự dũng mãnh và uy quyền. Họ thường có sức khỏe tốt, sống trường thọ và được xã hội kính trọng.

Ngược lại, nếu Phá Quân tọa thủ ở vị trí hãm địa và kết hợp với nhiều sao mờ ám, hung sát, người này có thể gặp phải nhiều khó khăn trong cuộc sống, trải qua cảnh cô đơn, phải di chuyển nhiều nơi, đôi khi gặp những tai nạn nghiêm trọng hoặc vấn đề sức khỏe phức tạp. Dù vậy, việc ý thức và chăm sóc bản thân sẽ giúp giảm thiểu những rủi ro này.

ROSY RAIN

Nữ mệnh Phá Quân:

Nữ mệnh có Phá Quân tọa thủ cung Mệnh ở vị trí miếu, vượng hay đắc địa thường sở hữu tính cách mạnh mẽ, tài giỏi và đảm đang. Họ có khả năng đảm nhiệm nhiều vai trò trong cuộc sống và công việc, đồng thời có đời sống vật chất ổn định, thịnh vượng. Tuy nhiên, họ nên lưu ý về các mối quan hệ tình cảm, thường khuyên nên ổn định gia đình ở giai đoạn tương đối muộn để tránh những ưu phiền không cần thiết. Khi kết hợp với các sao tốt, cuộc sống của họ rất thuận lợi và viên mãn.

Nếu Phá Quân tọa thủ ở vị trí hãm địa, người nữ có thể gặp khó khăn trong các mối quan hệ, có tính cách phức tạp hơn, dễ bị dao động cảm xúc hoặc có những giai đoạn buồn phiền kéo dài. Họ có thể đối mặt với nhiều thử thách trong cuộc sống, cả về sức khỏe lẫn các mối quan hệ gia đình. Tuy nhiên, nếu biết vượt qua những khó khăn này, họ có thể tìm thấy sự an yên và thăng tiến trong cuộc sống.

Sao Văn Xương, Văn Khúc thủ Mệnh

Khi cung Mệnh có sao Văn Xương hoặc Văn Khúc tọa thủ, diện mạo thường thanh tú, khôi ngô, mang vẻ duyên dáng, lịch thiệp.

- **Nếu Xương, Khúc đắc địa** (được vị trí tốt), người đó thường có giác quan nhạy bén như tai thính, mắt sáng, trong người thường có nốt ruồi kín mang khí quý. Họ là người thông minh, học rộng, biết suy xét thấu đáo các vấn đề, có tài văn chương và năng khiếu về âm nhạc.

- Khi kết hợp với nhiều sao tốt như Tử Vi, Thiên Phủ, Khôi Việt, Tả Hữu, Khoa Quyền Lộc, người có Xương, Khúc đắc địa thường dễ dàng đỗ đạt cao trong thi cử, sớm thành danh, được hưởng phú quý và có uy danh vang lừng, thọ mạng cũng dài lâu.

- Nếu thêm Thiên Đồng và Thiên Lương hội tụ, họ rất khôn khéo, đa tài, có thể thành công sớm và giàu sang bền vững.

- Tuy nhiên, nếu gặp Tuần, Triệt án ngữ hoặc nhiều sát tinh hội tụ, vận mệnh sẽ trở nên khó khăn, công danh trắc trở, hay gặp tai họa, nhất là có nguy cơ tù tội. Người có cách này thường phải ẩn dật hoặc xuất gia mới có thể an ổn và sống lâu.

- Khi sao Khúc đắc địa kết hợp với sao Vũ Khúc, người đó có tài năng toàn diện cả văn lẫn võ, có uy quyền lớn và

271

được hưởng giàu sang trọn đời. Đặc biệt, người tuổi Giáp có cách này thường rất phú quý, danh vọng rực rỡ.

- Nếu sao Khúc đắc địa gặp sao Tham Lang và Hỏa Tinh đồng cung hoặc hội chiếu, thường có chức quyền lớn và của cải rất nhiều.

- **Ngược lại, khi Xương, Khúc bị hãm địa** (vị trí xấu), người đó thường làm nghề thủ công, kỹ nghệ hoặc mỹ nghệ và có thể có cuộc sống khá giả về sau.

- Nếu gặp nhiều sao xấu hoặc sát tinh, người có Xương, Khúc hãm địa thường có thân thể nhiều vết sẹo, tính cách nóng vội, không suy xét kỹ càng trước khi hành động, dễ thất bại. Cuộc đời họ thường cô đơn, gian khổ, hay phải xa quê lập nghiệp, gặp nhiều tai họa, thậm chí tù tội, tàn tật hoặc tuổi thọ ngắn.

- Dù ở vị trí đắc địa hay hãm địa, nếu có sao Tuế, Tấu, Long, Phượng hội hợp, người đó thường rất khéo nói, hát hay và rất yêu thích các hoạt động nghệ thuật như thi ca, vũ, nhạc, kịch.

Tử Vi Nhập Môn

Nam Mệnh có Xương Khúc

Nếu Văn Xương và Văn Khúc đắc địa, tọa thủ cung Mệnh và hội tụ nhiều sao tốt như Tử Vi, Thiên Phủ, Khôi Việt, Tả Hữu, Khoa, Quyền, Lộc thì người đó thông minh, học rộng, có tài văn chương lỗi lạc, nhanh chóng thăng tiến trong sự nghiệp, danh tiếng vang xa, hưởng cuộc sống giàu sang và thọ mạng dài lâu.

Ngược lại, nếu Xương, Khúc bị hãm địa, lại gặp nhiều sao mờ ám hoặc sát tinh hội hợp thì cuộc đời rất gian nan, cô đơn, thường phải ly tổ lập nghiệp nơi xa, khó tránh khỏi tai họa, có thể gặp tàn tật hoặc chết yểu.

Nữ Mệnh có Xương Khúc

Nếu Văn Xương, Văn Khúc đắc địa thủ mệnh, người nữ thường có nhan sắc tuyệt vời và tính tình đa tình, lãng mạn.

Khi kết hợp với nhiều sao sáng tốt hội hợp, nữ mệnh này sẽ hưởng phú quý, sung sướng, giàu sang trọn đời.

Nếu Xương, Khúc bị hãm địa, tuy nét mặt vẫn tươi tỉnh nhưng tính tình dâm đãng, thường suốt đời phải chịu nhiều buồn phiền, đặc biệt về chuyện chồng con.

ROSY RAIN

Khi gặp nhiều sao mờ ám hoặc sát tinh hội hợp, người nữ này có thể trở thành người có đời sống phức tạp, không đứng đắn, khắc chồng hại con, và thường có thể chết yểu.

Điểm đặc biệt chung của cả nam lẫn nữ mệnh có Xương Khúc: Dù đắc địa hay hãm địa, nếu Văn Xương, Văn Khúc thủ mệnh gặp sao Riêu đồng cung, người đó thường có tính cách đồng bóng, không ổn định về giới tính hay xu hướng tính dục.

Tử Vi Nhập Môn

Sao Thiên Khôi hoặc Thiên Việt tọa thủ tại cung Mệnh

Thường là con trưởng, hoặc nếu không phải trưởng thì cũng có xu hướng đoạt trưởng, giữ vai trò chủ đạo trong gia đình hoặc cộng đồng. Dáng vẻ thường thanh tú, khôi ngô, ánh mắt sáng, thần thái nổi bật. Tính cách cao thượng, có tinh thần chính trực, thông minh, và ý chí vươn lên.

Khi Khôi, Việt gặp nhiều sao tốt như Tử Vi, Thiên Phủ, Văn Xương, Văn Khúc, Tả Phụ, Hữu Bật, Khoa, Quyền, Lộc, đương số là người có tài năng toàn diện cả về văn lẫn võ. Họ có tư chất lãnh đạo, năng lực tổ chức, giỏi mưu lược và thường giữ vai trò then chốt trong các hoạt động lớn nhỏ. Nhiều người có cách này sớm được trọng dụng, hoặc làm việc gần gũi với giới cầm quyền, có uy tín và quyền lực. Về mặt phúc lộc, thường có cuộc sống đầy đủ, danh giá, trường thọ.

Nếu Khôi, Việt bị Tuần hoặc Triệt án ngữ, hay gặp các sao xấu (như Hóa Kỵ, Thiên Hình, các Sát tinh như Kình, Đà, Không, Kiếp), thì vận số gặp nhiều trắc trở. Công danh khó thành, dễ gặp họa hại do người khác gây ra hoặc do chính sự chủ quan. Trong những trường hợp nặng, dễ mắc tai họa về đao kiếm, tai nạn bất ngờ, hoặc có bệnh liên quan đến vùng đầu mặt, và khó sống lâu nếu không được các sao phúc tinh hóa giải.

ROSY RAIN

Tử Vi Nhập Môn

Nam mệnh có Thiên Khôi – Thiên Việt

Trường hợp tốt: Nếu Thiên Khôi hoặc Thiên Việt tọa thủ tại Mệnh, gặp nhiều sao sáng sủa, cát tinh hội chiếu như Tử Vi, Thiên Phủ, Văn Xương, Văn Khúc, Tả Hữu, Khoa Quyền Lộc… thì đương số là người có tài năng, học thức, địa vị xã hội cao. Cuộc sống được hưởng phú quý song toàn, sự nghiệp vững vàng, có danh có lộc, và thường sống thọ.

Trường hợp xấu: Nếu Khôi Việt bị Tuần, Triệt án ngữ hoặc gặp các sao xấu như Kình Dương, Đà La, Hỏa Tinh, Linh Tinh, Hóa Kỵ, Thiên Hình…, thì công danh dễ trắc trở, thường mắc tai họa bất ngờ, thị phi, kiện tụng. Cuộc sống phải lao đao, và tuổi thọ có thể bị chiết giảm nếu không có sao hóa giải.

Nữ mệnh có Thiên Khôi – Thiên Việt

Trường hợp tốt: Nữ mệnh có Khôi Việt thủ Mệnh và gặp cát tinh hội chiếu là mẫu người hiền lương, thông tuệ, giữ vai trò người vợ, người mẹ mẫu mực, thường là hiền phụ, vượng phu ích tử, được hưởng giàu sang và danh giá, sống bình an trường thọ.

Trường hợp xấu: Nếu gặp Tuần, Triệt hoặc các sát tinh, bại tinh hội hợp, thì số này thường phải lao tâm khổ tứ, cuộc sống truân chuyên, dễ mắc tai họa, bị cuốn vào những chuyện khó giải thoát,

ROSY RAIN

và cũng khó được sống lâu nếu không có sự nâng đỡ của các phúc tinh

Tử Vi Nhập Môn

Sao Lộc Tồn thủ Mệnh

Lộc Tồn là sao tài tinh thuộc hệ Âm Thổ, bản chất bảo thủ, thiên về tích lũy, thích sự ổn định. Khi thủ Mệnh, Lộc Tồn biểu hiện người có khí chất trầm tĩnh, nhân hậu, có khả năng quản lý tài chính, biết duy trì tài sản lâu dài.

Lộc Tồn thủ Mệnh, hội nhiều sao sáng sủa tốt đẹp (như Tử Vi, Thiên Phủ, Văn Xương, Thiên Khôi, Thiên Việt, Thiên Mã): Người thông minh, học rộng, từ thiện, có khả năng tổ chức, nhiều sáng kiến lạ, biết ứng biến linh hoạt. Suốt đời hưởng phú quý, được người kính trọng, có danh vọng, sống lâu.

Hội Tử Vi, Thiên Phủ, Văn Xương, Thiên Khôi, Thiên Việt, Thiên Mã: Là cách đại quý, chủ uy quyền hiển hách, phú quý trọn đời, tuổi thọ tăng.

Hội Quang Quý, Thiên Quan, Thiên Phúc, Thiên Riêu, Thiên Y: Nổi bật trong ngành y dược, dễ nổi tiếng, có uy tín trong chữa bệnh, trị liệu.

Nếu gặp nhiều sao mờ ám xấu xa (Địa Không, Địa Kiếp, Đại Hao, Hóa Kỵ, Thiên Tuế): Dễ trở thành người biển lận, ích kỷ, gian quyệt, sống vì lợi ích cá nhân. Có thể khắc thân, sớm phải xa gia đình, cuộc đời lang bạt, bất ổn. Dù có tiền tài nhưng dễ bị mất cắp, lừa đảo, gặp nhiều tai họa, thậm chí tù tội. Tuổi thọ thường bị giảm sút, cuộc đời trắc trở.

ROSY RAIN

Tử Vi Nhập Môn

Nam mệnh có Lộc Tồn thủ Mệnh

Lộc Tồn thủ Mệnh, hội các sao Tử Vi, Thiên Phủ, Văn Xương, Văn Khúc, Thiên Khôi, Thiên Việt: Là người có tư chất tốt, thông minh, có tài sản tích lũy, sống có quy củ, biết cách giữ gìn và phát triển tài lực. Phú quý trọn đời, dễ đạt uy danh, có thể làm lớn, được người kính trọng. Tuổi thọ cao, đời sống ổn định, tài vận bền vững.

Gặp Địa Không, Địa Kiếp, Đại Hao, Hóa Kỵ, Thái Tuế: Cuộc đời gặp nhiều bất trắc, dễ ly tán gia đình, đặc biệt thường buồn khổ vì vợ con. Có xu hướng tự cô lập, ít chia sẻ, gặp tai họa bất ngờ, tuổi thọ thường không cao. Dù có tài nhưng không giữ được tiền, dễ bị kẻ gian mưu hại hoặc mất mát vì lòng tin sai chỗ.

Nữ mệnh có Lộc Tồn thủ Mệnh

Lộc Tồn thủ Mệnh, hội nhiều sao sáng sủa (Xương, Khúc, Khôi, Việt...): Là người đoan chính, sống có đạo lý, tính cách kiên định, biết giữ gìn gia đạo.Vượng phu ích tử, dễ trở thành người phụ nữ trụ cột gia đình, mang lại tài lộc cho chồng con. Giàu sang trọn đời, nhân duyên tốt, sống lâu.

Gặp Không, Kiếp, Hao, Kỵ, Tuế: Không trở nên dâm đãng hay bất chính, nhưng số khổ vì chồng con, thường chịu nhiều hy sinh mà ít được đền đáp. Không xứng ý toại lòng, dễ bị lấn át trong hôn nhân, đời sống tinh thần nhiều lo lắng. Vận tài có lúc lên xuống, nhưng thiếu bền vững

279

Tử Vi Nhập Môn

Tả Phù, Hữu Bật tọa thủ cung Mệnh

Tả Phụ (Âm Mộc), Hữu Bật (Dương Mộc) là bộ sao phụ tinh quý nhân, chủ phò tá, trợ giúp, thông minh, khéo léo.

- Khi tọa Mệnh mà gặp nhiều cát tinh hội hợp, đương số thường: Thân hình đầy đặn, khôi ngô.Tính tình khoan hòa, nhân hậu, thẳng thắn, có lòng cứu giúp người hoạn nạn.Có mưu trí, tài tổ chức, dễ thành công trong môi trường cộng tác, hành chính, cố vấn.

- Tả Hữu đi với Tử Vi, Thiên Phủ, Văn Xương, Văn Khúc, Thiên Khôi, Thiên Việt, lại thêm Khoa, Quyền, Lộc: Người này có nốt ruồi kín, hợp quý tướng (theo quan điểm tướng học truyền thống). Được hưởng phú quý trọn đời, có danh tiếng lớn, địa vị vững, tuổi thọ gia tăng.

- Tả Hữu đi cùng Thiên Cơ, Thái Âm, Thiên Đồng, Thiên Lương, lại thêm Long Đức, Phượng Các: Thường giỏi nghề y, có thiên hướng chữa bệnh, giúp người. Nếu theo ngành y, dược, đông y, chăm sóc sức khỏe thì rất khá giả, nổi tiếng.

- Tả Hữu gặp nhiều sao mờ ám, bại tinh, sát tinh (như Địa Không, Địa Kiếp, Hỏa Tinh, Linh Tinh, Kình Dương, Đà La...): Tướng mạo rỗ sẹo, thân thể mang tật, dáng không thanh tú. Tính tình gian trá, hiểm độc, dễ lừa đảo hoặc bị lừa, có xu hướng cô độc, đời sống gặp nhiều tai họa bất ngờ. Tuổi thọ cũng bị chiết giảm, dễ gặp hình thương, kiện tụng hoặc họa hại về nhân sự.

- Cung Mệnh có Tả Phụ, Hữu Bật tọa thủ: sớm ly tổ, tự lập phương xa. Dù gặp nhiều sao sáng sủa tốt đẹp hội hợp, hoặc dù gặp nhiều sao mờ ám xấu xa hội hợp, người có Tả Hữu tọa Mệnh đều có khuynh hướng phải sớm rời xa gia đình, rời tổ ấm, ít nhất là trong một giai đoạn cuộc đời phải tự lập ở phương xa. Điều này cho thấy dù vận trình có thăng trầm ra sao, người này thường mang trong mình bản tính độc lập, tự chủ, hoặc hoàn cảnh cuộc sống buộc họ phải tự mình bươn trải, làm nên sự nghiệp xa nhà.

- Nguyên nhân: Tả, Hữu vốn là sao phò tá, trợ giúp nhưng không phải sao trung tâm của tổ ấm gia đình, vì vậy khó tránh khỏi bất ổn về gia đình gốc. Có thể do xung sát hoặc nhiều sao sát tinh hội hợp gây ảnh hưởng, dẫn đến những biến cố gia đình như ly tán, bất hòa, hoặc người đương số phải rời xa quê hương. Tính cách độc lập, sáng tạo, có lúc bướng bỉnh khiến họ chọn cách lập nghiệp xa gia đình hơn là dựa dẫm.

- Hậu quả thường gặp: Sớm phải rời khỏi vòng tay gia đình (ly tổ). Tự mình đi đến vùng đất mới để xây dựng sự nghiệp, lập thân.Có thể chịu nhiều vất vả, cô đơn trong giai đoạn đầu lập nghiệp. Dù sao, nếu hội tụ nhiều sao tốt, vẫn có thể thành đạt, giàu sang và nổi tiếng xa nhà nhưng con đường thường không thuận lợi bằng người khác.

Tử Vi Nhập Môn

Nam mệnh có Tả Hữu thủ Mệnh

Gặp nhiều sao sáng sủa tốt đẹp hội hợp (Tử, Phủ, Xương, Khúc, Khôi, Việt, Khoa, Quyền, Lộc…): Là người thông minh, học rộng, văn võ kiêm toàn. Có tố chất làm lãnh đạo, giỏi tổ chức, điều hành và được quý nhân trợ lực. Thường là bậc hiền tài, được xã hội trọng vọng, có thể sớm thành công và giàu sang đến tột bậc. Có thể được giao trọng trách lớn trong xã hội, đôi khi làm nên nghiệp lớn từ sớm.

Gặp sao mờ ám xấu xa (Không, Kiếp, Kỵ, Hình, Hao, Tang…) hoặc đi với các sao xấu như Cự Môn, Phá Quân hãm địa: Tính tình có phần gian trá, lươn lẹo, dễ nghi kỵ, đa đoan. Cuộc đời gập ghềnh, dễ lâm vào hoàn cảnh tàn tật, tai nạn nghiêm trọng, có khi mang thương tích hoặc tật nguyền. Dễ mắc tai họa, công danh khó thành, vận số lao đao, thường khó sống lâu nếu gặp thêm sát tinh nặng.

Nữ mệnh có Tả Hữu thủ Mệnh

Gặp nhiều sao sáng sủa tốt đẹp hội hợp: Là người phụ nữ siêng năng, hiền hậu, đoan trang, tính cách trung hậu, đáng tin cậy. Có thể đảm đương việc lớn, hỗ trợ chồng con tốt, rất vượng phu ích tử. Có cơ hội hưởng giàu sang, phúc lộc đầy đủ, được chồng con yêu thương kính trọng.

Nếu phối hợp thêm sao Phúc tinh (Thiên Đức, Nguyệt Đức, Long Phượng...), dễ là người phụ nữ mẫu mực, sống thọ và có danh giá.

Gặp sao mờ ám xấu xa hoặc Sát tinh hội hợp: Dễ trở thành hạng bất chính, tính tình khó đoán, dễ gây bất lợi cho chồng con, gây xung khắc gia đình. Tuy có lúc giàu sang nhưng khó bền vững, thường gặp nhiều biến cố tình cảm hoặc cô độc về hậu vận. Nếu số nặng, còn có thể đoản thọ, yếu mệnh, chết non mà sách cổ gọi là "chết sớm là may".

Tử Vi Nhập Môn

Sao Kình Dương thủ Mệnh

Là biểu tượng của sát khí cương mãnh, chủ về xung phá, hình thương, quyết liệt và cô độc.

- Khi đắc địa, người có Kình Dương thủ Mệnh thường cao lớn, thân hình thô, da xám, mắt lồi, hầu lộ, khí chất mạnh mẽ, tính quả quyết, dũng cảm, có mưu trí và thích hành động. Đây là người có chí tiến thủ, ưa mạo hiểm, dễ thành công trong các ngành nghề cần cạnh tranh cao, võ nghiệp, kỹ thuật hoặc thương nghiệp táo bạo.

- Ngược lại, nếu Kình Dương hãm địa, đương số thường hung hãn, liều lĩnh, bướng bỉnh, gian trá, dễ sa vào kiện tụng, hình phạt, tai nạn, thân thể có tật, tâm tính bất an, hay chống đối xã hội, cô đơn, yếu thọ. Trong trường hợp Kình Dương tọa thủ tại Dần hoặc Thân, nhất là với người tuổi Giáp, Mậu, thì thường phá tổ, mang tật, sớm lìa quê hương mới mong tránh nạn, có thể sống nhờ tài thủ công nếu có thêm cát tinh trợ giúp. Kình Dương ở Mão hay Dậu thường khiến chân tay dễ thương tích, thị lực kém, mắt yếu.

- Kình Dương gặp Nhật hay Nguyệt đồng cung là cách khắc phối, nam thì khắc vợ, nữ thì sát chồng, hôn nhân trắc trở, duyên phận yếu tàn.

- Kình Dương đồng cung với Liêm Trinh, Cự Môn, Hóa Kỵ tạo thành tổ hợp ám tật, nếu hãm địa thì chủ về kiện tụng, thương tật nặng, đặc biệt nguy hiểm với người tuổi Thìn, Tuất, về già khốn khổ cô đơn.

- Nếu Kình Dương thủ Mệnh gặp các sao Tả Phụ, Hữu Bật, Văn Xương, Văn Khúc hội hợp, tuy có phần chế hóa nhưng thân thể thường mang dấu tích, như rỗ sẹo, nốt ruồi kín đáo, da thịt không toàn vẹn. Trường hợp này nếu có thêm cát tinh mạnh như Khôi, Việt, Lộc, Quyền, Khoa, thì có thể phát triển trong môi trường cần tính quyết đoán và kỹ năng cá nhân cao, nhưng vẫn cần đề phòng tai họa bất ngờ.

- Với nam mệnh, Kình Dương thủ Mệnh đắc địa có thể tạo ra người khí phách, độc lập, gánh vác, nhưng dễ cô độc, khó hòa hợp. Với nữ mệnh, Kình Dương thủ Mệnh là tướng cách bất lợi, thường cứng cỏi, sát chồng, khắc con, khó yên bề gia đạo, nếu gặp thêm sát tinh thì nên phòng bệnh tật và đoán thọ.

- Theo phú cổ: "Kình Dương thủ Mệnh, hình thương đa sự", "Kình tại Dần Thân, Giáp Mậu phá tổ", "Kình đồng Nhật Nguyệt, khắc phu sát phụ", "Kình Liêm Cự Kỵ, hình tàn khổ sở", "Kình hội Xương Khúc Tả Hữu, ẩn sẹo kín thân". Các câu phú đều xác nhận đặc tính xung phá, hiểm nguy, cô độc, cần chế ngự bằng phúc tinh hoặc phò tá

285

trong các bố cục đắc cách mới có thể chuyển hung thành cát.

Nam mệnh Kình Dương thủ Mệnh

Nếu Kình đắc địa, chủ về khí phách cương nghị, tính tình quả cảm, chí hướng lớn, rất hợp với các nghề liên quan đến quân sự, hành pháp, kỹ thuật, ngành nghề cần sự can đảm và quyết đoán. Gặp bố cục sáng sủa, cát tinh hội tụ, dễ trở thành người có uy quyền hiển hách, công danh phát triển trong môi trường cạnh tranh khốc liệt. Trường hợp Kình Dương đắc địa lại đồng cung với Tử Vi, Thiên Phủ cũng đắc địa, thường là người buôn bán lớn, có đầu óc quản lý tài chính, giỏi tạo dựng sự nghiệp, tích lũy được tài sản khổng lồ.

Ngược lại, nếu Kình hãm địa mà không có các sao hóa giải như Tuần, Triệt án ngữ hoặc không gặp nhiều cát tinh sáng sủa để cứu giải, thì khó tránh được tai họa, cuộc đời nhiều đau thương, tai nạn bất ngờ, bệnh tật hoặc hình thương luôn rình rập. Tuổi thọ bị chiết giảm, sống ngày nào khổ ngày đó.

Nguy hiểm nhất là trường hợp Kình hãm địa lại hội họp với các sát tinh mạnh như Hỏa Tinh, Linh Tinh, Kiếp Sát, Phục Binh, thường chủ về chết ở chiến trường, tai nạn nơi đường xa, thân thể không toàn thây, vận hạn thường kết thúc bi thảm.

ROSY RAIN

Tử Vi Nhập Môn

Nữ mệnh Kình Dương thủ Mệnh

Nếu đắc địa, là người mạnh mẽ, có khí chất độc lập, dễ gây dựng sự nghiệp, tài chính vững vàng, đôi khi nắm quyền trong gia đình, có khả năng trợ phu ích tử, giúp chồng thành công, con cái hiển đạt. Tuy nhiên, nếu Kình Dương hãm địa, thì dễ trở thành người cứng cỏi, dữ dằn, tính tình phóng túng, dễ khắc hại chồng con, hôn nhân lận đận, cuộc đời khó yên ổn, thường mang tai tiếng hoặc vướng vào các mối quan hệ phức tạp. Trường hợp nặng có thể lâm vào cảnh hạ tiện, cô đơn, đoạn hậu, sinh hoạt tình cảm hỗn loạn.

Tóm lại: Kình Dương thủ Mệnh là một sát tinh có khí dương mãnh liệt, nếu được chế hóa, hợp cách, có thể trở thành đòn bẩy của danh vọng và thành công. Nếu không được tiết chế, thường gây ra những bất ổn lớn cho cuộc đời đương số cả về thể chất, tinh thần lẫn nhân duyên.

Khi luận đoán, cần đặc biệt chú ý đến địa vị của Kình (đắc ở Tứ Mộ), các sao hội hợp, tuổi mệnh và hành vận mới có thể đoán định cát hung rõ ràng.

ROSY RAIN

Tử Vi Nhập Môn

Mệnh thủ Đà La

Cung Mệnh có sao Đà La tọa thủ thường cho hình thể cao dài, thân người hơi gầy, nước da xám, sắc diện không tươi sáng. Lông tóc thường rậm, khuôn mặt thô, răng xấu, mắt kém tinh anh, dễ có tỳ vết hoặc sẹo ở thân thể.

- Trong trường hợp Đà La cư ở vị trí đắc địa, đương số là người can đảm, dũng mãnh, cứng cỏi, có tinh thần đấu tranh cao. Tuy nhiên, bản chất thường kín đáo, thâm trầm, khéo giấu ý đồ, giàu mưu cơ, có khả năng sử dụng thủ đoạn để đạt được mục đích.

- Nếu Đà La ở hãm địa, tính tình biến thành hung bạo, gian hiểm, thâm độc. Tâm tính dễ sa vào cực đoan, có khuynh hướng dâm dục và bất nhân. Người có cách này trong mình thường có dấu vết dị dạng như sẹo, rỗ, tỳ vết lớn dễ thấy.

- Khi Đà La hãm địa lại hội hợp nhiều sát tinh và ám tinh như Hỏa Tinh, Linh Tinh, Địa Không, Địa Kiếp, Hóa Kỵ, Hình Tinh thì là cách cực kỳ xấu, chủ suốt đời khốn khổ, cô đơn, phiêu bạt. Dễ mắc vào vòng kiện tụng, hình ngục, các tai họa đột ngột và nguy hiểm. Trong trường hợp xấu nhất, nếu không bị thương tàn tay chân thì cũng dễ có tật ở mắt, nếu không mắc những bệnh mãn tính thì tuổi thọ cũng khó được kéo dài.

ROSY RAIN

- Ngoài ra, người có Mệnh thủ Đà La thường mang tâm lý bất ổn, dễ nổi nóng, khó kiểm soát hành vi khi bị kích động. Càng về già, nếu không được hóa giải bằng các sao cát tinh mạnh như Tả Hữu, Xương Khúc, Khôi Việt thì đời sống tinh thần sẽ càng cô độc, vật chất suy vi.

Tử Vi Nhập Môn

Mệnh thủ Hỏa Tinh – Linh Tinh

Khi cung Mệnh có Hỏa Tinh hoặc Linh Tinh tọa thủ, thường cho thân hình thô, nét mặt kém thanh tú, lông tóc có sắc vàng hoặc đỏ, dễ có tỳ vết rõ rệt ở tay chân hoặc vùng răng miệng. Tính tình chung là ương ngạnh, nóng nảy, dễ bộc phát và khó kiềm chế.

- Nếu Hỏa hoặc Linh đắc địa tọa Mệnh, đương số là người có khí chất cương nghị, dũng cảm, hiên ngang, giàu nghị lực, sức khỏe dồi dào, ít gặp tai họa nguy cấp.
  Đây là biểu hiện của một Mệnh cứng rắn, có khả năng chống chọi hoàn cảnh.
  Người sinh vào các năm Dần, Mão, Ty, Ngọ có Hỏa – Linh đắc địa thủ Mệnh là hợp cách. Trong trường hợp này, nếu được các sao sáng sủa cát tinh hội chiếu như Tả Hữu, Xương Khúc, Khôi Việt, Lộc Tồn, Quyền Lộc thì chắc chắn sẽ có cơ hội đạt thành công lớn và hưởng giàu sang bền vững.
- Đặc biệt, những người sinh tại phương Đông và phương Nam (tức người phương vị Mộc – Hỏa) mà cung Mệnh có Hỏa – Linh đắc địa là hợp ngũ hành, sẽ có nhiều thuận lợi về tài lộc và danh vọng.
  Trong khi đó, người sinh tại phương Tây hoặc phương Bắc (Kim – Thủy) tuy cũng có thể phát tài nếu Mệnh có Hỏa – Linh đắc địa, nhưng sự thịnh vượng không lâu bền,

dễ gặp sóng gió lớn về hậu vận.Trái lại, nếu Hỏa – Linh tọa thủ tại Mệnh mà ở vào hãm địa, tức không phù hợp địa bàn hoặc khắc mệnh ngũ hành, thì đương số thường có tính cách thâm hiểm, gian ngoan, cực đoan và liều lĩnh. Trong người dễ có tật khí huyết hoặc thần kinh, dẫn đến tình trạng sức khỏe giảm sút theo thời gian.

Hỏa – Linh hãm địa hội nhiều ám tinh, sát tinh như Đà, Kình, Không, Kiếp sẽ khiến cuộc đời lắm biến động, dễ mắc nạn hình thương, cháy nổ, thương tích.

Người có cách cục này nếu không yểu tử thì cũng mang tật suốt đời. Trong trường hợp này, nếu có điều kiện rời xa quê hương sớm, sống với họ khác hoặc được người khác nuôi dưỡng, đôi khi mới tránh khỏi số mệnh nghiệt ngã.

- Đặc biệt, người sinh tại phương Tây hoặc phương Bắc mà cung Mệnh có Hỏa – Linh hãm địa thủ tọa là cách khắc phương – khắc tinh, chủ đại hung. Mệnh cách này thường rất nguy khốn, gian truân đến mức tận cùng, khó có cơ hội chuyển vận nếu không có yếu tố ngoại viện cực mạnh.

- Trường hợp Mệnh an tại Tứ Mộ (tức Thìn, Tuất, Sửu, Mùi), có Hỏa – Linh tọa thủ đồng cung cùng với Tham Lang hoặc Vũ Khúc thì là cách cục rất rực rỡ. Đây là cách xuất tướng nhập tinh, vừa có tài võ lược vừa có năng lực văn chương. Người có cách này thường lập chiến công hoặc thành danh lớn, có uy quyền hiển hách, tiếng tăm vang dội, được hưởng giàu sang trọn đời. Nếu gặp thêm các sao tài tinh hoặc quyền tinh như Lộc, Quyền, Khôi, Tả Hữu thì sự nghiệp càng hiển đạt.

Nam mệnh có Hỏa Tinh, Linh Tinh thủ mệnh

Hỏa, Linh đắc địa: Hai sao này ở vị trí tốt (đắc địa) và phù hợp với mệnh người nam (ứng hợp năm sinh, phương hướng nơi sinh).

Sẽ là người có số phú quý song toàn: vừa giàu có, vừa có danh vọng. Hiển đạt về võ nghiệp: hợp với binh nghiệp, công an, quân đội, nghề mang tính chất mạo hiểm và hành động.

Hỏa, Linh hãm địa: Hai sao ở vị trí xấu (hãm địa), không phù hợp với mệnh. Dễ mắc bệnh tật, tai họa nguy hiểm. Cuộc đời cô đơn, nghèo khổ, thường phải xa gia đình, sống phiêu bạt. Nếu không bị thương tật chân tay thì cũng khó sống thọ – ám chỉ số vất vả, nhiều rủi ro.

Nữ mệnh có Hỏa Tinh, Linh Tinh thủ mệnh

Hỏa, Linh đắc địa: Hai sao ở vị trí tốt, hợp mệnh nữ. Là con nhà khuê các: dòng dõi tử tế, có nền tảng gia đình tốt. Tính cách cương cường, gan dạ như đàn ông, nóng nảy nhưng quyết đoán.Suốt đời được giàu sang, tuy hơi mạnh mẽ trong tính tình.

Hỏa, Linh hãm địa: Hai sao ở vị trí xấu. Dễ là người hạ tiện, sống buông thả, bản tính dâm dật. Thường khắc chồng, hại con, cuộc sống hôn nhân trắc trở.

Ban đêm thường mơ thấy đàn ông, ám chỉ nội tâm không yên ổn hoặc rối loạn tâm sinh lý.

Tử Vi Nhập Môn

Mệnh có Địa Không – Địa Kiếp

Cung Mệnh có Địa Không hoặc Địa Kiếp đơn thủ, thân hình thường thô kệch, ngũ quan không thanh tú, da dẻ tối sạm, khí sắc thiếu sinh khí.

Kiếp, Không đắc địa, chủ mưu trí, sâu sắc, kín đáo, cẩn trọng, có gan dạ và khả năng ứng biến tốt, nhưng sự nghiệp lên xuống bất thường, khó vững bền.

Kiếp, Không hãm địa, chủ tâm tính xảo trá, ích kỷ, đa nghi, hay toan tính tư lợi, cuộc sống thường lao đao, ít khi được như ý. Mệnh có Kiếp – Không dù đắc hay hãm địa, thường mắc các bệnh về hô hấp (phổi yếu, ho lâu ngày, nghẹn cuống họng) hoặc da liễu (ghẻ lở, nhọt độc, viêm mủ ngoài da).

Kiếp, Không đắc địa hội Tử Vi – Thiên Phủ đắc địa, tuy có cơ hội hiển đạt nhưng tính chất vẫn mờ ám, thường mang tiếng thị phi, dễ vướng tai họa bất ngờ.

Kiếp, Không hãm địa hội Tử Vi – Thiên Phủ đắc địa, vận hạn không đáng sợ nhưng kết quả không cao, bị hạn chế bởi hoàn cảnh hoặc tâm lý.

Tử Vi – Thiên Phủ hãm địa gặp Kiếp – Không (dù Kiếp – Không đắc hay hãm), chủ đại hung: hiểm họa vây quanh, tuổi thọ ngắn, mưu sự bất thành, dễ lâm cảnh tuyệt vọng.

ROSY RAIN

Kiếp, Không gặp nhiều Sát tinh (như Kình Dương, Đà La, Linh Tinh, Hỏa Tinh...) thì nam khắc vợ, nữ khắc chồng, hôn nhân bất hòa, thường lỡ dở tình duyên.

Các sao đồng cung cùng đắc địa, chỉ hưởng giàu sang nhất thời, không bền lâu; nếu đều hãm địa, chủ hung họa liên miên, tâm trạng u uất, đa khổ hơn vui.

Kiếp – Không đồng hội với Đào Hoa – Hồng Loan, chủ duyên trắc trở, tình ái đa đoan, hôn nhân dễ lỡ dở, thường phải tái hôn, hay mắc bệnh liên quan đến sinh lý – tình dục (hoa liễu), tuổi thọ giảm sút.

Tử Vi Nhập Môn

Nam mệnh có Không Kiếp

Kiếp, Không đắc địa thủ Mệnh, chủ tính cách quả quyết, hành động nhanh chóng, quyết đoán, mưu sự dễ thành, nhưng sự nghiệp khó bền lâu, hay rơi vào cảnh "thành công sớm, thoái lui nhanh".

Kiếp, Không hãm địa thủ Mệnh, chủ tính tình xảo quyệt, ty tiện, thủ đoạn, khó tin cậy, cuộc đời gặp nhiều biến cố, thường cô đơn, túng quẫn, khó tránh tai họa.

Nam mệnh Kiếp – Không hội nhiều sao xấu, mờ ám (Sát tinh, Bại tinh), dễ rơi vào cảnh lầm than, có thể liên quan tới hình phạt, kiện tụng, tai nạn hoặc suy đồi đạo đức.

Nữ mệnh có Không Kiếp

Kiếp, Không đắc địa thủ Mệnh, chủ tính cách cương cường, quyết đoán, gan dạ như nam nhi, thường thành đạt sớm nhưng khó giữ được hạnh phúc hay sự nghiệp bền lâu.

Kiếp, Không hãm địa, chủ sát phu – hại tử, tình duyên trắc trở, đời sống gia đình bất ổn, dễ cô độc về hậu vận.

Kiếp, Không (dù đắc hay hãm) gặp Đào Hoa – Hồng Loan, khó giữ tiết hạnh, tình cảm đa đoan, dễ sa ngã hoặc bị tiếng thị phi, thường là hồng nhan bạc mệnh – đẹp người nhưng số khổ.

ROSY RAIN

Tứ Hóa Thủ Mệnh (Hóa Lộc – Hóa Quyền – Hóa Khoa – Hóa Kỵ)

Hóa Lộc thủ Mệnh

Mệnh có Hóa Lộc tọa thủ là người thông minh, lương thiện, tính tình thẳng thắn, sành ăn uống, thường được hưởng miếng ngon vật lạ, quần áo đẹp, cuộc sống vật chất sung túc.

Lộc hội các sao tốt như Tử Vi, Thiên Phủ, Hóa Khoa, Hóa Quyền thì phú quý trọn đời, sự nghiệp vững bền.

Lộc đi cùng Song Hao, Kình Dương, Đà La, Hỏa Linh thì tiêu xài hoang phí, tiền bạc khó giữ, thường làm ra nhưng cũng dễ tiêu tán. Mệnh có Song hao, nên đầu tư bất động sản.

Hóa Quyền thủ Mệnh

Mệnh có Hóa Quyền tọa thủ là người có khí chất khác thường, trong người có tướng lạ, tính tình kiêu căng, tự tin, nhiều lúc thành tự đắc.

Nếu hội Thiên Phủ, Tử Vi thì thân hình đẫy đà, có khí thế, dễ được trọng dụng, giữ các chức vụ quan trọng.

ROSY RAIN

Tử Vi Nhập Môn

Nếu hội Cự Môn, Vũ Khúc thì thường là người có tài lãnh đạo, quyền uy, dễ ra làm tướng, được người kính nể. Quyền đi với Sát tinh (Kình, Đà, Hỏa, Linh…) khiến tính liều lĩnh, hành động thiếu suy xét, dẫn đến thất bại, kiện tụng, đau khổ vì con cái.

Nếu Quyền bị Tuần, Triệt án ngữ thì công danh trắc trở, dù có tài nhưng dễ bị kìm hãm, công việc thường thành ít bại nhiều.

Hóa Khoa thủ Mệnh

Mệnh có Hóa Khoa thủ là người có dung mạo thanh tú, tính cách nhân hậu, khoan hòa, có lòng từ thiện, thông minh và học cao hiểu rộng.

Gặp sao tốt như Tử Vi, Thiên Phủ, Văn Xương, Văn Khúc, Thiên Khôi, Thiên Việt thì học hành đỗ đạt, thi cử dễ thành công, danh tiếng lẫy lừng, dễ thành bậc trí thức, mô phạm xã hội.

Nếu bị Sát tinh hội chiếu thì vẫn là người tài văn chương, nổi bật về học thuật, nhưng cuộc đời dễ gặp trắc trở, thành công không trọn vẹn.

ROSY RAIN

Tử Vi Nhập Môn

Hóa Kỵ thủ Mệnh

Mệnh có Hóa Kỵ tọa thủ thì thường dễ mắc tật ở chân tay hoặc mắt, tính tình nóng vội, hay phạm sai lầm, dễ dính thị phi và khẩu thiệt.

Kỵ đi với Thái Dương – Thái Âm: Nếu nhật nguyệt sáng, đắc địa thì tuy có tật nhẹ nhưng vẫn được hưởng phú quý.

Nếu nhật nguyệt mờ, hãm địa thì hay đau ốm, công danh lận đận, tuổi thọ bị chiết giảm.

Kỵ đi với Cự Môn hoặc Tham Lang thì dễ gặp tai nạn sông nước, bị giam cầm, vướng vòng lao lý. Nữ mệnh có cách này ví như ngọc có vết, không giữ trọn danh tiết.

Kỵ gặp nhiều Sát tinh đắc địa thì danh tài phát đột ngột rồi phá tán, đời nhiều truân chuyên. Nếu sát tinh hãm địa thì nghèo khổ, vướng họa lớn, tuổi thọ ngắn.

Kỵ hội Văn Xương, Văn Khúc, Thiên Khôi, Thiên Việt là người có học thức nhưng ít cơ hội hiển đạt.

Kỵ gặp Tuế, Đà thường mắc thị phi, kiện tụng, bệnh ở tai (ù, điếc), giảm thọ.

Kỵ đi cùng Đào Hoa, Hồng Loan thì khổ vì tình, hôn nhân trắc trở. Nữ mệnh dễ mất trinh tiết, hoặc gặp rối rắm vì tình cảm, gia đình không yên, dễ yếu.

ROSY RAIN

LỤC BẠI TINH – SONG HAO THỦ MỆNH

(Đại Hao – Tiểu Hao thủ Mệnh hoặc hội chiếu)

Cung Mệnh có Đại Hao hoặc Tiểu Hao tọa thủ thường báo hiệu một cuộc đời bất an, nhiều biến động, khó tích lũy tài sản. Chủ về vai lệch hoặc vai cao vai thấp, không thì thân hình thường nhỏ nhắn, tiêu hóa yếu, hay mắc bệnh vặt. Tính tình thông minh nhưng không quyết đoán, thiếu bền chí, dễ bị ảnh hưởng bởi môi trường xung quanh.

Có khuynh hướng ưa hưởng thụ, thích ăn ngon mặc đẹp, dễ bị cám dỗ bởi các thú vui vật chất như cờ bạc, rượu chè, vui chơi, tiêu tiền hoang phí, ít nghĩ đến hậu quả.

Thường phải ly tổ lập nghiệp, sống xa quê, hay đổi chỗ ở, không yên vị lâu dài một nơi.

Ham chơi, thích du lịch, thích ngao du, đặc biệt khi gặp Linh tinh, Hỏa tinh, Điếu khách, phục binh dễ bị cuốn vào những hoạt động phù phiếm, tốn kém.

Hao đắc địa lại sinh ra người thông minh, có hoài bão, tuy ham chơi nhưng cũng ham học hỏi, muốn mở rộng tầm nhìn xa.

Hao đắc địa hợp với tuổi Dần, Thân: người tuổi này mà có Hao tọa thủ thường có khí chất phiêu lưu, thích trải nghiệm cuộc sống phong phú. Nếu biết tu tâm lập chí, có thể vượt khó vươn lên, đạt thành công lớn, hưởng giàu sang trọn đời.

ROSY RAIN

- Khi Song Hao đi với Sát tinh như Kình, Đà, Hỏa, Linh, Không, Kiếp thì rất dễ gặp tai nạn. Thường là tai nạn bất ngờ, thương tích, đao binh, hoặc sự nghiệp thăng trầm.

- Mệnh có Song Hao gặp Sát tinh thường phải lao đao, vất vả.

- Nếu đi kèm Hỏa Tinh hoặc Linh Tinh, người ấy dễ nghiện ngập. Nghiện có thể là rượu chè, cờ bạc, thuốc lá, ma túy, hoặc mê lạc thú. Tính tình thường bốc đồng, tiêu pha không kiểm soát.

- Nếu Song Hao đồng cung với Tuyệt, người đó trở nên xảo quyệt. Thường rất khôn vặt, có mưu mẹo, nhưng thiếu lương thiện. Hành động có chủ ý, nhưng động cơ không trong sáng. Thích tính toán, giành phần lợi về mình.

- Nếu cung Mệnh vô chính diệu, lại gặp Hao và Tuyệt đồng cung, tính cách càng cực đoan. Người này thâm hiểm, ích kỷ, keo kiệt, và tham lam. Dễ trở thành kẻ thủ đoạn, gian xảo để đạt mục đích cá nhân. Tuy thông minh nhưng lòng dạ hẹp hòi, khó được người tin yêu. Cả đời thường bon chen, bất mãn, và hiếm khi hài lòng với chính mình.

Tóm lại: Song Hao thủ Mệnh

Nếu ở thế hãm báo hiệu cuộc đời long đong, tài chánh không ổn định, tiêu xài hoang phí, có sát tinh dễ sa đọa.

Nếu ở thế đắc địa, gặp tuổi hợp (Dần, Thân), lại có cát tinh phù trợ: vượt khổ thành công, sống phóng khoáng mà vẫn đạt giàu sang.

Tuy nhiên, Song Hao thủ Mệnh cần xét kèm môi trường sao hội chiếu. Nếu gặp nhiều sao ác tinh thì dù đắc địa cũng bị giảm tốt, thậm chí phản phúc, trở thành người nguy hiểm.

Tử Vi Nhập Môn

Sao Tang Môn – Bạch Hổ tọa thủ tại cung Mệnh

Khi cung Mệnh tọa thủ bởi một trong hai sao Tang Môn hoặc Bạch Hổ, người chủ mệnh thường sở hữu tính cách cương nghị, can đảm và kiên định, tuy nhiên mang phần ương ngạnh và khó khuất phục trước ý kiến người khác. Đặc biệt, Tang Môn tượng trưng cho sự tang thương, mất mát nên người có sao này thủ mệnh thường trải qua cảnh đời nhiều ưu phiền, có thể từ thuở lọt lòng đã chịu tang thân nhân hoặc trong gia đình có biến cố lúc đương số còn bé. Bạch Hổ biểu thị sức mạnh hung dữ, sát khí, nên người thủ mệnh có sao này có thể chịu nhiều nguy hiểm về thân thể và tinh thần.

Về sức khỏe, chủ mệnh Tang Môn hay Bạch Hổ tọa thủ thường mắc các bệnh liên quan đến khí huyết, đau gân xương, và các bệnh về tim phổi. Ngoài ra, khả năng nuôi dưỡng và giữ gìn súc vật thường kém, dễ hao tốn hoặc bỏ đi.

Tang Môn – Bạch Hổ đắc địa

Khi Tang Môn hoặc Bạch Hổ được an tại vị trí đắc địa, người chủ mệnh không chỉ có bản lĩnh và sự mưu trí sắc bén, mà còn sở hữu tài thao lược, biết xét đoán, lý luận rất sâu sắc. Người này thường có thiên hướng tham gia các lĩnh vực chính trị, ngoại giao hoặc công việc đòi hỏi khả năng điều hành, quyết đoán. Đây là tổ hợp cho thấy cá nhân có tiềm năng lớn để dẫn dắt, ảnh hưởng đến số đông.

ROSY RAIN

Khi gặp Sát tinh hội hợp

Dù Tang Môn, Bạch Hổ có đắc hay hãm, nếu trong cung Mệnh lại thêm nhiều sát tinh như Kình Dương, Thiên Hình, Đà La, Linh Tinh, hoặc có Không Kiếp hội hợp thì sẽ dẫn đến những hậu quả nghiêm trọng. Người này dễ trở nên bạo ngược, tính khí thất thường, dễ gây gổ cãi vã, sống trong cảnh cô đơn, bị cô lập. Ngoài ra, khả năng khắc chế người thân, đặc biệt là vợ chồng và con cái rất cao, khiến gia đạo lục đục, khó yên ổn.

Về mặt sức khỏe và an nguy, tổ hợp này báo hiệu nhiều bệnh nan y, tai nạn thương tích nghiêm trọng hoặc bị giam cầm, bó buộc trong cuộc sống, đồng thời khó có thể sống thọ.

Các tổ hợp phụ trợ đặc biệt

Tang Môn, Bạch Hổ gặp Kình Dương hoặc Thiên Hình đắc địa và có chính tinh mạnh đồng cung hoặc xung chiếu:

Tổ hợp này gia tăng ý chí, chí khí hiên ngang, bất khuất của chủ mệnh. Họ là người có tinh thần chiến đấu mạnh mẽ, không ngại gian khó, có thể vượt qua nghịch cảnh để đạt được thành tựu.

Bạch Hổ đắc địa tọa thủ, sinh ban đêm:

Đây được xem là thế cục hợp cách. Chủ mệnh thường có đường công danh hiển đạt, sự nghiệp thuận lợi, khả năng thăng tiến cao.

Bạch Hổ gặp Tham Lang đồng cung:

Biểu thị nguy cơ cao bị thương tích do thú dữ hoặc tai nạn liên quan đến động vật. Trong đời thường cần đề phòng rủi ro liên quan đến yếu tố ngoại cảnh, đặc biệt khi hành nghề trong môi trường hiểm nguy.

Bạch Hổ gặp Tấu Thư đồng cung:

Thể hiện tài năng văn học, nghệ thuật. Người này thường có khả năng sáng tác, ứng xử uyên thâm và có danh tiếng sớm trong lĩnh vực văn chương, nghệ thuật.

Bạch Hổ gặp Phi Liêm đồng cung:

Đây là một tổ hợp đem lại may mắn, phú quý cho chủ mệnh. Người này dễ được quý nhân phù trợ, sự nghiệp thăng tiến và cuộc sống sung túc, ít trắc trở.

Tóm lại: Tổ hợp Tang Môn – Bạch Hổ thủ mệnh mang tính cách phức tạp, pha trộn giữa sức mạnh và sự hiểm nguy. Người sở hữu cách cục này thường có chí khí kiên cường, can đảm và tiềm năng phát triển lớn trong các lĩnh vực lãnh đạo hoặc chính trị, nhưng cũng dễ vướng phải những trắc trở về sức khỏe, gia đạo và những tai nạn bất ngờ.

Việc gặp thêm các sát tinh hội hợp sẽ làm tăng tính cực đoan trong tính cách và cuộc đời, dễ dẫn đến cô lập, khắc người thân, thậm chí ảnh hưởng đến tuổi thọ. Ngược lại, khi tổ hợp có các sao phụ trợ tốt, như Tấu Thư, Phi Liêm, hoặc được an tại vị trí đắc địa và sinh ban đêm, cá nhân có thể phát huy toàn diện tài năng, được hưởng phú quý, danh tiếng và cuộc sống thịnh vượng.

Đàn ông cung Mệnh có Tang Môn, Bạch Hổ đắc địa tọa thủ

Đối với nam giới, khi cung Mệnh có sự hiện diện của Tang Môn và Bạch Hổ ở vị trí đắc địa, đây là dấu hiệu cho thấy người này thường có vai trò quan trọng trong các lĩnh vực quân sự, chính trị hoặc các ngành nghề liên quan đến võ nghiệp. Họ sở hữu khí chất cương nghị, dám nghĩ dám làm, đồng thời có năng lực lãnh đạo và tổ chức tốt.

Bạch Hổ thủ Mệnh trong trường hợp này cũng biểu thị tính cách phóng khoáng, thích hưởng thụ cuộc sống với ăn ngon mặc đẹp, có phần chơi bời. Nếu Bạch Hổ đắc địa mà gặp các sao sáng sủa, tốt lành hội hợp, người này có thể phát triển chuyên môn trong lĩnh vực pháp lý như làm quan tòa, thầy kiện hoặc những công việc liên quan đến pháp luật, xử án.

Tử Vi Nhập Môn

Đàn bà cung Mệnh có Tang Môn, Bạch Hổ tọa thủ

Ở nữ giới, sự hiện diện của Tang Môn và Bạch Hổ tọa thủ tại cung Mệnh thường để lại ảnh hưởng tiêu cực về sắc diện và đời sống gia đình. Thường thấy khuôn mặt mang nét ưu tư, buồn tẻ, tâm trạng dễ bị ảnh hưởng bởi những điều trắc trở trong cuộc sống.

Về phương diện hôn nhân, người nữ có cách cục này dễ gặp phải những khó khăn, trắc trở, thậm chí có thể phải trải qua nhiều lần trì hoãn, muộn lập gia đình để tránh những tang thương liên quan. Việc sinh nở cũng được xem là khá nguy hiểm, đi kèm khả năng mắc các bệnh lý về tử cung hoặc đau yếu lâu dài. Bên cạnh đó, họ thường gặp khó khăn trong việc nuôi dưỡng con cái, có thể có nỗi sầu khổ hoặc phiền muộn sâu sắc liên quan đến con cái.

Tóm lại: Tổ hợp sao Tang Môn và Bạch Hổ đắc địa tọa thủ tại cung Mệnh mang sắc thái khác biệt rõ ràng giữa nam và nữ. Nam giới có thể phát huy được thế mạnh trong các lĩnh vực quân sự, chính trị, pháp lý và võ nghiệp, trong khi nữ giới thường gặp phải nhiều khó khăn về sức khỏe, gia đạo và tâm lý.

Việc hiểu rõ đặc điểm này giúp cho việc luận giải lá số trở nên chính xác và có chiều sâu hơn, đồng thời có thể đưa ra những lời khuyên phù hợp cho từng giới tính trong cuộc sống thực tế.

ROSY RAIN

Tử Vi Nhập Môn

Sao Thiên Khốc – Thiên Hư tại Cung Mệnh

Khi Thiên Khốc hoặc Thiên Hư tọa thủ tại cung Mệnh, thường biểu hiện rõ trên hình thể và tính cách.

- Về hình tướng: Da mặt xanh xám, sắc diện u tối, mắt thường có quầng đen do nội thương, yếu tạng.
- Về thể chất: Dễ mắc chứng thận hư, các bệnh thuộc đường hô hấp, nhất là tim và phổi yếu.
- Về tâm lý: Tính tình đa cảm, hay lo nghĩ, dễ rơi vào trạng thái u uất, buồn phiền, sống nội tâm sâu sắc.

Trường hợp đắc địa – biểu hiện tích cực

Thiên Khốc, Thiên Hư khi đắc địa, nhất là tại Tý, Ngọ, thường thể hiện: Người có chí lớn, năng lực biện luận, tài văn chương lỗi lạc. Khả năng hùng biện nổi bật, nói năng đanh thép, hùng hồn, có thể trở thành diễn giả, chính khách hoặc nhà văn hóa.Thường xuất thân nghèo khó nhưng từ ngoài 30 tuổi trở đi sẽ khởi sắc, thành đạt về tài chính lẫn danh vọng.

 Nếu đồng cung hoặc hội hợp với các sao Sát tinh hoặc Phá cách (như Kình, Đà, Không, Kiếp…), có thể phát triển cao trong lĩnh vực chính trị, quân sự, đạt tới uy quyền tối cao, lời nói có sức nặng khiến người người kính phục.

Tử Vi Nhập Môn

Trường hợp hãm địa – biểu hiện tiêu cực

- Khi Thiên Khốc – Hư ở hãm địa, đặc biệt tại các cung như Thìn, Tuất, hoặc Dần, Thân, ảnh hưởng tiêu cực sẽ nổi bật: Cuộc đời lắm bi thương, gặp nhiều trở ngại, ưu tư nhiều hơn vui vẻ. Sức khỏe giảm sút nghiêm trọng, nhất là mắc tai nạn hoặc bệnh lý kéo dài không khỏi.

- Tại Dần, Thân, nếu đồng cung với Đà La thì vừa có tài, có thể kiêm cả văn võ, nhưng đường đời vẫn lắm gian truân. Người sinh vào các vị trí này dễ phải chịu tang sớm, hoặc có nghiệp quả liên quan đến họ hàng, gia đình.

- Khốc Hư gặp Thiên Cơ thường mắc các chứng bệnh liên quan đến hô hấp như ho kéo dài, viêm phổi, suy giảm chức năng tim phổi. Dù là người có tư chất thông minh, đầu óc linh hoạt, nhưng dễ rơi vào trạng thái mệt mỏi, lao lực do lo nghĩ nhiều hoặc làm việc quá sức. Nếu thêm sát tinh hội chiếu thì tính tình càng u uất, nhiều suy tư mà khó phát tiết.

- Khốc Hư gặp Hình, Mã là cách võ nghiệp, có thể xuất hiện ở những người làm trong quân đội, công an, ngành hành pháp, đặc biệt nếu các sao này đắc địa và có thêm Quyền, Lộc thì là người có tài thao lược, cương nghị, lập được công danh trên đường binh nghiệp, bảo vệ pháp luật. Đây là cách của người có chí khí hiên ngang, lập thân nơi gươm súng.

309

- Thiên Hư đi với Lộc Tồn, dù đồng cung hay xung chiếu, thường là người khéo léo, xoay xở giỏi, thích nghi tốt với thời cuộc. Nhờ sự tinh tế và khả năng quan sát nhạy bén, người này có thể đạt danh tiếng xã hội, được người đời trọng vọng, nhất là khi có thêm cát tinh hội hợp. Đây là một cách cục cho thấy người có tài chính trị, thuyết phục và điều hành.

- Thiên Hư tọa thú đơn độc, không có cát tinh hỗ trợ, dễ ảnh hưởng đến răng miệng, thường là người có hàm răng xấu, hay bị đau răng, hoặc dễ bị thương tổn vùng miệng, hàm, nhất là khi gặp thêm Hình, Đà, Không.

- Thiên Hư hãm địa, không được cát tinh cứu giải, dễ thành người bất chính, ngụy biện, gian trá, ăn nói thiếu thành thật, lời nói không có trọng lượng. Đây là một biểu hiện của người khó gây dựng được uy tín trong cộng đồng nếu không tu dưỡng bản thân.

Tóm lại: Thiên Khốc và Thiên Hư là hai sao biểu tượng cho nỗi buồn, sự tang thương và cảm xúc nội tâm sâu sắc. Tuy nhiên, khi đắc địa và hội hợp cùng cát tinh hoặc nhập cách cát (như gặp Lộc, Sát, Hình, Mã đúng vị), những người có Khốc – Hư thủ Mệnh vẫn có thể phát triển thành nhân vật nổi bật trong chính trị, văn hóa, hoặc võ nghiệp. Ngược lại, khi hãm địa và bị hội nhiều sát tinh, đây là bộ sao chủ về u sầu, sức khỏe kém, nhiều tai họa bất ngờ và sự nghiệp lao đao.

Cung Phụ Mẫu và Tinh Diệu Đồng Cung

Cung Phụ Mẫu phản ánh tình hình thọ yểu, sang hèn, mức độ hòa hợp hay xung khắc giữa cha mẹ và đương số. Việc luận giải cung này không chỉ giúp hiểu rõ gia cảnh thuở thiếu thời mà còn góp phần đánh giá sự hỗ trợ, hậu thuẫn của gia đình trong suốt cuộc đời.

Khi xem cung Phụ Mẫu, người nghiên cứu Tử Vi cần kết hợp ba yếu tố chính:

- Vị trí Thái Dương – Thái Âm trên lá số để định hình nguyên khí cha mẹ.
- Chính tinh và phụ tinh tọa thủ tại cung Phụ Mẫu để xác định đặc điểm tính cách, số mệnh của cha mẹ.
- Sự phối hợp giữa cung Mệnh và cung Phụ Mẫu nhằm xét mức độ tương trợ, khắc kỵ giữa bản thân và song thân.

Chỉ khi phối hợp đầy đủ các yếu tố trên, luận đoán mới đạt được độ chính xác cần thiết.

Tử Vi Nhập Môn

Ảnh hưởng của Thái Dương và Thái Âm trong việc định đoán tuổi thọ song thân

Trong Tử Vi, sao Thái Dương (Nhật) đại diện cho người cha, còn Thái Âm (Nguyệt) tượng trưng cho người mẹ. Khi xét cung Phụ Mẫu để biết cha hay mẹ mất trước, cần dựa vào vị trí của Nhật và Nguyệt trên 12 cung địa bàn, kết hợp với yếu tố Tuần – Triệt và giờ sinh (ban ngày hay ban đêm).

Trường hợp đặc biệt: Nhật và Nguyệt ở hai nửa địa bàn đối nhau

- Trường hợp Nhật tọa tại Dần, Mão, Thìn, Tỵ, Ngọ; Nguyệt tọa tại Thân, Dậu, Tuất, Hợi, Tý

Trong tổ hợp này, xét xem Nhật và Nguyệt có bị Tuần hoặc Triệt án ngữ không:

- Nếu không bị án ngữ, được xem là sáng sủa
- Nếu bị Tuần hoặc Triệt, được xem là mờ ám

Từ đó có thể suy luận:

- Khi Nhật sáng sủa, Nguyệt mờ ám, thì mẹ mất trước cha
- Khi Nhật mờ ám, Nguyệt sáng sủa, thì cha mất trước mẹ
- Khi cả Nhật và Nguyệt đều sáng sủa:

- Nếu sinh ban ngày, thì cha mất trước mẹ .
- Nếu sinh ban đêm, thì mẹ mất trước cha

Khi cả Nhật và Nguyệt đều mờ ám:

- Nếu sinh ban ngày, thì mẹ mất trước cha
- Nếu sinh ban đêm, thì cha mất trước mẹ

Trường hợp Nhật tọa thủ ở Thân, Dậu, Tuất, Hợi, Tý và Nguyệt tọa thủ ở Dần, Mão, Thìn, Tỵ, Ngọ:

Ở trường hợp này, khi một trong hai sao (Nhật hoặc Nguyệt) gặp Tuần hoặc Triệt án ngữ thì được coi là sáng sủa; ngược lại, nếu không gặp Tuần hoặc Triệt thì được xem là mờ ám.

Dựa vào sự sáng hay mờ của Nhật và Nguyệt, luận đoán tuổi thọ cha mẹ như sau:

- Nếu Nhật sáng sủa và Nguyệt mờ ám, thì mẹ mất trước cha.
- Nếu Nhật mờ ám và Nguyệt sáng sủa, thì cha mất trước mẹ.

Nếu cả Nhật và Nguyệt đều sáng sủa:

- Sinh vào ban ngày, thì cha mất trước mẹ.
- Sinh vào ban đêm, thì mẹ mất trước cha.

Nếu cả Nhật và Nguyệt đều mờ ám:

- Sinh vào ban ngày, thì mẹ mất trước cha.
- Sinh vào ban đêm, thì cha mất trước mẹ.

Lưu ý bổ sung khi luận đoán sự thọ yếu của cha mẹ qua Nhật – Nguyệt:

Ngoài vị trí tọa thủ của Nhật và Nguyệt, việc sáng hay mờ ám do Tuần/Triệt án ngữ, cần phải xét thêm các sao đồng cung để có kết luận chính xác.

Sát tinh đồng cung (như Kình Dương, Đà La, Hỏa Tinh, Linh Tinh, Không, Kiếp...): Làm giảm phúc thọ, dễ gây thương tổn, tai nạn hoặc bệnh tật cho cha hoặc mẹ, tùy theo sao nào bị ảnh hưởng.

Nếu sát tinh đóng cùng Nhật, có thể cha đoản thọ hoặc tai nạn bất ngờ.

Nếu sát tinh đóng cùng Nguyệt, dễ luận mẹ yếu mạng, bệnh tật lâu dài hoặc mất sớm.

Hóa tinh (Hóa Khoa, Hóa Quyền, Hóa Lộc, Hóa Kỵ): Hóa Khoa có thể giải bớt tai họa, tăng sự bảo hộ cho cha mẹ.

Hóa Quyền làm tăng uy danh nhưng đôi khi khiến người đó vất vả vì gánh vác trách nhiệm lớn.

Hóa Lộc tăng phúc, kéo dài thọ nếu đi cùng các cát tinh khác.

Hóa Kỵ dễ gây xung đột, bệnh tật hoặc ly tán, đặc biệt nếu đi cùng sát tinh.

Tóm lại: Không nên luận đoán đơn thuần chỉ dựa trên vị trí tọa thủ của Nhật – Nguyệt và ảnh hưởng của Tuần/Triệt, mà cần xét kỹ toàn bộ tinh diệu hội hợp để xác định mức độ sáng – tối – hung – cát của Nhật và Nguyệt. Qua đó mới có thể đoán định chính xác về sự thọ yểu hoặc phúc thọ của cha mẹ, cũng như mức độ hòa hợp với đương số.

Ảnh hưởng của sao Tử Vi thủ cung Phụ Mẫu

Tử Vi là đế tinh, mang tính chất quý hiển, chủ về quyền uy, có khả năng làm tăng sự phúc thọ, danh vọng cho cung nó tọa thủ. Khi tọa cung Phụ Mẫu, biểu hiện rõ rệt hoàn cảnh, vị thế và mối quan hệ của cha mẹ với đương số.

- Tử Vi đơn thủ tại Ngọ (miếu địa): cha mẹ quý hiển, tài danh, sống lâu và để lại nhiều phúc đức cho con cái. Gia đạo có nền tảng tốt từ phụ mẫu.

- Tại Tý (vượng địa): cha mẹ khá giả, tuy không cực giàu nhưng có danh phận, đời sống sung túc.

- Gặp Thiên Phủ: Cha mẹ giàu sang, tài sản dồi dào. Con cái được thừa hưởng nhiều tài sản và uy tín từ cha mẹ.

- Gặp Thiên Tướng: Cha mẹ vinh hiển, sống nhân từ và gia đạo yên vui. Phúc đức đầy đủ, ít gặp cảnh chia ly.

- Gặp các sao Sát (Kình, Đà, Hỏa, Linh, Không, Kiếp…): Cha mẹ có thể có danh phận hoặc giàu có, nhưng tính tình mạnh, không hòa thuận. Con cái dễ khắc tính, gia đình ly tán, sống xa nhau.

- Gặp các sao Phá (Phá Quân, Thiên Không…): Gia đạo thường bất ổn, cha mẹ có thể khá giả nhưng khó giữ phúc bền. Một trong hai thân (cha hoặc mẹ) có thể mất sớm hoặc xa cách từ nhỏ.

- Gặp Tham Lang: Cha mẹ bình thường, tài vận không nổi bật. Trường hợp này, nếu có điều kiện nên làm con nuôi dòng họ khác để tránh cảnh ly biệt sớm với cha hoặc mẹ.

Liêm Trinh thủ cung Phụ Mẫu

Liêm Trinh là sao chủ về hình pháp, uy quyền, lòng chính trực và sự cô độc. Khi tọa thủ cung Phụ Mẫu, nó biểu hiện một mối quan hệ phức tạp giữa bản thân với cha mẹ, đặc biệt nhấn mạnh yếu tố hình khắc, xa cách, hoặc sự bất hòa trong đời sống gia đình.

- Liêm Trinh đơn thủ tại Dần, Thân: Cha mẹ nghèo nhưng có phẩm hạnh, đức độ. Tuy vậy, đương số thường sớm xa cách cha mẹ ruột. Trường hợp này, nếu được làm con nuôi họ khác thì dễ tránh được cảnh khắc thân, cuộc sống yên ổn hơn.
- Gặp Thiên Phủ: Cha mẹ có của cải, tài sản, nhưng lại không hòa hợp, dễ xảy ra tranh chấp hoặc bất đồng kéo dài. Con cái khó hòa hợp với tính cách cha mẹ, thường sống tách biệt hoặc tâm lý xa cách.
- Gặp Thiên Tướng: Cha mẹ lao đao, thường gặp tai nạn bất ngờ hoặc biến cố lớn. Mối quan hệ giữa cha mẹ và con thường không thể dung hòa, đương số nên được nhận nuôi hoặc sống xa cha mẹ từ nhỏ thì tốt hơn.

- Gặp các Sát tinh (Kình, Đà, Hỏa, Linh, Không, Kiếp…): Mối quan hệ giữa cha mẹ và con cực kỳ xung khắc, thường là sớm mất một trong hai thân, hoặc gia đình chia ly. Cha mẹ dễ gặp tai họa, bệnh tật nặng hoặc khó tránh được vận hạn nguy hiểm.
- Gặp Tham Lang: Cha mẹ khốn cùng, thường vướng tai ương, chia ly hoặc hoàn cảnh khó khăn. Đương số sớm phải xa lìa hai thân, sống cảnh cô đơn từ nhỏ.

Thiên Đồng thủ cung Phụ Mẫu

Thiên Đồng là sao chủ về phúc thọ, nhân ái, biến động và thiếu định hướng. Khi tọa thủ cung Phụ Mẫu, nó thường biểu hiện hoàn cảnh gia đình có sự thay đổi, ly tán, cha mẹ hoặc sống xa nhau, hoặc mối quan hệ với con cái thiếu sự ổn định, gần gũi.

- Thiên Đồng đơn thủ tại Mão: Cha mẹ khá giả, phúc phần thiên về người mẹ nhiều hơn người cha. Mối quan hệ gia đình khá hài hòa, nhưng không thật sự khắng khít.
- Tại Dậu: Cha mẹ bình thường, không quá giàu cũng không nghèo, nhưng sức khỏe của người mẹ dễ suy yếu, bệnh tật hoặc tinh thần bất an.
- Tại Tỵ, Hợi: Hai thân (cha mẹ) thường xa cách nhau về địa lý hoặc tâm lý. Con thường sống xa cha mẹ từ nhỏ, tuy nhiên gia đình vẫn đầy đủ vật chất, sung túc.

- Tại Thìn, Tuất: Gia đình thường có sự bất hòa kéo dài, cha mẹ ly tán hoặc khó hòa hợp. Con cái và cha mẹ không thể sống chung lâu dài. Đương số nên làm con nuôi họ khác hoặc sống xa cha mẹ từ sớm mới tránh được hình khắc, trắc trở.

- Đồng cung với Thiên Lương: Cha mẹ có đức, sống lâu và khá giả. Mối quan hệ trong gia đình tương đối yên ổn, thuận hòa.

- Đồng cung với Thái Âm tại Tý: Cha mẹ vinh hiển, nhiều tài sản. Gia đình có vị thế trong xã hội, con cái dễ được thừa hưởng phúc ấm.

- Đồng cung với Thái Âm tại Ngọ: Trong nhà thường xảy ra xung đột, bất hòa. Từ nhỏ có thể đã phải sống xa một trong hai thân, thường là mẹ.

- Đồng cung với Cự Môn: Mối quan hệ cha mẹ với nhau hoặc với con cái thường có sự hiểu lầm, bất đồng. Đương số sớm xa cách cha mẹ, nên đi xa lập nghiệp hoặc làm con nuôi họ khác mới tránh được hình khắc. Ít nhất cũng phải sớm rời xa một trong hai thân.

Vũ Khúc thủ cung Phụ Mẫu

Vũ Khúc là sao chủ tài bạch, quyền uy, quyết đoán nhưng cô khắc và lạnh lùng. Khi tọa thủ tại cung Phụ Mẫu, thường báo hiệu sớm khắc một trong hai thân, dù ở bất kỳ vị trí nào. Sao này không thuận lợi cho sự hòa hợp giữa cha mẹ với nhau hoặc với con cái.

- Vũ Khúc đơn thủ tại Thìn, Tuất: Cha mẹ khá giả, có của ăn của để. Tuy nhiên, mối quan hệ gia đình vẫn mang tính cách ly, khó gần gũi sâu sắc.

- Đồng cung với Thiên Phủ: Cha mẹ giàu có, phúc hậu và có địa vị xã hội. Đây là một tổ hợp đẹp, con có thể được thừa hưởng tài sản lớn từ cha mẹ.

- Đồng cung với Thiên Tướng: Hai thân có uy quyền, giàu sang, con cái được hưởng nhiều điều kiện thuận lợi từ gia đình.

- Đồng cung với Tham Lang: Cha mẹ nhiều tiền của, kinh doanh giỏi nhưng giữa cha mẹ và con thường không hợp tính, dễ xung đột. Gia đình thiếu hòa khí, nên sống xa để tránh bất hòa.

- Đồng cung với Phá Quân: Gia đình thường xảy ra bất đồng, cha mẹ và con không hiểu nhau. Hay có cảnh ly tán, xa cách. Đương số nên làm con nuôi họ khác mới tránh được hình khắc.

- Đồng cung với các sao Sát (Hỏa Tinh, Linh Tinh, Kình Dương, Đà La, Không Kiếp…): Cha mẹ dễ mắc tai ương, hoặc lâm vào hoàn cảnh nghèo khó, bệnh tật, chết yểu. Trong trường hợp này,

Thái Dương thủ cung Phụ Mẫu

Khi Thái Dương tọa thủ tại cung Phụ Mẫu, bản thân ngôi sao này đã là biểu tượng trực tiếp của người cha, đại diện cho quyền uy, khí dương, sự quang minh và hiển đạt. Do đó, sự hiện diện của Thái Dương tại cung này thường đem lại nhiều dấu hiệu rõ nét trong việc luận đoán về thân phụ, đồng thời cũng có ảnh hưởng nhất định đến phương diện gia thế, sự sung túc hay nghèo khổ của song thân.

- Thái Dương tọa tại Dần, Mão, Thìn, Tỵ, Ngọ (đắc địa, miếu vượng): Nếu không gặp sát tinh hoặc Tuần Triệt. Trong các vị trí vượng địa này, Thái Dương phát huy tối đa tính chất quang minh, chủ về danh vọng, tài khí và trường thọ. Cha mẹ người mệnh này thường là bậc quý hiển, xuất thân đường hoàng, có tài năng và danh tiếng trong xã hội. Gia đình bẩm sinh đã có nền tảng vững chắc, con cái hưởng được di phúc từ phụ mẫu. Về mặt lợi ích, người cha thường đóng vai trò chủ đạo trong gia đạo, nên phần ảnh hưởng và phúc trạch từ cha thường rõ rệt hơn từ mẹ.

321

- Thái Dương tọa tại Thân, Dậu, Tuất, Hợi, Tý (lạc hãm, thất thế): Trong các vị trí hãm địa hoặc yếu thế, Thái Dương biểu hiện sự hao tán, bất lợi về mặt tinh thần và thể chất cho người cha, đồng thời ảnh hưởng đến tình cảm giữa con cái và phụ mẫu. Hai thân thường vất vả, số mệnh khó tránh khỏi cảnh sớm khắc một trong hai thân, hoặc con cái không được gần gũi, gắn bó với cha mẹ từ nhỏ. Những trường hợp này thường ứng với hoàn cảnh cha mẹ ly thân, mất sớm, hoặc bản mệnh phải làm con nuôi nơi khác để tránh các hình khắc trong gia đạo. Hoặc cuộc sống lúc bé gia đình trắc trở, phải thay đổi, gia đình đi xa quê hương.

- Thái Dương đồng cung cùng Thái Âm tại Sửu, Mùi: Sự kết hợp giữa hai đại biểu âm dương này trong cung Phụ Mẫu hàm chứa nhiều đối lập nội tại. Dù cha mẹ có thể khá giả, có nền tảng kinh tế nhất định, nhưng giữa họ thường tồn tại sự bất hòa về tính tình hoặc hoàn cảnh sống. Đối với đương số, cung Phụ Mẫu như vậy khiến mối quan hệ với song thân thiếu gắn bó, thậm chí khó thể chung sống dài lâu dưới một mái nhà. Việc sớm xa cách, hoặc sống cách biệt với cha mẹ là điều dễ xảy ra.

Tóm lại: Thái Dương thủ cung Phụ Mẫu là một yếu tố trọng yếu trong việc định hướng về mối quan hệ với phụ thân và toàn cảnh gia đạo. Tùy theo vị trí đắc – hãm và sự phối hội với các tinh đấu khác (cát tinh, sát tinh, Hóa tinh…), ảnh hưởng của Thái Dương sẽ chuyển biến từ tốt đẹp sang phức tạp. Người luận Tử Vi cần đặc biệt lưu tâm đến địa bàn tọa thủ, trạng thái sáng – tối, thời điểm sinh (ban ngày hay ban đêm), cũng như sự phối hợp với Thái Âm hay các sao chủ hình khắc để đưa ra kết luận chính xác và toàn diện. nên sớm rời xa cha mẹ hoặc làm con nuôi họ khác để tránh tai họa lây truyền hoặc nghiệp duyên hình khắc.

Tử Vi Nhập Môn

Thiên Cơ thủ cung Phụ Mẫu

Thiên Cơ là sao chủ về trí tuệ, mưu lược, cơ biến và sự linh hoạt, mang đặc tính động và thích ứng cao. Khi Thiên Cơ tọa thủ tại cung Phụ Mẫu, nó phản ánh cha mẹ là những người có đầu óc linh hoạt, sống thích nghi, thường xuyên bận rộn và hay lo toan, đồng thời ảnh hưởng mạnh đến quan hệ giữa cha mẹ với con cái ở phương diện tinh thần, sự gắn kết và hòa khí trong gia đạo. Tuy nhiên, vì Thiên Cơ là sao "hoạt", nên cung Phụ Mẫu thường khó yên định, dễ xảy ra sự xa cách, bất hòa nếu không có sự phối hội thuận lợi.

- Đơn thủ tại Tỵ, Ngọ, Mùi: Thiên Cơ ở các vị trí này là đắc địa hoặc vượng, thể hiện cha mẹ là người khéo léo, có tài xoay xở, gia đình tương đối khá giả. Con cái thường được nuôi dạy chu đáo, hưởng nền tảng giáo dục tốt. Tuy không phải bậc đại phú quý, nhưng cuộc sống của song thân nhìn chung ổn định và đủ đầy.
- Đơn thủ tại Hợi, Tý, Sửu: Đây là những vị trí hãm địa của Thiên Cơ, khiến sao này trở nên đa đoan, bất lợi cho cung Phụ Mẫu. Cha mẹ thường có cuộc sống trung bình hoặc vất vả, đồng thời mối quan hệ giữa cha mẹ và con dễ xảy ra hình khắc, bất hòa do không hợp tính nết, quan điểm sống khác biệt. Trong những trường hợp này, nếu có cơ duyên làm con nuôi họ khác thì sẽ tránh được phần nào những hình khắc tiềm tàng, đồng thời hóa giải được các

324

bất lợi trong phúc phần. Hoặc bản thân đương số từ bé có thời gian xa một trong song thân, bố mẹ làm việc liên quan đến phải đi xa nhà, hoặc bản thân đương số rất thương bố mẹ những hai bên vẫn có những nỗi niềm khó giải bày.

- Đồng cung cùng Thái Âm tại Thân: Đây là tổ hợp cát lợi, biểu hiện cha mẹ khá giả, có trí thức, ứng với người mẹ đảm đang và người cha tháo vát. Gia đạo có sự ổn định, ít xảy ra xung đột lớn.

- Đồng cung cùng Thái Âm tại Dần: Tuy cũng là cách tốt về tiền bạc, cho thấy hai thân giàu có, nhưng trong tổ hợp này thường dẫn đến việc con cái sớm xa cách một trong hai thân. Đặc biệt, Thái Âm tại Dần là vị trí không lợi cho mẹ, cho thấy người mẹ dễ yếu đau, vất vả hoặc bạc phúc so với người cha.

- Đồng cung cùng Thiên Lương: Thiên Lương là sao phúc thiện, khi hội cùng Thiên Cơ tại cung Phụ Mẫu thì cha mẹ vừa thông minh lại vừa nhân hậu, sống thọ, gia đạo an khang. Đây là cách cục tốt, biểu hiện nền tảng gia đình vững vàng, có phúc ấm tổ tiên.

- Đồng cung cùng Cự Môn: Tổ hợp này thường gây nhiều hệ lụy cho cung Phụ Mẫu. Cự Môn vốn chủ thị phi, bất hòa, khi đồng cung với Thiên Cơ khiến hai thân dễ có mâu thuẫn hoặc cuộc sống nhiều sóng gió. Người mang cách cục này thường phải xa cách cha mẹ từ nhỏ, có thể do hoàn cảnh éo le hoặc do hình khắc sớm. Trong nhà cũng thiếu hòa khí, khó yên ổn lâu dài.

Tóm lại: Thiên Cơ thủ cung Phụ Mẫu là dấu hiệu của bậc song thân cơ trí, có tài ứng biến, nhưng cũng dễ gặp cảnh lao tâm, biến động. Tùy theo vị trí tọa thủ và sự phối hợp với các chính tinh như Thái Âm, Thiên Lương, Cự Môn mà ảnh hưởng của sao này sẽ thay đổi mạnh mẽ từ cát đến hung.

Trong mọi trường hợp, yếu tố cần chú ý là khả năng sinh hoạt ổn định và tình cảm bền chặt giữa con cái với phụ mẫu, vì tính chất "cơ biến" thường khiến cung Phụ Mẫu khó giữ được sự yên ổn lâu dài nếu không có cát tinh hội chiếu hoặc cách giải hình khắc phù hợp.

Tử Vi Nhập Môn

Thiên Phủ thủ cung Phụ Mẫu

Thiên Phủ là sao Tài tinh, chủ về tài sản, tích trữ, bao dung và thủ hộ. Khi tọa thủ tại cung Phụ Mẫu, Thiên Phủ thường mang đến ảnh hưởng cát lợi, phản ánh cha mẹ là những người có phúc đức, có tài sản, và có tính cách điềm đạm, rộng rãi, có khả năng che chở, dưỡng dục cho con cái một cách đầy đủ. Dù ở bất kỳ vị trí nào, sao này cũng mang đến lợi ích về mặt vật chất lẫn tinh thần cho gia đạo, trừ khi gặp phải sát tinh hoặc đồng cung với các sao có tính chất xung khắc.

Bất cứ tại vị trí nào, cha mẹ cũng có của: Thiên Phủ bản chất là sao tài sản nên ở bất cứ cung độ nào khi thủ cung Phụ Mẫu cũng đều chỉ ra rằng cha mẹ có của ăn của để, có năng lực kinh tế. Đây là dấu hiệu của gia đình có nền tảng vật chất tương đối vững chắc.

- Đơn thủ tại Tỵ, Hợi: Hai vị trí này thường biểu hiện cha mẹ khá giả, ổn định về tài chính và thường có địa vị xã hội hoặc giữ danh chức. Thiên Phủ ở đây đắc địa nên giúp củng cố sự nghiệp, danh giá của song thân, đồng thời phản ánh sự chăm lo đầy đủ cho con cái.
- Đơn thủ tại Sửu, Mùi, Mão, Dậu: Các vị trí này là những nơi Thiên Phủ tương đối tốt, biểu hiện song thân phú quý song toàn – tức là vừa có tiền của, vừa có uy tín và nhân phẩm cao quý.

ROSY RAIN

Tuy nhiên, vì đây cũng là vị trí thuộc về Tứ Mộ (Sửu – Mùi) hoặc Tứ Chính (Mão – Dậu), nên thường xảy ra hiện tượng xa cách một trong hai thân, có thể là do hoàn cảnh địa lý, hình khắc hoặc vấn đề về mệnh lý.

- Đồng cung cùng Tử Vi: Đây là cách đại cát, cho thấy cha mẹ không chỉ giàu sang mà còn có quyền thế, phẩm hạnh cao quý. Thiên Phủ vốn là tài tinh, Tử Vi là đế tinh, sự kết hợp này tạo nên nền tảng gia đình rất vững vàng. Con cái sinh trong gia đình này thường được thừa hưởng đầy đủ cả vật chất lẫn tinh thần từ cha mẹ.

- Đồng cung cùng Liêm Trinh: Tuy vẫn cho thấy song thân giàu có, nhưng bản chất của Liêm Trinh là sao thiên về cô độc, mâu thuẫn, nên tổ hợp này thường gây ra bất hòa giữa cha mẹ, hoặc giữa con cái và cha mẹ. Trong nhà dễ xảy ra tranh cãi, thiếu sự đồng thuận, đặc biệt là về quan điểm sống hoặc kỳ vọng đối với con cái.

- Đồng cung cùng Vũ Khúc: Thiên Phủ và Vũ Khúc đều là Tài tinh, khi đồng cung sẽ gia tăng tối đa yếu tố tài sản, quyền lực và năng lực tích trữ. Cha mẹ không những giàu có mà còn có khả năng quản lý tài sản, uy tín trong xã hội. Gia đạo hưng thịnh, con cái thường sinh ra trong nền tảng sung túc và có nhiều cơ hội phát triển.

Tóm lại: Thiên Phủ thủ cung Phụ Mẫu là một điềm lành trong Tử Vi, phản ánh một gia đình có nền tảng kinh tế tốt, cha mẹ hiền hậu, có năng lực che chở và dưỡng dục con cái. Tuy nhiên, nếu gặp phải những phối hợp bất lợi như đi với Liêm Trinh hoặc gặp sát tinh, thì cát khí sẽ bị giảm thiểu, dễ sinh ra bất hòa nội tại.

Để luận đoán đầy đủ, người học Tử Vi cần xét thêm cung Mệnh và Phúc Đức để thấy rõ mối liên kết giữa bản thân đương số và phụ mẫu, từ đó xác định khả năng tương tác, hòa hợp và mức độ ảnh hưởng qua lại giữa cha mẹ và con cái.

Tử Vi Nhập Môn

Thái Âm Thủ Cung Phụ Mẫu

Thái Âm, biểu tượng của mẹ, khi tọa thủ tại cung Phụ Mẫu cho biết rõ ảnh hưởng của người mẹ đối với gia đạo, đồng thời phản ánh sự thuận hòa hay hình khắc giữa cha mẹ và đương số. Tùy theo vị trí an thủ và sự phối hợp với các chính tinh khác, ý nghĩa của cung Phụ Mẫu biến thiên khá lớn:

- Đơn thủ tại Dậu, Tuất, Hợi: Cha mẹ thuộc hàng giàu sang, phúc hậu. Đặc biệt, mẹ có nhiều ảnh hưởng tích cực và trợ lực cho đương số hơn cha.
- Đơn thủ tại Mão, Thìn, Tỵ: Cha mẹ lao khổ, cuộc sống nhiều vất vả. Đương số sớm phải xa cách một trong hai thân, thường được khuyên nên làm con nuôi họ khác để tránh các hình khắc.
- Đồng cung với Thái Dương tại Sửu, Mùi: Dù cha mẹ khá giả, trong nhà vẫn thường xảy ra bất hòa. Đương số khó có thể ở gần cha mẹ lâu dài, nên cẩn trọng trong quan hệ gia đình.
- Đồng cung với Thiên Đồng tại Tý: Gia đình vinh hiển, có của cải dồi dào. Cha mẹ hưởng phúc lớn, đương số được hưởng nhiều may mắn từ gia đình.
- Đồng cung với Thiên Đồng tại Ngọ: Gia đạo bất ổn, trong nhà thường có sự xung khắc. Đương số sớm phải xa cách một trong hai thân.

- Đồng cung với Thiên Cơ tại Thân: Cha mẹ khá giả, cuộc sống có phần ổn định và hưởng tài lộc.
- Đồng cung với Thiên Cơ tại Dần: Gia đình giàu có, nhưng mẹ có phần yếu thế hoặc không được lợi ích nhiều. Đương số thường phải xa cách một trong hai thân, khó tránh cảnh hình khắc trong gia đạo.

Tóm lại: Người có Thái Âm thủ cung Phụ Mẫu thường chịu ảnh hưởng sâu sắc từ mẹ, nên đặc biệt trân trọng tình mẫu tử, quan tâm chăm sóc mẹ nhiều hơn, nhất là khi mẹ yếu hoặc có khoảng cách xa cách tình cảm. Trong gia đình dễ phát sinh bất hòa, khắc khẩu với cha mẹ, nên luôn giữ thái độ ôn hòa, biết nhẫn nhịn và cảm thông để giữ gìn hòa khí. Nếu hoàn cảnh khiến phải sống xa cha mẹ, vẫn nên duy trì sự hiếu kính từ xa, thường xuyên hỏi han, phụng thờ đúng đạo làm con. Đối với nữ mệnh, cần chú ý sức khỏe liên quan đến phụ khoa hoặc sinh nở do ảnh hưởng của Thái Âm. Để hóa giải những hình khắc hoặc bất hòa với cha mẹ, cần tu dưỡng đạo đức, làm nhiều việc thiện, tích phúc hành thiện để tăng cát giảm hung, giữ gìn phúc trạch cho gia đình.

Tham Lang thủ cung Phụ Mẫu

Sao Tham Lang thủ cung Phụ Mẫu chủ về bất hòa, hình khắc giữa cha mẹ và con cái. Tọa thủ tại bất kỳ vị trí nào trên bản đồ Tử Vi, Tham Lang mang đặc tính khiến mối quan hệ giữa người mệnh chủ với cha mẹ trở nên kém hài hòa, khó gắn bó lâu dài. Đây là sao mang tính đào hoa, biến động, chủ về ham muốn vật chất và dục vọng, nên khi an tại cung Phụ Mẫu, thường khiến cha mẹ bất hòa, hoặc nghèo túng, hoặc gặp tai ương, hoặc con cái sớm xa lìa gia đình.

- Tham Lang đơn thủ tại Thìn, Tuất: cha mẹ giàu có nhưng con không được thừa hưởng, trong nhà thiếu thuận hòa, thường có tranh chấp hoặc xa cách.
- Tại Dần, Thân: cha mẹ túng thiếu, vất vả, sống xa nhau, không hợp tính con, làm mối quan hệ bị rạn nứt.
- Tại Tý, Ngọ: cha mẹ bình thường nhưng thiếu sự đồng thuận trong gia đình, con nên sớm ra ở riêng hoặc làm con nuôi để tránh cảnh hình khắc kéo dài.
- Tham Lang đồng cung với Tử Vi, Liêm Trinh, Vũ Khúc: tính chất hình khắc tăng, đặc biệt về mặt tinh thần và cảm xúc. Liêm Trinh chủ tai ương, còn Vũ Khúc tuy giàu sang nhưng tính cách nghiêm khắc, lạnh lùng, làm mối quan hệ trong gia đình càng xa cách.

Tóm lại, Tham Lang thủ cung Phụ Mẫu là cách cục không lợi về tình thân. Người có cách này nên biết chấp nhận sự khác biệt trong tính cách giữa bản thân và cha mẹ, sống vị tha, chủ động tạo dựng đời sống độc lập, đồng thời trau dồi tâm đức và hiếu thuận để hóa giải phần nào ảnh hưởng khó tránh do cách cục tạo nên.

Cự Môn thủ cung Phụ Mẫu

Biểu thị mối quan hệ gia đình thường bất hòa, trong nhà dễ xảy ra tranh chấp và căng thẳng tình cảm giữa cha mẹ và con cái. Sao này khi độc thủ tại bất kỳ vị trí nào cũng khó tránh khỏi sự rạn nứt, xung đột.

- Đặc biệt, Cự Môn đơn thủ tại Hợi, Tý, Ngọ cho thấy cha mẹ tuy giàu sang nhưng không hợp tính với con, khiến quan hệ gia đình thiếu gắn bó và dễ xảy ra mâu thuẫn.
- Cự Môn thủ cung Phụ Mẫu tọa tại Tỵ thường dẫn đến tình trạng hai thân xa cách nhau, hoặc sớm khắc một trong hai thân, tạo nên cảnh gia đình ly tán hoặc ít nhất là tình cảm không hòa thuận.
- Khi an tại Thìn, Tuất, sao này báo hiệu cha mẹ có thể bỏ nhau hoặc một trong hai thân mất sớm khi con còn nhỏ, gây ảnh hưởng sâu sắc đến đời sống tinh thần của người con.
- Khi Cự Môn đồng cung Nhật tại Dần, gia đình lại có phần khá hơn, hai thân giàu có, quyền quý và sống lâu, lợi ích thiên về cha nhiều hơn mẹ. Ngược lại, Nhật đồng cung tại Thân lại báo hiệu hai thân vất vả, sớm hình khắc, nên làm con nuôi họ khác để tránh những xung đột kéo dài.
- Đặc biệt, Cự Môn Thiên Đồng đồng độ tại cung Phụ Mẫu thường báo hiệu sự xa cách giữa cha mẹ, gia đình thiếu

334

hòa khí. Người mệnh chủ có thể phải đi xa hoặc làm con nuôi họ khác để tránh những bất hòa kéo dài.

- Khi đồng cung với Thiên Cơ, sự khắc nghiệt càng tăng, mối quan hệ càng dễ đổ vỡ và có sự xa cách rõ ràng.

Tóm lại, Cự Môn thủ cung Phụ Mẫu là cách cục thể hiện nhiều khó khăn trong quan hệ gia đình, đặc biệt về tình cảm và hòa thuận giữa cha mẹ với con cái, dễ dẫn đến tranh chấp, ly tán hoặc xa cách về mặt tình cảm và thể chất.

Người có cách này nên giữ tâm thái bình tĩnh, kiên nhẫn và cố gắng vun đắp, hàn gắn quan hệ gia đình để giảm thiểu ảnh hưởng tiêu cực của cách cục.

Thiên Tướng thủ cung Phụ Mẫu

Là một cách cục chủ về sự trường thọ của cha mẹ. Dù tọa thủ tại vị trí nào trong 12 cung, sao Thiên Tướng vẫn biểu hiện cha mẹ sống lâu, tuy nhiên mức độ hòa thuận, phú quý hay hình khắc lại phụ thuộc vào sự phối hợp với các sao khác.

- Khi Thiên Tướng đơn thủ tại Tỵ, Hợi, Sửu, Mùi, cha mẹ thường có điều kiện kinh tế khá giả, cuộc sống vật chất không thiếu thốn. Tuy vậy, mối quan hệ giữa hai thân lại dễ xảy ra bất hòa, thiếu sự đồng thuận trong gia đạo.

- Thiên Tướng đơn thủ tại Mão, Dậu báo hiệu cha mẹ bình thường về tài lực và địa vị, song lại thường phát sinh hình khắc với con cái. Người có cách này nên xét đến việc làm con nuôi họ khác hoặc sớm sống xa cha mẹ để tránh những va chạm, xung đột.

- Khi Thiên Tướng đồng cung với Tử Vi, đây là một cách cục rất cát tường: cha mẹ vinh hiển, gia đình an vui, con cái được sống trong môi trường phúc lộc đầy đủ, tình thân khăng khít.

- Đồng cung với Liêm Trinh, đây là dấu hiệu cha mẹ vất vả, thường gặp tai họa bất kỳ, và quan hệ giữa cha mẹ – con cái khó dung hòa. Cách tốt nhất là nên sớm rời xa gia đình, tự lập từ sớm để tránh hình khắc.

- Khi Thiên Tướng đồng cung với Vũ Khúc, biểu hiện cha mẹ là người có uy quyền và nhiều của cải, có thể giữ vai trò lãnh đạo trong xã hội, gia đình có khí chất mạnh mẽ, nề nếp rõ ràng.

Tóm lại, Thiên Tướng thủ cung Phụ Mẫu là sao biểu hiện phúc thọ, nhưng mức độ hòa khí và hỗ trợ con cái cần xem xét thêm tùy vị trí và sao đồng cung. Người có cách này nên biết trân trọng nền tảng gia đình, đồng thời khéo léo dung hòa để phát huy thuận lợi trong đời sống và sự nghiệp.

Tử Vi Nhập Môn

Thiên Lương thủ cung Phụ Mẫu

Là dấu hiệu của cha mẹ có nhân đức, đức độ và trường thọ, đặc biệt khi tọa tại những cung thuận vị. Thiên Lương vốn là một phúc tinh, nên khi đóng tại cung Phụ Mẫu thường đem lại sự bảo trợ và hậu vận tốt đẹp, tuy nhiên mức độ hòa khí, phú quý và hình khắc với con cái vẫn cần xét kỹ theo vị trí và phối tinh.

- Đơn thủ tại Tý, Ngọ: Đây là vị trí đắc cách của Thiên Lương. Hai thân thường là người có nhân hậu, đạo đức, sống lương thiện, có cuộc sống giàu sang và thọ lâu. Mối quan hệ giữa cha mẹ và con cái thường hòa hợp, thuận lợi.
- Đơn thủ tại Sửu, Mùi: Hai thân có cuộc sống bình thường, không có gì nổi bật về tài lộc hay địa vị. Tuy nhiên, trong nhà thường thiếu hòa khí, dễ phát sinh mâu thuẫn giữa cha mẹ và con cái, hoặc giữa hai thân với nhau.
- Đơn thủ tại Tỵ, Hợi: Hai thân bất hòa hoặc xa cách, mối quan hệ giữa cha mẹ và con khó bền vững, dễ xảy ra hình khắc, ly tán. Người có cách này thường phải lìa bỏ một trong hai thân từ sớm, hoặc sống xa cha mẹ để tránh va chạm, khó khăn trong quan hệ.
- Nhật đồng cung tại Mão: Cách cục cực kỳ cát lợi. Hai thân giàu có, quý hiển, được hưởng lộc trời ban và sống thọ. Đặc biệt, cha là người hưởng phúc nhiều hơn mẹ, hoặc cha có vai trò nổi bật hơn trong gia đình. Mối quan hệ giữa cha mẹ và con cái thường hòa hợp và bền chặt.

- Nhật đồng cung tại Dậu: Trái ngược với vị trí tại Mão, cách này cho thấy hai thân vất vả, cuộc sống nhiều gian truân. Dễ xảy ra hình khắc, nên làm con nuôi họ khác hoặc sống xa cha mẹ từ sớm để tránh khó khăn, va chạm không đáng có.

- Đồng đồng cung (với Thiên Đồng): Biểu hiện của cha mẹ khá giả và sống lâu, có phần phúc đức và hậu vận tốt. Tuy nhiên vẫn cần xét thêm các sao phụ tinh để biết rõ mức độ hòa khí hay hình khắc trong gia đình.

- Cơ đồng cung (với Thiên Cơ): Hai thân giàu sang và sống lâu, có trí tuệ và năng lực điều hành công việc, gia đạo có nền nếp. Mối quan hệ giữa cha mẹ và con cái hài hòa, dễ gắn bó lâu dài.

Tóm lại: Thiên Lương thủ cung Phụ Mẫu phần lớn là cách cát, chủ về cha mẹ hiền lương, sống lâu, có hậu vận, đặc biệt tốt tại các cung Tỵ, Ngọ, Mão.

Tuy nhiên, các vị trí như Sửu, Mùi, Hợi dễ phát sinh bất hòa hoặc xa cách. Người có Thiên Lương thủ cung này nên biết trân trọng giá trị đạo đức gia đình, phát huy mối liên kết nhân nghĩa để giữ gìn phúc trạch lâu dài.

Tử Vi Nhập Môn

Thất Sát thủ cung Phụ Mẫu

Thất Sát là sao có tính chất cương nghị, quyết liệt, hình khắc mạnh nên khi thủ cung Phụ Mẫu thường chủ về bất hòa giữa cha mẹ, hoặc giữa cha mẹ và con cái, khó tránh khỏi sự hình khắc, ly tán, xa cách, dù đi với các sao tốt hay xấu cũng đều có dấu hiệu xung đột nội tại trong gia đạo.

Bất cứ tại vị trí nào: Hai thân bất hòa, nếu không thì con cái không hợp tính với cha mẹ, khó sống chung lâu dài. Dù có thể phú quý vẫn thiếu sự hòa thuận trong gia đình.

- Đơn thủ tại Dần, Thân: Cha mẹ quý hiển, có địa vị, và có tuổi thọ cao. Tuy nhiên, vẫn cần lưu ý đến nguy cơ không hòa hợp nội bộ dù cuộc sống vật chất khá giả.
- Đơn thủ tại Tý, Ngọ: Hai thân khá giả, có của, nhưng thường sớm khắc hoặc xa cách một trong hai thân. Tình cảm gia đình thiếu bền vững, dễ rơi vào cảnh mỗi người một ngả.
- Đơn thủ tại Thìn, Tuất: Vị trí hãm địa của Thất Sát, báo hiệu hai thân túng thiếu, khốn khó, thường mang cố tật hoặc mắc bệnh hiểm nghèo, hoặc vướng tai họa nghiêm trọng. Mối quan hệ giữa cha mẹ và con khó hòa hợp, nên sớm lìa xa một trong hai thân, hoặc làm con nuôi họ khác để tránh hình khắc.

- Tử đồng cung: Cha mẹ phú quý nhưng bất hòa, con khó hòa hợp với tính tình hoặc phương cách sống của cha mẹ. Gia đình dễ rơi vào cảnh ly tán dù bề ngoài khá giả.

- Liêm đồng cung: Thất Sát và Liêm Trinh đều là các sao mang tính cô độc và sát khắc. Tổ hợp này chủ về hình khắc nặng, sớm khắc một trong hai thân, hoặc trong nhà luôn có mâu thuẫn, bất hòa nghiêm trọng. Cha mẹ dễ mắc tai ương khó lường, sự sống chung giữa hai thân và con cái rất khó duy trì ổn định.

- Vũ đồng cung: Hai thân bần hàn, hay mắc bệnh tật hoặc tai ương, thường khó sống lâu, con cái không thể ở gần, nên làm con nuôi họ khác để tránh những tác động tiêu cực do cách cục sát khắc gây ra.

Tóm lại: Thất Sát thủ cung Phụ Mẫu phần lớn báo hiệu sự xung đột, bất hòa, hoặc xa cách giữa cha mẹ và con cái. Dù có kết hợp với sao cát như Tử Vi, Vũ Khúc thì vẫn không hóa giải được hết tính chất cô độc, sát khí.

Người có cách cục này trong lá số nên tránh sống quá gần cha mẹ, nên hóa giải bằng hiếu thuận, sống xa mà giữ tình nghĩa sẽ giúp tránh được hình khắc mà vẫn giữ phúc phần gia đạo.

Tử Vi Nhập Môn

Phá Quân thủ cung Phụ Mẫu

Phá Quân là sao chủ phá cách, li khai, biến động, nên khi tọa thủ cung Phụ Mẫu thường biểu hiện tình trạng gia đình thiếu hòa khí, dễ có hiện tượng cha mẹ bất hòa, ly thân hoặc sớm xa cách con cái. Dù kết hợp với cát tinh, bản chất phá tán của Phá Quân vẫn khiến mối quan hệ giữa cha mẹ và con khó gắn bó lâu dài, tình thân không bền.

Bất cứ tại vị trí nào: Chủ về hình khắc một trong hai thân, hoặc nếu không cũng là sự chia ly, xa cách giữa cha mẹ. Trong nhà thường có bất hòa, ly tán, tình cảm gia đình thiếu đầm ấm, con cái khó sống gần cha mẹ lâu dài.

- Đơn thủ tại Tý, Ngọ: Hai thân khá giả, có phần sung túc, tuy nhiên vẫn không tránh khỏi xu hướng xa cách tình thân, đặc biệt khi các sao phụ hội chiếu mang tính hình khắc.
- Đơn thủ tại Dần, Thân: Cha mẹ bất hòa, không hợp tính nhau, nên sống xa cha mẹ, hoặc làm con nuôi họ khác để tránh hình khắc mạnh từ tổ hợp này. Gia đạo thường biến động, thiếu ổn định.
- Đơn thủ tại Thìn, Tuất: Hai thân vất vả, không hợp tính con, tình cảm gia đình không bền, con cái sớm phải xa cách một trong hai thân. Sự nghiệp cha mẹ cũng gặp nhiều truân chuyên, thường không ổn định.

342

- Tử đồng cung: Dù cha mẹ khá giả, trong nhà vẫn thường xảy ra bất hòa, có thể khắc khẩu hoặc khác biệt quan điểm sâu sắc. Con sớm phải xa cha mẹ từ nhỏ, hoặc sống trong môi trường gia đình ít gắn bó.

- Vũ đồng cung: Tổ hợp có tính mạnh mẽ, tài lộc, nhưng lại chủ bất hòa, cha mẹ và con không hợp tính nhau, gia đình dễ ly tán. Người có cách cục này nên sống xa cha mẹ hoặc nhờ cậy người khác nuôi dưỡng để tránh những mâu thuẫn, hình khắc ảnh hưởng đến hạnh phúc và sự phát triển bản thân.

Tóm lại: Phá Quân đóng tại cung Phụ Mẫu thường mang đến sự chia ly, mâu thuẫn, và hình khắc trong gia đình.

Người có cách cục này trong lá số nên biết cân bằng giữa hiếu đạo và khoảng cách an toàn, không nên sống quá gần cha mẹ nếu cung số chỉ rõ sự khắc khẩu hoặc xung đột kéo dài. Giải pháp phù hợp là giữ hiếu tâm, cư xử mềm mỏng, có thể nhờ người khác dưỡng nuôi hoặc sống tự lập sớm để giảm nhẹ ảnh hưởng của sao này.

Tử Vi Nhập Môn

Kình Dương, Đà La thủ cung Phụ Mẫu

Kình Dương và Đà La là hai sao chủ về xung đột, sát phạt và hình khắc. Khi tọa thủ tại cung Phụ Mẫu, thường mang lại ảnh hưởng tiêu cực cho mối quan hệ giữa cha mẹ và con cái, cũng như cho chính số phận của cha mẹ. Đây là một cách cục bất hòa, khắc khẩu, đôi khi còn dẫn đến chia ly, tai họa, kiện tụng hoặc tổn thương thân thể.

Bất cứ tại vị trí nào: Kình, Đà thủ cung Phụ Mẫu đều chủ về cha mẹ và con cái không hợp tính nhau, dễ xung đột hoặc khắc khẩu. Tình cảm gia đình khó yên ấm, con cái nên sớm sống xa cha mẹ để tránh xung đột.

- Liêm Trinh đồng cung: Cách cục này cực kỳ bất lợi, chủ về cha mẹ thường mắc tai nạn, đặc biệt là kiện cáo, tranh chấp pháp lý hoặc tù tội. Trong nhà khó tránh túng thiếu, lại bất hòa, con thường phải sống xa cha mẹ.
- Thất Sát đồng cung: Đây là tổ hợp mạnh về sát khí. Cha mẹ khó tránh hình thương, tai nạn hoặc bệnh tật nghiêm trọng, nhiều khả năng sớm xa cách con, hoặc thậm chí là tử biệt. Gia đạo bất an, cần đặc biệt đề phòng hạn xấu vào các năm tuổi.
- Tham Lang đồng cung: Cha hoặc mẹ có khuynh hướng phóng túng, hoang đàng, ham chơi, sa đọa, điều này làm tổn hại đến hạnh phúc gia đình. Con cái thường sớm xa cách một trong hai thân, quan hệ gia đình lạnh nhạt.

344

Tử Vi Nhập Môn

Tóm lại: Kình Dương, Đà La thủ cung Phụ Mẫu là điểm hình khắc và xung đột, thường gây ra cách biệt về tình cảm và lối sống giữa cha mẹ với con. Trong trường hợp hội thêm sát tinh hay ác tinh, gia đạo càng nhiều trắc trở, có thể gặp các vấn đề về tai nạn, kiện cáo, bệnh tật hoặc nghèo khó.

Người có cách cục này nên sớm tu tâm dưỡng tánh, giữ khoảng cách hòa hoãn với cha mẹ, và nếu cần, nhờ người ngoài dưỡng nuôi để giảm nhẹ hình khắc.

Hỏa Tinh, Linh Tinh thủ cung Phụ Mẫu

Hỏa và Linh là hai sát tinh mang tính chất bạo phát, nóng nảy và bất an, thường chủ về tai họa, bất hòa và giảm phúc thọ. Khi tọa thủ tại cung Phụ Mẫu, chúng ảnh hưởng mạnh đến sức khỏe, tuổi thọ, sự hòa hợp và an ổn trong gia đạo.

Bất cứ tại vị trí nào: Hỏa, Linh thủ cung Phụ Mẫu đều chủ về giảm thọ cho một hoặc cả hai thân, gia đạo thiếu hòa khí, dễ xảy ra bất đồng, xung đột. Tình cảm giữa cha mẹ và con cái cũng khó hài hòa, trong nhà thường xảy ra chuyện bất thường, lo toan liên miên.

- Tham Lang đồng cung: Đây là trường hợp đặc biệt khi Hỏa, Linh hội cùng Tham Lang. Tuy mang tính sát phá nhưng lại có thể hiển đạt, chủ về cha mẹ quý hiển, giàu sang, nhất là nếu các sao này đắc địa, thêm cát tinh hội hợp. Tuy nhiên, bản chất vẫn không bền, dễ có biến cố bất ngờ hoặc hạnh phúc ngắn ngủi.
- Phá Quân đồng cung: Cách cục này rất xung phá, chủ về sớm khắc cha hoặc mẹ, hoặc phải xa cách hai thân. Gia đạo không yên, dễ phải rời quê lập nghiệp, sống nơi đất khách quê người. Cha mẹ thường gặp tai nạn bất ngờ, thương tích, bệnh nặng hoặc mất sớm, khiến tuổi thơ của đương số nhiều u sầu, thiếu thốn tình thân.

Tổng luận: Hỏa Linh thủ cung Phụ Mẫu là điềm bất lợi, đặc biệt về tuổi thọ, sức khỏe và tình cảm gia đình. Dù có hội cát tinh hoặc gặp cách cục tốt thì bản chất vẫn khó bền, dễ có biến động lớn trong cuộc đời cha mẹ và mối quan hệ với con cái. Hỏa tinh thủ cung Phụ Mẫu đương số lúc còn bé thường có khoảng thời gian không sống gần bố mẹ, làm con nuôi, hoặc gửi ở nhà người thân, hoặc từ bé đã có nhiều lần di chuyển chỗ ở không ổn định. Những điều trên ứng thì cuộc sống sau này của đương số có phần tốt dần lên về hậu vận. Chuyện tình cảm của bố mẹ cũng có phần an yên.

Người có cách cục này nên cẩn trọng với các năm hạn xung phá, nếu có thể, ở xa cha mẹ hoặc được người khác nuôi dạy sẽ giảm bớt hình khắc. Đồng thời nên tu nhân tích đức, làm nhiều việc thiện để chuyển hóa ảnh hưởng của sát tinh trong lá số.

ROSY RAIN

Tử Vi Nhập Môn

Không, Kiếp: Bất cứ tọa thủ ở vị trí nào cũng chủ về cha mẹ vất vả, nếu không thì cũng bất hòa. Quan hệ cha mẹ – con cái thường xung khắc, không hợp tính nhau, gia đình dễ ly tán.

Văn Xương, Văn Khúc: Cha mẹ là người học vấn cao, có danh chức, thường thuộc giới trí thức, văn nghiệp. Gia đình chú trọng đạo lý, học hành, có phúc khí văn hóa.

Thiên Khôi, Thiên Việt: Cha thường là trưởng nam, nếu không thì cũng đoạt trưởng (nắm quyền trong gia đình dù không phải con trưởng). Hai thân có uy danh, danh giá, hoặc có địa vị trong xã hội.

Tả Phù, Hữu Bật: Cha mẹ khá giả, nâng đỡ con cái trong học hành, công việc. Gia đạo có hòa khí, tình thân đậm đà. Nếu bị Sát tinh xâm phạm, lại thành hình khắc, có thể xảy ra chia ly, tai họa hoặc mệnh yếu một trong hai thân.

Lộc Tồn: Cha mẹ có của cải, tích lũy. Tuy nhiên, con cái phá tán, không giữ được tài sản, dễ mâu thuẫn với cha mẹ nên nên ở xa để tránh xung đột.

Hóa Lộc: Cha mẹ giàu có, có vận lộc tài tốt, đời sống vật chất ổn định.

Hóa Quyền: Hai thân có quyền thế, địa vị, thường đảm nhiệm các chức vụ lãnh đạo, có uy tín. Chịu áp lực từ trưởng bối...

348

ROSY RAIN

Hóa Khoa: Cha mẹ thông minh, có học, cư xử nhân hậu, đạo đức, được xã hội kính trọng. Có thể là người có danh tiếng hoặc học vị cao.

Hóa Kỵ: Hai thân bất hòa, hoặc cha mẹ và con cái xung khắc, khó sống gần nhau. Tùy vị trí, mức độ của Kỵ mà mức độ mâu thuẫn gia đình có thể rất trầm trọng.

Một số tổ hợp đáng chú ý:

Nhật, Nguyệt đồng cung tại Sửu, Mùi: cha mẹ tuy giàu sang nhưng thường xung đột, hoặc có nội ẩn khổ tâm.

Tóm lại: Các sao tọa thủ tại cung Phụ Mẫu không chỉ phản ánh tính cách, số phận cha mẹ, mà còn biểu hiện rõ mối quan hệ giữa cha mẹ với đương số.

Những sao tốt như Xương, Khúc, Khôi, Việt, Tả Hữu, Hóa Lộc, Hóa Khoa thường chủ về hòa khí, hiển đạt; trong khi các sao Không, Kiếp, Kỵ, Sát tinh lại chủ về chia ly, bất hòa, mâu thuẫn. Việc luận đoán nên kết hợp vị trí cung, trạng thái của sao và sự hội chiếu các tinh hệ để có cái nhìn toàn diện.

Tử Vi Nhập Môn

Thiên Mã thủ cung Phụ Mẫu

Cha mẹ thường là người có danh giá, uy tín trong xã hội, tuy nhiên trong đời sống gia đình lại hay xa cách nhau vì công việc hoặc vận mệnh.

Gặp Lộc: cha mẹ khá giả, có tài sản hoặc vận hội tốt, nhưng con không nên sống gần, dễ nảy sinh bất hòa hoặc làm suy tổn vận khí đôi bên.

Gặp Đà: hai thân bất hòa, dễ xung đột, căng thẳng, con cái không hợp tính, thường phải sống xa cha mẹ để tránh va chạm.

Mã, Đà gặp thêm Sát tinh (như Kình, Hỏa, Linh, Không, Kiếp...):

Gia đạo nhiều biến cố, thường là cha mẹ chia ly, ly dị hoặc một người mất sớm khi đương số còn nhỏ.

Cha mẹ dễ mắc tai nạn lớn, sức khỏe kém, gia đình khó giữ được sự ổn định lâu dài.

Tóm lại: Thiên Mã là sao động, tượng cho sự biến động, di chuyển, ly cách. Khi thủ cung Phụ Mẫu, dù gặp cát tinh hay hung tinh, đều cần xét yếu tố xa cách như một chủ điểm chính, rồi mới xét sự cát hung tùy thuộc tinh hệ hội hợp.

Thái Tuế thủ cung Phụ Mẫu : Gia đình thiếu hòa khí, cha mẹ và con thường không hợp tính, dễ sinh bất mãn hoặc xung đột.

Nếu Thái Tuế gặp thêm Sát tinh (nhất là Đà, Kỵ), dễ dẫn đến cảnh cha mẹ chia ly, kiện tụng hoặc có người mắc tai họa nặng.

Cô Thần, Quả Tú thủ cung Phụ Mẫu Hai thân thường khắc khẩu, tính cách không hòa hợp. Cha mẹ và con khó sống gần nhau lâu dài, dễ sinh xa cách tình cảm.

- Gặp nhiều Sát tinh (như Kình, Đà, Không, Kiếp...), thường là một người mất sớm hoặc gia đình sớm tan rã.
- Đào Hoa, Hồng Loan thủ cung Phụ Mẫu: Cha hoặc mẹ thường là người có nhan sắc, tài hoa, nhưng tính phóng đãng, sống thiên về tình cảm.
- Gặp Thai, Vượng đồng cung, dễ có biểu hiện đa thê (cha có vợ lẽ) hoặc mẹ không giữ được phẩm hạnh, ảnh hưởng xấu đến danh tiết gia đình.

Lưu ý: Sao Thái Tuế không bao giờ đồng cung với Cô Quả hay Đào Hồng. Tuy nhiên, khi các sao này đơn thủ tại cung Phụ Mẫu đều là biểu hiện phân ly, bất hòa hoặc quan hệ hôn nhân bất chính của cha mẹ. Cần xét Sát tinh hội chiếu để xác định mức độ nghiêm trọng, từ đó cân nhắc các hướng hóa giải như: xa cách cha mẹ, sống nơi khác, làm con nuôi.

Tuần, Triệt án ngữ cung Phụ Mẫu

Dù cung Phụ Mẫu có nhiều cát tinh tọa thủ, cũng khó tránh được sự khắc cha hoặc mẹ, hoặc ít nhất là sớm xa cách một trong hai thân.

Trong nhiều trường hợp, đương số phải làm con nuôi họ khác hoặc sống xa cha mẹ mới có thể hóa giải ảnh hưởng hình khắc.

Khi Tuần hoặc Triệt án ngữ cung Phụ Mẫu, cần đảo chiều ảnh hưởng các sao tọa thủ trong cung này: Sao tốt giảm tác dụng hoặc trở nên bất lợi.

Sao xấu giảm mức độ họa hại, thậm chí có thể hóa giải một phần nếu có cát tinh cứu giải mạnh.

Đây là điểm cốt yếu cần lưu ý khi luận đoán cung Phụ Mẫu, đặc biệt với những cung vốn có Tử Vi, Thiên Phủ, Thái Âm... hoặc gặp các Sát tinh.

Tử Vi Nhập Môn

Cung Phụ Mẫu Vô Chính Diệu

Khi cung Phụ Mẫu không có Chính tinh (Vô Chính Diệu), phải coi Chính tinh ở cung xung chiếu (tức cung Tật Ách) như Chính tinh tọa thủ.

Ngoài ra cần kết hợp phụ tinh, đặc biệt là các sao Tả Hữu, Xương Khúc, Khôi Việt, Thai Phục, Long Phượng, Lộc Tồn... để luận rõ:

- Phẩm chất và vai trò của cha mẹ.
- Tình hình hòa khí, hình khắc, thọ yểu, sang hèn.

Các bạn **iu** Tử vi thân mến: Cần hết sức cẩn trọng vì *cung Phụ Mẫu Vô Chính Diệu dễ gây mờ nhạt, xa cách, hoặc khó xác định rõ ràng vai trò của cha mẹ trong cuộc đời đương số*, nhất là khi không có cát tinh hội chiếu.

Tuần, Triệt án ngữ hay Vô Chính Diệu tại cung Phụ Mẫu đều là những dấu hiệu đặc biệt cần cân nhắc kỹ trong luận giải. Đây là hai yếu tố dễ dẫn đến hình khắc sớm, tình cảm lỏng lẻo, hoặc duyên phận mỏng với cha mẹ.

Khi gặp trường hợp này, việc xem xét kỹ sao xung chiếu, phụ tinh đi kèm, và các Sát tinh hội hợp là điều bắt buộc để có thể đưa ra kết luận chính xác, toàn diện.

ROSY RAIN

CUNG PHÚC ĐỨC

Cung Phúc Đức là một trong những cung trọng yếu trong Tử Vi Đẩu Số. Việc xem xét cung Phúc Đức không chỉ để biết sự thọ yểu, hưng vượng hay suy bại của dòng họ, mà còn giúp hiểu được âm phúc, âm phần, phúc dày hay mỏng của chính bản thân đương số.

Đặc biệt, cung Phúc Đức chi phối và ảnh hưởng đến toàn bộ 11 cung còn lại, vì vậy việc luận giải cung này cần được tiến hành một cách thận trọng, sâu sắc và phối hợp toàn diện với các cung Mệnh, Tài, Quan, Phu, Tử, Thiên Di... mới có thể đưa ra nhận định chuẩn xác.

Ý nghĩa trọng yếu của cung Phúc Đức

1. Thọ yểu: Cung Phúc tốt là dấu hiệu về phúc thọ song toàn, trường thọ an nhàn; ngược lại cung Phúc xấu, gặp nhiều Sát tinh, Hóa Kỵ, Không Kiếp là dấu hiệu về đoản thọ, nhiều bệnh tật hoặc chết yểu.

2. Âm phần - âm phúc: Cung Phúc Đức phản ánh mộ phần tổ tiên, sự hưng thịnh của dòng tộc, những phúc đức vô hình mà đương số được kế thừa hoặc thiếu hụt.

3. Tính cách – tinh thần: Đây còn là cung biểu hiện đời sống nội tâm, tâm linh, và ảnh hưởng đến sức khỏe tinh thần, sự an vui hay trầm cảm, bế tắc.

4. Tụ tán – thịnh suy của họ hàng: Phản ánh sự đoàn kết, ly tán, giàu nghèo, sang hèn của cả đại gia tộc, từ đó ảnh hưởng đến vận mệnh cá nhân.

Lưu ý khi luận đoán cung Phúc Đức

Xét vị trí và chính tinh thủ cung Phúc Đức

Sao Tử Vi, Thiên Phủ, Thiên Lương, Thái Âm là dấu hiệu phúc hậu, vững bền, âm phần tốt.

Thất Sát, Phá Quân, Tham Lang hãm dễ đoạn tuyệt tổ nghiệp, ít được tổ tiên nâng đỡ.

Phối hợp phụ tinh và hóa tinh: Các sao tốt như Thiên Đức, Nguyệt Đức, Long Đức, Phúc Đức, Tả Hữu, Xương Khúc, Thai Phục, Thiên Khôi – Thiên Việt hội tụ tức phúc dày, được âm trợ.

Gặp Hóa Kỵ, Không Kiếp, Đà Linh, Tang Hổ thì tổ nghiệp suy, âm phần động, dễ gặp tai ương bất ngờ.

Cần xem xét vòng Thái Tuế – Tràng Sinh:

Cung Phúc cư vào vị trí sinh vượng là phúc dày.

Cung Phúc cư vào mộ – tử – tuyệt tức phúc mỏng, khó tránh tai họa, nên tu dưỡng để cải vận.

Cung Phúc Đức là biểu tượng cho nền tảng tinh thần và phúc âm vô hình. Luận cung này phải dựa trên tính chất sao thủ cung, phối hợp với hóa tinh, sát tinh, phụ tinh, đồng thời so sánh với cung Mệnh để đánh giá khả năng tiêu hóa – hưởng thụ phúc phần. Cung Phúc tốt là nền móng giúp các cung khác vững vàng. Cung Phúc xấu thì dù Mệnh có tốt đến đâu cũng dễ bị tổn hại bởi họa vô hình hoặc không giữ được thành quả.

Vì vậy, người có cung Phúc Đức xấu cần chủ động tu tâm tích đức, sống thiện lành để chuyển hóa phúc mệnh, hóa giải những ảnh hưởng âm phần bất lợi.

Ảnh hưởng của các sao thủ cung Phúc Đức

Sao Tử vi thủ cung Phúc Đức

- Tử Vi đơn thủ tại Ngọ: Đây là vị trí miếu địa của Tử Vi, tượng trưng cho âm phúc lớn, dòng họ hiển đạt, tránh được tai họa, bản thân đương số trường thọ và sống trong môi trường phúc hậu. Trong họ có nhiều người thành danh, giữ chức vị quan trọng, được tiếng tốt để lại hậu thế.

- Tử Vi đơn thủ tại Tý: Tử Vi tại Tý tuy không miếu địa nhưng vẫn giữ nguyên được cốt cách cao sang, biểu thị sự may mắn liên tục trong cuộc sống, dễ vượt qua khó khăn, bản thân tuy không có đông họ hàng nâng đỡ nhưng những người thân thuộc đều có nền tảng khá vững chắc, ít người bại hoại.

- Tử Vi – Thiên Phủ đồng cung hoặc Tử Vi – Thiên Tướng đồng cung: Đây là những cách cục âm phúc cực thịnh, thường sinh trưởng trong dòng họ phú quý, có tổ nghiệp dày, mồ mả yên ổn, âm phần tốt, nên cuộc đời đương số hầu như ít gặp sóng gió. Bản thân sống lâu, hưởng phúc, làm việc gì cũng được người nâng đỡ và dễ thành công.

357

- Tử Vi – Thất Sát đồng cung: Cách cục này mạnh về võ nghiệp và sự nghiệp khi xa quê, nhưng lại yếu về phúc khí tại bản quán, thường phải ly tổ lập nghiệp, sống nơi xa quê mới có thể ổn định và thành đạt. Trong họ có người làm lớn, nhưng thường không tụ hội gần nhau, mỗi người một nơi.

- Tử Vi – Phá Quân đồng cung: Cách này cho thấy âm phúc bạc, khó hưởng tổ nghiệp, đương số phải lao tâm khổ tứ, trải nhiều sóng gió, chỉ khi lìa xa nguyên quán mới có cơ hội đổi đời. Họ hàng dễ chia lìa, dòng họ không đoàn kết hoặc gặp nhiều biến động. Không thích hợp với môi trường quê nhà, nên cầu danh ở đất khách.

- Tử Vi – Tham Lang đồng cung: Đây là một cách yếu kém về phúc khí. Đương số khó được như ý, nhiều mong cầu nhưng ít thành tựu, gặp hạn lớn dễ bị tổn thọ. Họ hàng không đoàn kết, thường có người tài giỏi nhưng yếu mệnh, tạo thành cục diện người giữ được phúc thì kém tài, người có tài thì không hưởng lâu.

Tử Vi Nhập Môn

Tử Vi, Sát tinh đồng cung tại cung Phúc Đức

- Phúc phần không vượng, tuổi thọ dễ bị chiết giảm, thường khó tránh khỏi những biến cố lớn trong đời. Cần phải lập nghiệp nơi thật xa quê quán mới mong được yên ổn. Họ hàng thường phân tán, có người yếu mệnh hoặc ra đi đột ngột. Ngành trưởng trong tộc dễ gặp suy vi, khó duy trì thanh thế lâu dài.

Tóm lại: Qua ảnh hưởng các sao thủ cung Phúc Đức, ta có thể phân loại.

- Phúc dày – âm phần tốt: Tử Vi thủ Ngọ, Tử Vi đồng cung Thiên Phủ/Tướng: Sống lâu, họ hàng hiển đạt.
- Phúc vừa – dựa vào môi trường tốt để phát triển: Tử Vi tại Tý là có may mắn nhưng không quá dồi dào về họ hàng.
- Phúc lệch – phải ly tổ cầu phúc nơi xa: Tử Vi đồng cung với Sát, Phá là cần xa quê mới thành đạt.
- Phúc bạc – âm phần yếu, tổ nghiệp mỏng: Tử Vi đồng cung với Tham Lang tức nhiều biến động, tổn thọ, nên tu phúc để cải số.

Khuyên: Người có cung Phúc Đức yếu cần chăm chỉ hành thiện, tích đức, nên lo việc hiếu đạo, tu sửa phần mộ tổ tiên để hóa giải nghiệp âm, giúp bản thân và con cháu đời sau được hưởng trọn phúc lành.

ROSY RAIN

Tử Vi Nhập Môn

Sao Liêm Trinh thủ cung Phúc Đức

Sao Liêm Trinh vốn thuộc Bắc Đẩu tinh hệ, mang đặc tính quản lý, kiểm soát, khảo nghiệm, đồng thời còn biểu tượng cho tai nạn, sự biến động, tinh thần tu hành và thử thách của nghiệp quả.

Khi tọa thủ tại cung Phúc Đức, Liêm Trinh biểu thị một âm phần nhiều biến hóa, dễ có phúc trạch nhưng không toàn vẹn, thường phải qua thử thách hoặc phát triển trong môi trường nghiêm khắc mới mong thành tựu. Phúc khí của dòng họ thường gắn liền với sự gian truân, lập nghiệp bằng nghị lực.

Các trường hợp cụ thể:

- Liêm Trinh đơn thủ tại Dần, Thân: Đây là vị trí đắc địa của Liêm Trinh. Đương số được hưởng phúc, dòng họ tuy không đông người, tài sản không lớn, nhưng đều là người có đạo đức, sống đúng mực, tránh được tai họa lớn. Sống lâu và vững bền nhờ tích đức từ tổ tiên.

- Liêm Trinh đồng cung với Thiên Phủ: Cách cục này cực kỳ tốt, biểu thị phúc thọ song toàn, cả đời sống trong sự sung túc, thuận lợi, ít gặp tai nạn lớn. Dòng họ có nhiều người giàu sang, chức vị cao, phúc phần lâu dài, âm phần yên ổn.

ROSY RAIN

- Liêm Trinh đồng cung với Thiên Tướng: Biểu hiện hưởng phúc trung bình, tuy không đến mức đại quý, nhưng trong họ ít người, dễ vắng thế hệ nối dõi, thường có người ly hương lập nghiệp. Đương số cũng là người sống đúng mực, được sự nâng đỡ từ tổ tiên nhưng không bền vững.

- Liêm Trinh đồng cung với Phá Quân: Phúc khí suy kém, biểu hiện lao khổ, phải xa quê hương mới mong cầu an. Dòng họ dễ bị ly tán, chia lìa vì nhiều biến cố. Mồ mả tổ tiên hoặc âm phần có vấn đề, cần cải táng hoặc chăm sóc lại. Người mang cách này nên tích cực hành thiện, tu phúc, báo hiếu để cải hóa vận số.

- Liêm Trinh đồng cung với Tham Lang: Đây là cách phúc bạc, dễ bị tổn thọ, khó tránh tai ương, sống trong môi trường nhiều cám dỗ, lôi cuốn về vật dục. Dòng họ có nhiều người khốn khổ, mắc tai nạn, tù tội, phải di dời, sống ly hương, đời sau ít người thành đạt nếu không có cải thiện âm phần.

- Liêm Trinh đồng cung với Thất Sát (Sát tinh): Là cách hung hiểm, biểu thị phúc mỏng, hay gặp đại nạn. Nếu không xa quê thì khó sống thọ, trong họ có nhiều người bạc mệnh, yểu tử, chết bất đắc kỳ tử hoặc mang tật bệnh suốt đời, cũng có thể rơi vào vòng lao lý. Cách này cần tu sửa phần âm đức, hưng công đức tích thiện mới có thể cứu vãn được.

Tử Vi Nhập Môn

Tóm lại sao Liêm Trinh tại Phúc Đức

Liêm Trinh ở cung Phúc Đức thường cho thấy một âm phần bất an, phúc khí không liền mạch, cuộc đời phải trải qua thử thách để tu thành. Dòng họ thường gặp biến cố lớn, cần có người gánh vác tổ nghiệp, cải thiện tâm đức mới mong giữ được cơ nghiệp lâu dài.

Những cách tốt thường kết hợp với Thiên Phủ Khi đồng cung. Sao Thiên Tướng có khả năng điều hòa, hóa giải phần nào tính khảo nghiệm và mâu thuẫn nội tâm của Liêm Trinh, giúp đương số giữ được sự cẩn trọng, công chính, từ đó giảm thiểu tai họa do dục vọng, thị phi hoặc thử thách đạo đức gây nên. Ngược lại, đi cùng Sát, Phá, Tham thì phúc khí bị tổn hại nặng nề.

Khuyên: Người có Liêm Trinh thủ cung Phúc Đức nên chăm sóc phần âm phần của tổ tiên, thường xuyên lễ cúng đúng lễ nghi, đồng thời làm nhiều việc thiện, giúp đỡ người yếu thế để bù đắp phần phúc còn thiếu của dòng họ. Đặc biệt, nên tránh cư trú quá gần nơi chôn cất tổ tiên nếu Liêm gặp nhiều Sát tinh, dễ bị ảnh hưởng âm tà khí.

ROSY RAIN

Tử Vi Nhập Môn

Thiên Đồng thủ cung Phúc

Thiên Đồng nhập cung Phúc Đức là biểu hiện của một nền phúc trạch biến động, nhẹ nhàng nhưng thiếu vững bền, thường gặp cảnh đổi thay, xa quê, dòng họ phân tán.

Đây là cách cục đặc trưng cho những gia tộc có căn cơ linh hoạt, dễ hội tụ nhân tài phi truyền thống nhưng khó giữ nền nếp lâu dài. Thiên Đồng vốn chủ nhân hậu, linh động, thông tuệ, nhưng khi nhập Phúc Đức, lại dễ rơi vào cảnh "đa biến bất định".

- Thiên Đồng tọa thủ tại Mão, đây là vị trí tốt nhất, người hưởng phúc sống lâu, họ hàng dù phân tán nhưng thành đạt nơi xa. Nên thuận theo thời thế, lấy chữ "biến" làm nền, xa quê lập nghiệp dễ phát huy trọn vẹn thiên phú, đời sống thường có quý nhân trợ lực.

- Tại Dậu, phúc mỏng, hay lao tâm khổ tứ, công việc thay đổi nhiều mà khó đạt sở nguyện. Dòng họ có xu hướng ly tán, nhân đinh ít, dễ thất bại nơi quê nhà. Cần chú trọng lập chí rõ ràng, tránh lối sống cảm tính.

- Tọa tại Tỵ hoặc Hợi, phúc phần hưởng thụ cao nhưng thọ số giảm, dễ sống đời phiêu bạt, nay đây mai đó. Họ hàng thiếu gắn kết, con cháu không mấy thuận hòa. Nên tiết chế thói ham vui, giữ mối tâm linh với tổ tiên để giữ gìn phúc trạch.

ROSY RAIN

- Tại Thìn, Tuất hoặc đồng cung với Cự Môn, thường gặp chuyện khẩu thiệt, thị phi, tranh chấp trong họ hàng. Họ tộc có người tài nhưng ít ai sống trọn phúc. Cuộc đời nhiều sóng gió, nên giữ lòng chính trực, cẩn trọng lời nói và hành vi để tránh vạ từ miệng lưỡi.

- Thiên Đồng đồng cung với Thiên Lương là cách cục lý tưởng, người có thể hưởng phúc thọ trọn đời, sống an nhiên, thanh nhàn, dòng họ có căn cơ vững vàng. Nên phát huy tinh thần đạo hiếu, gìn giữ gia phong, giúp nối dài phúc đức tổ tiên.

- Thiên Đồng cung với Thái Âm tại Tý, là dấu hiệu của dòng họ quý hiển, có danh giá, phúc trạch lan xa. Người thường có thiên hướng sống xa quê, lập nghiệp phương xa dễ thành công.

- Trái lại, khi đồng cung với Thái Âm tại Ngọ, lại giảm thọ, đời sống nhiều lo âu, họ hàng suy vi. Nên giữ gìn đạo lý gia tộc, hành thiện tích âm đức để cải hóa phần nào ảnh hưởng xấu.

Tóm lại: Thiên Đồng thủ Phúc Đức là một trong những dấu hiệu cho thấy người được tổ tiên ban cho cơ hội thích nghi, linh hoạt và duyên phước đặc biệt với vùng đất khác quê hương.

Biết thuận thời thế, giữ lòng nhân hậu và tâm kính tổ tôn, ắt sẽ tìm được chốn an cư vững bền và tiếp nối phúc trạch cho đời sau.

ROSY RAIN

Tử Vi Nhập Môn

Vũ Khúc thủ cung Phúc Đức

Vũ Khúc nhập cung Phúc Đức là biểu thị của một nền tảng tổ tiên vững về thực nghiệp, có khuynh hướng tài chính – vật chất rõ nét. Tuy nhiên, bản chất Vũ Khúc vốn cương nghị, thực tế, ít thiên về cảm xúc, khi an thủ tại cung Phúc Đức thường làm giảm độ quần tụ, thân thiết của dòng họ, khiến họ hàng tuy có người thành đạt nhưng thường ly tán, nhân đinh thưa thớt.

- Khi Vũ Khúc đơn thủ tại Thìn hoặc Tuất, hay đồng cung với Tham Lang, người được hưởng nền phúc vững vàng, thọ số cao, tuổi già càng xứng ý toại lòng. Dòng họ có người giàu sang, thành đạt về tài chính hoặc nổi bật trong các lĩnh vực võ nghiệp, kỹ thuật, thương mại. Đây là vị trí cát tường, nên theo đuổi các giá trị thực tiễn, hành đạo chuyên nghiệp sẽ phát huy tốt phúc trạch.

- Vũ Khúc đồng cung với Thiên Phủ, người có thể sống an nhàn, hưởng thụ, phúc phần được nối dài. Họ hàng phần nhiều khá giả, có khả năng giữ của. Đường đời ít gặp biến động lớn nếu biết sống tiết độ, khiêm cung.

- Vũ Khúc - Thiên Tướng đồng cung, là cách "phúc thọ song toàn", suốt đời được gặp nhiều may mắn, người có căn tu thiện đời trước. Họ hàng giàu sang, nhiều người giữ vị trí cao trong xã hội. Nên kế thừa truyền thống gia đình, phát huy uy tín dòng tộc.

- Ngược lại, đồng cung với Phá Quân, người phải sớm rời xa quê hương, bôn ba nơi đất khách mới mong được yên ổn. Tuy nhiên, đây cũng là cơ hội để lập nghiệp, tạo phúc mới nếu biết nỗ lực. Trong họ thường có người giỏi về kỹ thuật, thương nghiệp, mỹ thuật – những ngành thực dụng mang lại danh tiếng muộn. Dẫu ly tán, phúc khí vẫn có cơ tái sinh trong hành động thực tế.

- Nếu đồng cung với Sát tinh, đặc biệt là Hỏa, Linh, Kình, Đà, Không, Kiếp…, nền phúc trạch trở nên bạc nhược. Người hay lao tâm khổ tứ, dễ mắc tai họa, thọ số bị tổn giảm, cuộc sống không an yên dù xa hay gần quê hương. Họ hàng nhiều người lận đận, chết yểu, mắc bệnh nan y hoặc sống đời nghèo khổ. Trong trường hợp này, cần hành thiện tích đức, giữ lối sống thanh đạm, chăm lo hương hỏa, thờ phụng tổ tiên để giải bớt uẩn khí.

Tóm lại: Vũ Khúc thủ Phúc Đức là dấu hiệu của phúc phần nghiêng về "thực tài thực phúc", đòi hỏi người đương số phải biết phát huy nỗ lực cá nhân, đi nhiều, làm nhiều, mới mong có được sự ổn định và nối dài phúc trạch.

Dẫu nhân đinh thưa thớt, dòng họ phân tán, nhưng người mang cách cục này nếu có đạo hiếu và chí lớn, vẫn có thể trở thành người nối nghiệp dòng tộc, khai thông phúc mạch cho đời sau.

Tử Vi Nhập Môn

Thái Dương thủ cung Phúc Đức

Thái Dương tọa thủ cung Phúc Đức là dấu hiệu của một dòng họ có dương khí mạnh mẽ, căn nguyên xuất phát từ chí khí nam nhi, có truyền thống lập công danh, tạo tiếng tăm bằng tài năng, sự nghiệp. Cung này chủ về cha, về trượng phu, về huyết mạch tinh anh, nên bản thân đương số nếu biết kế thừa thì dễ phát triển sự nghiệp, lan tỏa ảnh hưởng và trở thành người đứng đầu trong họ.

- Khi Thái Dương tọa thủ tại Dần, Mão, Thìn, Tỵ, Ngọ, là vị trí đắc địa, rực rỡ. Đây là nền phúc trạch hưng thịnh, sống lâu và hưởng vinh hoa, trong họ hàng thường có người quý hiển, giàu sang, đứng vào hàng danh vọng hoặc có uy quyền trong xã hội. Người được phúc này sinh ra trong dòng tộc có khí cốt, hậu vận thường vinh quang. Phúc khí này rất vượng nếu kết hợp thêm các cát tinh như Lộc Tồn, Hóa Lộc, Tả Hữu, Khôi Việt. Con cháu đời sau nên kế thừa nền đạo nghĩa, đề cao tinh thần chính trực để tiếp tục phát huy phúc trạch.
- Ngược lại, Thái Dương tọa tại Thân, Dậu, Tuất, Hợi, Tý là cách Nhật lạc hãm, ví như mặt trời lặn sau núi, ánh sáng bị khuất lấp. Đây là biểu tượng của sự bạc phúc, tổ nghiệp suy đồi, họ hàng dần phân tán, ít người giữ được nền tảng phúc ấm. Trong dòng họ thường xuất hiện những người gian xảo nhưng nghèo khó, lắm người trôi dạt phương xa, kẻ thì mang ác tật, người thì yếu mệnh. Người mang cách

367

cục này cần phải ly tổ, xa gia đình, gây dựng cơ nghiệp ở nơi đất khách mới mong tránh được vận mệnh nghiệt ngã. Việc tu nhân tích đức, lập bàn thờ gia tiên trang nghiêm, thờ kính ông bà tổ tiên là điều đặc biệt quan trọng để cải biến phần nào số mệnh.

- Thái Dương – Thái Âm đồng cung, là trường hợp cần phân định theo giờ sinh (dương – âm). Nếu sinh ban ngày, tức là Nhật sáng – Nguyệt mờ, thì đàn ông trong họ hiển đạt, nhưng phụ nữ thường vất vả, yếu tử hoặc truân chuyên về gia đạo. Ngược lại, nếu sinh ban đêm, tức là Nguyệt sáng – Nhật mờ, thì phụ nữ giàu có, sung sướng, còn nam nhân trong dòng họ thì trắc trở, ly tán, phiêu bạt. Đây là thế âm dương tương hỗ nhưng cũng dễ biến thành nghịch lý, cần lấy trung dung làm gốc, sống quân bình, giữ đạo hiếu và nghĩa tộc.

- Thái Dương sáng sủa gặp Riêu, Đà, Kỵ thủ cung Phúc Đức: Tuổi thọ giảm sút, dễ gặp trở ngại về thị lực hoặc tai họa bất ngờ. Đường đời thường không thuận ý, trong họ khó tránh cảnh phân tán, bất hòa. Dù có người quý hiển nhưng lại thường vướng phải nghịch cảnh, chuyện chẳng lành hoặc tai tiếng.

- Thái Dương hãm địa, gặp Riêu, Đà, Kỵ thủ cung Phúc Đức: Tuổi thọ bị ảnh hưởng, dễ mắc bệnh về mắt hoặc tai họa bất ngờ. Cuộc sống thường không toại nguyện, trong họ dễ phát sinh tranh chấp, phân tán. Người quý hiển dễ

368

gặp nghịch cảnh, còn nữ giới trong họ thường vất vả, buồn phiền vì gia đạo và chồng con.

Tóm lại: Thái Dương thủ cung Phúc Đức mang một ý nghĩa lớn về cội rễ, truyền thống cha ông, đặc biệt là từ dòng nội. Đây là ánh sáng soi đường nếu đắc địa, nhưng cũng có thể là ngọn lửa thiêu rụi phúc ấm nếu lạc hãm.

Người mang cách cục này nên thấu hiểu giá trị truyền thống, giữ đạo trung, hành thiện, làm rạng danh gia tộc mới mong khiến phúc trạch được bền lâu, con cháu về sau được thừa hưởng vinh hoa trọn vẹn.

Thiên Cơ thủ cung Phúc Đức

Sao Thiên Cơ an tại cung Phúc Đức là biểu tượng của một dòng họ có trí tuệ, mưu lược và khuynh hướng phát triển thông qua sự biến hóa, cải tiến không ngừng. Đây là tinh tú chủ về lý trí, mưu trí và khả năng thích ứng cao nên khi đóng tại Phúc Đức, nó phản ánh một nền tảng phúc trạch thiên về trí nghiệp hơn là tài nghiệp.

- Thiên Cơ đơn thủ tại Tỵ, Ngọ, Mùi là vị trí sáng sủa, chỉ một dòng họ được hưởng phúc đức, sống lâu, khá giả. Những người trong họ biết chăm lo công việc, có khả năng học hành, dễ làm nên danh tiếng nhờ vào trí thức, thường có truyền thống học thuật, kỹ nghệ, đặc biệt thuận về các ngành liên quan đến kế hoạch, tổ chức, máy móc hoặc lý luận. Phúc khí tăng trưởng nếu trong cung có thêm cát tinh như Lộc Tồn, Hóa Khoa, Tả Hữu.

- Thiên Cơ tọa tại Hợi, Tý, Sửu thì bị xem là cách bạc phúc: dòng họ ly tán, ít người, vận thế kém ổn định, phúc đức suy tổn. Trong họ có người khôn ngoan nhưng lại không được thời, dễ gặp cảnh lao đao, thay đổi chí hướng nhiều lần, hậu vận mới đỡ hơn. Người mang cách này nên sớm phát triển ở nơi đất khách quê người, ít lệ thuộc tổ nghiệp, lấy trí lực mà lập thân.

- Khi Thiên Cơ đồng cung với Cự Môn, phúc đức tuy có nhưng lúc thiếu thời phải trải qua nhiều gian truân, hay bị hiểu lầm hoặc bị nói xấu, gièm pha. Về hậu vận dễ phát phúc, họ hàng có người khá giả, đặc biệt trong lĩnh vực biện luận, luật pháp hoặc ngôn ngữ.

- Thiên Cơ đồng cung với Thiên Lương, là cách phúc dày, sống lâu, họ hàng có người làm chức việc lớn, quý nhân hoặc có thần nhân phù trợ, thường có tín ngưỡng mạnh hoặc căn cơ tu hành. Đây là một trong những cách tốt đẹp nhất khi xét về phúc phần tâm linh – đạo hạnh.

- Đồng cung với Thái Âm tại Thân, là cách phúc thuận về nữ giới: dòng họ thường có những người phụ nữ giỏi giang, giàu sang, làm nên danh giá cho gia đình. Đàn ông trong họ tuy không nổi bật nhưng thường sống yên ổn. Ngược lại, khi đồng cung với Thái Âm tại Dần, phúc đức không được dồi dào, suốt đời không được như ý, họ hàng tuy bình thường nhưng phụ nữ dễ gặp trắc trở hôn nhân, nhiều người sống buông thả, phong tình.

Tóm lại nhìn chung, Thiên Cơ thủ cung Phúc Đức là dấu hiệu của một nền phúc mỏng về vật chất nhưng dày về lý trí, phù hợp với những dòng họ có khuynh hướng cầu tiến, phát triển bằng học vấn và lao động trí óc.Người mang cách này nên sống linh hoạt, thuận theo thời thế, lấy tu dưỡng tâm tính và phát triển trí lực làm gốc, thì có thể hóa giải được những bất cập trong phúc phần, cải thiện mệnh vận cho đời mình và đời sau.

Tử Vi Nhập Môn

Thiên Phủ thủ cung Phúc Đức

Thiên Phủ là tài tinh, chủ về phúc ấm, bảo bọc và tích lũy; khi thủ cung Phúc Đức, tượng trưng cho một dòng họ có căn cơ phúc dày, phúc phần nghiêng về vật chất, tài sản, danh vọng ổn định, dễ sinh người giữ của, người làm quan, người có tấm lòng khoan hòa, nhân hậu.

- Thiên Phủ đơn thủ tại Tỵ, Hợi là vị trí vượng cách, biểu hiện một nền phúc đức đầy đủ, sống lâu, sung túc. Dòng họ thường đông người, hòa thuận, có căn tu hoặc truyền thống nhân ái, có quý nhân giúp đỡ. Phúc khí trong họ đến từ những người sống thiện lương, biết tích âm đức.

- Tọa tại Sửu, Mùi, Mão, Dậu, dù Thiên Phủ vẫn mang tính cát, nhưng phúc trạch không còn tròn đầy như ở vị trí đắc địa. Người trong họ thường có tài, có của nhưng sống ly tổ, xa quê, họ hàng ly tán, mạnh ai nấy lập, không có sự đoàn kết hoặc bị thời thế chia cắt. Dòng họ có nhiều người phát triển nhưng thiếu gốc rễ gắn kết.

- Thiên Phủ đồng cung với Tử Vi hoặc Thiên Tướng là cách đại phúc đại quý: vừa có tài sản, vừa có danh chức, sống lâu, được người đời kính trọng. Người sinh trong dòng họ này thường có hậu vận tốt, được gia tiên phù hộ, gặp nhiều may mắn trong đường đời.

ROSY RAIN

Tử Vi Nhập Môn

- Đồng cung với Liêm Trinh, là cách "Liêm Phủ thanh kỳ", biểu thị sự sung túc, thanh nhàn, phúc thọ song toàn, trong họ có nhiều người có chức vụ, kinh doanh phát đạt hoặc có tâm hướng thiện, sống đạo đức. Đây là một trong những tổ hợp mang phúc khí rất vững chắc.

- Đồng cung với Vũ Khúc, là cách tài phúc song hành: họ hàng khá giả, sống lâu nhưng thiên về năng lực thực tế, kinh doanh, buôn bán. Dòng họ này thường không quá nặng về truyền thống hay học thuật mà mạnh về khả năng quản lý tài chính và tích lũy của cải.

- Thiên Phủ – Tam Không đồng cung tại cung Phúc Đức: Phúc trạch suy giảm, tuổi thọ khó giữ vững, dễ gặp tai họa bất ngờ. Cần xa quê lập nghiệp mới mong ổn định. Họ hàng ngày càng ly tán, ngành trưởng thường chịu cảnh bấp bênh, phiêu bạt, khó tránh nghịch cảnh cùng khổ.

Tóm lại: Thiên Phủ thủ cung Phúc Đức là một cách rất đáng quý, căn bản thiên về tài lộc, sống lâu, hưởng phúc nhờ gia thế và nền tảng gia đình ổn định. Tuy nhiên, nếu cư tại những vị trí trung bình (như Sửu, Mùi), nên phát triển xa quê, độc lập sớm để thuận thời vận và phát huy được thế mạnh bản thân.

Tử Vi Nhập Môn

Thái Âm Thủ Cung Phúc Đức

Thái Âm, đại diện cho ánh trăng huyền diệu, tọa thủ cung Phúc Đức là dấu hiệu tốt về phúc trạch, sự trường thọ và sự hòa hợp của họ hàng trong gia tộc. Tuy nhiên, tùy theo vị trí tọa thủ và sự đồng cung của các tinh túy khác mà phúc phần có sự khác biệt lớn về chất lượng và sự ổn định.

- Đơn thủ tại Dậu, Tuất, Hợi: Được hưởng phúc trọn đời, cuộc sống an nhàn sung sướng, thọ yểu vẹn toàn. Họ hàng có nhiều người quý hiển, giàu sang, tạo nên thế hệ kế thừa tài đức và thanh danh bền vững.

- Đơn thủ tại Mão, Thìn, Tỵ: Phúc phần suy giảm, tuổi thọ bị chiết giảm, cuộc sống nhiều phiền muộn, lao tâm khổ tứ. Người mang vị trí này thường phải xuất ngoại, lập nghiệp xa quê hương mới mong yên ổn, gia đình dễ phân ly, họ hàng ly tán. Trong họ hàng, có nhiều người cùng khổ, cô đơn, mang ác tật hoặc phiêu bạt giang hồ, thậm chí gặp những tai nạn nghiêm trọng dẫn đến cái chết thê thảm. Phụ nữ trong họ thường vất vả về hôn nhân, con cái, dễ gặp trắc trở.

- Thiên Đồng đồng cung tại Tý: Phúc phần dồi dào, sống thọ, nên lập nghiệp xa quê hương, tuy xa xứ nhưng họ hàng vẫn quý hiển, có danh giá và uy quyền tế thế trong xã hội.

- Thiên Đồng đồng cung tại Ngọ: Phúc phần giảm sút, tuổi thọ bị rút ngắn, thường phải ly tổ bôn ba khắp nơi mới có thể yên thân, họ hàng dần sa sút, phiêu bạt khắp chốn.

- Nhật đồng cung: Phúc phần không dồi dào, dễ gặp trở ngại trong cuộc sống, thường lập nghiệp xa quê. Họ hàng tuy khá giả nhưng ít gắn bó, dễ phân tán. Người sinh ban ngày: nam giới thường hiển đạt, nữ giới vất vả hoặc kém thọ. Ngược lại, người sinh ban đêm: nữ giới dễ gặp may mắn, còn nam giới thường chịu cảnh bấp bênh, xa xứ.

- Thiên Cơ đồng cung tại Thân: Được hưởng phúc thọ, sống lâu, họ hàng có người giàu sang nhưng phụ nữ con gái thường khá giả hơn đàn ông con trai.

- Thiên Cơ đồng cung tại Dần: Phúc phần không dồi dào, cuộc sống không được toại nguyện, họ hàng ở mức bình thường, phụ nữ con gái hay gặp trắc trở về hôn nhân, có người mang tâm phong tình, lãng mạn nhưng cũng đầy giông tố.

- Thái Âm hãm địa, gặp Riêu, Đà, Kỵ thủ cung Phúc Đức Tuổi thọ suy giảm, dễ mắc bệnh về mắt, hay gặp tai họa bất ngờ. Họ hàng phân tán, mỗi lúc một suy vi. Nữ giới trong tộc thường vất vả về chồng con hoặc yếu mệnh.

- Thái Dương – Thái Âm – Hóa Kỵ đồng cung tại Sửu, Mùi (Phúc Đức): Phúc trạch bền vững, sống lâu, gặp nhiều may mắn. Càng xa quê hương càng dễ lập nghiệp. Trong họ có người quý hiển, tổ tiên có danh tiếng lưu truyền. Tuy nhiên, dễ xảy ra bất hòa, khó tụ họp gần nhau.

Tóm lại: Thái Âm thủ cung Phúc Đức biểu thị phúc phần và sự thịnh suy của gia tộc phụ thuộc rất nhiều vào vị trí tọa thủ và các sao đồng cung. Khi được tọa tại các cung tốt như Dậu, Tuất, Hợi, phúc phần viên mãn, họ hàng qúy hiển.

Ngược lại, tọa tại các cung như Mão, Thìn, Tỵ lại biểu hiện phúc phần giảm sút, gia đình ly tán, phiêu bạt. Những sao đồng cung như Nhật, Cơ cũng làm biến đổi chất lượng phúc phần, đôi khi gây nên sự phân hóa rõ nét giữa nam nữ trong gia tộc.

Muốn luận đoán chính xác, phải dựa trên tổng thể bản đồ sao, thời gian sinh, giờ sinh và phối hợp các sao hóa khí để có cái nhìn toàn diện về vận trình phúc phần, thọ yếu và sự hòa hợp trong họ hàng.

Tử Vi Nhập Môn

Tham Lang Thủ Cung Phúc Đức

Tham Lang, ngôi sao đặc trưng cho sự biến động, dục vọng và tham vọng, khi thủ cung Phúc Đức mang đến nhiều sắc thái phức tạp cho phúc phần, thọ yếu và vận mệnh họ hàng. Tùy theo vị trí tọa thủ và các sao đồng cung mà ảnh hưởng của Tham Lang có sự biến đổi đáng kể, từ sung sướng viên mãn đến bần hàn ly tán.

- Đơn thủ tại Thìn, Tuất: Gia tộc được hưởng phúc phần rõ rệt, đặc biệt về hậu vận, cuộc sống an nhàn sung sướng. Trong họ hàng có nhiều người giàu có và quyền quý, tuy nhiên đa phần chọn lập nghiệp ở phương xa, rời xa quê cha đất tổ để tìm cơ hội phát triển mới. Điều này cho thấy sự kết hợp giữa sự phú quý và tính chất di động của Tham Lang.
- Đơn thủ tại Dần, Thân: Phúc phần không quá dồi dào nhưng vẫn đủ để duy trì cuộc sống lâu dài. Họ hàng ở mức bình thường, không có nhiều người giàu sang nhưng lại có nhiều người chọn con đường võ nghiệp, tạo nên truyền thống võ công và khí phách trong dòng tộc.

ROSY RAIN

- Đơn thủ tại Tý, Ngọ: Phúc phần bị suy giảm rõ rệt, tuổi thọ cũng bị chiết giảm do bạc phúc. Người mang vị trí này thường phải lập nghiệp xa quê hương, đồng thời phải sớm ly gia biệt tổ mới có thể yên ổn. Họ hàng dễ ly tán, phai nhạt tình thân, đời sống càng ngày càng sa sút. Bên cạnh đó, cũng có nhiều người trong họ hàng mang tính cách dâm đãng, dễ sa vào những cám dỗ của đời sống trần tục.

- Tử đồng cung: Gây nên sự không thỏa mãn, cuộc sống không được toại nguyện, sức khỏe suy giảm, họ hàng phân tán ly tán, thậm chí những người khá giả trong họ cũng thường chết sớm, tạo nên cảnh tang tóc và bất ổn.

- Liêm đồng cung: Ảnh hưởng tiêu cực rõ nét với sự giảm thọ, tai ương và họa hại thường xuyên ập đến. Họ hàng trong hoàn cảnh này thường nghèo khó, bần hàn hoặc dính dáng đến tù tội, phải sống cảnh bạt quán, xiêu cư ly hương, thiếu vắng sự ổn định về mặt gia đình.

- Vũ đồng cung: Bù lại, có khả năng đem đến phúc phần sung túc, tuổi thọ kéo dài. Họ hàng được hưởng vinh hoa phú quý, nhiều người đạt đến địa vị cao, giàu sang và hiển đạt đặc biệt trong lĩnh vực võ nghiệp hoặc các ngành nghề đòi hỏi quyền lực và uy thế.

- Tham Lang – Vũ Khúc – Hỏa/Linh đồng cung tại Sửu, Mùi (Phúc Đức): Cách cục cát lợi, chủ phúc trạch dồi dào, tăng tuổi thọ. Đương số suốt đời gặp may, dễ phát tài, phát lộc. Họ hàng tuy không tụ tập đông đủ nhưng phần lớn đều khá giả, trong tộc có người quý hiển, lập nên công danh, tài sản vững bền.

Tóm lại: Tham Lang thủ cung Phúc Đức là dấu hiệu chứa đựng những mâu thuẫn và biến động về phúc phần và vận mệnh họ hàng. Từ sự phú quý và vinh hoa đến cảnh ly tán bần hàn, tất cả đều do vị trí tọa thủ và các sao đồng cung quyết định. Việc luận đoán chi tiết đòi hỏi phải phối hợp các yếu tố bản mệnh khác để đạt sự chính xác cao nhất trong dự đoán vận hạn và phúc phần của gia tộc

Tử Vi Nhập Môn

Cự Môn Thủ Cung Phúc Đức

Cự Môn – ngôi sao biểu tượng cho thị phi, khẩu thiệt và tranh chấp – khi tọa thủ tại cung Phúc Đức, thường mang đến một phúc phần pha tạp giữa ánh sáng danh vọng và bóng tối của tai họa ngôn ngữ, kiện tụng, cùng với sự ly tán trong gia tộc. Đây là một vị trí mang tính nhị nguyên sâu sắc: có thể cực tốt nếu hội tụ cách cục cát lợi, nhưng cũng có thể cực đoan xấu nếu gặp sát tinh hoặc đi với những sao bất ổn.

- Đơn thủ tại Hợi, Tý, Ngọ: chủ phúc dày, tuổi thọ cao, hậu vận an nhàn, trong họ có người phú quý, hiển đạt. Những người có cách cục này thường được thừa hưởng phúc phần về sau, sống thọ và sung sướng trong môi trường gia tộc có nhiều người thành đạt.

- Đơn thủ tại Tỵ, Thìn, Tuất: ngược lại, đây là vị trí bất lợi, thường biểu hiện phúc phần suy bại, tuổi thọ chiết giảm. Cuộc đời người mang cách cục này dễ lao tâm khổ tứ, vướng phải nhiều chuyện thị phi, tai tiếng, kiện cáo. Muốn tránh tai họa nên sớm ly tổ, sống xa gia đình. Họ hàng dễ lục đục, phân tán, có người sa cơ lỡ vận, thậm chí liên quan đến hình ngục hoặc yểu tử.

- Tọa thủ tại Dần, Mão, Thìn, Tỵ, Ngọ: được xem là các vị trí đắc cách, biểu thị sự thịnh vượng về phúc trạch. Người có cách cục này thường sống lâu, được hưởng an nhàn, trong họ có danh tiếng, quyền uy, tài phú, là nơi phát tích của những dòng họ vinh hiển.

- Tọa thủ tại Thân, Dậu, Tuất: mang tính phá phúc, bạc phúc, dẫn đến sự chiết giảm tuổi thọ, cuộc đời không được xứng ý toại lòng. Họ hàng sa sút, tản mác, nhiều người gian xảo nhưng không thành công, hoặc gặp tai nạn bất ngờ, sống cuộc đời phiêu bạt hoặc chết yểu một cách thê lương.

- Đồng đồng cung (Cự Môn – Thiên Đồng): thường gặp cảnh ly tổ, giảm thọ, hay vướng vào tai họa liên quan đến miệng tiếng, kiện cáo. Phúc phần suy yếu, trong họ có nhiều bất hòa, tranh chấp, sống xa gia đình mới mong yên ổn.

- Cự Môn – Hóa Kỵ đồng cung tại Phúc Đức: Là cách ám cách, biểu hiện của sự bạc phúc, giảm thọ, tâm trí thường vướng bận phiền muộn, suốt đời ít khi được như ý. Dễ gặp tai họa, thị phi, khẩu thiệt, kiện tụng. Mưu sự hay bị trắc trở, tâm lý bất an, sống xa quê hương thì khá hơn đôi chút.

- Ảnh hưởng đến họ hàng: Dòng họ thường ly tán, bất hòa, có chiều hướng suy bại. Trong họ dễ có người mang tiếng xấu, vướng tù tội, hoặc chết bất đắc kỳ tử, mang ác tật.

- Thiên Cơ – Cự Môn: tuy thiếu thời không được như ý, nhưng về già thường có phần khá hơn, dễ gặp may mắn, phúc lộc có phần cải thiện. Trong họ có người thành đạt, nhưng vẫn tiềm ẩn những bất ổn, nhất là trong quan hệ nội tộc.

- Cự Môn – Hỏa Tinh đồng cung tại Phúc Đức: Cách hung hiểm, biểu hiện sự bạc phúc nặng nề, dễ bị họa hỏa tai, khẩu thiệt, tranh chấp.

  Họ hàng có người giảm thọ, dễ gặp biến cố đột ngột, tổn thương vì lửa, tai nạn, kiện tụng hoặc tai tiếng. Tâm tính nóng nảy, cuộc đời ít an nhàn. Họ hàng ly tán, bất hòa, dòng họ suy bại dần. Dễ có hiện tượng nhà thờ họ bị cháy, hoặc tổ nghiệp bị phá hoại bởi lửa, tai ương.

  Điều hóa giải: Ở xa quê, tránh nơi hỏa vượng, tu dưỡng tâm tánh, lấy tĩnh thắng động để giảm họa.

Tóm lại: Cự Môn thủ cung Phúc Đức là điển hình cho tính chất *"thị phi hiện phúc"*, nghĩa là phúc phần có nhưng thường đi kèm với bất ổn, tranh chấp, và biến động. Người có cách này nên tu khẩu, tránh tranh luận, kiện tụng, đồng thời nên lập nghiệp xa quê để giảm sát khí. Họ hàng nếu có người hiển đạt thì cũng không bền vững, dễ gặp thăng trầm. Phúc lộc không nằm ở sự an cư mà ở khả năng thích nghi với biến động, xa quê mà thành, yên thân nơi đất khách.

Tử Vi Nhập Môn

Thiên Tướng thủ cung Phúc Đức

Thiên Tướng – tinh quân chủ về uy nghi, phò tá, khoan hậu – khi tọa tại cung Phúc Đức, thường đem lại sự bảo hộ âm thầm và phúc trạch vững bền. Đây là một trong những sao biểu hiện cho đức độ thâm hậu và phúc thọ song toàn nếu được miếu vượng, hội nhiều cát diệu.

- Đơn thủ tại Tỵ, Hợi, Sửu, Mùi: chủ phúc phần dồi dào, suốt đời được may mắn trợ giúp, trong họ thường phát quý, nhiều người giàu sang, hiển đạt, có danh vọng. Đây là vị trí tốt, thích hợp cho người có nguồn gốc từ dòng họ quyền quý, phúc dày ấm lâu.

- Đơn thủ tại Mão, Dậu: biểu thị phúc phần trung bình, thời trẻ khó được như ý, thường phải lao tâm khổ tứ, song về hậu vận có thể cải thiện. Họ hàng ban đầu bình thường nhưng về sau dần khá giả, phát triển ổn định nếu có thêm cát tinh trợ lực.

- Tử Vi đồng cung: cách cục phúc lộc vẹn toàn, suốt đời hanh thông, tuổi thọ cao, trong họ có nhiều người giàu có, quý hiển, dễ phát khoa bảng, danh chức. Đây là cách đứng đầu trong các tổ hợp tốt của Thiên Tướng tại Phúc Đức.

- Liêm Trinh đồng cung: hưởng phúc vừa phải, họ hàng có phần khá nhưng nhân đinh hiếm hoi, ít người. Dù không quá thịnh đạt, nhưng nếu tránh được sát tinh phá hoại thì vẫn có phúc phận yên ổn.

ROSY RAIN

- Vũ Khúc đồng cung: biểu hiện phúc thọ song toàn, suốt đời thường gặp nhiều vận hội tốt, trong họ có người tài năng xuất chúng, làm nên cơ nghiệp lớn, giàu có và có uy tín xã hội cao. Đây cũng là cách tốt, nếu gặp thêm Hóa Lộc, Lộc Tồn càng thêm phần vượng phát.

Tóm lại: Thiên Tướng cư Phúc Đức chủ về âm phần vững chắc, có quý nhân độ mạng, phúc trạch lưu truyền lâu dài.

Người có cách cục này thường gặp may mắn bất ngờ, được giúp đỡ, hưởng sự hòa thuận trong dòng tộc. Trong mọi biến động, vẫn có sự che chở vô hình giúp vượt qua nghịch cảnh. Nếu gặp các sao cát như Tử Vi, Vũ Khúc, Lộc Tồn, Hóa Lộc thì phúc càng thêm dày; ngược lại, nếu gặp sát tinh phá cách thì tổn giảm về phúc thọ và nhân đinh.

Tử Vi Nhập Môn

Thiên Lương thủ cung Phúc Đức

Thiên Lương – tinh chủ thọ, phúc, từ thiện – khi tọa thủ tại Phúc Đức thường biểu hiện một dòng họ có âm phúc dồi dào, nhân hậu, đức độ, dễ phát về văn học, y dược hoặc tôn giáo. Đây là sao có khả năng giải tai, giảm họa, đặc biệt nếu gặp các cát tinh sẽ càng làm vững nền âm phúc, kéo dài thọ mạng.

- Đơn thủ tại Tý, Ngọ: phúc phần đầy đủ, sống lâu, cuộc đời thanh nhàn, sung sướng, tránh được nhiều tai họa; trong họ có nhiều người quý hiển, danh tiếng lừng lẫy, thường có người làm nên công danh lớn, được tiếng thơm lưu truyền.

- Đơn thủ tại Sửu, Mùi: phúc đức vững chắc, sống lâu, nhưng mức độ trung bình, họ hàng bình thường, không quá giàu có nhưng yên ổn, ít tranh chấp.

- Đơn thủ tại Tỵ, Hợi: bạc phúc, giảm thọ, dễ gặp tai họa, phiêu bạt, thường phải sớm lìa tổ, sống tha hương mới mong yên thân. Họ hàng sa sút, ly tán, nhiều người sống trong cảnh khó khăn, đàn ông dễ sa đọa, đàn bà nhiều trắc trở về tình duyên, chồng con.

- Thiên Đồng đồng cung: cách cục thượng hạng, suốt đời thanh nhàn, được hưởng phúc sống lâu, trong họ có nhiều người quý hiển, giàu sang, thường có thần nhân độ mạng hoặc người đi theo con đường tâm linh, hành thiện.

- Cơ đồng cung: sống lâu, an ổn, phúc hậu, thường gặp nhiều may mắn trong cuộc đời; trong họ có người giàu có, vượng phát, hay được âm linh phù hộ, dễ kết duyên với người có học vấn cao hoặc có căn tu.

- Tọa thủ tại Dần, Mão, Thìn, Tỵ, Ngọ: là vị trí tốt, báo hiệu người có phúc khí dồi dào, sống lâu, cuộc đời sung túc, họ hàng nhiều người có uy quyền, danh giá, giàu có, thường phát về đường công danh hoặc chính trị.

- Tọa thủ tại Thân, Dậu, Tuất, Hợi, Tý: bạc phúc, dễ bị chiết giảm thọ mạng, cuộc đời lận đận, hay gặp biến động, nên rời xa quê cha đất tổ, sống nơi đất khách mới đỡ sóng gió. Họ hàng sa sút, nhiều người gian xảo, khốn khổ, thậm chí có người mắc tai họa, ác tật, chết yểu hoặc phải sống trong cảnh phiêu bạt.

Tóm lại: Thiên Lương cư Phúc Đức là biểu tượng của âm phúc và đạo đức. Nếu tọa thủ ở các vị trí tốt, gặp cát diệu thì chủ về thọ mạng dài lâu, được trời che đất chở, trong họ có nhiều người thanh cao, hiền hậu, dễ phát về nghiệp thiện hoặc văn học. Nếu lạc hãm hay gặp nhiều sát tinh thì âm phúc tổn giảm, dễ phải ly hương cầu thực, đời sống bất định, nhân đinh sa sút.

Tử Vi Nhập Môn

Thất Sát thủ cung Phúc Đức

Thất Sát chủ về quyền uy, can đảm nhưng cô đơn và hiểm nguy khi nhập cung Phúc Đức thường biểu hiện một dòng họ nghiêng về võ nghiệp, sự nghiệp có tính cạnh tranh cao, nhưng âm phúc kém, dễ gặp biến động, tang thương, phải bôn ba, lập nghiệp xa quê.

- Đơn thủ tại Dần, Thân: được hưởng phúc, nên lập nghiệp ở xa quê hương, họ hàng khá giả, có người danh giá, quyền uy, nhiều người hiển đạt về võ nghiệp, thành công trong môi trường cạnh tranh.

- Đơn thủ tại Tý, Ngọ: âm phúc không dồi dào, số thường thăng trầm, may rủi song hành. Ly tổ xa quê là điều cần thiết để mong yên thân. Họ hàng tuy có người thành đạt về võ nghiệp nhưng dễ ly tán, không tụ họp lâu dài.

- Đơn thủ tại Thìn, Tuất: bạc phúc, dễ giảm thọ, mang họa hình thương, tù tội, phải sống xa tổ nghiệp mới tránh được hiểm nguy. Họ hàng sa sút, có người yếu mệnh, bần hàn, đời sống gặp nhiều trắc trở.

- Tử đồng cung: ly tổ bôn ba là tất yếu để hưởng phúc sống lâu. Trong họ có người giàu sang, lập công danh hiển hách, đặc biệt nổi bật trong các lĩnh vực võ nghiệp, hành chính hoặc kỹ thuật, nhưng thường không định cư nơi cố hương.

ROSY RAIN

- Liêm đồng cung: giảm thọ, dễ gặp tai họa, phải sống xa quê mới an toàn. Họ hàng thường có người chết yếu, mang tàn tật, mắc bệnh hiểm nghèo hoặc dính líu pháp luật. Cuộc sống nhiều gian truân, vất vả.

- Vũ đồng cung: bạc phúc, giảm thọ, suốt đời lao tâm, dễ gặp tai ương. Dù sống xa gia đình cũng khó được yên thân. Dòng họ sa sút, tản mác, nhiều người chết sớm, mang ác tật hoặc rơi vào cảnh nghèo khổ, bế tắc.

- Thất Sát – Kình Dương đồng cung tại Phúc Đức: Cách cục hung hiểm, tiêu biểu cho sự bạc phúc, dễ gặp họa huyết quang, bạo tật và tai nạn bất ngờ.

  Ảnh hưởng bản thân: Giảm thọ, cuộc đời nhiều trắc trở, hiểm nguy, dễ bị tổn thương do tai nạn, vũ lực, hoặc kiện tụng. Dòng họ ly tán, có người chết non, chết thảm hoặc gặp biến cố nghiêm trọng. Ngành trưởng thường không giữ được tổ nghiệp, khó phát.

  Biểu tượng: "Sát – Kình đồng cư" tượng trưng cho sự phá cách, cương cường cực đoan, dễ bị xung đột nghiệp quả trong họ tộc.

  Lưu ý cách này cần có sao Phượng Cát Giải Thần đồng cung thì tốt.

Lời khuyên: Nên lập nghiệp xa quê, tránh tranh chấp quyền lợi trong dòng tộc. Cần tu tâm dưỡng tính, lấy đức hành hóa giải sát khí.

Tóm lại: Thất Sát thủ cung Phúc Đức chủ về phúc mỏng, thọ yếu, nhiều biến động tang thương, nhất là khi đi cùng các sao hình sát như Liêm Trinh, Hỏa Linh, Không Kiếp. Phúc trạch khó giữ, dòng họ dễ ly tán, đời sau muốn yên ổn phải xa tổ lập nghiệp, rời xa quê cha đất tổ. Tuy nhiên, nếu gặp các sao giải như Thiên Đức, Phúc Đức, Hóa Khoa, Tả Hữu, có thể chuyển nguy thành an, làm nên nghiệp lớn ở nơi đất khách.

Tử Vi Nhập Môn

Phá Quân thủ cung Phúc Đức

Phá Quân là sao biến động, ưa hành động, chủ về phá cũ dựng mới, mạo hiểm, phiêu lưu. Khi thủ cung Phúc Đức, thường báo hiệu một dòng họ nhiều thay đổi, khó giữ truyền thống, âm phúc kém bền, dễ tan rã hoặc ly tán.

- Đơn thủ tại Tý, Ngọ: được hưởng phúc, sống lâu, nên lập nghiệp thật xa quê hương. Họ hàng khá giả nhưng ngành trưởng thường sa sút, ly tán, không giữ được tổ nghiệp.

- Đơn thủ tại Thìn, Tuất: âm phúc suy giảm, phải xa gia đình sớm mới mong yên thân. Trong họ có người quý hiển nhưng sự phát triển mang tính đơn độc, không tụ họp được lâu dài.

- Đơn thủ tại Dần, Thân: bạc phúc, giảm thọ, dễ gặp tai họa, sống xa quê mới ổn định. Họ hàng ngày càng sa sút, đời sống ly tán, không có nơi nương tựa bền vững.

- Tử đồng cung: suốt đời vất vả, lao tâm khổ tứ, phải lìa bỏ quê hương mới hy vọng ổn định và sống lâu. Dòng họ phân tán, thiếu gắn bó, mỗi người một phương.

- Liêm đồng cung: nhiều vất vả, phải xa tổ nghiệp mới có thể sống lâu và tránh họa. Họ hàng ly tán, khó quy tụ, dễ rơi vào nghịch cảnh hoặc bần hàn.

- Vũ đồng cung: phải sớm rời xa gia đình, lập nghiệp nơi đất khách mới hưởng được phúc trạch. Tuy họ hàng ly tán nhưng có người tài giỏi, phát triển mạnh về kỹ thuật, mỹ thuật, kinh doanh, thương mại, hoặc các ngành nghề tự do.

Tóm lại: Phá Quân thủ cung Phúc Đức chủ về âm phúc kém ổn định, họ hàng ly tán, ly tổ lập nghiệp là điều tất yếu.

Người thuộc cách này phải rời xa quê hương từ sớm, mới mong tránh được tai họa và gầy dựng sự nghiệp. Tuy không tụ họp dòng họ, nhưng lại dễ phát sinh nhân tài trong môi trường cạnh tranh, đặc biệt ở các ngành sáng tạo, kỹ thuật, kinh doanh. Nếu có thêm sao cát như Hóa Lộc, Thiên Đức, Tả Hữu trợ chiếu thì có thể chuyển nguy thành an, khôi phục phúc trạch phần nào.

Kình Dương, Đà La thủ cung Phúc Đức

Bộ sao Kình – Đà thuộc nhóm sát tinh, tượng trưng cho sự tranh đấu, tổn hại, bất hòa. Khi tọa thủ cung Phúc Đức, chủ về dòng họ nhiều trắc trở, âm phần không yên, dễ xảy ra hình khắc hoặc đoạn tuyệt, phúc mỏng, thọ yếu, khó bền lâu.

Họ hàng ly tán, tình cảm gia đình khó bền, mỗi người một nơi. Dòng họ ít gắn bó, dễ xảy ra kiện tụng, tranh chấp hoặc hình khắc đời trên – đời dưới.

- Kình, Đà đắc địa (có cát tinh đi kèm như Tả Hữu, Xương Khúc, Lộc Tồn…): suốt đời may rủi đan xen, về già an nhàn, họ hàng từ ly tán dần quần tụ, có sự hồi phục âm phúc về hậu vận, dòng họ ngày một khá giả.
- Kình Đà mờ ám, xấu xa (thêm Hóa Kỵ, Không Kiếp, Thiên Hình, Hỏa Linh...): bạc phúc, giảm thọ, thường phải sống xa quê hương, phiêu bạt khắp nơi. Họ hàng dễ có người chết non, tật nguyền, hoặc phạm pháp, trộm cắp, du đãng. Phúc trạch rối loạn, âm phần không yên.
- Kỵ, Kình (hoặc Đà) đồng cung thủ Phúc Đức: đời lao tâm khổ tứ. Họ hàng thường bất hòa, tranh chấp, dễ xuất hiện người du đãng, trộm cướp hoặc vướng vòng lao lý.

Tóm lại: Kình – Đà thủ Phúc Đức là cách âm phần nhiều trắc trở, họ hàng thường không quần tụ, có thể mang nghiệp quả từ tổ tiên về tranh chấp, đấu đá hoặc phá sản. Muốn cải vận nên sống xa

Tử Vi Nhập Môn

quê hương, tu tâm tích đức, hoặc hướng tâm linh về tổ nghiệp để gầy dựng lại phúc trạch. Gặp thêm cát tinh thì hậu vận có thể được an lành, dòng họ dần ổn định.

Hỏa, Linh thủ cung Phúc Đức:

Giảm thọ, ảnh hưởng xấu đến phúc phần và sức khỏe dòng họ.

Nếu đắc địa, sáng sủa: tuy có người quý hiển trong họ nhưng vận may thường kèm theo rủi ro, thường có người chết yểu hoặc đoản thọ.

Nếu hãm địa, mờ ám: suốt đời lao tâm khổ tứ, ít khi được như ý, trong họ dễ gặp tai ương, sa sút, bạc phúc, nghèo khó.

Nhìn chung: Hỏa Linh đóng Phúc Đức là dấu hiệu hung, dù có phần hiển đạt vẫn ẩn chứa rủi ro và bất ổn truyền kiếp, cần cải thiện bằng đức hạnh, tu tập và làm nhiều việc thiện để hóa giải.

- Kình, Đà, Hỏa thủ cung Phúc Đức: Phúc bạc, giảm thọ, dễ gặp tai họa liên miên. Họ hàng ly tán, suy bại, thường có người khốn khổ, du đãng, điên loạn, tật nguyền, mắc ác bệnh hoặc chết yểu. Đây là cách cục rất xấu về phúc trạch
- Hỏa (hoặc Linh), Tang đồng cung thủ Phúc Đức: Giảm thọ, tai họa khó lường, họ hàng ly tán. Người khá giả thường yếu mệnh, trong họ từng gặp biến cố lớn như hỏa hoạn thiêu rụi nhà thờ họ hoặc tổ nghiệp.

ROSY RAIN

Tử Vi Nhập Môn

Không, Kiếp thủ cung Phúc Đức

Khi hai sát tinh Không và Kiếp tọa thủ cung Phúc Đức, thường biểu thị một dòng họ bạc phúc, thiếu kết nối nội bộ, dễ rơi vào cảnh ly tán, phân tán nơi xa xứ, ít khi có sự sum họp hoặc đoàn kết lâu dài. Đây là tổ hợp báo hiệu về nghiệp lực lớn, mang tính chất phá tán âm phần, ảnh hưởng đến sự ổn định gia tộc và cá nhân đương số.

Cuộc đời tuy khởi đầu vất vả, nhiều trắc trở và gian truân, nhưng nếu biết nhẫn nại, hành thiện, về sau sẽ có lúc vận đổi, phúc khởi.

Trong họ có người khá giả, tài giỏi, nhưng thường không ở gần nhau, sống tản mác khắp nơi.

Trong cái may vẫn có cái rủi đi kèm, thường là thành công nhưng cô độc, hoặc giàu sang nhưng không có hậu duệ xứng đáng kế thừa.

Nhiều trường hợp, hậu vận an nhàn là nhờ tự lực và biết chuyển hóa nghiệp, chứ không do hưởng từ gốc phúc tổ tiên.

Bạc phúc, giảm thọ, dễ mắc tai họa bất ngờ như tai nạn, bệnh tật, kiện cáo hay tán gia bại sản.

Phải lập nghiệp nơi thật xa quê, sống tha phương cầu thực mới có thể mong bình yên.

ROSY RAIN

Họ hàng thường gặp tai ách, người thì chết yểu, người lại tàn tật, nghèo khó, có kẻ vướng vòng lao lý hoặc sống bất chính.

Dễ thấy trong họ có người trộm cắp, du đãng, hoang phí, làm ảnh hưởng đến danh tiếng cả dòng tộc.

Dòng họ thường có nghiệp tổ nặng, nên nếu đương số không tu dưỡng, rất dễ nối dài vận xấu này cho đời sau.

Lời khuyên dành cho người có Không, Kiếp thủ cung Phúc Đức:

Nên chú trọng hành thiện tích đức, cúng tổ tiên, lập từ đường, làm nhiều việc phúc lợi công cộng như phóng sinh, bố thí, in kinh sách, tu tập. Tránh lối sống thị phi, nóng vội, ích kỷ — vì càng dễ kích hoạt nghiệp báo xấu từ Không Kiếp.

Chủ động tách khỏi môi trường gia tộc tiêu cực, tìm hướng phát triển riêng xa quê sẽ đỡ vướng hạn. Cố gắng tạo dựng phúc phần mới cho đời con cháu, không nên trông đợi vào phúc tổ tiên để lại.

Tóm lại: Không – Kiếp thủ cung Phúc Đức là dấu hiệu khó hưởng âm phúc, đời sống phải nhiều nỗ lực tự thân, càng nên biết cẩn trọng trong cư xử, hướng thiện trong tâm hạnh. Nếu biết tu sửa, vẫn có thể chuyển nguy thành an, đem lại sự bình ổn cho bản thân và dòng họ trong tương lai.

Tử Vi Nhập Môn

Văn Xương, Văn Khúc thủ cung Phúc Đức

Hai sao Văn Xương và Văn Khúc là bộ Văn tinh quý cách, tượng trưng cho học vấn, danh tiếng, thi cử, văn chương, nghệ thuật và thường là biểu hiện của một gia tộc có nền nếp, trí tuệ, học thức cao. Khi tọa thủ tại cung Phúc Đức, chúng phản ánh nền tảng phúc đức dựa trên tri thức, lễ nghĩa và đạo đức, có ảnh hưởng sâu sắc đến sự thành đạt của con cháu về mặt học hành và công danh.

- Xương Khúc sáng sủa, đắc địa: Được hưởng phúc khí lâu dài, vận mệnh suôn sẻ, bản thân và gia tộc thanh cao, đạo đức, có nhiều người đỗ đạt, nổi tiếng, làm rạng danh dòng họ. Cuộc sống thanh nhàn, sống lâu, có điều kiện hưởng thụ về vật chất lẫn tinh thần. Trong họ thường có người theo nghiệp học thuật, văn nghệ, giáo dục, nghiên cứu, chính trị, luật pháp…Đây là một tổ hợp lý tưởng nếu đi kèm các sao cát tinh khác như Thiên Khôi, Thiên Việt, Khoa, Quyền, Lộc, hoặc tọa ở các cung miếu vượng (Thìn, Tuất, Sửu, Mùi…).
- Xương Khúc, cùng các sao sát mờ ám, hãm địa: Tuy có người trong họ đỗ đạt, nổi danh, nhưng thường bị gián đoạn phúc lộc, vận trình bất ổn, hậu vận sa sút. Đương số hoặc người thân thường giảm thọ, khó tránh tai họa, bệnh tật, cô đơn, nhiều khi phải sống xa quê, xa họ hàng.

ROSY RAIN

- Người có danh lại dễ bị tàn tật, mắc bệnh hiểm nghèo, hoặc chết sớm, như một dạng trả nghiệp hoặc gánh họa thay dòng tộc. Họ hàng ly tán, tuy khá giả nhưng thiếu gắn kết, đời sống tâm linh yếu, dễ phát sinh tranh chấp nội bộ.

- Trường hợp gặp thêm sát tinh như Kình, Đà, Không, Kiếp, Hỏa, Linh, Hóa Kỵ, ảnh hưởng tiêu cực càng rõ rệt. Cần duy trì và phát huy truyền thống học tập, lễ giáo trong gia tộc, khuyến khích con cháu theo đường học vấn chân chính. Bản thân nên hành thiện qua tri thức: dạy học, biên soạn, phổ biến kiến thức, in sách thiện pháp để tăng phúc.

- Nếu gặp trường hợp mờ ám, nên cúng tổ tiên, sửa mộ phần, và làm từ thiện về giáo dục như tặng học bổng, xây trường lớp, thư viện. Không nên kiêu ngạo với học thức, kẻo bị "phản phúc bởi chữ nghĩa", dễ xảy ra tai họa.

Tóm lại: Văn Xương – Văn Khúc thủ cung Phúc Đức là biểu tượng của phúc đức từ trí tuệ và đạo nghĩa. Nếu đắc địa, sẽ mang lại vinh hoa, danh vọng, học vấn cho nhiều đời; nếu hãm địa, sẽ có sự xung đột giữa tài trí và mệnh vận, đòi hỏi sự tu sửa, khiêm nhường và hành thiện đúng đường mới có thể chuyển họa thành phúc.

ROSY RAIN

Tử Vi Nhập Môn

Sao Khôi, Việt thủ cung Phúc Đức

Khôi, Việt là hai sao quý, chủ về văn học, khoa bảng, công danh. Khi tọa thủ tại cung Phúc Đức, thường biểu thị dòng họ có căn cơ học vấn, truyền thống gia giáo, có người làm nên sự nghiệp hiển hách. Tăng tuổi thọ. Tăng phúc trạch về học hành, công danh, danh vọng cho con cháu. Tượng trưng cho dòng họ có danh giá, có người nổi bật về trí tuệ.

- Chính tính sáng hoặc gặp các sao sửa tốt đẹp: Được hưởng phúc, sống lâu và sung sướng. Trong họ có nhiều người đỗ đạt, hiển đạt, có danh tiếng, địa vị trong xã hội. Thường có vĩ nhân, thần đồng xuất hiện, mang tiếng thơm cho dòng họ.
- Chính tinh hoặc gặp mờ ám, xấu xa: Trong cái may có cái rủi, trong cái sáng có bóng tối. Tuy có người nổi bật, thành đạt, nhưng dễ vướng tai họa, thị phi, kiện tụng. Họ hàng suy bại dần, dễ ly tán, ít người kế tục được vinh hiển lâu dài.

Tóm lại: Trường hợp Khôi, Việt tọa thủ cung Phúc Đức cần xét kỹ thế cục sao sáng – tối, có được cát tinh hỗ trợ hay bị sát tinh xâm phạm. Nếu đắc địa, có thể là dấu hiệu của phúc tổ sâu dày, sự kế thừa danh giá nhiều đời. Nếu hãm địa hoặc bị phá cách, tuy có người thành danh nhưng hậu vận dễ gặp trắc trở, khó giữ vững cơ nghiệp.

ROSY RAIN

Tử Vi Nhập Môn

Tả Phụ, Hữu Bật thủ cung Phúc Đức

Tả, Hữu là cặp sao quý nhân phò tá, chủ về sự nâng đỡ, hỗ trợ, hợp tác, thường biểu thị trong họ có người sống nghĩa tình, biết giúp đỡ nhau, hoặc có phúc đức nhờ sự che chở của quý nhân. Tăng phúc thọ, gia tăng vận may trong đời sống. Cát tinh phù trợ mạnh về mặt nhân hòa, có lợi cho dòng họ, nhất là khi đi xa, xuất ngoại hoặc lập nghiệp nơi khác.

- Tả Hữu gặp nhiều sao sáng sủa, tốt đẹp: Được hưởng phúc trạch lâu dài, sống thọ, đời sống an nhàn, hay gặp vận may. Càng ở xa quê hương, lập nghiệp nơi khác càng dễ thành công, thịnh vượng. Họ hàng có nhiều người quý hiển, giàu sang, nhưng ít tụ tập, thường phân tán, không ở gần nhau.

- Tả Hữu gặp nhiều sao mờ ám, xấu xa: Bạc phúc, giảm thọ, suốt đời gặp trắc trở, thường xuyên phải thay đổi chỗ ở, công việc. Phải sớm xa gia đình, bôn ba nơi đất khách mới mong yên ổn, nếu không dễ gặp họa hại hoặc tai nạn đáng tiếc. Họ hàng ly tán, sa sút, có người bất lương, du đãng, hoặc tàn tật, có người chết yếu hoặc mất vì tai nạn, không duy trì được sự thịnh vượng lâu dài.

400

ROSY RAIN

Tử Vi Nhập Môn

Lưu ý: Khi Tả Hữu thủ cung Phúc Đức, cần xét kỹ các sao đi kèm để xác định rõ thiên hướng gia đình – họ hàng là thuận hòa, nghĩa tình hay chia rẽ, phân tán. Nếu được cát tinh đi kèm (như Xương, Khúc, Khôi, Việt), có thể luận là họ tộc có quý khí và danh giá. Trái lại, nếu gặp sát tinh như Đà, Kỵ, Không Kiếp thì phải lo sớm ly tổ, sống xa quê mới yên, dù vậy vẫn khó tránh những tai họa tiềm tàng.

ROSY RAIN

Hóa Quyền thủ cung Phúc Đức

Hóa Quyền là sao chủ về quyền lực, uy tín, địa vị. Khi thủ Phúc Đức, thể hiện họ hàng có phúc đức nhờ thanh danh, thế lực, uy quyền truyền đời. Tăng tuổi thọ, gia tăng uy tín dòng họ. Trong họ có nhiều người làm nên danh vọng, được trọng vọng, có người đỗ đạt cao, làm quan hoặc giữ vị trí quyền lực. Tinh thần gia tộc mạnh, có sự kế thừa từ thế hệ này sang thế hệ khác.

- Hóa Quyền gặp nhiều sao sáng sủa tốt đẹp: Được hưởng phúc lâu dài, sống thọ, vinh hiển. Họ hàng có vĩ nhân, thần đồng, người làm rạng danh dòng họ. Sự phúc trạch và danh giá được duy trì qua nhiều đời.
- Hóa Quyền gặp nhiều sao mờ ám, xấu xa: Tuy có danh giá nhưng vận may đi liền với tai họa, dễ bị tai tiếng, kiện tụng, đố ky. Họ hàng có người lụn bại vì danh, dễ bị sụp đổ sau khi đạt đến đỉnh cao.

Tổng luận: Hóa Quyền thủ Phúc Đức là một cách cục vững mạnh nếu được sáng sủa, chủ về phúc trạch vững bền, họ hàng thịnh đạt. Nhưng nếu đi cùng sát tinh hoặc bại tinh, dễ thành "phú quý nhất thời", hậu vận kém.

Tử Vi Nhập Môn

Hóa Lộc thủ cung Phúc Đức

Hóa Lộc là sao chủ về tài lộc, phúc hậu, may mắn và sự an nhàn. Khi tọa thủ cung Phúc Đức, biểu hiện cho dòng họ có âm phúc sâu dày, dễ hưởng an vui, vật chất đầy đủ, ít phải lo nghĩ về kế sinh nhai. Tăng cường khả năng tích lũy, tránh được lúc cơ hàn. Tránh được nhiều tai ương, vận xui. Họ hàng dễ làm ăn, có của cải tích lũy, ít gặp trắc trở về tài chính. Gia tộc thường ưa thích giúp đỡ, chia sẻ, sống có đạo lý và nghĩa tình.

- Hóa Lộc gặp nhiều sao sáng sủa, cát tinh đi kèm: Được hưởng phúc sống lâu, ít gặp nạn lớn. Họ hàng giàu sang, nhiều người hiền lương, đức độ, dễ gầy dựng được sự nghiệp vững bền. Tích lũy lâu dài, có thể truyền sản nghiệp cho thế hệ sau.

- Hóa lộc gặp nhiều sao mờ ám, sát tinh xâm phạm: Tuy có lộc nhưng dễ bị tiêu tán, dễ gặp họa vì tiền bạc. Dòng họ có thể giàu nhưng thiếu gắn kết, dễ tan rã vì tranh chấp tài sản. Phúc trạch có nhưng không lâu bền, phú quý đi liền với rủi ro.

- Tổng luận: Hóa Lộc thủ Phúc Đức là cách cục đẹp, biểu thị gia tộc có phúc khí tài lộc, dễ giàu có, ít khổ nhọc, sống thiện lương. Tuy nhiên, cần xét toàn cục: Nếu đi kèm sát tinh hoặc bại tinh, có thể chuyển từ "lộc" thành "tai lộc bất an", mất nhiều hơn được. Nên phối hợp với các sao như Hóa Khoa, Tả Hữu, Khôi Việt để củng cố phúc trạch.

ROSY RAIN

Hóa Khoa thủ cung Phúc Đức

Hóa Khoa là sao chủ về trí tuệ, danh vọng, học thức. Khi nhập Phúc Đức, chủ về họ hàng có truyền thống học vấn, đỗ đạt, được quý trọng vì tài đức. Gia tăng phúc khí, phúc thọ.

Họ hàng có người hiếu học, thành danh nhờ tri thức, tránh được nhiều tai họa nhờ phúc âm.

Được hưởng phúc, sống lâu, suốt đời ít gặp tai ương. Trong họ có người đỗ đạt, làm rạng danh tông tộc, thường là nho gia, bác học, hoặc nhà giáo.

Tổng luận: Hóa Khoa là cát tinh cực lợi cho cung Phúc Đức, biểu thị họ tộc có văn hóa, nhân hậu, hưởng nhiều âm đức, dù không quá giàu sang nhưng bền vững, tránh được nhiều tai họa.

Hóa Kỵ thủ cung Phúc Đức

Hóa Kỵ là sao chủ về phiền muộn, thị phi, tai ương, khi thủ cung Phúc Đức thường làm tổn hại đến dòng tộc, phúc trạch. Giảm tuổi thọ, bất an trong đời sống. Họ hàng thường bất hòa, hay tranh chấp, dễ gặp họa ngầm hoặc hậu vận xấu. Họ hàng ly tán, thường xảy ra bất hòa, kiện tụng. Có người đoản thọ, gặp tai nạn hoặc phiêu bạt. Dòng tộc sa sút, không bền vững, dễ xảy ra đoạn tuyệt hoặc tách biệt.

- Kỵ, Không, Kiếp đồng cung thủ Phúc Đức:
  Giảm thọ, suốt đời bất đắc chí, dễ gặp tai họa. Họ hàng ly tán, càng ngày càng suy bại, trong tộc thường có người bất lương, lầm lạc hoặc vướng vòng tù tội.
- Kỵ, Bệnh, Phù, Hình thủ cung Phúc Đức
  Bạc phúc, giảm thọ, dễ gặp tai họa, bệnh tật dây dưa. Trong họ thường có người mang ác tật, bệnh nan y (như điên, lao, hủi), nếu không thì cũng nghèo khó, yếu mệnh.

Tổng luận: Hóa Kỵ thủ Phúc Đức là cách xấu nếu không được giải cứu bởi các sao hóa giải như Hóa Khoa, Thiên Đức, Nguyệt Đức... Cần luận kỹ để xác định mức độ ảnh hưởng và tìm cát tinh chế hóa.

Tử Vi Nhập Môn

Lộc Tồn thủ cung Phúc Đức

Sao Lộc Tồn là một tài tinh thuộc hành Thổ, chủ về tài lộc, bền bỉ và ổn định. Khi tọa thủ tại cung Phúc Đức, nó mang lại phúc khí ổn định, sự bảo trợ vững vàng về tinh thần và vật chất, giúp gia chủ tránh được nhiều tai họa lớn và được trường thọ. Đây là một trong những sao có thể "giữ phúc" rất tốt nếu gặp thêm cát tinh nâng đỡ.

Dù bản thân đương số được hưởng phúc và có thể sống lâu, nhưng trong họ thường ít người, hoặc có xu hướng cô lập, ít liên kết. Ngoài ra, sự hiện diện của Lộc Tồn còn dễ tạo nên những xung đột nội bộ, tranh chấp quyền lợi, nhất là về tài sản, đất đai, vì tính chất "giữ của" mạnh mẽ của sao này.

Tổng luận: Đây là một vị trí nửa cát nửa hung. Tốt về phúc khí cá nhân và tiềm lực kinh tế, nhưng dễ có mâu thuẫn giữa anh em dòng họ.

Nếu đi kèm với các sao như Tả, Hữu, Khôi, Việt, Hóa Khoa, thì phúc phần càng bền vững.

Ngược lại, nếu gặp Sao Kỵ , Không Kiếp thì tranh chấp sẽ căng thẳng, dễ thành ly tán.

ROSY RAIN

Tử Vi Nhập Môn

Song Hao thủ cung Phúc Đức

Song Hao gồm bộ Đại Hao và Song Hao, tan rã, chủ về mất mát, lưu tán, thường gây ảnh hưởng xấu đến cung mà nó cư ngụ.

Khi an tại Phúc Đức, Song Hao mang ý nghĩa bạc phúc, giảm thọ, dễ khiến dòng họ bị tiêu tán phúc đức, tổ tiên không yên, dễ có vong linh bất ổn hoặc nghiệp truyền đời.

Trong họ có nhiều người nghèo túng, khó lập thân, thường phải ra đi biệt xứ để lập nghiệp. Gia đình dễ rơi vào cảnh chia lìa, con cháu không ở gần nhau, hoặc thường xuyên di chuyển, thay đổi chỗ ở. Những người còn lại trong họ thì ít gắn bó, phúc phần mỏng, nếu có giàu thì cũng không bền.

Song Hao tạo thủ cung Phúc, Tài cũng chủ về số đi xa sứ, có su hướng gửi tiền về quê, đầu tư hoặc giúp đỡ người trong họ hàng gia đình.

Tổng luận: Song Hao khi thủ Phúc Đức cần được hóa giải bằng các cát tinh như Long Đức, Thiên Đức, Phúc Đức, Quang Quý… nếu không sẽ khiến cả dòng họ lụn bại theo thời gian. Trong trường hợp đi kèm với sao xấu như Tang Môn, Bạch Hổ, Thiên Hình, thì dễ có người chết trẻ, tuyệt tự hoặc tha phương cầu thực không có ngày về.

Tử Vi Nhập Môn

Tang Môn – Bạch Hổ thủ cung Phúc Đức

Tang Môn và Bạch Hổ là hai sát bại tinh thuộc bộ "Tang Hổ Khốc Hư", chủ về tang tóc, u buồn, bệnh tật, thương tổn và những ảnh hưởng âm tính. Khi đóng tại cung Phúc Đức, đây là dấu hiệu phúc khí bạc mỏng, dễ mắc các vận hạn liên quan đến tang chế, tai nạn, hoặc đoản thọ.

Họ hàng thường ly tán, không ở gần nhau hoặc dễ bất hòa, hiếm khi có sự đùm bọc bền chặt. Dòng họ dù có người thành đạt thì cũng chết yểu, không hưởng trọn phúc. Nhiều người dễ mắc bệnh nan y, thương tật, hoặc vướng vòng lao lý.

Tóm lại: Tang – Hổ nếu đi cùng Không Kiếp, Hỏa Linh, Kình Đà thì tính phá hoại càng nặng nề. Tuy nhiên, nếu đến hạn gặp Quang Quý, Thiên Đức, Phúc Đức hóa giải, vẫn có thể chuyển bại thành bán hung. Trong họ thường có người hành đạo, tu hành hoặc sống tách biệt gia đình.

408

ROSY RAIN

Tử Vi Nhập Môn

Thiên Khốc – Thiên Hư thủ cung Phúc Đức

Bộ sao này chủ về khóc than, trống vắng, tiếc nuối và oán trách, mang ý nghĩa sâu về tâm linh, cô độc và thường gắn với âm phần không yên. Khi an tại cung Phúc Đức, biểu hiện rõ sự giảm phúc, đoản thọ, và thiếu sự hòa hợp giữa các thế hệ trong dòng họ.

Họ hàng dễ bất hòa, hay trách móc, giận hờn lẫn nhau, nhất là giữa cha mẹ – con cái hoặc anh em ruột thịt. Có khi xảy ra tranh chấp về tiền bạc, di sản, đất đai, hoặc bất đồng quan điểm sống. Những người hiếu thuận hoặc giàu sang thường sống cô lập, không gần gũi người thân.

Tóm lại: Nếu Khốc Hư gặp thêm các sao Văn Xương, Văn Khúc, Hóa Khoa, thì có thể chuyển hóa thành sự tu thân hướng thiện, tâm linh cao, khiến họ có xu hướng làm thiện, nghiên cứu học thuật, hoặc có thiên hướng xuất thế.

Ngược lại, nếu hội với nhiều sát tinh, thì phúc phần mỏng, thọ yếu, và tình thân bạc nhược là điều khó tránh khỏi.

ROSY RAIN

Tử Vi Nhập Môn

Thiên Mã thủ cung Phúc Đức

Thiên Mã là sao thuộc hành Hỏa, chủ về di chuyển, biến động, bôn ba, tượng trưng cho sự thay đổi không ngừng, thích hợp với các ngành nghề hoặc số phận phải dịch chuyển, xa quê hương bản quán.

Khi Thiên Mã đóng tại cung Phúc Đức, thể hiện một dòng họ năng động, có chí tiến thủ, dễ lập nghiệp xa quê hoặc ở phương trời khác. Đây là dấu hiệu của phúc khí tích lũy thông qua nỗ lực và bôn ba, chứ không phải loại phúc lộc trời ban sẵn.

Tăng tuổi thọ: Đây là một trong số ít phụ tinh có tính chất bổ trợ cho thọ mạng khi an tại Phúc Đức, nhất là khi đồng cung hoặc tam hợp với các cát tinh như Lộc Tồn, Hóa Khoa, Tả Hữu.

Phúc trạch phát triển ở phương xa: Họ hàng thường phân tán, mỗi người một nơi, nhưng lại dễ lập thân thành công khi xa cách gia đình, nhất là ở xứ người. Tổ tiên tích được phúc nhờ dấn thân, chứ không phải nhờ an phận thủ thường.

Họ hàng hiển đạt nhưng không ở gần nhau: Đây là đặc điểm rõ rệt. Trong dòng họ có thể xuất hiện người nổi danh, thành đạt, có địa vị xã hội cao, nhưng lại xa cách họ hàng, hoặc sống lập thân ở nơi xa, ít có sự đoàn tụ thường xuyên với gia tộc.

Gặp thêm Lộc Tồn, Hóa Khoa, Xương Khúc: Thiên Mã tăng thêm phần "quý hiển tha phương", biểu hiện dòng họ có người làm quan, học vấn cao, nhưng thường định cư nơi xa.

Gặp sát tinh như Kình, Đà, Hỏa Linh, Không Kiếp: biến Thiên Mã thành "Mã đầu đới tiễn" (ngựa mang gươm), tức dòng họ có nhiều người chết trận, hy sinh, vướng pháp luật hoặc tai nạn nơi đất khách, phúc giảm thọ hao.

Mã đồng bộ Tang Hổ Khốc Hư: thường xuất hiện người du đãng, bôn ba long đong, rày đây mai đó, dễ vướng thị phi, sống cô lập dù tài năng.

Tóm lại: Thiên Mã thủ Phúc Đức là dấu hiệu của phúc khí phát triển nhờ bôn ba và dấn thân, tượng trưng cho kiểu gia tộc không giữ nguyên truyền thống, mà vươn xa để thành công. Tuy nhiên, sự phân tán và thiếu hòa khí huyết thống là điều thường thấy trong mẫu hình này. Muốn cải thiện, nên hướng về xây dựng "phúc đức nơi tâm linh" và tạo điều kiện kết nối họ hàng xa gần.

Tử Vi Nhập Môn

Thái Tuế thủ cung Phúc Đức

Thái Tuế là một sao có tính chất cứng rắn, mạnh mẽ, hiếu thắng, ưa tranh cãi, thuộc nhóm hung tinh, chủ về sự kiện nổi bật, xung đột hoặc mâu thuẫn. Trong Tử Vi, Thái Tuế thường khuấy động sự yên tĩnh, tạo ra những biến động, tranh chấp, kiện tụng hoặc bất hòa.

Phúc mỏng, khó yên ổn dài lâu: Khi Thái Tuế tọa thủ cung Phúc Đức, thường là biểu hiện của một gia tộc có phúc mỏng, dễ vướng chuyện thị phi, kiện tụng, chia rẽ nội bộ. Sự hòa thuận giữa các thành viên trong họ hàng bị giảm sút.

Trong họ thiếu hòa khí: Đây là điểm nổi bật – các thế hệ trong gia đình dễ xảy ra bất đồng ý kiến, tranh giành tài sản, quan điểm trái ngược, khó giữ được sự đoàn kết, ảnh hưởng đến sự phát triển chung của gia tộc.

Dễ có tai họa xảy đến: Nhất là khi đi cùng các hung tinh như Hóa Kỵ, Không, Kiếp, Hỏa, Linh, thì dòng họ có thể xảy ra đại nạn, kiện cáo, bệnh tật hoặc tai họa liên quan đến hình pháp. Đặc biệt, dễ có người vướng vòng lao lý, tử vong bất ngờ hoặc chịu tiếng xấu.

Nếu phối hợp với cát tinh (Xương, Khúc, Tả Hữu, Long Phượng, Hóa Khoa) → Thái Tuế có thể chuyển hóa thành sức mạnh xây dựng, biểu thị dòng họ có người đứng đầu mạnh mẽ, có uy tín xã

412

ROSY RAIN

hội, tuy nghiêm khắc nhưng giúp họ hàng phát triển. Tuy nhiên, vẫn khó tránh tính cách cứng cỏi, dễ mâu thuẫn trong nội tộc.

Nếu phối hợp với sát tinh (Kình Dương, Đà La, Hỏa Linh, Không Kiếp, Hổ Khốc) cực kỳ nguy hiểm, có thể ứng với những đại biến, tranh chấp tài sản, chia rẽ ruột thịt, hoặc có người trong họ dính dáng kiện tụng, pháp luật.

Nếu hạn gặp thêm Cô, Quả hoặc Hóa Kỵ → gia tộc càng thêm ly tán, người thân xa cách, hôn nhân dễ lỡ dở, hoặc có người sống cô độc, bất hòa với người trong họ.

Tóm lại: Thái Tuế tọa thủ cung Phúc Đức là dấu hiệu của gia tộc thiếu sự hòa hợp, dễ phát sinh tranh chấp, nhất là về quyền lực, tài sản hoặc lý tưởng sống. Người có sao này tại Phúc Đức cần chú trọng vào xây dựng nhân nghĩa – bao dung, chủ động giữ gìn hòa khí gia đình, hạn chế đối đầu, đồng thời cẩn trọng trong lời nói và hành động để tránh "tai vạ từ miệng mà ra".

Lưu ý: Thái Tuế không bao giờ an cùng cung với Cô Quả. Chỉ khi xét đại hạn, tiểu hạn hoặc lưu niên, có thể tạm thời "gặp" nhau vì khi đó Thái Tuế được an theo vận.

Tử Vi Nhập Môn

Long Trì, Phượng Cát thủ cung Phúc Đức

Chủ về phúc ấm sâu dày, được âm phần phù hộ, suốt đời gặp nhiều may mắn, dễ tránh được tai họa.

Họ hàng có người cao sang quý hiển, có danh tiếng hoặc nổi bật về đức hạnh, học vấn.

Càng tốt khi đi cùng các cát tinh như Xương, Khúc, Tả, Hữu, Hóa Khoa, Lộc Tồn – tạo nên gia tộc vinh hiển, truyền thống nề nếp.

Gặp sát tinh đi kèm, phúc trạch tuy vẫn còn nhưng dễ bị khuyết tốn, danh mà không thọ, phúc mà cô lẻ.

Cô Thần, Quả Tú thủ cung Phúc Đức

Cô, Quả là bộ sao tượng trưng cho sự đơn lẻ, lạnh lẽo, xa cách huyết thống và thiếu gắn kết về mặt tinh thần trong dòng họ. Khi tọa thủ cung Phúc Đức, thường báo hiệu họ hàng hiếm người, tình thân nhạt nhòa, dễ xảy ra chia rẽ hoặc phân tán, con cháu ít khi sống gần nhau, mỗi người một phương. Trong dòng họ gần có người có lối sống cô độc, chủ nghĩa độc thân , không muốn lập gia đình...

- Nếu đi cùng với nhiều sao sáng sủa, cát tinh như Khôi, Việt, Xương, Khúc, Long, Phượng..., dù bản chất đơn độc vẫn được hưởng phúc một cách âm thầm, tránh được nhiều tai ương, trong họ có người khá giả, thông minh, đỗ đạt, tuy không đông đúc nhưng có chiều sâu về phẩm chất.

- Ngược lại, nếu gặp phải nhiều sát tinh hoặc bại tinh như Không, Kiếp, Kỵ, Hỏa, Linh, Tang, Hổ..., thì phúc khí bạc mỏng, giảm thọ, thường phải sống xa gia đình, lập nghiệp tha phương, suốt đời vất vả, khó tránh được tai họa hoặc cô đơn lúc tuổi già, họ hàng không chỉ ít người mà còn lụn bại, suy tàn, con cháu thiếu đoàn kết, người khá giả thường không hưởng thọ.

- Cô (hoặc Quả), Thiên Quan -Thiên Phúc đồng cung thủ Phúc Đức: Suốt đời hay gặp may mắn, thường được thần linh phù hộ, tránh khỏi nhiều tai họa. Trong họ có phúc khí, con cháu dễ được che chở, nâng đỡ về tinh thần và đường đời hanh thông.

- Cô (hoặc Quả), Quang (hoặc Quý) đồng cung: Được hưởng phúc phần nhờ có linh khí tổ tiên truyền lại, luôn gặp may mắn, dễ tránh khỏi hoạn nạn nhờ có sự độ trì vô hình, trong họ có người được gọi là "phúc thần", hay linh thiêng.
- Cô (hoặc Quả), Hồng (hoặc Đào) đồng cung:Trong họ có bà tổ linh thiêng hộ trì, giúp con cháu tránh họa gặp lành. Tuy vậy, đàn bà con gái trong họ thường vất vả về chồng con, tình cảm trắc trở, nếu không cũng dễ đoản mệnh, yểu tử.

Tử Vi Nhập Môn

Đào, Hồng thủ cung Phúc Đức

Bộ sao Đào Hoa và Hồng Loan thuộc nhóm hoa tình, chủ về sắc đẹp, sự quyến rũ và tinh thần hưởng thụ. Khi an tại cung Phúc Đức, chúng phản ánh đặc điểm văn hóa, nhân duyên, phong hóa và đời sống tinh thần của dòng họ, đặc biệt nhấn mạnh đến sự nổi bật của nữ giới.

- Đào Hồng đi kèm nhiều sao sáng sủa tốt đẹp (như Xương, Khúc, Khôi, Việt, Khoa, Quyền...): báo hiệu một dòng họ có phúc khí hưng thịnh, sống lâu và thường gặp may mắn, trong họ có nhiều người giàu sang, quý hiển, đặc biệt là nữ giới thường xinh đẹp, thông minh, sung túc và thuận lợi về đường tài lộc hơn nam giới. Dù không quá đông đúc, nhưng gia tộc có khí chất văn hóa, dễ thu hút quý nhân và cơ hội.

- Nếu đi kèm nhiều sao mờ ám xấu xa (như Không, Kiếp, Kỵ, Hỏa, Linh...): báo hiệu bạc phúc, tuổi thọ bị rút ngắn, họ hàng càng ngày càng suy vi, ly tán, dễ gặp tai họa về thị phi, sắc tình, con cháu đặc biệt là phụ nữ trong họ thường có đời sống tình cảm trắc trở, hôn nhân lận đận, gặp cảnh góa bụa, yểu tử hoặc sa vào nếp sống dâm đãng, bê tha. Nam giới thì thường thiếu chí khí, khó lập thân.

- Đào, Hồng, Binh, Tướng thủ cung Phúc Đức: Trong họ thường có nhiều phụ nữ phong tình, sống buông thả hoặc

417

ROSY RAIN

bất chính, dễ gặp rắc rối về tình duyên hay gia đạo. Nếu đi cùng nhiều sao mờ ám thì càng dễ xảy ra chuyện tai tiếng.

- Đào, Hồng, Binh, Tướng, Dưỡng hoặc Thai thủ cung Phúc Đức: Trong họ dễ có nhiều phụ nữ sống phóng túng, có thể vướng vào chuyện tình cảm sai lệch như chửa hoang, bỏ nhà theo trai, hoặc quan hệ không chính thức. Nếu gặp thêm sát tinh hay sao mờ ám thì tình trạng càng rõ rệt và dễ để lại tiếng xấu trong dòng tộc.

Thiên Quan , Thiên Phúc thủ cung Phúc Đức

Hai sao Thiên Quan và Thiên Phúc đều thuộc nhóm phúc thiện, chủ về âm đức, sự bảo hộ vô hình, phước phần do tổ tiên tích lũy. Khi an tại cung Phúc Đức, biểu hiện một dòng họ có căn tu, nhân hậu, biết sống thuận đạo lý, nên con cháu thường được trời thương, người giúp, tránh được nhiều tai ương.

Thiên Quan – Thiên Phúc đồng cung hoặc đi với các sao cát thì chủ phúc dày đức lớn, họ hàng khá giả, nhân từ, thường có người đỗ đạt, được quý nhân phò trợ, sống lâu và sung sướng.

Nếu gặp nhiều sát tinh như Không, Kiếp, Kỵ, Hỏa, Linh, hoặc đi với các sao cô độc như Tang, Hổ, Cô, Quả…, thì phúc phần bị chiết giảm. Tuy vẫn có lực âm phù trợ giúp thoát hiểm, nhưng họ hàng thường gặp nhiều trắc trở, lụn bại dần, con cháu thiếu phúc hòa khí, dễ phải sống xa quê hoặc lập nghiệp phương xa.

Tử Vi Nhập Môn

Tuần, Triệt thủ cung Phúc Đức

Tuần không, Triệt lộ là hai sao mang tính "ngăn trở, cản trở", tượng trưng cho nghiệp lực lớn, biến hóa nghịch lý. Khi tọa thủ tại cung Phúc Đức, ảnh hưởng rõ rệt đến phúc phần, thọ yếu và dòng họ, khiến cuộc đời người mang số thường gắn liền với việc rời xa gốc rễ – lập nghiệp nơi viễn phương.

Dù số mệnh cá nhân có tốt đến đâu, nếu Tuần hoặc Triệt án cung Phúc, thì càng sớm xa quê hương càng dễ phát triển, ở gần thì bị cản trở. Họ hàng thường ly tán, nhất là ngành trưởng dễ lụn bại, dòng họ không tụ.

Tác động nghịch đảo đặc thù: Tuần và Triệt vốn là hai sao Không Vong, mang tính phá cách, ngăn trở. Khi tọa thủ tại cung Phúc Đức, thường khiến phúc phần bị đảo lộn, tạo ra nghịch lý giữa bộ sao tốt – xấu.

- Nếu gặp nhiều sao sáng sủa, tốt đẹp (cát tinh, quý tinh): Hiện tượng "sáng hóa tối", tức là các cát tinh bị triệt tiêu tác dụng. Người có cách này thường phúc phần không dồi dào, giảm thọ, suốt đời khó toại nguyện, họ hàng ly tán. Phúc khí tuy có danh nhưng vô thực, hoặc không giữ được lâu.
- Nếu gặp nhiều sao mờ ám, xấu xa (sát tinh, bại tinh): Lại sinh ra "tối hóa sáng", tức Tuần, Triệt trở thành bộ lọc, kềm chế tai họa, chuyển dữ hóa lành.

Người có cách này thường tăng thọ, tránh được nhiều tai ương, tuy mưu sự gặp trắc trở lúc ban đầu, nhưng về sau hành thông, toại nguyện, họ hàng ngày càng khá giả, phục hưng dần.

Tóm lại: Cung Phúc Đức có Tuần, Triệt đòi hỏi phải luận theo nghịch lý cát-hung, dựa vào toàn cục tinh hệ, không thể đoán theo hướng đơn tuyến. Càng cần phân biệt rõ yếu tố "xa quê – lập thân viễn xứ" để tìm ra nơi thích hợp phát triển phúc phần.

Thiên Riêu Thủ cung Phúc Đức:

Người có Thiên Riêu thủ cung Phúc Đức thường có duyên sống và làm việc xa quê, dễ lập nghiệp nơi đất khách. Họ hàng có xu hướng phân tán, ít người gần gũi nhau. Trong gia đình có thể có người sức khỏe yếu hoặc gặp thử thách về mặt thể chất.

Phụ nữ trong họ đôi khi gặp trở ngại trong chuyện tình cảm hoặc hôn nhân, nhưng nếu gặp cát tinh đi kèm, có thể chuyển hóa thành sự sâu sắc và trưởng thành trong đời sống nội tâm.

Khả năng chuyển hóa:

Nếu Thiên Riêu đi cùng các sao phúc thiện như Thiên Đức, Nguyệt Đức, Long Phượng, hoặc có bộ Nhật Nguyệt sáng chiếu, người mang cách này có thể từ nghịch cảnh mà khai mở lòng từ bi, hướng về tâm linh, chữa lành cho chính mình và người khác.

Đây là lá số dễ có cơ duyên tu hành, hành thiện hoặc phát triển khả năng tâm linh đúng hướng, nếu biết rèn luyện và vượt qua cảm xúc cá nhân.

Tử Vi Nhập Môn

Vô Chính Diệu thủ cung Phúc Đức

Khi cung Phúc Đức vô Chính Diệu (tức không có chính tinh Bắc Đẩu hay Nam Đẩu tọa thủ), cần coi trọng các chính tinh xung chiếu, xem như chính tinh tọa thủ để luận đoán. Tuy nhiên, tính chất căn bản của Vô Chính Diệu vẫn mang nét "trống rỗng", dễ bị ảnh hưởng mạnh bởi sát tinh, phụ tinh và cách cục hội hợp.

- Trường hợp có Tuần, Triệt án ngữ hoặc hội hợp Tam Không cung Phúc Đức được hưởng phúc, sống lâu. Tuy ban đầu có thể gặp khó khăn, về sau sẽ ổn định và thăng tiến. Ngược lại, nếu không có Tuần, Triệt hay Tam Không hội hợp, thì cung này khó được hưởng phúc, dù hội nhiều sao sáng sủa vẫn bị lu mờ, suốt đời kém an ổn.

- Cung Phúc Đức vô Chính Diệu có Thái Dương, Thái Âm sáng sủa hội chiếu được hưởng phúc thọ, tránh được nhiều tai họa. Họ hàng khá giả, có nhiều người quý hiển, giàu sang. Tổ tiên xa đời cũng đã có danh tiếng để lại cho hậu thế. Trường hợp này nếu lại gặp thêm Tuần, Triệt hoặc Tam Không thì phúc phần càng bền vững và rực rỡ.

- Trường hợp cung Phúc Đức vô Chính Diệu an tại Dần hoặc Thân mà có Đà La tọa thủ độc lập thì là cách quý hiếm, được hưởng phúc, sống lâu, suốt đời gặp may. Họ hàng càng ngày càng khá giả, có nhiều người quý hiển, văn võ song toàn. Tuy nhiên, nếu Đà La bị Tuần hoặc

Triệt án ngữ thì không còn gọi là Đà La độc thủ nữa, hiệu lực cũng mất đi.

Luận âm phần qua cung Phúc Đức

Âm phần là phần mộ tổ tiên, ảnh hưởng đến tuổi thọ, vận số cá nhân và sự hưng suy của dòng họ.

Khi luận cung Phúc Đức, ngoài việc xét phúc đức bản thân, cần chú ý đến âm phần để biết mồ mả có yên hay không, có linh ứng hay không.

Nếu âm phần tốt: tổ tiên linh thiêng phù trợ, con cháu dễ đỗ đạt, phát tài, sống lâu và tránh được tai họa.

Nếu âm phần xấu: mồ mả động, không yên, con cháu bất an, dễ gặp tai ách, họ hàng ly tán hoặc suy bại.

Luận đoán kỹ cung Phúc Đức cũng là cách để hiểu rõ về âm trạch, nền móng vô hình nhưng ảnh hưởng sâu xa đến cuộc đời mỗi người.

Tử Vi Nhập Môn

Hình sắc và thế đất của âm phần

- Tử Vi: mộ tổ xa đời (khoảng năm đời), đất to, gần núi đồi, linh khí triều từ bên trái.
- Liêm Trinh: mộ chú hoặc ông chú đã khuất, đất khô cao, sắc đỏ hay vàng, giống hình người ngồi.
- Thiên Đồng: mộ tổ bốn đời, đặt ở chỗ trũng, có nước bao quanh.
- Vũ Khúc: mộ tổ năm đời, đất cao trơ, cỏ mọc như quả chuông dựng đứng.
- Thái Dương: mộ cha, ông nội, hoặc cụ nội ông tùy thế hệ đã khuất, đất bằng phẳng.
- Thiên Cơ: mộ ông nội hoặc cụ nội, đất tốt, nhiều cây cối mọc rậm.
- Thiên Phủ: mộ tổ xa đời (năm đời), gần núi đồi, linh khí triều từ bên phải.
- Thái Âm: mộ mẹ, bà nội hoặc cụ nội bà, đất hơi cao, cong như bán nguyệt.
- Tham Lang: mộ tổ rất xa (sáu – bảy đời), đất cao như hình chó ngồi, sắc đen, cây cỏ rậm.
- Thiên Tướng: mộ tổ năm đời, đất cao, vuông vắn như hình cái ấn.
- Cự Môn: đất vuông, gần đình sở, đào sâu thấy đất vàng.

ROSY RAIN

- Thiên Lương: đất cát, rời rạc, hình thoi dệt, gần đường đi.
- Thất Sát: đất khô đỏ, hình thân cây nằm ngang.
- Phá Quân: đất tan lở, không rõ hình thể.
- Kình Dương:
  Sáng sủa (Tứ Mộ): hình voi quỳ.
  Mờ ám (Tứ Sinh, Tứ Tuyệt): hình tháp nhọn, răng, mũi dùi.
- Đà La: đất cát, hình mũi nhọn, hình răng.
- Hỏa, Linh: đất nóng, hình sào dài.
- Không, Kiếp: đất khô nóng, nhiều mộ thất lạc.
- Xương: đất rắn, hình tròn.
- Khúc: có nước chảy quanh mộ.
- Khôi: đất cao, hình cái mũ.
- Việt: hình búa dài.
- Tả, Hữu: thế đất cao đẹp, giống cạp chiếu.
- Lộc Tồn: hình lưỡi thương.
- Hóa Lộc: như lá cờ, đào sâu có kim khí vụn.
- Hóa Quyền: hình yên ngựa hoặc có bụi cây giống yên ngựa.
- Hóa Khoa: hình cái bảng.
- Hóa Kỵ: đất trũng, úng thủy, bùn lầy.

- Song Hao: đất tan lở, khô nóng.
- Tang Môn: đất khô.
- Bạch Hổ: đất nhiều đá.
- Khốc, Hư: đất hư nát, có mối, chuột.
- Thiên Mã: hình con ngựa.
- Thái Tuế: đất khô cứng, nổi như sống trâu.
- Long Trì: gần ao giếng.
- Phượng Các: gần nhà cửa, đất đỏ, hình cánh phượng.
- Đào Hoa: hình tròn, nổi như bát úp.
- Hồng Loan: hình mí mắt hay cung, thế đất Nga Mi.
- Thiên Hỷ: đất bùn lầy, cát, phù sa.
- Thiên Hình: hình lưỡi đao, lẫn mảnh chai, sành.
- Thiên Riêu: có nước chảy xói vào mộ.
- Quan, Phúc: mộ để ở gần đình, đền hay chùa.
- Ân Quang, Thiên Quý: có ân nhân tìm đất để giúp mộ mả.
- Thai Phụ: đất hình vuông giống như cái nón.
- Phong Cáo: đất vuông như cái chiếu.
- Hoa Cái: hình hoa nở, lọng xòe, bát úp.
- Tam Thai: đất xếp hình ba ngôi sao.
- Bát Tọa: đất dàn đều như tám sao.
- Thanh Long: gần sông ngòi, hình người cầm gươm.
- Tướng Quân: hình áo giáp.
- Tấu Thư: đất trũng, như rồng chầu một bên.

- Phi Liêm: gần núi đồi, đất khô, dễ lở.
- Hỷ Thần: đất bằng, pha cát.
- Bệnh Phù: hình cái đai, có nước ngầm xói vào mộ.
- Phục Binh: như cái chiêng hoặc hình lính cầm gươm.

Theo vòng Tràng Sinh (chủ âm phần)

- Trường Sinh: đất úng thủy, có nước nhỏ uốn quanh.
- Mộc Dục: đất ẩm gần suối, khe.
- Quan Đới: hình bán nguyệt.
- Suy: đất khô, trơ, nổi như sống trâu.
- Bệnh: đất ẩm, uế tạp.
- Tử: nước nhỏ chảy quanh mộ.
- Mộ: gần mộ có lạch nước.
- Thai: có nước ngầm vào mộ.
- Dưỡng: dòng nước xa chảy về uốn quanh mộ.

ROSY RAIN

Tuần thủ cung Phúc Đức

- Chiếu: Mộ thường gần khoảng đất trống, rộng, trơ trụi.
- Án ngữ: Mộ nằm nơi đất hung, hoang vắng, bị chắn không tiếp nhận được địa khí.
- Nếu nhiều sao sáng sủa: Cát khí tiêu hao, hung khí mạnh. Họ hàng trước khá giả, về sau suy bại, ly tán.
- Nếu nhiều sao mờ ám: Hung khí suy, cát khí phát. Họ hàng trước nghèo khổ, về sau khá giả, có người hiển đạt.

Triệt thủ cung Phúc Đức

- Đối cung (chiếu): Mộ gần đường đi, cầu cống, hố sâu.
- Án ngữ: Mộ nằm sát nơi có đường xá, cống rãnh, địa khí bị đảo lộn.
- Nếu nhiều sao sáng sủa: Mộ bị đào xới, khí đất bị tán. Họ hàng trước phú quý, về sau suy sụp, mộ có thể bị thất lạc.

Triệt thủ cung Phúc Đức – nhiều sao mờ ám, xấu xa

- Địa khí bị tỏa chiết do đất bị đào xới, xẻ cắt hoặc xây cất ngăn trở. Mộ có thể bị tan lở, thất lạc, nhưng nhờ kết hợp với nhiều sao mờ ám lại sinh cát, khiến cát khí tăng dần, hung khí tiêu dần. Họ hàng đời trước lụn bại ly tán, về sau lại phát đạt, có người quý hiển, giàu sang do có Triệt ngăn cản các sao mờ ám xấu xa.

Quy định ảnh hưởng của âm phần

- Khi cung Phúc Đức có một chính tinh tọa thủ thì phải xem chính tinh đó tượng trưng cho ngôi mộ nào, người đó sẽ chịu ảnh hưởng của ngôi mộ ấy.

- Khi cung Phúc Đức có hai chính tinh đồng cung, cần xét hành của hai sao:Nếu hai chính tinh cùng thuộc một hành thì mộ phần chịu ảnh hưởng của hai ngôi mộ riêng biệt, để gần nhau, mỗi sao tượng trưng cho một ngôi.

Ví dụ: Cung Phúc Đức an tại Sửu có Cự Môn và Thiên Đồng đồng cung. Vì cả hai đều thuộc hành Thủy nên mộ phần chịu ảnh hưởng của mộ bác (Cự Môn) và mộ tổ bốn đời (Thiên Đồng), hai ngôi này ở gần nhau.

Hai chính diệu không thuộc cùng một hành:

- Trường hợp một trong hai chính diệu sinh được bản Mệnh thì chỉ chịu ảnh hưởng của ngôi mộ tượng trưng bởi chính diệu đó.

Ví dụ: Cung Phúc Đức an tại Dần có Cự Môn và Thái Dương đồng cung. Bản Mệnh thuộc Thổ, Thái Dương thuộc Hỏa nên Hỏa sinh Thổ, còn Cự Môn thuộc Thủy khắc Thổ. Như vậy, bản Mệnh chỉ chịu ảnh hưởng từ ngôi mộ ông nội hay cụ nội (tượng trưng bởi Thái Dương), còn ngôi mộ bác hay ông bác (tượng trưng bởi Cự Môn) tuy ở gần cũng không ảnh hưởng gì.

Tử Vi Nhập Môn

- Nếu một trong hai chính diệu không sinh được bản Mệnh thì cần xét xem bản Mệnh sinh được chính diệu nào, khi đó sẽ chịu ảnh hưởng của ngôi mộ được tượng trưng bởi chính diệu đó.

Ví dụ: Cung Phúc Đức an tại Mão có Cự Môn và Thiên Cơ đồng cung. Bản Mệnh thuộc Kim, Thiên Cơ thuộc Mộc nên không sinh Kim, còn Cự Môn thuộc Thủy. Tuy nhiên, Kim sinh Thủy nên bản Mệnh sinh được Cự Môn. Do đó, bản Mệnh chịu ảnh hưởng của ngôi mộ bác hay ông bác (tượng trưng bởi Cự Môn), và không chịu ảnh hưởng của ngôi mộ ông nội (tượng trưng bởi Thiên Cơ) dù hai ngôi mộ này để gần nhau.

- Nếu một trong hai chính diệu không sinh được bản Mệnh, bản Mệnh cũng không sinh được một trong hai chính diệu, thì cần xét bản Mệnh hòa với chính diệu nào. Khi đó sẽ chịu ảnh hưởng của ngôi mộ được tượng trưng bởi chính diệu đó.

Ví dụ: Cung Phúc Đức an tại Ngọ có Thiên Tướng và Liêm Trinh đồng cung. Bản Mệnh thuộc Thủy, Thiên Tướng cũng thuộc Thủy (tượng trưng ngôi mộ chú hay ông chú), còn Liêm Trinh thuộc Hỏa (tượng trưng ngôi mộ tổ năm đời). Bản Mệnh thuộc Thủy nên hòa với Thiên Tướng và khắc Liêm Trinh. Do đó, Thủy Mệnh chịu ảnh hưởng của ngôi mộ chú hay ông chú (tượng trưng bởi Thiên Tướng), và không chịu ảnh hưởng của ngôi mộ tổ năm đời (tượng trưng bởi Liêm Trinh), dù hai ngôi mộ để gần nhau.

Cung Phúc Đức vô Chính diệu: coi Chính diệu xung chiếu như Chính diệu tọa thủ.

Vị trí của âm phần theo cung Phúc Đức:

- Cung Phức Đức: chính mộ.

- Cung đằng trước: tả (mặt trước)

- Cung đằng sau: hữu (mặt sau).

- Cung xung chiếu: tiền án.

- Hai cung hợp chiếu: một là Long (bên trái) một là Hổ (bên phải).

Thí dụ: Cung Phúc Đức an tại Dần, vậy tại Dần là chính mộ, Mão là Tả, Sửu là Hữu, Thân là tiền án, Ngọ là Long, Tuất là Hổ.

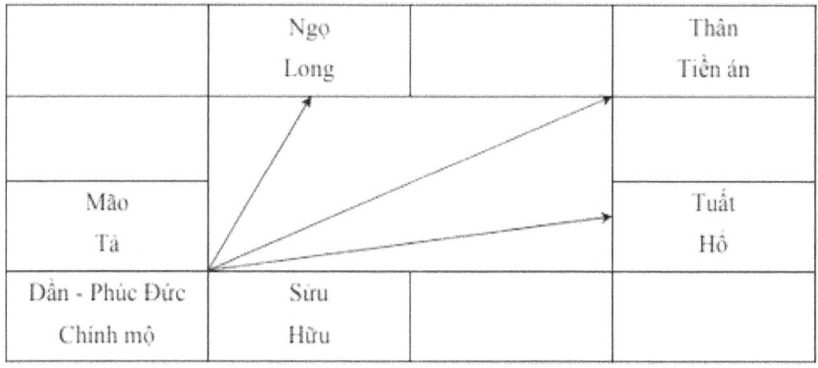

Sau đã biết rõ vị trí của âm phần nên kết hợp mọi nhận định về hình sắc và thế đất để luận đoán cho thật cẩn thận.

Cung Điền Trạch

Xem cung Điền Trạch để biết rõ nhà cửa, ruộng nương và mức độ giữ gìn hay phá tán tổ nghiệp, khả năng tạo lập cơ ngơi về sau.

Sao Tử vi thủ cung Điền Trạch

Một phần lớn cơ nghiệp là của tiền nhân để lại. Cần xem các sao tọa thủ để biết khả năng giữ gìn hay gây dựng thêm.

Tử Vi đơn thủ tại Ngọ hoặc Phủ đồng cung, Tử Tướng đồng cung cho thấy nhà đất nhiều, cơ nghiệp ngày càng thịnh vượng. Nếu tự tay tạo lập thì sẽ ngày càng phát đạt.

Tử vi đơn thủ tại Tý thể hiện nhà đất bình thường, yên ổn, giữ vững được sản nghiệp của tổ tiên.

Tử vi Thất Sát đồng cung cho thấy cơ nghiệp của tổ tiên để lại rất vĩ đại nhưng khó giữ gìn được.

Tử vi Phá Quân đồng cung chỉ việc phá tán tổ nghiệp hoặc phải lìa bỏ tổ nghiệp, về sau tạo lập ở nơi xa nhưng bền vững.

Tử vi Tham Lang đồng cung cho thấy không giữ được tổ nghiệp, về sau sa sút.

Tử Vi Nhập Môn

Liêm Trinh thủ cung Điền Trạch

Liêm Trinh đơn thủ tại Dần, Thân: phá tán tổ nghiệp hoặc có nhưng không được thừa hưởng, lao tâm khổ tứ về những chuyện liên quan nhà đất.

Liêm Trinh Thiên Phủ đồng cung: được hưởng của tổ nghiệp để lại nhưng cơ nghiệp ngày càng sa sút, khó giữ bền vững.

Liêm trinh Thiên Tướng đồng cung: nhà đất trước ít sau nhiều.

Liêm Trinh Thất Sát đồng cung: tự tay lập nghiệp, thành bại thất thường; ban đầu rất vất vả nhưng khi đứng tuổi sẽ có nơi ăn chốn ở chắc chắn.

Liêm Trinh Phá Quân đồng cung: ban đầu lập nghiệp hay bị thất bại, phá tán nhưng về sau mới ổn định bền vững.

Liêm Trinh Tham Lang đồng cung: nhà đất tổ nghiệp để lại khá nhiều nhưng không được thừa hưởng, về già không có nơi ăn chốn ở chắc chắn.

Thiên Đồng thủ cung Điền Trạch

Tự tay lập nghiệp, ban đầu gian khó nhưng về sau dễ dàng hơn.

Thiên Đồng đơn thủ tại Mão hoặc Nguyệt đồng cung tại Tý: giàu có lớn, tay trắng lập nghiệp, càng ngày càng thịnh vượng.

Thiên Đồng đơn thủ tại Dậu hoặc Nguyệt đồng cung tại Ngọ: thành bại thất thường, nhưng về già có chốn nương thân.

 Thiên Đồng đơn thủ tại Tỵ, Hợi: có nhà đất nhưng rất ít, hay phải thay đổi, mua bán thường xuyên.

Thiên Đồng đơn thủ tại Thìn, Tuất: nhà đất hầu như không có hoặc rất nhỏ, suốt đời gặp tranh chấp về điền thổ.

Thiên Đồng Thiên Lương đồng cung: ban đầu có ít nhà đất nhưng về sau rất nhiều.

Thiên Đồng Cự Môn đồng cung: không có nhà đất, về già may lắm mới có một chốn nương thân.

Vũ Khúc thủ cung Điền Trạch

Vũ Khúc đơn thủ tại Thìn, Tuất: cơ nghiệp tổ nghiệp để lại rất lớn, càng về sau càng thịnh vượng.

Vũ Khúc Thiên Phủ đồng cung: giữ được tổ nghiệp, về sau làm nên thịnh đạt bội phần.

Vũ Khúc Thiên Tướng đồng cung: ban đầu mua vào bán ra nhà đất thất thường, về già có nhiều nhà đất.

Vũ Khúc Tham Lang đồng cung: có nhà đất tổ nghiệp để lại nhưng rất ít, tự tay lập nghiệp, phải trên ba mươi tuổi mới có nhà đất chắc chắn.

Vũ Khúc Phá Quân đồng cung: mua nhà rồi lại phá tán, về sau mới có nơi ăn chốn ở ổn định.

Vũ Khúc Thất Sát đồng cung: không có nhà đất, may lắm về già mới có căn nhà nhỏ để nương náu.

Lưu ý: Khi cung Điền có Lộc Tồn, hoặc được Hóa cát thì rất tốt.

Thái Dương thủ cung Điền Trạch

Thái Dương đơn thủ tại Thìn, Ty, Ngọ: tổ nghiệp để lại rất lớn nhưng về sau dần sa sút.

Thái Dương đơn thủ tại Tuất, Hợi, Tý: không có nhà đất, may lắm về già mới có chút ít. Nếu gặp Tuần Triệt hoặc Cát hóa thì lại tốt.

Thái Dương Cự Môn đồng cung tại Dần hoặc Lương đồng cung tại Mão: giữ vững tổ nghiệp, về sau mua thêm nhiều nhà đất.

Thái Dương Cự Môn đồng cung tại Thân hoặc Lương đồng cung tại Dậu: ban đầu phá tán hoặc phải lìa bỏ tổ nghiệp, về già mới có nhà đất nhưng rất ít.

Nhật Nguyệt đồng cung: có rất nhiều nhà đất, một phần tổ nghiệp để lại, một phần tự tay tạo lập.

Tử Vi Nhập Môn

Thiên Cơ thủ cung Điền Trạch

Thiên Cơ đơn thủ tại Tỵ, Ngọ, Mùi: không hưởng tổ nghiệp nhưng tự tay gây dựng, có nhiều nhà đất.

Thiên Cơ đơn thủ tại Hợi, Tý, Sửu: nhà đất bình thường.

Thiên Cơ Thiên Lương đồng cung: tự tay lập nghiệp, về sau mua được nhiều nhà đất.

Cơ Nguyệt đồng cung tại Thân: khá nhiều nhà đất.

Cơ Nguyệt đồng cung tại Dần: nhà đất ở mức trung bình.

Thiên cơ Cự Môn đồng cung tại Mão: rất nhiều nhà đất, phần là của tổ nghiệp để lại.

Thiên Cơ Cự Môn đồng cung tại Dậu: phá tán hoặc bỏ tổ nghiệp, tự lập nhưng không có nhiều nhà đất.

Thiên Phủ thủ cung Điền Trạch

Thiên phủ thủ điền được thừa hưởng tổ nghiệp.

Thiên Phủ đơn thủ tại Dần, Thân: khá nhiều nhà đất.

Đơn thủ tại Sửu, Mùi, Mão, Dậu: nhà đất bình thường.

Tử Phủ đồng cung: rất nhiều nhà đất, cơ nghiệp ngày càng hưng thịnh, tự lập cũng phát đạt.

438

Liêm Phủ đồng cung: thừa hưởng tổ nghiệp nhưng cơ nghiệp dần sa sút, khó giữ vững.

Vũ Phủ đồng cung: gìn giữ được tổ nghiệp, về sau càng phát đạt.

Thái Âm thủ cung Điền Trạch

Đơn thủ tại Dậu, Tuất, Hợi: tổ nghiệp để lại ít, tự tay tạo dựng nên giàu có, mua được nhiều nhà đất.

Đơn thủ tại Mão, Thìn, Tỵ: không có nhà đất, may mắn lắm về già mới có nơi nương thân.

Đồng đồng cung tại Ngọ: thành bại thất thường, về già vẫn có chốn nương thân.

Nhật đồng cung: rất nhiều nhà đất, vừa thừa kế tổ nghiệp vừa tự tạo.

Cơ đồng cung tại Thân: khá nhiều nhà đất.

Cơ đồng cung tại Dần: nhà đất bình thường.

Tử Vi Nhập Môn

Tham Lang thủ cung Điền Trạch

Đơn thủ tại Thìn, Tuất: phá tán hoặc phải lìa bỏ tổ nghiệp, về sau mới mua tậu được khá nhiều nhà đất.

Đơn thủ tại Dần, Thân, Tý, Ngọ: nếu có tổ nghiệp cũng không giữ được, lập nghiệp gian khổ, về già may ra mới có nhà ổn định.

Tử đồng cung: không giữ được tổ nghiệp, về sau sa sút.

Liêm đồng cung: tổ nghiệp khá nhưng không thừa hưởng được, về già không có chốn ở ổn định.

Vũ đồng cung: tổ nghiệp ít, tự tay lập nghiệp, sau 30 tuổi mới có nhà đất vững chắc.

Cự Môn thủ cung Điền Trạch

Dễ vướng thị phi, kiện cáo về nhà đất.

Đơn thủ tại Hợi, Tý, Ngọ: có tổ nghiệp nhưng không được hưởng, tự lập ở xa, về sau mua được nhiều nhà đất.

Đơn thủ tại Tỵ, Thìn, Tuất: nhà đất rất ít hoặc không có.

Đồng đồng cung: không có nhà đất, về già may ra mới có nơi nương thân.

ROSY RAIN

Nhật đồng cung tại Dần: giữ được tổ nghiệp, về sau càng thêm nhà đất.

Nhật đồng cung tại Thân: ban đầu mất tổ nghiệp, về già mới có chút ít nhà đất.

Cơ đồng cung tại Mão: rất nhiều nhà đất, có tổ nghiệp để lại.

Cơ đồng cung tại Dậu: mất tổ nghiệp, tự gây dựng nhưng cũng không nhiều nhà đất.

Thiên Tướng thủ cung Điền Trạch

Đơn thủ tại Sửu, Mùi, Tỵ, Hợi: dễ mua tậu nhà đất.

Đơn thủ tại Mão, Dậu: nhà đất trung bình, nếu được tổ nghiệp để lại thì cũng tiêu tán, về sau phải tự lập lại.

Tử đồng cung: rất nhiều nhà đất, càng làm càng phát đạt nếu tự tay gây dựng.

Thiên Lương thủ cung Điền Trạch

Đơn thủ tại Tý, Ngọ: có tổ nghiệp để lại, sau còn mua thêm nhiều nhà đất.

ROSY RAIN

Đơn thủ tại Sửu, Mùi: nhà đất bình thường, ổn định, không phải lo chỗ ở.

Đơn thủ tại Tỵ, Hợi: có nhà đất ít, hay phải thay đổi, mua bán liên tục.

Đồng đồng cung: ban đầu ít nhà đất, sau rất nhiều.

Nhật đồng cung tại Mão: giữ vững tổ nghiệp, về sau mua thêm được nhiều.

Nhật đồng cung tại Dậu: ban đầu mất tổ nghiệp, về già mới có chút nhà đất.

Cơ đồng cung: tự lập, về sau có nhiều nhà đất.

Thất Sát thủ Điền Trạch

Là cách chủ sự biến động mạnh về nhà đất, khó giữ tổ nghiệp, thường phải tự tay lập nghiệp.

Thất Sát đơn thủ tại Dần Thân không hưởng tổ nghiệp nhưng về sau gây dựng được cơ nghiệp lớn, nhà đất nhiều.

Đơn thủ tại Tý Ngọ tổ nghiệp khó giữ, mua bán nhà đất thất thường nhưng hậu vận ổn định, tự tay tạo dựng được.

Đơn thủ tại Thìn Tuất xấu nhất, không có nhà cửa hoặc vì nhà cửa mà sinh họa, tổn thọ.

Tử Vi Nhập Môn

Thất Sát đồng cung với Tử Vi có tổ nghiệp lớn nhưng không giữ được, dễ tiêu tan.

Đồng cung với Liêm Trinh buổi đầu vất vả, hậu vận mới an cư.

Đồng cung với Vũ Khúc rất khó có nhà đất, chỉ đến tuổi già mới có chốn nương thân nếu may mắn.

Lưu ý cho dù cách cục gì thì khi Thất sát đi cùng Lộc tồn và tài tinh thì vẫn chủ là có nhà của, nếu cung Mệnh Quan tốt thì người này vất vả trong nhà cửa nhưng vẫn là người giàu có.

Phá Quân thủ Điền Trạch

Là chủ biến động mạnh, khó giữ nhà đất lâu dài, thường phải tự tay gây dựng sau nhiều lần mất mát.

Phá Quân đơn thủ tại Tý Ngọ mua bán nhà đất nhanh chóng nhưng về già cơ nghiệp suy tàn, tổ nghiệp nếu có cũng khó giữ.

Phá Quân đơn thủ tại Dần Thân thường không có nhà đất.

Đơn thủ tại Thìn Tuất lập nghiệp thành bại thất thường, có rồi lại mất, về già mới an cư.

Phá Quân đồng cung với Tử Vi dễ phá tổ nghiệp hoặc lìa quê, nhưng có thể tạo dựng cơ nghiệp vững bền nơi xa.

ROSY RAIN

Phá Quân đồng cung với Liêm Trinh khởi nghiệp hay thất bại, về sau mới ổn định.

Đồng cung với Vũ Khúc mua được nhà nhưng dễ phá sản, hậu vận mới yên ổn. Nếu có sao Lộc thì lại tốt.

Tử Vi Nhập Môn

Các Nhóm Phụ Tinh đóng cung Điền Trạch.

Kình Dương thủ Điền Trạch: chủ sự mạnh mẽ, quyết liệt trong chuyện nhà đất, thường trải qua biến động lớn. Nếu sáng sủa tốt đẹp thì cơ nghiệp ban đầu phá tán nhưng về sau tạo dựng được nhà đất vững bền. Nếu mờ ám hoặc gặp sát tinh thì không có nhà cửa, hoặc có cũng khó giữ. Gặp Không Kiếp càng xấu, dễ hủy hoại tổ nghiệp, nhà đất nếu mua tậu được cũng bán hết về sau.

Đà La thủ Điền Trạch thường chủ phá tổ nghiệp, khó giữ nhà đất, nếu có tổ nghiệp để lại cũng dễ bị phá tán hoặc phải lìa bỏ, không được hưởng.

Hỏa Linh tại Điền Trạch có thể được nhà cửa tổ tiên để lại nhưng sau cũng mất, hoặc phải bỏ đi nơi xa lập nghiệp. Tham Lang đồng cung Vũ Khúc thì tự tay tạo dựng, về sau rất khá giả, mua tậu được nhiều nhà đất.

Gặp Không Kiếp thì không có nhà cửa, nếu có chút ít cũng sớm tiêu tan. Không Kiếp sáng sủa thì mua nhanh nhưng cũng dễ bán nhanh, mờ ám thì hoàn toàn không có nhà đất.

Văn Xương Văn Khúc sáng sủa thì mua bán nhà đất dễ dàng, cơ nghiệp ngày càng thịnh, tổ nghiệp giữ được lâu dài; nếu mờ ám thì không có nhà đất hoặc có rồi cũng tiêu tán.

ROSY RAIN

Thiên Khôi Thiên Việt tại Điền Trạch thường chủ nhà cửa khang trang, to đẹp.

Tả Hữu tại Điền Trạch sáng sủa thì giữ được tổ nghiệp, mua bán nhà đất dễ dàng; nếu mờ ám thì cơ nghiệp dễ tiêu tan nhưng vẫn có quý nhân giúp đỡ, được ở nơi cao ráo, đẹp đẽ.

Lộc Tồn chủ có nhà đất tổ tiên để lại nhưng ít, tự tay gây dựng mới khá giả.

Hóa Lộc đi cùng Hóa Khoa thì nhà đất rộng rãi.

Hóa Quyền cho nhà cao cửa rộng, dinh thự sang trọng.

Hóa Kỵ lại trái ngược, chủ nhà đất bền vững, giữ lâu. Thường thấy sự hùng hạp, hoặc vay mượn lúc đầu.

Thiên Mã chủ mua nhà đất nơi xa quê.

Khốc Hư thì nhà cửa dễ hư hỏng, mục nát.

Long Phượng chủ nhà cao rộng, mỹ lệ.

Cô Quả thì cơ nghiệp vững vàng nhưng rất khó bán nhà đất.

Quang Quý chủ hưởng tài sản thừa tự từ tổ tiên.

Đẩu Quân thủ Điền Trạch sáng sủa thì nhà đất bền vững, về sau mua thêm được nhiều; mờ ám thì cơ nghiệp càng lúc càng suy tàn.

Tuần Triệt án ngữ làm đảo lộn tính chất sao tọa thủ, tốt hóa xấu, xấu hóa tốt, nếu đồng cung thì khó giữ tổ nghiệp, thường phải bỏ xứ lập nghiệp, về già mới có nhà nhỏ đơn sơ, thành bại không ổn định, nên giảm nhẹ ảnh hưởng các sao thủ cung.

Thái Dương (Nhật) gặp Bạch Hổ thì nhà có chó đá, ứng theo phương của cung Điền; nếu Điền an tại Hợi, Tý, Thìn thì chó đá **nằm dưới đất.**

Nhật Hổ Long Trì thì chó đá ở ao.

Nhật mờ ám gặp Thanh Long Long Trì thì nhà có ao giếng có người chết đuối.

Cự Môn gặp Hỏa Tinh thì nhà hay bị cháy.

 Cự Tang Môn thì nhà cao rộng nhưng cũng dễ có hỏa hoạn.

Cơ Nguyệt – Thiên Cơ Thái Âm thì dưới gốc cây có đá thành tinh.

Cơ Nguyệt đi với Đà Kỵ thì có yêu tinh quái gở, hay làm người trong nhà bị đau mắt đau bụng.

Cơ Nguyệt đồng cung an tại Thân thì gần nhà có người trộm của chùa nên bị thần phạt.

Cơ Hỏa thì nhà cháy, suy tàn.

447

Cơ Hình thì đất nhà từng có nhiều cây cối nhưng đã bị chặt hết.

Cơ Hỏa Linh Hình Việt thì vườn nhà có cây bị sét đánh.

Cơ Hổ thì có chó đá trong nhà.

Cơ Hổ Kình Đà thì chó đá hóa tinh.

Thiên Cơ Không Kiếp Mộc tại Điền Trạch chủ trong nhà có ma quái ẩn náu.

Lộc Tồn đi cùng Tử tại Điền có thể là nhà có của chôn hoặc đào được của quý, nếu chỉ có Tử mà không có Lộc thì chỉ đào được đồ sành sứ.

Hỏa Linh Riêu Hi thì ma quái rất nhiều.

Hỏa Linh Tướng Binh chủ quân gian phóng hỏa đốt nhà.

Hỏa Tang ứng phương nào của cung Điền thì cháy khởi từ phương đó.

Không Kiếp giáp Điền thì có gian phi rình mò gần nhà, quân trộm cướp ở ngay bên cạnh.

Không Kiếp Tướng Binh Tả Hữu thì trộm cướp lẻn vào trong nhà, có nội ứng từ trước.

Không Kiếp Tướng Binh Kình Đà thì giặc cướp phá nhà lấy của.

Thanh Long Long Trì thì trong nhà có ao giếng và nhiều cây cối rậm rạp, nếu chỉ có Thanh Long không gặp Long Trì thì ao giếng không đẹp.

Long Trì Không Kiếp thì ao giếng bị bồi lấp lâu ngày.

Khốc Hư chủ trong nhà có ma mộc.

Khốc Hư Hỏa Linh thì ma rất dữ, nếu Điền an tại Thìn hoặc gặp Tấu thì ma bị trục xuất.

Hồng Riêu Cái thì có ma nữ trong nhà.

Quang Quý Cô Quả Hồng Đào thì được thừa hưởng tài sản của người đàn bà để lại.

Các trường hợp từ **Cơ Nguyệt Đà Kỵ đến Hồng Đào nếu gặp Tuần hoặc Triệt** án ngữ thì trong nhà có ma một chân, thường là oan hồn tác quái.

Tử Vi Nhập Môn

Cung Điền Trạch khi Vô Chính Diệu thường là dấu hiệu cho thấy đương số không được thừa hưởng tổ nghiệp, không có sẵn nhà cửa hay bất động sản từ gia đình để lại. Mọi sự về điền sản đều phải do chính tay mình tạo dựng, trải qua gian khổ và tự lực cánh sinh.

Trường hợp cung Điền Trạch bị Tuần hoặc Triệt án ngữ, thì con đường lập nghiệp ban đầu gặp nhiều khó khăn, trắc trở. Việc tạo dựng chỗ ở thường không suôn sẻ, dễ rơi vào cảnh mua rồi lại bán, đổi dời chỗ ở liên tục, cuộc sống thiếu sự ổn định, thậm chí có giai đoạn phải ở nhờ hoặc thuê mướn. Tuy vậy, theo thời gian và nỗ lực, đến tuổi hậu vận, đương số cũng có thể ổn định được nơi ăn chốn ở, tuy nhiên thường là ở mức độ khiêm tốn, nhỏ mọn và không mấy cao sang.

Trường hợp đặc biệt đáng lưu ý là khi cung Điền Trạch tuy Vô Chính Diệu nhưng lại được Nhật và Nguyệt cùng sáng sủa xung chiếu hoặc hợp chiếu. Nếu Thái Dương sáng sủa (miếu, vượng, đắc địa ban ngày) và Thái Âm cũng sáng (miếu, vượng, đắc địa ban đêm), thì đây là yếu tố cực kỳ quý hóa, có thể chuyển hóa hoàn toàn thế yếu của Vô Chính Diệu. Trong cách cục này, đương số có thể sở hữu rất nhiều nhà đất, chỗ ở thường cao đẹp, rộng rãi, kiến trúc sang trọng. Sự gia tăng tài sản về điền sản diễn ra rõ rệt theo thời gian, đặc biệt là từ trung vận trở đi.

Đặc biệt, khi Vô Chính Diệu gặp cả Tuần hoặc Triệt án ngữ và đồng thời có Nhật, Nguyệt cùng sáng sủa chiếu về, thì đây là một cách cục rực rỡ. Dù buổi đầu lập nghiệp khó khăn, nhưng nhờ vào cát tinh chiếu rọi, đương số về sau sẽ rất phát đạt về điền sản, có thể mua tậu nhà hàng dãy, sở hữu ruộng đất thẳng cánh cò bay, trở thành người có gia sản đồ sộ về bất động sản. Đây là điển hình của trường hợp "hữu hung hóa cát", lấy gian nan làm nền móng cho thành công lâu dài.

Tử Vi Nhập Môn

Cung Quan Lộc: chủ về công danh, sự nghiệp, chức vụ, tài năng chuyên môn và con đường thăng tiến. Xem chính tinh thủ cung Quan để biết đương số hợp với nghề gì, có thành đạt hay không, làm việc trong môi trường nào, ổn định hay thăng trầm.

Tử Vi thủ cung Quan Lộc

Tượng trưng cho quyền uy, tài lãnh đạo, khả năng tổ chức và mưu lược. Người có Tử Vi tại Quan thường theo nghiệp chỉ huy, điều hành, dễ thành đạt trong môi trường có cấp bậc, chức vị.

– Đơn thủ tại Ngọ, đồng cung Thiên Phủ: công danh hiển hách, phú quý song toàn, dễ có địa vị cao trong xã hội.

– Đơn thủ tại Tý: sự nghiệp bình thường, không nổi bật.

– Đồng cung Thiên Tướng: văn võ kiêm toàn, có tài mưu lược và tổ chức, thăng tiến chậm nhưng vững, đôi khi lấn quyền, tranh đoạt chức vụ.

– Đồng cung Thất Sát: thiên về uy quyền, hợp với quân sự, ngành lực lượng, hành pháp.

– Đồng cung Phá Quân: công danh võ nghiệp dễ thành nhưng thăng trầm, có thể phát đạt nhờ thương nghiệp.

– Đồng cung Tham Lang: công danh trung bình, nếu rực rỡ tất dễ gặp biến cố hoặc tai họa kèm theo.

452

ROSY RAIN

Tử Vi Nhập Môn

Liêm Trinh thủ cung Quan Lộc

Chủ về danh vọng, quyền lực, lòng chính trực và khả năng quyết đoán. Liêm Trinh tại Quan hợp với công việc có tính quản lý, quân sự, chính trị, kỹ thuật hoặc thương nghiệp. Công danh thường đi kèm thử thách, dễ gặp rủi ro trong vinh quang.

– Đơn thủ tại Dần, Thân: hợp võ nghiệp, có uy quyền, làm lớn trong giới chính trị – quân sự, được nhiều người kính phục.

– Đồng cung Thiên Phủ: phú quý song toàn, công danh hiển hách, lập được nhiều chiến công.

– Đồng cung Thiên Tướng: văn võ toàn tài, dễ thăng tiến, được kính trọng, hưởng giàu sang.

– Đồng cung Thất Sát: hợp với quân sự, kỹ nghệ, thương mại; tuy phát đạt nhưng công danh thăng trầm, lợi danh thường đi kèm tai họa.

– Đồng cung Phá Quân: không hợp đường công danh, nên chọn hướng thương nghiệp hoặc kỹ nghệ để được yên ổn và thành công.

– Đồng cung Tham Lang: công danh gặp nhiều trở ngại, dễ vướng hình ngục, chỉ an thân khi tránh xa danh lợi.

ROSY RAIN

Tử Vi Nhập Môn

Thiên Đồng thủ cung Quan Lộc

Chủ về công việc biến động, ưa di chuyển, thông minh ứng biến, hợp nghề có tính lưu động, cần giao tiếp, thương mại, giáo dục, kỹ thuật. Công danh thường đến muộn hoặc phải thay đổi nhiều lần mới ổn định.

– Đơn thủ tại Mão: văn võ kiêm toàn nhưng công việc đổi thay liên tục.

– Đơn thủ tại Dậu: công danh muộn, chức vị nhỏ, dễ thăng giáng; nên theo thương mại hoặc kỹ nghệ.

– Đơn thủ tại Tỵ, Hợi: công danh như mây nổi, chóng chán công việc, ưa di chuyển; hợp với nghề linh động, thay đổi liên tục.

– Đơn thủ tại Thìn, Tuất: công việc luôn biến động, trước nhỏ sau lớn, có tài biện luận, ứng đối giỏi.

– Đồng cung Thái Âm tại Tý: công danh hiển đạt, có tài can gián, phụ tá người trên.

– Đồng cung Thái Âm tại Ngọ: hợp với kỹ nghệ, doanh thương, nghề tay chân hoặc nghề nghiệp độc lập.

– Đồng cung Thiên Lương: phú quý song toàn, nổi bật khi theo y khoa, sư phạm, chính trị.

– Đồng cung Cự Môn: công danh chật vật, dễ vướng thị phi, cần sự nâng đỡ từ cấp trên mới có thể tiến thân.

454

ROSY RAIN

Tử Vi Nhập Môn

Vũ Khúc thủ cung Quan Lộc

Chủ về tài chính, quản lý, kinh doanh, quân sự và kỹ thuật. Người có Vũ Khúc tại Quan thường cứng cỏi, quyết đoán, giỏi tính toán, hợp nghề kinh tế, thương mại, võ nghiệp hoặc nghề có tính tổ chức cao.

– Đơn thủ tại Thìn, Tuất: võ nghiệp hiển đạt, nếu làm doanh thương cũng rất nhiều tài lộc.

– Đồng cung Thiên Phủ: công danh hoạnh phát, văn võ toàn tài, dễ giữ chức vụ trong ngành tài chính – kinh tế.

– Đồng cung Thiên Tướng: công danh thuận lợi, nếu không làm quan cũng sớm giàu có nhờ kinh doanh.

– Đồng cung Thất Sát: hợp với võ nghiệp, có thể lập chiến công ở nơi xa, nhưng công danh thăng giáng thất thường.

– Đồng cung Phá Quân: khởi nghiệp bằng võ nhưng gặp nhiều trở ngại, nếu chuyển sang kinh doanh thì dễ phát đạt.

– Đồng cung Tham Lang: giàu có nhờ buôn bán, dù có danh chức cũng chóng quay lại thương trường, từ tuổi 30 trở đi mới được xứng ý toại lòng.

ROSY RAIN

Tử Vi Nhập Môn

Thái Dương thủ cung Quan Lộc

Chủ về công danh, quyền uy, ánh sáng, trí tuệ, tài năng lãnh đạo và khả năng hành pháp. Thái Dương tại Quan Lộc thường hợp với nghề có tính chất công quyền, ngoại giao, pháp luật, giảng dạy, truyền thông. Mức độ sáng sủa tùy thuộc vào vị trí địa chi (ban ngày – ban đêm) mà ảnh hưởng rõ rệt đến sự nghiệp.

– Đơn thủ tại Tý, Ngọ: công danh sớm đạt, văn võ toàn tài, dễ giữ chức vụ cao.

– Đơn thủ tại Thìn: như trên, nhưng dễ bị ghen ghét, bị ép buộc làm việc trái chí hướng.

– Đơn thủ tại Tuất, Hợi: công danh trắc trở, vất vả thời trẻ, về già mới được xứng ý; có tài văn chương nhưng thiếu cơ hội phát triển, sống đạo đức nên được kính trọng.

– Đồng cung Cự Môn tại Dần: công danh hiển đạt, hợp nghề pháp luật, luận lý, xét đoán.

– Đồng cung Cự Môn tại Thân: công danh thăng giáng thất thường, dễ vướng thị phi; hậu vận mới ổn định.

– Đồng cung Thiên Lương tại Dậu: có tài nhưng không gặp thời, công danh muộn; hợp với y khoa, giáo dục.

– Đồng cung Thiên Lương tại Mão: công danh sớm vững, chuyên ngành y hoặc sư phạm dễ nổi danh.

ROSY RAIN

– Đồng cung Thái Âm: công danh bất đắc chí, có tài nhưng không gặp vận, thiếu thời lận đận, về già có danh vọng hư ảo; nếu gặp Tuần Triệt án ngữ thì khởi đầu khó khăn nhưng hậu vận rất hiển đạt.

Thiên Cơ thủ cung Quan Lộc

Chủ về trí tuệ, mưu lược, kỹ thuật và khả năng ứng biến linh hoạt trong công việc. Người có Thiên Cơ tại Quan thường hợp nghề kỹ nghệ, máy móc, thương mại, giáo dục và tham mưu chính trị.

– Đơn thủ tại Tỵ, Ngọ, Mùi: phú quý song toàn nhưng không quá hiển hách, hợp với kỹ nghệ và máy móc.

– Đơn thủ tại Hợi, Tý, Sửu: công danh muộn màng, chật vật, nên chọn thương mại hoặc kỹ nghệ.

– Đồng cung Thái Âm tại Thìn: hợp với khoa học, sư phạm, buôn bán cũng phát đạt.

– Đồng cung Thái Âm tại Dần: tương tự nhưng muộn và nhiều trở ngại hơn.

– Đồng cung Thiên Lương: công danh hiển đạt, văn võ toàn tài, làm gì cũng cẩn trọng, thích tranh luận chính trị, quân sự; tham mưu dễ được chức vụ cao, nghề thầy thuốc hay giáo viên được biết tiếng.

457

– Đồng cung Cự Môn: văn võ toàn tài, phú quý bền vững, có nhiều mưu trí và đam mê máy móc.

Thiên Phủ thủ cung Quan Lộc

Chủ về sự ổn định, bền vững trong công danh, thường hợp với nghề kinh doanh, quản lý tài chính, hoặc làm quan chức trong lĩnh vực kinh tế. Người có Thiên Phủ thường có khả năng giữ gìn tài sản, phát triển sự nghiệp một cách vững chắc dù ít khi quá nổi bật.

– Đơn thủ tại Tỵ, Hợi: công danh bền vững nhưng không quá hiển hách.

– Đơn thủ tại Sửu, Mùi, Mão, Dậu: thành công trong kinh doanh, buôn bán, danh chức nếu có thường chỉ kéo dài ngắn hạn.

– Đồng cung Tử Vi: công danh hiển hách, phú quý song toàn, có uy quyền lớn.

– Đồng cung Liêm Trinh: phú quý song toàn, lập nhiều chiến công, uy quyền hiển hách.

– Đồng cung Vũ Khúc: công danh hoạnh phát, văn võ toàn tài, giữ chức vụ trong lĩnh vực tài chính hoặc kinh tế.

Tử Vi Nhập Môn

Thái Âm thủ cung Quan Lộc

Chủ về sự nhẹ nhàng, tài hoa, có tài ăn nói, văn chương và khả năng ngoại giao. Người có Thái Âm tại Quan thường hợp với nghề kỹ nghệ, doanh thương, giáo dục, sư phạm hoặc tham mưu. Công danh đôi khi gặp trở ngại, có trắc trở nhưng về già thường có danh vọng, được kính trọng.

– Đơn thủ tại Dậu, Hợi: công danh sớm đạt, văn võ kiêm toàn.

– Đơn thủ tại Tuất: tương tự nhưng dễ bị ghen ghét, bị bó buộc vào việc không hợp chí hướng.

– Đơn thủ tại Mão: công danh muộn, có tài ăn nói và văn chương lỗi lạc.

– Đơn thủ tại Thìn, Tỵ: đường công danh nhiều trở ngại, thời trẻ lận đận, về già mới toại nguyện, được kính trọng nhờ đức độ và tài hoa.

– Đồng cung Thái Dương tại Tý: công danh hiển hách, có tài can gián người trên.

– Đồng cung Thái Dương tại Ngọ: hợp nghề kỹ nghệ hoặc doanh thương.

– Đồng cung Thiên Cơ tại Thân: hợp khoa học, sư phạm, buôn bán phát đạt.

ROSY RAIN

– Đồng cung Thiên Cơ tại Dần: tương tự nhưng muộn và nhiều trở ngại hơn.

– Đồng cung Nhật Nguyệt: công danh trắc trở, bất đắc chí lúc trẻ, về già mới có danh tiếng; cần có Tuần, Triệt án ngữ để hóa giải khó khăn ban đầu.

Tham Lang thủ cung Quan Lộc

Chủ về tham vọng, tài năng kinh doanh, sự biến động trong công danh và chức vị. Người có Tham Lang tại Quan thường có đời sống nghề nghiệp thăng trầm, hợp với thương nghiệp, kỹ nghệ hoặc quân sự, nhưng cũng dễ gặp tai họa nếu công danh quá rực rỡ.

– Đơn thủ tại Thìn, Tuất: võ nghiệp hiển đạt, kinh doanh phát đạt, dễ thành công.

– Đơn thủ tại Dần, Thân: chức vị quân sự nhỏ, công danh trắc trở, nhưng buôn bán phát đạt.

– Đơn thủ tại Tý, Ngọ: chức vị thấp, thăng giáng thất thường, dễ trở thành tham quan ô lại.

– Đồng cung Tử Vi: công danh bình thường, nếu rực rỡ thường đi kèm tai họa.

Tử Vi Nhập Môn

– Đồng cung Liêm Trinh: có võ chức nhỏ, công danh nhiều trở ngại, dễ vướng hình ngục; an toàn khi tránh xa danh lợi.

– Đồng cung Vũ Khúc: giàu có và thành công trong kinh doanh; nếu có danh chức thì cũng chỉ giữ trong thời gian ngắn, sau lại trở về thương trường; tuổi trẻ khó thành công, từ 30 tuổi trở đi mới thuận lợi.

Cự Môn thủ cung Quan Lộc

Chủ về tài ăn nói, mưu lược, khả năng tổ chức và luận lý, hợp với nghề giáo dục, pháp luật, truyền thông và kỹ thuật. Người có Cự Môn thường có công danh lên xuống, đòi hỏi sự khéo léo trong quan hệ và thích hợp với công việc đòi hỏi trí tuệ sắc bén.

– Đơn thủ tại Tý, Ngọ: văn võ kiêm toàn, nổi tiếng trong nghề giáo, có tài tổ chức và mưu trí, hưởng phú quý bền lâu, được kính trọng.

– Đơn thủ tại Hợi: công danh sớm đạt nhưng không nên tham vọng quá cao.

– Đơn thủ tại Ty: công danh trắc trở, chức vụ nhỏ, dễ gặp tai họa.

– Đơn thủ tại Thìn, Tuất: công danh ban đầu thấp, sau tăng, thường phải đổi nghề; có tài luận lý, ăn nói nhưng hay vướng thị phi.

ROSY RAIN

– Đồng cung Đồng hoặc Lương: công danh chật vật, cần sự dìu dắt của người trên, dễ vướng thị phi hoặc hình sự.

– Đồng cung Nhật tại Dần: công danh hiển hách, hợp nghề pháp luật, luận lý, xét đoán.

– Đồng cung Nhật tại Thân: công danh thăng trầm, dễ gặp thị phi quân sự, hậu vận ổn định.

– Đồng cung Thiên Cơ: văn võ toàn tài, phú quý bền vững, mưu trí và yêu thích kỹ thuật, máy móc.

Thiên Tướng thủ cung Quan Lộc

Chủ về quyền lực, tổ chức, mưu lược và sự linh hoạt trong công việc. Người có Thiên Tướng tại Quan thường có khả năng lãnh đạo, xử lý công việc văn võ kiêm toàn, thích hợp với nghề kỹ thuật, mỹ thuật hoặc thương mại.

– Đơn thủ tại Sửu, Mùi: công danh nhẹ nhàng, văn võ kiêm toàn.

– Đơn thủ tại Tỵ, Hợi: không quá hiển đạt nhưng công danh được toại nguyện, hợp nghề kỹ thuật hoặc mỹ thuật.

– Đơn thủ tại Mão, Dậu: chức vị thấp, thăng giáng thất thường.

– Đồng cung Tử Vi: văn võ toàn tài, sự nghiệp tiến triển từ thấp lên cao, có tài tổ chức và thủ đoạn, đôi khi lấn quyền người trên.

Tử Vi Nhập Môn

– Đồng cung Liêm Trinh: văn võ kiêm toàn, hưởng giàu sang, được kính trọng.

– Đồng cung Vũ Khúc: công danh thuận lợi, nếu không làm quan thì buôn bán kinh doanh cũng dễ giàu có.

Thiên Lương thủ cung Quan Lộc

Chủ về sự hiền hòa, đạo đức, trí tuệ, thích hợp với nghề y dược, sư phạm, chính trị và tham mưu. Người có Thiên Lương tại Quan thường có sự nghiệp ổn định, phú quý, nổi tiếng trong lĩnh vực chuyên môn hoặc chính trị.

– Đơn thủ tại Tý, Ngọ: công danh hoạnh phát, văn võ toàn tài, văn chức hơn võ chức, có danh tiếng vang lừng.

– Đơn thủ tại Sửu, Mùi: sự nghiệp bình thường, nên chuyên về y dược, sư phạm hoặc buôn bán phát đạt.

– Đơn thủ tại Tỵ, Hợi: công danh phú quý nhưng biến động, hay thay đổi công việc, thích nghề có tính di động.

– Đồng cung Thiên Cơ tại Thìn: phú quý song toàn, nổi tiếng trong y khoa, sư phạm, hoặc chính trị; sự nghiệp toại nguyện.

– Đồng cung Nhật tại Mão: công danh sớm đạt, hợp nghề y dược, sư phạm, sau này rất nổi tiếng.

ROSY RAIN

– Đồng cung Nhật tại Dậu: có tài nhưng muộn màng và gặp nhiều khó khăn, hợp nghề y dược và sư phạm.

– Đồng cung Thiên Cơ tại Tuất: công danh hiển đạt, văn võ toàn tài, làm gì cũng cẩn trọng, thích luận đàm chính trị – quân sự; tham mưu dễ có chức vị cao, nghề thầy thuốc hay giáo viên được biết tiếng.

Thất Sát thủ cung Quan Lộc

Chủ về sự mạnh mẽ, uy quyền, thách thức và biến động trong sự nghiệp. Người có Thất Sát tại Quan thường thành công trong nghề quân sự, võ nghiệp, hoặc các công việc đòi hỏi sự dũng mãnh và ý chí vượt khó, tuy thăng trầm nhưng có tiếng tăm.

– Đơn thủ tại Dần, Thân: văn võ kiêm toàn, vượt nhiều trở ngại để hiển đạt, có uy quyền lớn, được kính trọng.

– Đơn thủ tại Tý, Ngọ: văn hay võ chức đều đạt nhưng ít rực rỡ, thường gặp trở ngại, vận may xen lẫn rủi ro.

– Đơn thủ tại Thìn, Tuất: xuất thân võ nghiệp, công danh khó bền, dễ gặp tai họa liên quan đến dao kiếm, binh thương; lợi danh đi kèm rủi ro.

– Đồng cung Tử Vi: có uy quyền, chuyên về quân sự.

– Đồng cung Liêm Trinh: chuyên quân sự nhưng sự nghiệp thăng trầm, dễ lên cao rồi xuống nhanh, vận may xen tai họa; kinh doanh kỹ nghệ có thể phát đạt.

– Đồng cung Vũ Khúc: võ nghiệp hiển hách, thường đóng trọng trách ở nơi xa, lập nhiều chiến công nhưng sự nghiệp không ổn định.

Phá Quân thủ cung Quan Lộc

Chủ về sự biến động, mạo hiểm, dũng mãnh và mưu trí trong sự nghiệp. Người có Phá Quân tại Quan thường thành công trong võ nghiệp, chính trị hoặc thương nghiệp, nhưng đường công danh nhiều thăng trầm, không bền lâu.

– Đơn thủ tại Tý, Ngọ: võ nghiệp hiển đạt, lập công danh trong thời loạn, thành công trong việc khó khăn nguy hiểm, mưu trí và dũng mãnh.

– Đơn thủ tại Thìn, Tuất: thành công về quân sự và chính trị, có uy quyền lớn, mưu trí, thường át quyền người trên; buôn bán cũng phát đạt.

– Đơn thủ tại Dần, Thân: công danh trắc trở, chức vị thấp, giàu sang không bền, hợp với kinh doanh, buôn bán, kỹ nghệ.

465

– Đồng cung Tử Vi: thành công võ nghiệp nhưng thăng giáng thất thường; kinh doanh cũng phát đạt.

– Đồng cung Liêm Trinh: hợp kỹ nghệ, thương mại; đường công danh khó thành, dễ hậm hực suốt đời.

– Đồng cung Vũ Khúc: xuất thân võ nghiệp nhưng gặp nhiều khó khăn; kinh doanh buôn bán dễ thành công và thỏa ý.

Sát tinh thủ cung Quan Lộc

Đầu tiên xem bộ chính tinh thuộc nhóm nào sáng sủa hay mờ ám.

Tử Vi, Thiên Phủ, Cự Môn, Thái Dương, Thiên Cơ, Thái Âm, Thiên Đồng, Thiên Lương

– Khi sáng sủa, tốt đẹp gặp sát tinh : Công danh vẫn trắc trở, chức vị nhỏ thấp, thăng giáng thất thường. Dễ rơi vào tình trạng hư danh mà không có thực quyền, cả đời khó được xứng ý toại lòng do không gặp cơ hội thể hiện tài năng, lại thường bị tiểu nhân ghen ghét, mưu hại.

Tử Vi, Thiên Phủ, Cự Môn, Thái Dương, Thiên Cơ, Thái Âm, Thiên Đồng, Thiên Lương

– Khi mờ ám, xấu xa: Không thể hiển đạt, công danh bế tắc, dễ mắc tai họa, thường bị tiểu nhân mưu hại, sự nghiệp khó giữ vững, ít gặp vận hội để vươn lên.

ROSY RAIN

Tử Vi Nhập Môn

Thất Sát, Phá Quân, Liêm Trinh, Tham Lang

– Khi sáng sủa, tốt đẹp: Công danh hoạnh đạt, thường có võ chức lớn, hiển hách trong thời loạn. Thành công nhờ liều lĩnh, mạo hiểm, làm nên nghiệp lớn từ những việc khó khăn hiểm hóc. Tuy hưởng phú quý, nhưng không bền, dễ rơi vào thế hoạnh phát tất hoạnh tán, công danh thăng trầm.

– Khi mờ ám, xấu xa: Có thể đạt được danh chức, nhưng thường nhỏ thấp, công danh thăng giáng bất định. Tuy vậy, vẫn có quý nhân nâng đỡ, sự nghiệp có thể duy trì ở mức trung bình nếu biết tránh va chạm lớn.

Vũ Khúc, Thiên Tướng

– Khi sáng sủa, tốt đẹp: Công danh hoạnh phát, dễ có võ chức lớn, nắm giữ uy quyền hiển hách, được nhiều người kính trọng và nể phục. Có tài tổ chức, được trợ lực bởi cộng sự giỏi, dễ gầy dựng sự nghiệp lớn.

– Vũ Tướng Khi mờ ám, xấu xa: Tuy chỉ đạt được danh chức nhỏ thấp, sự nghiệp không rực rỡ, nhưng vẫn có người dìu dắt, nâng đỡ vượt qua khó khăn, công danh vẫn giữ được phần ổn định.

ROSY RAIN

Tử Vi Nhập Môn

Văn Xương, Văn Khúc thủ cung Quan Lộc

Chủ về văn học, thi cử, tài năng trí tuệ và sự nổi bật trong lĩnh vực học thuật, hành chính.

– Công danh hiển đạt, có văn tài lỗi lạc, nổi bật trong môi trường học thuật, giáo dục, văn chương, luật pháp, hành chính.

– Nếu gặp cát tinh phù trợ: sự nghiệp thăng tiến nhanh, được người trên trọng dụng.

– Nếu gặp sát tinh khắc chế: dễ có danh mà không bền, gặp trở ngại do thị phi, tiểu nhân hoặc vì tính cách quá lý tưởng hóa.

Thiên Khôi, Thiên Việt thủ cung Quan Lộc

Chủ về quý nhân phù trợ, năng lực điều hành, có tài lãnh đạo và được trọng dụng.

– Có danh chức lớn, dễ giữ vai trò chủ chốt trong cơ cấu tổ chức, thường được trao quyền chỉ huy, quản lý nhiều người.

– Nếu đi cùng nhiều sao sáng sủa, tốt đẹp: sự nghiệp thăng tiến mạnh mẽ, có uy tín, được giao trọng trách lớn, dễ thành danh trong môi trường hành chính, chính trị, tổ chức.

Tử Vi Nhập Môn

Tả Phù, Hữu Bật thủ cung Quan Lộc

Chủ về phò tá, trợ lực, được quý nhân giúp đỡ, có người đồng hành trong sự nghiệp.

– Được nhiều người nâng đỡ trên đường công danh, thường có cộng sự đắc lực hoặc được người trên che chở, nhờ đó sự nghiệp tiến triển thuận lợi.

– Càng thêm vững vàng nếu đi cùng Khôi, Việt, Xương, Khúc hoặc các cát tinh.

Lộc Tồn thủ cung Quan Lộc

Chủ về tài lộc, khả năng điều phối công việc và sự ổn định trong sự nghiệp.

– Có danh chức, nhiều tiền bạc, giỏi tổ chức và điều hành.

– Sự nghiệp vững vàng, ít bị thăng trầm, thường có nguồn thu nhập ổn định đi kèm vị trí xã hội nhất định.

Lưu ý: Nếu gặp Không Kiếp thì cho dù chính tinh sáng sủa đương số vẫn trắc trở trong con đường công danh, việc làm không ổn định. Thuận với việc được giới thiệu hoặc nghề nghiệp ít ai làm...

469

Tử Vi Nhập Môn

Hóa Khoa – Hóa Quyền – Hóa Lộc thủ cung Quan Lộc

Ba sao Tứ Hóa này mang lại sự phát triển mạnh mẽ về danh, tài, uy:

– **Hóa Khoa**: Tăng cường danh vọng, nổi bật về học vấn, thi cử, dễ thành công trong môi trường hành chính, giáo dục, văn chương.

– **Hóa Quyền**: Gia tăng uy tín và quyền lực, thường giữ chức vụ lớn, có tiếng nói trong tổ chức, dễ được trọng dụng.

– **Hóa Lộc**: Mở rộng tài lộc và lợi ích thực tế, công danh đi kèm tài chính vững mạnh.

– Nếu hội đủ cả ba: "Khoa Quyền Lộc hội tụ", công danh hiển hách, danh tiếng – quyền hành – tiền bạc đều thịnh.

Hóa Kỵ thủ cung Quan Lộc

Chủ về rắc rối, thị phi và công danh khó trọn vẹn.

– Thường gặp phiền lòng, công danh trắc trở, dễ bị hiểu lầm hoặc mang tai tiếng.

– Tuy nhiên, nếu gặp Nhật Nguyệt đồng cung tại Sửu/Mùi, là cách giải Kỵ, chuyển hung thành cát, sự nghiệp có thể hoạnh phát và gặp vận hanh thông. Cần có mặt của Tam Hóa trong tam hợp.

Thiên Khốc, Thiên Hư thủ cung Quan Lộc

Chủ về tư duy sâu sắc, khả năng suy xét và ăn nói biện luận.

– Tính cách: Thường hay suy xét, luận lý, có chiều sâu tư tưởng, nghiêm nghị, dễ gây ấn tượng mạnh về trí tuệ và lập luận.

– Khi sáng sủa, tốt đẹp:

Có uy quyền, khả năng ăn nói hoạt bát, hùng hồn.

Được nhiều người kính phục, nhất là khi theo đường pháp lý, chính trị.

Tuy thiếu thời vất vả, công danh muộn, nhưng trung vận trở đi thì hiển đạt.

– Khi mờ ám, xấu xa:

Dễ gặp phiền lòng, công danh gập ghềnh, hay vướng thị phi và trở ngại.

Tâm lý dễ rơi vào bi quan, cần gặp cát tinh hóa giải để giữ vững sự nghiệp.

Tử Vi Nhập Môn

Thiên Mã thủ cung Quan Lộc

Chủ về di chuyển, hành động, sự linh hoạt và khả năng ứng biến trong công việc.

– Công danh hiển đạt, nhất là khi làm việc trong môi trường năng động, di chuyển nhiều, có yếu tố lưu động hoặc biến động như quân sự, kinh doanh, ngoại giao, vận tải.

– Có tài tổ chức, thao lược, khả năng ứng phó nhanh, điều hành công việc hiệu quả trong điều kiện thay đổi liên tục.

– Nếu gặp cát tinh: tăng tốc phát triển sự nghiệp, dễ lập công trạng.

– Nếu gặp sát tinh: công việc bất định, dễ thay đổi nơi chốn, chức vụ không vững. Không nên gặp Tuần Triệt, hoặc Mã đóng cung Vô chính diệu.

Thiên Hình thủ cung Quan Lộc

Chủ về chuyên môn kỹ thuật, pháp luật, quân sự và các ngành có tính kỷ luật cao.

– Có triển vọng trong lĩnh vực quân sự, cơ khí, công nghệ, hoặc pháp lý – hành chính nghiêm minh. Làm cho vay, ngân hàng.

Tử Vi Nhập Môn

– Khi sáng sủa, tốt đẹp: Hoạnh đạt trong võ nghiệp, có thể lập công danh lớn trong môi trường quân đội, kỹ thuật hoặc các ngành đòi hỏi tính tổ chức cao.

– Khi mờ ám, xấu xa: Lợi danh đi liền với tai ương, dễ vướng kiện tụng, tai nạn nghề nghiệp.

Nên hướng về ngành cơ khí, kỹ thuật chuyên môn, học làm về máy vi tính, kỹ sư điện tử, để tránh va chạm quyền lực.

Trường hợp này rất cần hội hợp với Sát tinh sáng sủa (như Sát, Phá, Liêm, Tham đắc địa) để phát huy thành công.

Thiên Riêu, Thiên Y thủ cung Quan Lộc

Chủ về trực giác, nhạy cảm, liên quan đến y học, trị liệu, chăm sóc con người.

– Có thiên hướng chuyên về y dược, trị liệu, chăm sóc sức khỏe hoặc các ngành dịch vụ liên quan đến con người (như hộ lý, điều dưỡng, thẩm mỹ...).

– Nếu gặp Thiên Lương, Thái Âm, Thiên Cơ, Văn Xương: càng tăng khả năng thành danh trong ngành y – dược hoặc giáo dục, tư vấn trị liệu.

– Nếu gặp sát tinh hoặc chính tinh mờ ám: dễ rơi vào những công việc chăm sóc vất vả, nhiều hy sinh.

473

ROSY RAIN

Đào Hoa, Hồng Loan, Thiên Hỷ, Hỷ Thần thủ cung Quan Lộc

Chủ về sự thu hút, duyên dáng, giao tiếp tốt, được yêu mến trong môi trường xã hội và nghề nghiệp.

– Công danh sớm đạt, mọi việc dễ hanh thông, thường gặp may mắn và được người khác giúp đỡ, quý mến.

– Có lợi thế về ngoại giao, tiếp xúc, làm các nghề liên quan đến công chúng, thẩm mỹ, nghệ thuật, giáo dục, quan hệ đối ngoại.

– Nếu đi kèm cát tinh: tăng thêm phúc khí, dễ thành công cả về danh – tài.

– Nếu đi với sát tinh: dễ gặp thị phi do giao tiếp, cần giữ gìn hình ảnh và tiết chế cảm xúc.

Tử Vi Nhập Môn

Tuần – Triệt án ngữ thủ cung Quan Lộc

Chủ về sự ngăn chặn, cản trở và biến động lớn trên đường công danh sự nghiệp.

– Tác động chung: Thường gặp nhiều trở ngại, công danh lúc lên lúc xuống, dễ bị đứt đoạn, khó toàn vẹn. Dù thành công vẫn thiếu bền vững, dễ gặp tai ương hoặc sự cố bất ngờ.

– Gặp nhiều sao sáng sủa, tốt đẹp: Chức vị thăng giáng thất thường, rực rỡ nhưng không lâu bền, thường bị phá hoại bởi tiểu nhân hoặc thời vận biến động.

Tuy nhiên, khi đi cùng Sát tinh (Sát, Phá, Liêm, Tham), Tuần – Triệt lại có tác dụng kìm hãm tính bạo liệt, giảm bớt hiểm họa, giúp sự nghiệp giữ được phần nào ổn định.

– Gặp nhiều sao mờ ám, xấu xa: Ban đầu khó khăn, nhưng về sau lại dễ dàng, có thể hoạnh phát công danh một cách bất ngờ và khác thường.

Tuần – Triệt khi án ngữ các sao Sát, Phá, Liêm, Tham hãm địa, lại có thể chuyển nguy thành an, giúp công danh bất ngờ thành đạt, tuy vẫn kèm theo những biến cố.

Cung Vô chính diệu cần có Tuần-Triệt tạo nên tính ổn định.

ROSY RAIN

Tử Vi Nhập Môn

Liêm, Sát giáp Quan Lộc: Đường công danh lận đận lúc thiếu thời, phải qua nhiều thử thách.Về già mới có công danh, địa vị mới vững vàng.

Tham, Vũ, Hỏa, Linh đồng cung tại Sửu, Mùi: Võ nghiệp hiển đạt, có thể lập được chiến công lớn ở biên thùy. Có uy quyền hiển hách, thích hợp môi trường quân sự, hành chính, công an – cảnh sát.

Tham, Xương (hoặc Khúc) đồng cung tại Hợi, Tý: Có danh chức, tài năng nổi bật. Được nhiều người biết tiếng, tài lộc dồi dào, thích hợp văn – võ kiêm toàn.

Cự, Đồng, Hình đồng cung hoặc hội chiếu: Đường công danh chật vật, dễ vướng thị phi. Phải nhờ người trên dìu dắt mới ổn định và khá giả.

Đồng, Âm, Kình đồng cung tại Ngọ – Quan Lộc: Nếu được đồng cung với Phượng cát, Giải thần. Chủ về võ nghiệp hiển đạt, đặc biệt trong thời loạn, khẩn trương, đòi hỏi quyết đoán. Làm võ quan trọng trấn ở biên thùy, lập được chiến công lớn, được trao trọng trách nơi xa. Thường có cá tính mạnh, dám xông pha, song cũng cần đề phòng tai họa đi kèm với công danh rực rỡ.

Cơ, Nguyệt đồng cung gặp Tả, Hữu: Nữ mệnh thường làm nghề cô đỡ (hộ sinh).

Cơ, Nguyệt, Đồng, Lương tại Dần, Thân, Thìn, Tuất gặp Xương, Khúc, Tả, Hữu: Thích hợp nghề y hoặc dạy học, dễ nổi tiếng.

Cơ, Nguyệt, Đồng, Lương, Khoa, Tả, Hữu, Quang, Quý, Quan, Phúc: Vinh hiển trong nghề y, được nhiều người kính trọng.

Sát tại Dần, Thân gặp Quyền đồng cung: Chức vụ lớn, uy quyền hiển hách, được nhiều người vị nể.

Lộc, Mã: Công danh khá lớn, nên làm nghề lưu động hoặc kinh doanh, tài lộc ngày càng tăng tiến.

Kiếp, Hư, Hao, Quyền: Công danh gặp nhiều trở ngại, bị tiểu nhân gièm pha, phá hoại.

Kình, Lực đồng cung: Công danh trắc trở, chức vị nhỏ, công lao không được ghi nhận.

Kình tọa thủ tại Tứ Mộ, Mã trong tam hợp: Có võ chức, trọng trách nơi biên ải nguy hiểm.

Tuế, Hổ, Phù, Xương, Khúc: Có tài hùng biện, suy xét luận lý, văn chương lỗi lạc; phù hợp pháp lý, chính trị, kinh tế.

Tử Vi Nhập Môn

Xương, Khúc, Tấu, Long, Phượng: Có khiếu ca nhạc và các môn nghệ thuật biểu diễn.

Hồng, Đào, Riêu, Tấu, Cơ, Vũ: Chuyên về múa hát, tuồng kịch.

Tướng, Tấu, Phù, Mệnh có Tả, Hữu tọa thủ: Làm thầy chùa hoặc thầy pháp.

Binh, Hình, Tướng, Ấn: Có võ chức nhưng chuyên công việc văn phòng.

Hổ, Tấu đồng cung: Có khiếu văn chương, học ngoại ngữ nhanh, dễ đạt danh chức lớn.

Hình, Riêu, Y: Làm thầy thuốc hoặc làm báo chí.

Mã, Hỏa, Linh: Chuyên về cơ khí hoặc nghề vận tải.

Thai, Tọa, Đào, Hồng: Công danh sớm đạt, mưu sự nhanh thành.

Đào, Hồng tọa thủ tại Tý: Người tuổi Tý, Dậu sớm hiển đạt nhưng dễ chết yểu.

Lưỡng Phá đồng cung (Phá Toái, Phá Quân): Võ nghiệp hiển đạt, dũng mãnh, làm việc mạo hiểm, cuối cùng có uy quyền lớn.

Tử Vi Nhập Môn

Cung Quan Lộc Vô Chính Diệu

Coi Chính tinh xung chiếu như tọa thủ. Dù gặp nhiều sao sáng sủa tốt đẹp phối chiếu vẫn không thể toàn mỹ, công danh khó hiển đạt, chức vị thường chỉ ở mức trung bình.

Ngoại lệ có hai cách cục đặc biệt:

- Vô Chính Diệu có Tuần, Triệt án ngữ: Công danh gặp nhiều trở ngại ban đầu nhưng về sau có thể hiển đạt, thường hoạnh phát hoạnh phá, chức vị khó bền lâu.
- Vô Chính Diệu Nhật, Nguyệt sáng sủa xung/hợp chiếu: Công danh rực rỡ, uy quyền hiển hách, hợp ngành chính trị – kinh tế, càng về sau càng xứng ý toại lòng. Nếu đồng thời có thêm Tuần, Triệt án ngữ thì càng tốt đẹp vượt trội.

Lưu ý: Cả hai cách trên đều thích hợp xa quê lập nghiệp, phát triển tốt hơn khi rời khỏi bổn quán.

ROSY RAIN

Tử Vi Nhập Môn

Cung Nô Bộc

Cung Nô Bộc dùng để xét bạn bè, người giúp việc, thuộc cấp. Ngoài ra, còn phản ánh gián tiếp tình hình thê thiếp, nhất là đối với người nam.

Cần xem xét đồng thời sự sáng sủa hay mờ ám của chính tinh và sát tinh tại cung Mệnh và cung Nô, từ đó định rõ đại cục. Sau đó phối hợp các trung tinh, bàng tinh tọa thủ hay hội chiếu để luận đoán chi tiết.

Kết hợp nhận định

ROSY RAIN

Mệnh	Nô Bộc
Tử Phủ, Cự Nhật Cơ, Nguyệt, Đồng, Lương Sáng sủa tốt đẹp	Sát, Phá, Liêm, Tham
	Sáng sủa tốt đẹp: người giúp việc đắc lực, đông, bàn bè khá giả
	Mờ ám xấu xa: người giúp việc kém cỏi, về sau ly tán, ít bạn
	Vũ Tướng
	Sáng sủa tốt đẹp: người giúp việc tài giỏi, bàn bè quý, giàu có.
	Mờ ám xấu xa: người giúp việc hay ly tán, oán hận, bạn nghèo
	Sát Tinh
	Sáng sủa: người giúp việc và bạn bè tuy tài giỏi nhưng hạng bất lương, hay làm hại hay lừa phần, trước quân tụ, sau ly tán.
	Mờ ám: khó thuê được người giúp việc tốt, người làm và bạn bè đều vô tài, bất lực, bất nghĩa.

Mệnh	Nô Bộc
Tử Phủ, Cự Nhật Cơ, Nguyệt, Đồng, Lương Mờ ám xấu xa	Sát, Phá, Liêm, Tham
	Sáng sủa tốt đẹp: người giúp việc hay lấn quyền người trên, bạn bè giỏi , nâng đỡ
	Mờ ám xấu xa: người giúp việc thưa thớt, kém cỏi, bạn bè ly tán
	Vũ Tướng
	Sáng sủa tốt đẹp: người giúp việc đắc lực trung thành, bạn bè khá.
	Mờ ám xấu xa: người giúp việc hèn kém, ít bạn
	Sát Tinh
	Sáng sủa: người giúp việc và bạn bè phần nhiều là hạng bất lương, lui tới bất thường, nhằm trục lợi..
	Mờ ám: khó thuê được người giúp việc kém, ít bạn, không được lâu bền, bạn xấu..

Mệnh	Nô Bộc
Sát, Phá, Liêm, Tham, sáng sủa tốt đẹp	Tử, Phủ, Cự, Nhật, Cơ, Nguyệt, Đồng,Lương
	Sáng sủa tốt đẹp: người giúp việc trước khó sau dễ, bạn tốt nhưng không hợp tính nhau.
	Mờ ám xấu xa: người giúp việc bất lực, nói xấu nhau
	Vũ Tướng
	Sáng sủa tốt đẹp: người giúp việc và bạn bè đều khá giả có lòng tốt.
	Mờ ám xấu xa: người giúp việc và bạn kém cỏi
	Sát Tinh
	Sáng sủa: người giúp việc và bạn bè càng ngày càng đông, thu phục cảm hóa được quân giặc cướp, khá giả.
	Mờ ám: khó thuê được người giúp việc ít, bạn bè nghèo khổ ly tán.

ROSY RAIN

Mệnh	Nô Bộc
Sát, Phá, Liêm, Tham, sáng sủa tốt đẹp	Tử, Phủ, Cự, Nhật, Cơ, Nguyệt, Đồng,Lương
	Sáng sủa tốt đẹp: người giúp đông, đắc lực, trung thành lúc hoạn nạn thường được cứu giúp.
	Mờ ám xấu xa: bạn bè ít, nhũng cũng là bạn bè
	Vũ Tướng
	Sáng sủa tốt đẹp: người giúp việc và bạn bè khá giả có lòng tốt
	Mờ ám xấu xa: người giúp việc bạn bè hay bị người dưới oán trách.
	Sát Tinh
	Sáng sủa: người giúp việc và bạn bè tài giỏi và khá giả nhưng tụ tán thất thường.
	Mờ ám: khó thuê được người giúp việc bất lực vô tài và cùng khổ.

Mệnh	Nô Bộc
Vũ Tướng Sáng Sủa	Tử, Phủ, Cự, Nhật, Cơ, Nguyệt, Đồng,Lương
	Sáng sủa tốt đẹp: người giúp việc và bạn bè đều khá giả, có tài năng và có lòng tốt.
	Mờ ám xấu xa: giúp việc bất tài, bạn bè có lòng tốt nhưng không được khá giả.
	Sát, Phá, Liêm, Tham.
	Sáng sủa tốt đẹp: được nhiều người tùng phục, người giúp việc và bạn bè đều tài giỏi
	Mờ ám xấu xa: hay bị người dưới trách oán, thù oán, người giúp việc thường tìm cách lừa phản nhưng mưu sự bất thành, ít bạn bè, mà bạn bè cũng bất nhân, gian quyệt

Mệnh	Nô Bộc
Vũ Tướng Mờ ám Xấu xa	Tử, Phủ, Cự, Nhật, Cơ, Nguyệt, Đồng,Lương
	Sáng sủa tốt đẹp: người giúp việc và bạn bè đều khá giả, có tài năng và có lòng tốt.
	Mờ ám xấu xa: người giúp việc và bạn bè đều thưa thớt và kém cỏi.
	Sát, Phá, Liêm, Tham.
	Sáng sủa tốt đẹp: người giúp việc tài giỏi và trung thành, bạn bè khá giả, có tòng tốt
	Mờ ám xấu xa: người giúp việc và bạn bè đều kém cỏi và không được khá giả

Mệnh Vô Chính Diệu	Nô Bộc Vô Chính Diệu
Coi Chính diệu xung chiếu như Chính diệu tọa thủ	Coi Chính diệu xung chiếu như Chính diệu tọa thủ

Nếu cung Nô Bộc có Chính diệu với Sát tinh đồng cung thì chỉ cần nhận định sự sáng sủa tốt đẹp hay mờ ám xấu xa của Chính diệu mà thôi

486

Tử Vi Nhập Môn

Phụ Đoán

Xương, Khúc, Khôi, Việt thủ cung Nô Bộc: Bạn bè có danh chức. Nếu gặp nhiều sao sáng sủa tốt đẹp nên kết giao với người có học thức, địa vị, quyền thế; nếu gặp sao mờ ám xấu xa thì nên tránh xa người danh giá vì dễ bị hãm hại.

Tả Phụ, Hữu Bật thủ cung Nô Bộc: Nếu gặp nhiều sao sáng sủa tốt đẹp, có bạn bè tốt, khá giả, người giúp việc đắc lực. Nếu gặp sao mờ ám xấu xa, bạn bè dễ lừa đảo, người giúp việc tuy giỏi nhưng thường gây rối hoặc phản trắc.

Lộc Tồn thủ cung Nô Bộc: Khó thuê được người làm, ít bạn bè thân tín, giao tế hạn chế.

Khoa, Quyền, Lộc thủ cung Nô Bộc: Người giúp việc khá giả, có tài nhưng đôi khi lấn quyền; bạn bè tốt, có lòng, phần nhiều là người quyền quý.

Hóa Kỵ thủ cung Nô Bộc: Dễ bị thị phi, hay bị người giúp việc hoặc bạn bè nói xấu, oán trách, gây tai tiếng.

Song Hao thủ cung Nô Bộc: Khó giữ người giúp việc, nếu có cũng gian giảo, không bền; bạn bè thường là phường hoang chơi, lợi dụng, hay bòn rút.

Khốc, Hư: Hay bị người giúp việc oán trách.

ROSY RAIN

Tướng Quân: Người giúp việc lấn át chủ, có xu hướng cứng đầu.

Phục Binh: Sáng sủa: người giúp việc đắc lực, bạn bè tốt. Mờ ám: bị lừa đảo, bạn bè gian quyệt.

Tả, Hữu, Không, Kiếp: Gặp bạn bè và người giúp việc gian trá, bất nhân.

Tuần, Triệt án ngữ: Khó khăn lúc đầu trong việc thuê người giúp việc, sau dễ hơn nhưng không bền.Gặp nhiều sao sáng: luận theo chiều mờ ám.Gặp nhiều sao mờ ám: lại luận tốt.

Tả, Hữu, Tướng, Binh: Người giúp việc trung thành, bạn bè tốt.

Đào, Quyền đồng cung: Đàn ông: có vợ lẽ lấn quyền vợ cả. Đàn bà: hay lấn át chồng, có xu hướng không chính chuyên.

Đào, Hồng, Cái, Tả, Hữu:

Đàn ông: vợ cả – vợ lẽ hòa thuận.

Đàn bà: được đàn ông săn đón, dễ ngoại tình.

Đào Hoa:

Nam: đa tình, dễ vướng vào chuyện trăng hoa.

Nữ: bất chính, dễ phản bội chồng.

Thai, Vượng, Đào, Hồng: Có dấu hiệu gian dâm trong gia đình.

CUNG THIÊN DI

Ý nghĩa chính: Biểu hiện hoạt động bên ngoài, mối giao tiếp xã hội, việc đi xa, xuất ngoại, các may rủi khi rời nhà.

Cung này xung chiếu cung Mệnh, nên ảnh hưởng mạnh đến toàn bộ cuộc sống, cần luận đoán cẩn thận.

Sao Tử Vi thủ cung Thiên Di

- Đơn thủ tại Ngọ, Phủ đồng cung: ra ngoài luôn tuôn gặp quý nhân phù trợ, mọi sự đều hanh thông, càng xa nhà càng được xứng ý toại lòng.

- Đơn thủ tại Tý: gặp nhiều người giúp đỡ nhưng không được toàn mỹ như trên.

- Tướng hay Sát đồng cung: được nhiều người kính nể hay lui tới những chỗ quyền quý, ra ngoài, được hưởng nhiều tài lộc, lời nói được nhiều người tín phục.

- Phá đồng cung: ra ngoài nhiều hơn là ở nhà gặp quý nhân phù trợ nhưng lúc về già thường nhắm mắt ở xa bản quán.

ROSY RAIN

- Tham đồng cung: rời khỏi nhà hay gặp những sự phiền lòng, may ít rủi nhiều, thường có kẻ tiểu nhân theo dõi quấy rối, sau này mất ở xa nhà.

Liêm Trinh thủ cung Thiên Di

Đơn thủ tại Dần, Thân: luôn gặp quý nhân, được nhiều người kính trọng, mọi sự thuận lợi.

Phủ đồng cung: ra ngoài có lợi hơn ở nhà, tài lộc dễ kiếm, được quý nhân trợ giúp nhiều.

Tướng đồng cung: được người kính nể, thường lui tới chốn sang trọng, oai phong khiến tiểu nhân sợ hãi.

Phá đồng cung: xa nhà không lợi, may ít rủi nhiều, cuối đời chết xa quê.

Sát đồng cung: dễ gặp tai nạn trên đường, nên tránh nơi có súng đao, lúc mất phải đắp điếm chờ người thân đưa đón.

Tham đồng cung: ra ngoài dễ gặp tai ương, nhất là hình ngục kiện tụng, quý nhân ít, tiểu nhân ác nhân nhiều.

Tử Vi Nhập Môn

Thiên Đồng thủ cung Thiên Di

Đơn thủ tại Mão: càng xa nhà càng thuận lợi, không nên ở lâu một chỗ, gặp quý nhân phù trợ.

Đơn thủ tại Dậu: thường phải xa nhà, hay gặp phiền lòng, cuối đời chết xa quê.

Đơn thủ tại Tỵ, Hợi: nay đây mai đó, chết xa nhà.

Đơn thủ tại Thìn, Tuất: dễ gặp tai họa, thị phi kiện tụng khi ra ngoài.

Nguyệt đồng cung tại Tý hoặc Lương đồng cung: luôn gặp quý nhân, được kính trọng, buôn bán phát tài.

Nguyệt đồng cung tại Ngọ: hay bị cạnh tranh, ghen ghét, ra ngoài bất lợi.

Cự đồng cung: hay gặp thị phi, quan sự nhưng gần chỗ quyền quý, lời nói được tin tưởng dù có lúc sai, thường chết xa nhà.

Vũ Khúc thủ cung Thiên Di

Vũ khúc đơn thủ tại Thìn, Tuất: buôn bán phát tài, đi xa lợi hơn ở nhà.

Phủ hoặc Tướng đồng cung: được quý nhân giúp đỡ, nhiều người kính trọng, tài lộc thịnh vượng.

491

ROSY RAIN

Tử Vi Nhập Môn

Tham đồng cung: buôn bán phát tài, ban đầu khó khăn, sau dễ dàng, nhưng hay gặp cạnh tranh gay gắt.

Phá đồng cung: buôn bán có lợi, ra ngoài thường gặp phiền lòng, đôi khi có tai nạn nguy hiểm.

Sát đồng cung: có uy phong, lời nói được tin cậy, nhưng hay gặp tai họa, cuối đời thường chết xa nhà.

Thái Dương thủ cung Thiên Di

Tọa thủ tại Dần, Mão, Thìn, Tỵ, Ngọ: gặp quý nhân phù trợ, ra ngoài được nhiều người kính trọng, tài lộc dồi dào.

Tọa thủ tại Thân, Dậu, Tuất, Hợi: hay gặp tai nạn, nhất là liên quan sông nước, bị nhiều người khinh ghét, cuối đời chết xa nhà.

Đơn thủ tại Tý: được nhiều người mến phục, kính trọng.

Nguyệt đồng cung: ra ngoài có lợi hơn ở nhà, hoặc gần nơi quyền quý, được nhiều người tôn trọng; nếu gặp Tuần, Triệt án ngữ hoặc Kỵ đồng cung càng rực rỡ, chết xa nhà nhưng được chôn cất tử tế.

Tử Vi Nhập Môn

Thiên Cơ thủ cung Thiên Di

Đơn thủ tại Tỵ, Ngọ, Mùi: ra ngoài mọi sự hanh thông, ở nhà dễ gặp thị phi, thường có quý nhân phù trợ.

Đơn thủ tại Hợi, Tý, Sửu: xa nhà không yên thân.

Lương đồng cung: càng xa nhà càng gặp may mắn, được lui tới chỗ quyền quý, nhiều người tôn kính.

Cự đồng cung: ra ngoài có tài lộc, gặp quý nhân nhưng thường mắc thị phi, khẩu thiệt; buôn bán phát tài.

Nguyệt đồng cung tại Thân: buôn bán phát tài, được nhiều người mến chuộng.

Nguyệt đồng cung tại Dần: không nên xa nhà lâu, buôn bán phát tài nhưng bị nhiều người đố kỵ.

Thiên Phủ thủ cung Thiên Di:

Thiên Phủ đơn thủ tại Tỵ, Hợi: gặp quý nhân, có tài lộc.

Đơn thủ tại Sửu, Mùi, Mão, Dậu: xa nhà được lợi ích và yên thân hơn ở nhà, buôn bán phát tài.

Tử đồng cung: ra ngoài luôn gặp quý nhân phù trợ, mọi sự hanh thông, càng xa nhà càng toại nguyện.

ROSY RAIN

Liêm đồng cung: ra ngoài lợi hơn ở nhà, tài lộc dễ kiếm, quý nhân trợ giúp nhiều.

Vũ đồng cung: gặp quý nhân phù trợ, được nhiều người kính nể, tài lộc thịnh vượng.

Thái Âm thủ cung Thiên Di:

Thái Âm đơn thủ tại Dậu, Tuất, Hợi: được nhiều người kính trọng, dễ kiếm tiền.

Đơn thủ tại Mão, Thìn, Tỵ: ra ngoài hay gặp tai ương, phiền lòng, bị nhiều người ghét.

Đồng đồng cung tại Tý, Lương đồng cung: luôn gặp quý nhân phù trợ, được kính trọng, buôn bán phát tài.

Đồng đồng cung tại Ngọ: gặp cạnh tranh, ghen ghét, ra ngoài rất bất lợi.

Nhật đồng cung: ra ngoài lợi hơn ở nhà, gần chỗ quyền quý, được nhiều người tôn phục; nếu gặp Tuần, Triệt án ngữ hoặc Kỵ đồng cung càng rực rỡ; lúc chết dù xa nhà vẫn được chôn cất tử tế.

Cơ đồng cung tại Thân: buôn bán phát tài, được nhiều người mến chuộng.

Cơ đồng cung tại Dần: không nên xa nhà lâu, buôn bán phát tài nhưng bị nhiều người ghen ghét.

Tham Lang thủ cung Thiên Di:

Tham Lang đơn thủ tại Thìn, Tuất: dễ kiếm tiền, thường gặp quý nhân.

Đơn thủ tại Tý, Ngọ: ra ngoài rất bất lợi, hay gặp phiền lòng, thường chết xa nhà.

Đơn thủ tại Dần, Thân: dễ gặp tai nạn, xa nhà bất lợi.

Tử đồng cung: ra ngoài hay gặp phiền lòng, may ít rủi nhiều, thường có tiểu nhân quấy rối, chết xa nhà.

Vũ đồng cung: buôn bán phát tài, trước khó sau dễ, hay bị cạnh tranh gay gắt.

Liêm đồng cung: ra ngoài ít lợi, hay gặp tai ương, kiện tụng, quý nhân ít, tiểu nhân và ác nhân nhiều, luôn sẵn sàng làm hại.

Tử Vi Nhập Môn

Cự Môn thủ cung Thiên Di:

Cự Môn đơn thủ tại Tý, Ngọ, Hợi: ra ngoài được nhiều người kính trọng, tài lộc dễ kiếm, lời nói có sức thuyết phục.

Đơn thủ tại Thìn, Tuất, Tỵ: hay gặp thị phi, kiện tụng và tai nạn nguy hiểm, thường chết xa nhà.

Thiên Tướng thủ cung Thiên Di:

Thiên Tướng đơn thủ tại Tỵ, Hợi, Sửu, Mùi: được nhiều người kính trọng, tài lộc dễ kiếm.

Đơn thủ tại Mão, Dậu: xa nhà không được lợi nhiều, nhưng vẫn được nhiều người mến chuộng.

Tử đồng cung: được nhiều người kính nể, hay lui tới chỗ quyền quý, ra ngoài hưởng nhiều tài lộc, lời nói có sức tín phục.

Liêm đồng cung: có oai phong nên được nhiều người vị nể, lui tới chỗ sang trọng, tiểu nhân phải khiếp phục.

Vũ đồng cung: gặp quý nhân phù trợ, được nhiều người kính nể, tài lộc thịnh vượng.

ROSY RAIN

Tử Vi Nhập Môn

Thiên Lương thủ cung Thiên Di:

Thiên Lương đơn thủ tại Tý, Ngọ: được nhiều người kính trọng, yêu mến, thường lui tới chỗ quyền quý.

Đơn thủ tại Sửu, Mùi: gặp quý nhân giúp đỡ.

Đơn thủ tại Tỵ, Hợi: thường phải di chuyển nhiều, có thể chết xa nhà.

Đồng đồng cung: luôn gặp quý nhân phù trợ, được nhiều người kính trọng, buôn bán phát tài.

Tọa thủ tại Dần, Mão, Thìn, Tỵ, Ngọ: gặp quý nhân giúp đỡ, ra ngoài được nhiều người kính trọng, tài lộc dồi dào.

Cơ đồng cung: càng xa nhà càng gặp may mắn, được lui tới chỗ quyền quý, được nhiều người tôn kính.

Thất Sát thủ cung Thiên Di:

Thất Sát đơn thủ tại Dần, Thân: hay gặp quý nhân, có oai phong, được nhiều người kính nể, lời nói được tin phục, thường lui tới chỗ quyền uy.

Đơn thủ tại Tý, Ngọ: được nhiều người nể sợ và tin phục, thường gần nơi quyền quý, nhưng không nên ra ngoài nhiều vì vận may thường kèm rủi ro, dễ gặp tai nạn, cuối đời chết xa nhà.

497

ROSY RAIN

Đơn thủ tại Thìn, Tuất: ra ngoài rất bất lợi, lúc chết không được gần nhà.

Tử đồng cung: được nhiều người kính nể, lui tới chỗ quyền quý, ra ngoài hưởng nhiều tài lộc, lời nói được tin tưởng.

Liêm đồng cung: dễ gặp tai nạn giữa đường, không nên lui tới nơi nhiều súng đao, cuối đời phải đắp điếm chờ người thân đưa đón.

Vũ đồng cung: có oai phong, lời nói được tin phục nhưng thường gặp tai ương nguy hiểm, chết xa nhà.

Phá Quân thủ cung Thiên Di:

Đơn thủ tại Tý, Ngọ: được nhiều người nể sợ, tài lộc dễ kiếm nhưng đôi khi gặp tai nạn nguy hiểm.

Đơn thủ tại Dần, Thân: hay mắc tai nạn nhất là liên quan xe cộ, ác thú; dễ bị kẻ thù rình hại; nếu thường xoay sở tiền bạc càng dễ gặp họa; sau này chết ở xa nhà.

Đơn thủ tại Thìn, Tuất: vận may đi kèm rủi ro; người kính trọng nhiều nhưng cũng bị ganh ghét, tai ương nhiều; thích nay đây mai đó; sau này chết xa nhà.

Kình, Đà: Thường hay gặp tai nạn, về sau chết ở xa nhà.

Sáng sủa tốt đẹp: tuy dễ kiếm tiền, có quý nhân giúp nhưng vẫn bị nhiều người khinh ghét.

Mờ ám xấu xa: gặp nhiều hung họa, thị phi, khó khăn về tài lộc, tinh thần thường phiền muộn.

Hỏa, Linh: Ra ngoài không yên ổn.

Không, Kiếp: Dễ bị lừa, chết xa nhà.

Xương, Khúc, Khôi, Việt: Gặp quý nhân, gần người quyền thế.

Tả, Hữu: Có người giúp đỡ.

Lộc Tồn, Hóa Lộc: Dễ kiếm tiền, buôn bán may mắn.

Khoa, Quyền: Ra ngoài có danh, được trọng vọng.

Hóa Kỵ: Hay gặp thị phi, phiền lòng.

Song Hao, Thiên Mã: Nay đây mai đó, được yêu mến.

Thiên Hình: Dễ tai nạn gươm đao, xe cộ.

Đào, Hồng, Hỷ: Duyên vợ chồng nơi xa, đàn ông gặp gái theo, đàn bà được yêu thầm.

Tử Vi Nhập Môn

Tuần, Triệt án ngữ tại cung Thiên Di

Nhìn chung ra ngoài hay gặp phiền lòng, chết xa nhà.

Gặp **Tham Lang , Phá Quân**: Dễ tai nạn xe cộ, dao súng, hoặc bị đánh đập, giam cầm.

Gặp **Tướng Quân, Thiên Tướng**: Chết vì tai nạn hoặc bị giết.

Gặp **Thiên Mã**: Suốt đời vất vả, nay đây mai đó, khó tránh thương tích hoặc tai nạn chân tay.

Tả, Hữu, Không, Kiếp: Bị nhiều kẻ thù nhắm hãm hại.

Lộc, Mã: Buôn bán lưu động, rất phát tài.

Tuế, Đà, Kỵ: Thị phi, kiện tụng kéo dài.

Hình, Kiếp, Hỏa, Linh: Dễ gặp tai nạn do vũ khí, súng đạn.

Phục, Không, Kiếp: Có kẻ âm mưu lừa đảo, mưu hại.

Tướng, Binh, Hồng, Đào: Rắc rối tình cảm, dễ bị lừa vì tình.

Thai, Vượng, Tướng, Binh, Hồng, Đào:

Người Nam: Hay vướng lưới tình, đắm mê sắc dục, hại thân.

Người Nữ: Khó giữ danh tiết.

Lưu Hà, Kiếp Sát: Tai nạn xe cộ hoặc bị ám sát.

ROSY RAIN

Vô Chính Diệu tại cung Thiên Di

– Khi cung Thiên Di Vô Chính Diệu, cần coi Chính tinh xung chiếu như tọa thủ, nghĩa là lấy ảnh hưởng của sao chính từ cung đối chiếu (cung Mệnh) để luận đoán như thể sao đó an ngay tại Thiên Di.

– Đồng thời, phải phối hợp thêm các phụ tinh tọa thủ hay hội chiếu, đặc biệt là các Sát tinh, Tứ Hóa, Tuần – Triệt, để xét sự tốt

Nếu được Âm Dương sáng chiếu thì lại dễ gặp được quý nhân giúp.

Nếu gặp Tuần, Triệt tại cung Thiên Di thì càng phải xét kỹ: có thể phá cách hoặc hoạnh phát hoạnh tán.

Tử Vi Nhập Môn

Cung Tật Ách trong Tử Vi là nơi phản ánh các tì vết cơ thể, bệnh tật có thể mắc phải, tai ương trong đời và cả hình thức – nguyên nhân của cái chết. Ngoài ra, cung này còn tiết lộ về thói quen sinh hoạt, ảnh hưởng của thức ăn, thuốc men hay các yếu tố ngoại lai đến sức khỏe. Để luận đoán chính xác, cần phối hợp ba cung: Tật Ách – Mệnh – Thân – Phúc Đức. Nếu Tật Ách xấu nhưng Mệnh, Thân hoặc Phúc Đức tốt, có nhiều phúc tinh như Thiên Đức, Thiên Quan, Giải Thần, Long Đức… thì bệnh tật có thể được hóa giải hoặc nhẹ nhàng. Ngược lại, nếu Tật Ách tốt mà các cung kia xấu, thì vẫn dễ mắc bệnh do nghiệp lực hoặc yếu tố thời vận. Khi xem Tật Ách, cần nhận định các nhóm sao tại đây: phúc tinh – cứu tinh như Thiên Giải, Phúc Đức, Giải Thần sẽ làm giảm ảnh hưởng tai họa; sát tinh như Địa Không, Kiếp Sát, Hỏa Linh, Thiên Hình sẽ làm tăng hiểm họa. Ngoài ra, cần cân nhắc các sao đặc biệt như Hóa Kỵ (ẩn bệnh, tâm lý, bệnh khó lường), Hóa Khoa (gặp thầy giỏi thuốc hay), Hóa Quyền (tai nạn do quyền lực, tác động mạnh), Hóa Lộc (bệnh do ăn uống, nội tiết). Tất cả các yếu tố trên cần được phối hợp để suy ra loại bệnh, mức độ bệnh, nguyên nhân phát sinh và khả năng giải trừ của đương số.

Sao Tử Vi thủ cung Tật Ách.

Nếu Tử Vi đơn thủ tại Tý, Ngọ hoặc Tử vi đi với Thiên Phủ, Thất Sát đồng cung sáng sủa, thì khả năng cứu giải bệnh tật, tai ương rất mạnh, bệnh dễ hóa giải. Nhìn xem Thiên Lương có sáng sủa không cũng là yếu tố hóa giải bệnh tật.

502

ROSY RAIN

Hóa Khoa giúp giảm bớt nguy hiểm, mắc nạn gặp người cứu, đau yếu gặp thầy gặp thuốc.

Thiên Giải, Địa Giải, Giải Thần: có năng lực hóa giải tai ương, tiêu trừ bệnh tật.

Lộc Tồn, Hóa Lộc, Bác Sĩ: có tác dụng như Hóa Khoa, tuy nhiên nếu bị nhiều Sát tinh (Hỏa, Linh, Không, Kiếp...) xâm phạm thì mất hết khả năng cứu giải, thậm chí lại tác họa thêm.

Đế Vượng: thường là người khỏe mạnh, ít bệnh tật.

Tràng Sinh: cũng ít bệnh, nhưng nếu gặp thêm nhiều Sát tinh thì dễ bệnh kéo dài.

Thiếu Dương, Thiếu Âm, Thiên Đức, Phúc Đức, Thanh Long: giúp hóa giải bệnh tật nhỏ, giảm nhẹ tai ương.

Hóa Quyền nếu đi với sao tốt thì thoát nạn nhanh chóng, nếu đi với sao xấu thì nguy nan trầm trọng.

Tả Phụ, Hữu Bật gặp sao tốt thì có người giúp lúc nguy hiểm, nếu gặp sao xấu thì cũng rất dễ gặp nguy hiểm nặng.

Tuần, Triệt án ngữ tại cung Tật Ách: Suốt đời khỏe mạnh, ít lo bệnh nạn.

503

Liêm Trinh – Tác Họa tại Tật Ách

Liêm Trinh gây tỳ vết ở chân tay hoặc lưng.

Gặp Tham Lang đồng cung: mắt yếu, dễ mắc tù tội.

Gặp Tham tại Tỵ, đi cùng Tướng, Hỏa: có khả năng tự tử.

Gặp Tham, Không, Kiếp đồng cung: chết thê thảm.

Gặp Sát: mắt rất kém, dễ bị tai nạn xe cộ hoặc thương tích do vũ khí.

Gặp Hóa Kỵ tại Dần, Thân: chết bất đắc kỳ tử, thường do tai nạn hoặc ngộ độc

Thiên Đồng – Tác Họa tại Tật Ách

Thiên Đồng chủ đau bụng, bộ máy tiêu hóa suy yếu.

Gặp Cự Môn đồng cung: bệnh tâm khí.

Gặp Thái Âm đồng cung: bệnh huyết khí.

Gặp Hóa Kỵ đồng cung: đau dạ dày, gan, ruột.

Gặp Kỵ, Hình, Thai, Mộc: bệnh phạm phòng (liên quan sinh dục – tiết niệu).

Tử Vi Nhập Môn

Vũ Khúc – Tác Họa tại Tật Ách

Vũ Khúc chủ bệnh ngoài da, chân tay có tỳ vết.

Gặp Tướng đồng cung: có ám tật.

Gặp Tham, Xương, Khúc đồng cung: nhiều nốt ruồi, bệnh liên quan lông tóc.

Gặp Sát đồng cung: bệnh ở bộ máy tiêu hóa.

Gặp Long đồng cung: có nốt ruồi đỏ.

Gặp Riêu đồng cung: bệnh tè dầm, phù thũng tay chân.

Gặp Riêu, Việt, Toái đồng cung: có khả năng câm.

Thái Dương – Tác Họa tại Tật Ách

Thái Dương chủ căng mạch máu, đau đầu, bệnh ở mắt.

Gặp Nguyệt đồng cung: bệnh tật kéo dài, liên miên.

Gặp Tuần, Triệt án ngữ dù sáng sủa: mắt rất kém, dễ đau mắt.

Sáng sủa + Riêu, Đà, Kỵ: đau mắt, có tật ở mắt.

Mờ ám + Riêu, Đà, Kỵ: dễ mù mắt, què chân, đau mắt nặng, khản tiếng.

Thanh Long đồng cung: tai nạn sông nước.

ROSY RAIN

Hình đồng cung: bị vật nhọn đâm vào mắt.

Thiên Cơ thủ cung Tật Ách

Chủ về bệnh ngoài da, tê thấp.

Gặp Cự: bệnh khí huyết.

Gặp Lương: bệnh ở hạ bộ.

Gặp Nguyệt: nhiều mụn nhọt.

Gặp Kình, Đà: tay chân yếu, gân kém.

Gặp Khốc, Hư: phong đàm, ho ra máu.

Gặp Hình, Không, Kiếp: tai nạn hoặc bệnh nguy hiểm bất ngờ.

Gặp Hỏa, Linh: bệnh do tà ma quấy nhiễu.

Gặp Tuần, Triệt: bị cây cối đè trúng, thương tích tay chân.

Tử Vi Nhập Môn

Thái Âm thủ cung Tật Ách

Chủ đau bụng.

Mờ ám: dễ đau phổi.

Mờ ám + Riêu, Đà, Kỵ: mắt kém, có thể bị lòa hoặc mù.

Hình đồng cung: tai nạn do vật sắc nhọn đâm vào mắt.

Tham Lang thủ cung Tật Ách

Tham Lang đơn thủ tại Dần, Thân: bệnh ở chân.

Tham Đà đồng cung tại Dần, Thân: tai nạn xe cộ, súc vật cắn, bệnh do ăn uống.

Đơn thủ tại Thìn, Tuất: thú dữ cắn hoặc tai nạn xe cộ nguy hiểm.

Tham Lang Bạch Hổ đồng cung tại Tuất: thú dữ cắn chết.

Đơn thủ tại Tý, Ngọ: bệnh do ăn chơi trác táng.

Hóa Kỵ đồng cung: tai nạn sông nước.

Lương + Kỵ: kiện cáo, tù tội.

Riêu đồng cung: tai nạn sông nước hoặc bệnh phong tình.

ROSY RAIN

Cự Môn thủ cung Tật Ách

Bệnh hạ bộ, mặt thường có vết, khi nhỏ nhiều mụn nhọt.

Nhật đồng cung: hình dáng kỳ dị.

Kình, Hỏa đồng cung: bệnh do rượu chè, tửu sắc.

Hóa Kỵ đồng cung: dễ chết đuối.

Thiên Tướng thủ cung Tật Ách

Bệnh đầu, mặt.

Đơn thủ tại Mão, Dậu: da mặt vàng, bệnh khí huyết hoặc ngoài da.

Thiên Tướng Vũ Khúc , Hình đồng cung: tật đầu.

Tuần, Triệt án ngữ: tai nạn đầu, mặt thương nặng.

Thiên Lương thủ cung Tật Ách

Đơn thủ tại Hợi, Tý, Sửu: bệnh hàn nhiệt không nghiêm trọng.

Kỵ đồng cung: cây cối, đồ gỗ đè chân tay.

Tử Vi Nhập Môn

Thất Sát thủ cung Tật Ách

Mặt có vết, sức khỏe kém lúc nhỏ.

Thất Sát Vũ Khúc đồng cung: bệnh tiêu hóa, thường trĩ hoặc thương tích chân tay.

Không, Kiếp, Hình: tai nạn súng đạn, đao thương.

Sát tinh: chân tay có vết, hay tai nạn đao thương.

Hóa Kỵ, Đà La : bệnh mặt.

Hao, Mộc, Kỵ: ung thư hoặc phải mổ mới cứu.

Đà, Phá, Hình: khó tránh tù tội.

Phá Quân thủ cung Tật Ách

Máu nóng, thời nhỏ hay bị mụn nhọt, chốc lở; lớn lên dễ gặp tai nạn xe cộ hoặc vướng tù tội.

Vũ Khúc đồng cung: mắt kém.

Liêm đồng cung: chân tay có tỳ vết.

Liêm, Hỏa đồng cung: dễ chết đuối.

Kình, Đà, Hình, Kỵ: tính tình điên cuồng hoặc có tật ở mắt.

Không, Kiếp: dễ vướng tù tội, bị đánh đập tàn nhẫn.

509

ROSY RAIN

Hao, Mộc, Kỵ: có thể bị ung thư hoặc cần mổ mới qua khỏi.

Thiên Hình: dễ bị thương tích do đánh đập hoặc tai nạn xe cộ, cũng có thể liên quan tù tội.

Hình, Việt, Hỏa, Linh: dễ bị điện giật, sét đánh hoặc tai nạn súng đạn rất nguy hiểm.

Hình, Phục, Không, Kiếp: dễ bị ám sát.

Riêu, Hồng: mắc bệnh mộng tinh.

Kình Dương thủ cung Tật Ách.

Dễ mắc bệnh ở tai, trĩ, hoặc có tỳ vết ở chân.

Kình Dương tọa thủ tại Ngọ hoặc gặp Thất Sát, Thiên Hình: dễ mắc tù tội hoặc tai nạn đao thương.

Hóa Kỵ đồng cung tại Hợi, Tý: có thể mù lòa.

Hỏa, Linh, Không, Kiếp đồng cung: dễ có xu hướng tự sát hoặc bị giết.

Bạch Hổ đồng cung: dễ bị chó dại cắn.

Hoa Cái, Không, Kiếp: dễ bị phát ban, đậu sởi, rất đáng lo ngại.

Tử Vi Nhập Môn

Thiên Hình: dễ bị thương do đánh đập, tai nạn xe cộ, máy móc.

Hình, Không, Kiếp: có thể bị giết hoặc mắc tù tội, cuộc đời khốn khổ.

Thái Tuế đồng cung: dễ vướng kiện tụng, tù tội.

Đà La thủ cung Tật Ách.

Lúc nhỏ hay đau răng, đầu mặt có tỳ vết.

Tọa thủ tại Tỵ, Ngọ hoặc đi cùng Thiên Phủ: dễ bị sét đánh ngã, có thương tích.

Thiên Mã đồng cung: dễ có tật ở chân tay, hay bị tai nạn xe cộ.

Thiên Riêu, Hóa Kỵ đồng cung: dễ mắc nhiều bệnh, đặc biệt về mắt, ruột gan hoặc dạ dày, rất đáng lo ngại.

Hỏa Tinh, Linh Tinh

Sáng sủa, đắc địa: Thân thể tráng kiện, ít bệnh tật.

Mờ ám, hãm địa: Dễ mắc các bệnh nóng lạnh, sốt cao, thương hàn, đậu lào.

Tọa tại Thìn, đồng cung với Linh, Kình: Có thể chết đuối.

ROSY RAIN

Tử Vi Nhập Môn

Thiên Hình, Thiên Việt đồng cung: Tai nạn đao thương, súng đạn.

Hình, Việt, Phi Liêm đồng cung: Nguy cơ bị sét đánh, súng bắn.

Thiên Phủ đồng cung: Thường bị sốt cao.

Mộc Dục đồng cung: Dễ bị phỏng do nước sôi hoặc hỏa hoạn.

Địa Không, Địa Kiếp thủ cung Tật Ách

Tính chất chung: Xấu máu, da hay nổi mụn nhọt, lở loét.

Thiên Cơ đồng cung: Có thể xuất hiện mụn nhọt có mùi hôi thối.

Thiên Hình đồng cung: Dễ mắc tù tội, tai nạn do đâm chém.

Thiên Việt đồng cung: Bị đánh đập, mang thương tích.

Thiên Việt, Thái Tuế đồng cung: Mắc tai nạn đao thương, rất đáng lo ngại.

Lộc Tồn đồng cung với Không, Kiếp

Ám tật mà sống lâu: Nếu bản mệnh có bệnh tật tiềm ẩn (ám tật), lại đi kèm bộ sao này thì thường sống thọ, tuy bệnh nhưng ít ảnh hưởng đến thọ số nếu được chế hóa tốt.

Hóa Kỵ ở cung Tật Ách thường gây ra các bệnh vặt về bụng, đàn ông dễ bị dương hư nên khó sinh con, đàn bà thường khó sinh nở.

Nếu đi cùng sao Thái Dương và Thiên Hư thì phụ nữ dễ mắc bệnh khí huyết và có thể mất khả năng sinh đẻ.

Khi Hóa Kỵ đồng cung với Thiên Hình tại Hợi hoặc Tý thì dễ đau mắt nặng, có tật ở mắt và có khả năng vướng vào vòng lao lý. Nếu gặp Tang Môn và Điếu Khách thì dễ có xu hướng tự sát hoặc gặp biến cố do tâm lý.

Hóa Kỵ đi với Đại Hao và Mộc Dục thì dễ mắc bệnh phải mổ xẻ, châm chích hay cần đến can thiệp y học mới có thể qua khỏi.

Khi đồng cung với Thiên Riêu thì môi thường có tỳ vết, dễ mắc bệnh về miệng hoặc vùng răng hàm mặt.

Thiên Mã thủ cung Tật Ách nếu đi cùng Địa Kiếp và Thái Tuế thì dễ chết vì đâm chém. Khi đồng cung với Thiên Hình thì dễ gặp tai nạn xe cộ hoặc bị ngã té gây thương tích ở chân tay.

Nếu bị Tuần hoặc Triệt án ngữ thì nguy cơ tai nạn xe cộ rất cao và nghiêm trọng, nếu không thì chân tay cũng mang tật từ thuở nhỏ, thậm chí ngay từ lúc mới sinh ra đã có thương tích hoặc khuyết tật.

513

Tử Vi Nhập Môn

Thái Tuế tọa thủ cung Tật Ách thường khiến đương số hay mắc kiện cáo hoặc tù tội, nếu không cũng dễ bị đánh đập.

Khi đi cùng các sao Sát, Đà và Hóa Kỵ, có thể chết vì đâm chém.

Song Hao chủ về bộ máy tiêu hóa không lành mạnh, thường vì ăn uống mà sinh bệnh khó chữa.

Tang Môn gây bệnh thuộc về khí huyết, có thể là thiếu máu hoặc căng mạch máu, tim yếu, phụ nữ khó sinh nở.

Tử Vi, Tang Môn dễ khó thoát khỏi tù tội.

Bạch Hổ, Thiên Khốc và Thiên Hư dễ bị lao phổi.

Điếu Khách có thể bị ngã đau hoặc có thương tích.

Bạch Hổ làm máu xấu, đau xương cốt, phụ nữ sinh đẻ khó khăn. Gặp Kình Dương hoặc Đà La có thể bị thú dữ cắn rất nguy hiểm. Đồng cung với Riêu thì dễ bị chó dại cắn.

Quan Phù thì có thể bị bắt bớ hoặc kiện cáo.

Thiên Khốc làm phổi yếu, thường hay ho vặt, thận kém.

Thiên Hư chủ về thận suy, răng dễ sâu hoặc hư.

Thiên Hình chủ bệnh phong sang, thường phải chịu đựng việc châm chích, mổ xẻ hoặc bị dao kéo chạm đến gây đau đớn. Khi đi với Kình Dương hoặc sao Đẩu Quân dễ bị mổ xẻ. Gặp Riêu, Không, Kiếp dễ mắc bệnh phong tình. Gặp Phục Binh thì có thể

514

ROSY RAIN

nói ngọng hoặc nói lắp. Khi đồng cung với Kỵ và Kiếp thì hay bị tai nạn đao thương hoặc bị giam cầm.

Long Trì gặp Thái Dương và Kiếp Sát thì đau đầu.

Thái Âm và Kiếp Sát thì đau bụng. Nếu đi cùng Không, Kiếp và Mộc Dục thì dễ mắc tai nạn sông nước hoặc đau mắt, phụ nữ thường khó sinh đẻ.

Đào Hoa và Hồng Loan chủ về tim yếu, bệnh ở hạ bộ.

Gặp Không Kiếp dễ mắc bệnh phong tình.

Nếu gặp Riêu và Hỉ Thần thì mắc chứng mộng tinh hoặc di tinh.

Quan Phù khi đồng cung với Kình Dương dễ bị sét đánh hoặc điện giật, nếu không cũng khó tránh khỏi tù tội.

Thai gặp Không và Kiếp thì đàn bà mắc bệnh đau hoặc lệch tử cung.

Nếu gặp Hồng, Đào, Kình, Kỵ và Mộc Dục thì đàn ông mắc bệnh phạm phòng, còn đàn bà thường đau yếu do tiểu sản hoặc hậu sản.

Mộc Dục gây bệnh tê thấp, thận suy.

Bệnh chủ cảm sốt thường xuyên.

Bệnh Phù khiến sức khỏe rất kém, nếu gặp Hình và Kỵ có thể mắc bệnh phong sang hoặc các bệnh ác tính, đặc biệt đáng lo ngại là bệnh hủi.Gặp Hao hoặc các sát tinh thì thường mắc các bệnh rất khó chữa.

Thiên Riêu làm thận suy, đau răng, bộ máy tiêu hóa không lành mạnh. Khi đồng cung với Tang Môn thì dễ bị té đau hoặc mang thương tích. Gặp Hỏa hoặc Linh Tinh thì đau yếu do ma quỷ phá phách.

Lưu Hà chủ tai nạn sông nước, phụ nữ thường khó sinh hoặc gặp nguy hiểm trước khi sinh. Khi đi cùng Không, Kiếp có thể chết bất đắc kỳ tử. Nếu đồng cung với Kiếp (hoặc Sát tinh) thì dễ chết do tai nạn xe cộ hoặc bị đâm chém.

Hoa Cái nếu đồng cung với Mộc Dục thì dễ mắc chứng mộng tinh. Gặp Thiên Riêu thì mắc bệnh phong tình.

Hỷ Thần chủ bệnh ở hậu môn hoặc đau bụng phải đi rửa.

Phục Binh, Thiên Hình và Thiên Việt gây họa bị kẻ thù đâm chém.

Cô Thần và Quả Tú thường làm đương số có tỳ vết ở hậu môn hoặc đau bụng phải đi rửa. Khi đau yếu thì khó gặp được người giúp đỡ và dễ mắc tai nạn.

Dưỡng khiến bệnh tật hay kéo dài, lâu khỏi.

Thiên Khôi khi đơn thủ tại Mão hoặc Dậu có thể khiến da mặt vàng, dễ mắc các bệnh liên quan đến khí huyết hoặc bệnh ngoài da.

Nếu đồng cung với sao Vũ Khúc hoặc Thiên Hình thì thường mang tật ở vùng đầu.

Khi gặp Tuần hoặc Triệt án ngữ thì dễ mắc tai nạn khiến đầu hoặc mặt bị thương nặng.

CUNG TÀI BẠCH

Cung Tài Bạch dùng để xem xét tình hình tài chính, khả năng kiếm tiền, mức độ giàu nghèo và phương thức sinh kế trong đời người.

Khi luận đoán cung Tài Bạch, cần xét phối hợp kỹ lưỡng với các cung trọng yếu khác như Mệnh, Thân, Phúc Đức, Quan Lộc và Thiên Di, bởi vì những cung này có ảnh hưởng mạnh mẽ đến sự thành bại trong việc tạo dựng tài sản.

Nếu các cung vừa nêu sáng sủa, có nhiều cát tinh hội chiếu hoặc tọa thủ, thì dù cung Tài Bạch có phần mờ ám hay không thuận lợi, người ấy vẫn có thể không lâm vào thiếu thốn, vì được các cung kia cứu giải hoặc nâng đỡ. Ngược lại, nếu Mệnh, Thân, Phúc, Quan, Di đều xấu, thì dù cung Tài Bạch có rực rỡ tốt đẹp, tài lộc dồi dào, người đó vẫn có thể không hưởng được lâu dài, thậm chí là giàu mà đoản thọ, hoặc dễ mất mát tài sản do hoàn cảnh trắc trở — từ đó khiến phúc lộc trở nên vô nghĩa.

Tử Vi Nhập Môn

Sao Tử vi Thủ cung Tài Bạch.

Tử Vi tại cung Tài Bạch đơn thủ tại Ngọ đại phát, giàu có sung túc

Tử Vi Thiên Tướng là cách tiền của chất đống, thường được giao trọng trách về tài chính.

Tử Vi đơn thủ tại Tý cũng giàu có nhưng không rực rỡ bằng vị trí tại Ngọ.

Tử Vi đồng cung với Thiên Phủ có rất nhiều của cải, thường làm quan về tài chánh, giữ kho tàng.

Tử Vi đồng cung với Thất Sát kiếm tiền rất nhanh, làm giàu chóng nhưng dễ gặp rủi ro nếu không có cát tinh hỗ trợ.

Tử Vi đồng cung với Phá Quân lúc đầu chật vật, về sau dễ kiếm tiền và được sung túc nếu biết giữ gìn.

Tử Vi đồng cung với Tham Lang tài vận trung bình, thường được hưởng của hương hỏa để lại nhưng về sau dễ suy kém nếu không có phúc tinh trợ giúp.

ROSY RAIN

Tử Vi Nhập Môn

Sao Liêm Trinh thủ cung Tài Bạch

Liêm Trinh đơn thủ tại Dần hoặc Thân cho thấy người phải cạnh tranh ráo riết, làm giàu chậm nhưng vững vàng, ít khi phát đột ngột.

Liêm Trinh đồng cung với Thiên Phủ hoặc Thiên Tướng là cách phát tài lớn, tiền của tích lũy bền chắc, ít hao tốn, thường giữ của được lâu.

Liêm Trinh đồng cung với Thất Sát thường kiếm tiền trong cảnh náo loạn, bất ổn, tuy có tài lộc nhưng dễ gặp tai ương đi kèm với tiền bạc.

Liêm Trinh đồng cung với Phá Quân cho thấy tiền tài thất thường, hay hoang phí, tiền hết rồi lại có nhưng khó tích lũy.

Liêm Trinh đồng cung với Tham Lang là cách bại tài, túng thiếu triền miên, suốt đời khổ sở vì tiền, dễ gặp tai họa, kiện tụng hoặc hình ngục vì tiền bạc.

ROSY RAIN

Tử Vi Nhập Môn

Sao Thiên Đồng thủ cung Tài Bạch

Thiên Đồng đơn thủ tại Mão hoặc đồng cung với Thái Âm tại Tý là cách tay trắng làm nên, càng về sau càng tích lũy được nhiều của cải.

Thiên Đồng đơn thủ tại Dậu cho thấy tiền tài tụ tán thất thường, không ổn định lâu dài.

Đơn thủ tại Tỵ hoặc Hợi là cách lang bạt cầu tài, nay đây mai đó, tuy dễ kiếm tiền nhưng rất hoang phí, tiền của bị hao tán, khó tích trữ.

Đơn thủ tại Thìn hoặc Tuất là cách khó khăn, thường lâm vào túng thiếu.

Thiên Đồng đồng cung với Thiên Lương là cách phát tài lớn, kinh doanh buôn bán ngày càng thịnh vượng, dễ làm giàu.

Thiên Đồng cung với Thái Âm tại Ngọ báo hiệu sự vất vả trong việc cầu tài, phải qua trung niên hoặc về già mới có của.

Thiên Đồng đồng cung với Cự Môn khiến tiền bạc không ổn định, dễ gặp kiện tụng, thị phi vì tiền; thường phải xa nhà hoặc lập nghiệp ở phương xa mới dễ phát đạt.

ROSY RAIN

Sao Vũ Khúc thủ cung Tài Bạch

Vũ Khúc đơn thủ tại Thìn hoặc Tuất là cách giàu có lớn, tài sản dồi dào.

Vũ Khúc đồng cung với Thiên Phủ thể hiện rất giàu có, của cải giữ bền vững, thường làm quan về tài chính hoặc quản lý kho tàng.

Vũ Khúc khi đồng cung với Tham Lang, người này thường chỉ từ ngoài 30 tuổi trở đi mới bắt đầu giàu có.

Vũ Khúc đồng cung với Thiên Tướng thì của cải chồng chất, thường gặp quý nhân giúp đỡ nâng đỡ trong sự nghiệp.

Vũ Khúc đồng cung với sao Thất Sát báo hiệu tay trắng lập nghiệp, khởi đầu vất vả, gian khó nhưng về sau mọi việc dễ dàng hơn.

Vũ Khúc đồng cung với Phá Quân cho thấy tiền tài vào tay này lại sang tay khác, không giữ được lâu, nên người này thường chuyên về kỹ nghệ hoặc thương mại, có tính chất biến động trong tài chính.

Tử Vi Nhập Môn

Sao Thái Dương thủ cung Tài Bạch

Thái Dương tọa thủ từ Dần đến Ngọ là cách giàu có lớn, dễ kiếm tiền, công danh và tài lộc thường đến sớm và thuận lợi.

Thái Dương khi tọa thủ từ Thân đến Tý, đường tài lộc gặp nhiều gian truân, phải lao lực vất vả mới kiếm được tiền, thường chỉ gặp vận may khi thời thế biến động hoặc phải đi đường vòng, dùng mưu trí mới đủ tiêu dùng; về già mới có thể an hưởng sung túc.

Trường hợp Thái Dương đồng cung với Thái Âm là cách trước ít sau nhiều, lúc đầu thiếu thốn nhưng càng về sau càng dễ làm giàu. Nếu thêm Hóa Kỵ đồng cung hoặc bị Tuần, Triệt án ngữ lại càng dễ tụ tài do hoàn cảnh bất ngờ tạo điều kiện phát triển.

Sao Thiên Cơ thủ cung Tài Bạch

Thiên Cơ nếu đơn thủ tại Tỵ, Ngọ, Mùi thì tiền tài sung túc.

Nếu đơn thủ tại Hợi, Tý, Sửu thì việc kiếm tiền chậm chạp và khó khăn.

Khi đồng cung với Thiên Lương thì làm giàu dễ dàng.

Nếu đồng cung với Cự Môn thì nhờ kinh doanh, hoạt động, cạnh tranh ráo riết mà trở nên giàu có.

ROSY RAIN

Nếu đồng cung với Thái Âm tại Thân thì tay trắng lập nghiệp nhưng khá giả.

Nếu đồng cung với Thái Âm tại Dần thì thành bại thất thường, việc kiếm tiền khó khăn và chậm chạp.

Sao Thiên Phủ thủ cung Tài bạch

Thiên Phủ tại Tỵ, Hợi: rất giàu có, giữ của bền vững.

Thiên Phủ tại Sửu, Mùi, Mão, Dậu: giàu có nhưng không rực rỡ bằng Tỵ, Hợi.

Thiên Phủ đồng cung Tử Vi: nhiều của cải, thường làm quan tài chính, giữ kho tàng.

Thiên Phủ đồng cung Liêm Trinh: giàu lớn, giữ của chắc chắn.

Thiên Phủ đồng cung Vũ Khúc: rất giàu, của cải bền, thường làm về tài chính hoặc kho tàng.

Tử Vi Nhập Môn

Thái Âm thủ cung Tài Bạch

Thái Âm tại Dậu, Tuất, Hợi: giàu có, dễ kiếm tiền.

Thái Âm tại Mão, Thìn, Tỵ: vất vả, phải luồn lách mới đủ tiêu dùng, về già mới sung túc.Đồng cung tại Ngọ: vất vả mới có của, hậu vận khá hơn.

Thái Âm đồng cung Thiên Cơ tại Thân: tay trắng dựng nghiệp, khá giả.

Thái Âm đồng cung Thiên Cơ tại Dần: thành bại bất thường, kiếm tiền khó khăn, chậm chạp.

Tham Lang thủ cung Tài Bạch

Thìn, Tuất: hoạnh phát, kiếm tiền nhanh, càng lớn tuổi càng giàu.

Tý, Ngọ: hoang phí, chơi bời, suốt đời túng thiếu.

Dần, Thân: tiền vào tay này ra tay khác, khó giữ của.

Đồng cung Tử Vi: hưởng của hương hỏa nhưng về sau suy kém.

Đồng cung Liêm Trinh: khổ vì tiền, hay vướng kiện tụng, hình ngục.

Đồng cung Vũ Khúc: sau tuổi 30 mới bắt đầu phát tài.

Cự Môn thủ cung Tài Bạch

Hợi, Tý, Ngọ: tay trắng lập nghiệp, hoạnh phát trong lúc cạnh tranh hoặc thời loạn.

Tỵ, Thìn, Tuất: tiền tụ tán thất thường, hay túng thiếu, dễ vướng thị phi, kiện tụng vì tiền.

Cự môn Thái Dương đồng cung tại Dần: giàu có lớn, kiếm tiền dễ.

Cự Nhật tại Thân: vất vả, phải gặp thời loạn hoặc đi đường vòng mới đủ sống, về già mới khá.

Đồng đồng cung: tiền bạc bất ổn, dễ túng thiếu, hay bị kiện tụng, xa nhà mới phát đạt.

Cơ đồng cung: cạnh tranh, kinh doanh ráo riết mà trở nên giàu.

Thiên Tướng thủ cung Tài Bạch:

Thiên Tướng đơn thủ tại Tỵ, Hợi, Sửu, Mùi: tiền tài sung túc, hay được những mối lợi tự nhiên mang đến.

Thiên Tướng đơn thủ tại Mão, Dậu: tài vận bình thường, thường phát triển trong ngành công nghệ.

Thiên Tướng Tử Vi đồng cung: giàu có súc tích, của cải chất đống như kho chứa lớn.

Thiên Tướng Liêm Trinh đồng cung: rất giàu có, giữ của bền vững.

Thiên Tướng Vũ Khúc đồng cung: của cải chồng chất, thường có quý nhân giúp đỡ nâng đỡ.

Thiên Lương thủ cung Tài Bạch:

Thiên Lương đơn thủ tại Tý, Ngọ: giàu có lớn, suốt đời không phải lo nghĩ về sinh kế.

Thiên Lương đơn thủ tại Sửu, Mùi: tài vận bình thường.

Thiên Lương đơn thủ tại Tỵ, Hợi: lang thang nay đây mai đó, kiếm tiền nhưng hoang phí nên khó giữ của.

Thái Dương Thiên Lương đồng cung tại Mão: giàu có lớn, dễ kiếm tiền.Tại Dậu: vất vả mới kiếm được tiền, phải qua thời loạn hay đường vòng mới đủ tiêu dùng, về già mới sung túc.

Thiên Lương Thiên Đồng đồng cung: giàu có, buôn bán kinh doanh ngày càng phát đạt.

Thiên Cơ Thiên Lương đồng cung: làm giàu dễ dàng.

ROSY RAIN

Tử Vi Nhập Môn

Thất Sát thủ cung Tài Bạch:

Thất Sát đơn thủ tại Dần, Thân: trước ít sau nhiều, trung niên kiếm tiền nhanh và dễ dàng.

Thất Sát đơn thủ tại Tý, Ngọ: tiền tài lên xuống thất thường nhưng thường có hoạnh tài, kiếm tiền bất ngờ.

Thất Sát đơn thủ tại Thìn, Tuất: suốt đời thiếu thốn.

Tử Vi Thất Sát đồng cung: kiếm tiền nhanh, làm giàu chóng.

Liêm Trinh Thất Sát đồng cung: kiếm tiền trong thời loạn, nhưng đi kèm tai ương.

Vũ Khúc Thất Sát đồng cung: tay trắng lập nghiệp, đầu vất vả, sau dễ dàng hơn.

Phá Quân thủ cung Tài Bạch:

Phá Quân đơn thủ tại Tý, Ngọ: giàu có đầy đủ, kiếm tiền nhanh, tiêu xài phóng khoáng nhưng thường thu lại lợi lớn, kinh doanh liều lĩnh và táo bạo.

Phá Quân đơn thủ tại Thìn, Tuất: tiền tài lên xuống thất thường nhưng cuối cùng vẫn có lại.

Phá Quân đơn thủ tại Dần, Thân: kiếm tiền khó khăn, thu ít tiêu nhiều, thường làm nghề thủ công hoặc mỹ thuật.

ROSY RAIN

Phá Quân Tử Vi đồng cung: đầu đời khó khăn, sau dễ kiếm tiền và sung túc.

Phá Quân Liêm Trinh đồng cung: tiền tài thất thường, hay hoang phí nhưng vẫn có lại.

Phá Quân Vũ Khúc đồng cung: tiền vào ra liên tục, trước không sau có, phù hợp kỹ nghệ hoặc thương mại.

Kình Đà: Vị trí của Kình Đà sáng sủa tốt đẹp: kiếm tiền nhanh, dễ dàng trong thời loạn lạc.

Vị Trí của Kình Đà mờ ám xấu xa: thiếu thốn, phá tài, phải xoay sở gian truân, thậm chí phi nghĩa mới có tiền.

Hỏa Linh: Sáng sủa tốt đẹp: kiếm tiền nhanh nhưng tiêu cũng nhanh, gọi là hoạnh phát hoạnh phá.

Mờ ám xấu xa: túng thiếu, dù có chút của cũng nhanh chóng phá tán hết.

Không Kiếp: Sáng sủa tốt đẹp: hoạnh phát hoạnh phá, ban đầu giàu nhanh nhưng sau dễ lụn bại, buôn bán táo bạo và âm thầm.

Mờ ám xấu xa: túng thiếu, cùng cực khốn khó.

Tử Vi Nhập Môn

Xương, Khúc: Thích đánh bạc. Nhiều sao sáng sủa tốt đẹp: giàu có lớn.Nhiều sao mờ ám xấu xa: phá tán, hao tài hay buồn bực vì tiền nhưng vẫn có người giúp đỡ.

Khôi, Việt: Dễ kiếm tiền, thường gặp quý nhân giúp đỡ.

Tả, Hữu: Dễ làm giàu, luôn có người hỗ trợ tài chính.

Lộc Tồn, Hóa Lộc: Kiếm tiền dễ, cả đời sung túc.

Khoa, Quyền: Làm giàu nhanh, hay gặp người nâng đỡ.

Hóa Kỵ: Tán tài, dễ bị hao hụt tiền của.

Thiên Mã: Dễ kiếm tiền phương xa, nên di động, làm ăn xa quê.

Cô, Quả: Hà tiện, giỏi giữ của, ít chia sẻ tài sản.

Đào, Hồng: Có sẵn tiền. Nữ giới nhờ nhan sắc dễ kiếm tiền, nam giới nhờ vợ hoặc người tình.

Song Hao: Thích cờ bạc, tiêu hoang, hay nghiện một thú vui nào đó. Sáng sủa: kiếm tiền dễ nhưng hao hụt nhanh. Mờ ám: suốt đời túng thiếu.

Quang, Quý: Thường có người giúp đỡ về tiền, hay được thừa kế tài sản.

Đẩu Quân: Giữ của ổn định, không thất thoát.

Phục Binh: Dễ bị mất trộm, hao tài.

Tử: Có tài sản tích trữ, giấu kín.

Riêu, Y: Vị trí sáng sủa, buôn thuốc phát tài. Vị trí mờ ám: chơi bời, tiêu tán.

Điếu Khách: Dễ dính vào cờ bạc, tiêu tốn vì ăn chơi.

Tuần, Triệt án ngữ tại cung Tài Bạch: Gặp nhiều sao sáng sủa, kiếm tiền rất khó khăn, thường tiền vào tay này ra tay kia, không giữ được. Không hưởng được của cải tổ tiên, cả đời thiếu thốn, tài lộc trắc trở.

Gặp nhiều sao mờ ám: ban đầu vất vả, về sau dễ kiếm tiền hơn nhưng vẫn không thể trở nên giàu có lớn, của cải đến rồi đi, không tích lũy được lâu dài.

Các tổ hợp sao xấu ảnh hưởng đến cung Tài Bạch (tính cách – cách kiếm tiền – nguy cơ mất tiền)

Liêm Trinh, Kình hoặc Đà, Hỏa, Linh, Không, Kiếp: có tính keo kiệt, thủ đoạn, dễ sa vào gian lận hoặc lối làm ăn bất chính; tuy vậy, lại thường tán tài, giữ tiền không được lâu.

Không, Kiếp giáp cung Tài Bạch hoặc Không, Kiếp, Phục: dễ bị trộm cướp nhòm ngó, thường ở gần nhà hoặc ngay bên hàng xóm, cần đề phòng mất mát tài sản.

Tử Vi Nhập Môn

Không, Kiếp, Tả, Hữu: có khuynh hướng làm giàu bằng thủ đoạn, lừa đảo, dùng danh nghĩa người khác hoặc nhờ cậy vào thế lực, quyền chức để tư lợi.

Không, Kiếp, Tả, Hữu, Sát tinh, Tướng, Phục: chỉ cách cướp bóc hoặc chiếm đoạt của cải, thường là hành vi có tính cưỡng đoạt hoặc áp bức, dễ gây nghiệp, tai ương về sau.

Lộc Tồn, Mã đồng cung: tiền bạc đến nhanh, dễ kiếm, của đến tận tay, có vận may tài chính đặc biệt, nhất là khi đi xa.

Lộc Tồn Hồng Loan đồng cung:

- Nam giới: tiêu tiền của vợ hoặc người khác mang đến.
- Nữ giới: dễ kiếm tiền nhờ sắc đẹp, duyên dáng.

Hóa Lộc, Song Hao đồng cung: kiếm ít, tiêu nhiều, hoang phí và hay bị hao hụt tiền bạc.

Hóa Lộc, Tang, Đà: được thừa kế của cải từ người thân trong họ.

Lộc Tồn, Không, Kiếp: tính ích kỷ, hay lo thu vén cá nhân nhưng lại dễ bị hao tài lớn, mất mát bất ngờ.

Tổ hợp tiêu pha, hao tài

Song Hao, Hỏa, Linh: hay mắc nghiện, tiêu tốn vì cờ bạc, rượu chè, dễ phá sản.

ROSY RAIN

Song Hao, Hồng, Đào: tiêu tốn vì chuyện tình ái, bị vợ/chồng/nhân tình bòn rút.

Song Hao, Không, Kiếp: hao lớn, dễ bị lừa đảo, trộm cắp, mất tiền bạc đến sạt nghiệp.

Long, Phượng, Mộ: được hưởng gia sản, của thừa tự từ tổ tiên, tiền nhân để lại.

Thái Tuế, Lộc cùng cung: kinh doanh có uy tín, buôn bán giỏi, nói ra tiền.

Thái Tuế, Đà, Kỵ: dễ vướng vào kiện tụng, tranh chấp tiền bạc, có thể vì kiện mà ra tiền.

Thiên Hình, Thiên Cơ, Thái Tuế: làm nghề thủ công – kỹ nghệ, khéo tay, dễ kiếm sống.

Thiên Hình, Lực Sĩ đồng cung: cảnh báo có khuynh hướng trộm cắp.

Thiên Hình, Tang Môn, Đào Hoa: nghề thủ công mỹ nghệ, tiểu thủ công, phát đạt. (Hình Đào, Hình Tang)

Lưu Hà, Kiếp Sát, Hình: vì tiền mà mang họa, dễ bị đánh đập, trộm cướp, kiện tụng.

Thiên Không, Kiếp Sát đồng cung: bần cùng khốn khổ, không giữ được tiền. (Thiên Không đi cùng Không Kiếp, hoặc Kiếp sát đồng cung Không Kiếp)

Tài Bạch Vô Chính Diệu:

Cung Tài không có chính tinh tọa thủ thì phải coi chính tinh xung chiếu như chính tinh tọa thủ. Dù hội nhiều sao sáng sủa tốt đẹp thì cũng khó giàu to, thường chỉ đủ ăn hoặc tiền bạc thay đổi thất thường, không giữ được của.

Tuy nhiên, có ba trường hợp đặc biệt được coi là ngoại lệ.

- Một là khi có Tuần hoặc Triệt án ngữ thì buổi đầu kiếm tiền khó khăn nhưng về sau dễ dàng, tuổi già sung túc.
- Hai là khi có Thái Dương và Thái Âm cùng sáng sủa xung chiếu hoặc hợp chiếu thì dễ giàu lớn.
- Được giáp bởi Tử Vi – Thiên Phủ. Tài vận ổn định, có xu hướng tăng tiến về lâu dài, thích hợp làm quản lý, đầu tư, hoặc công việc liên quan đến tài sản. Nếu đi với vòng Thái Tuế, Tràng Sinh, hoặc đại vận hợp cung, thì giàu có chậm mà bền.

534

CUNG TỬ TỨC

Cung Tử Tức dùng để xem số lượng và tình trạng con cái. Trước khi luận đoán cung Tử Tức, cần xét kỹ cung Phúc Đức vì đây là gốc rễ liên quan mật thiết đến sự tiếp nối tông đường. Đồng thời cũng phải xét cung Mệnh và cung Thân để biết rõ khả năng nuôi nấng con cái cũng như sự thuận lợi hay khó khăn trong việc sinh dưỡng.

Nếu cung Tử Tức có nhiều sao sáng sủa tốt đẹp nhưng cung Phúc Đức hoặc Mệnh, Thân bị khắc hãm, thì dù có sinh con cũng khó nuôi, con cái hay bị chiết giảm hoặc hiếm muộn. Ngược lại, nếu cung Tử Tức mờ ám, có nhiều sao xấu, nhưng Phúc Đức hoặc Mệnh, Thân sáng sủa tốt đẹp thì vẫn có thể sinh dưỡng đầy đủ, không đáng lo về việc tuyệt tự.

Những luận giải sau đây chỉ mang tính tương đối, người nghiên cứu cần tùy theo độ số mạnh yếu, tốt xấu của các sao và bộ sao phối hợp để suy luận gia giảm cho hợp lý.

Để luận đoán số lượng và tình trạng con cái, trước tiên cần xét chính tinh tọa thủ tại cung Tử Tức.

- Nếu cung Tử Tức có các sao Nam Đẩu tinh như: Thiên Phủ, Thiên Tướng, Thiên Lương, Thất Sát, Thiên Đồng, Thái Dương, Thiên Cơ tọa thủ thì thường sinh con trai nhiều hơn con gái.
- Ngược lại, nếu tọa thủ là các sao Bắc Đẩu tinh như: Thái Âm, Tham Lang, Cự Môn, Liêm Trinh, Vũ Khúc, Phá Quân thì con gái nhiều hơn con trai.
- Trong trường hợp cung Tử Tức có hai chính tinh đồng cung, một sao thuộc Nam Đẩu và một sao thuộc Bắc Đẩu, thì phải xét đến đặc tính Âm Dương của cung. Nếu là Dương cung (Dần, Ngọ, Tuất, Thân, Thìn, Tý) thì con trai nhiều hơn con gái; nếu là Âm cung (Sửu, Mão, Mùi, Dậu, Hợi, Tỵ) thì con gái nhiều hơn con trai.
- Trường hợp đặc biệt với sao Tử Vi (thuộc cả Nam Bắc Đẩu tinh), nếu tọa thủ cung Tử Tức và đồng cung với sao Nam Đẩu thì sinh con trai nhiều, còn đồng cung với sao Bắc Đẩu thì sinh con gái nhiều.

536

- Cung Tử Tức là Dương cung thì sinh con trai đầu lòng sẽ dễ nuôi hơn; ngược lại, nếu là Âm cung thì sinh con gái đầu lòng mới dễ nuôi. Ngoài ra, nếu người sinh vào ban ngày mà cung Tử Tức có Thái Dương hãm địa hoặc Thái Âm chiếu thì rất khó nuôi con, có thể hiếm muộn. Người sinh ban đêm mà cung Tử Tức có Thái Âm hãm địa hoặc Thái Dương chiếu thì cũng đáng lo ngại về việc con cái.

- **Cung Tử Tức có một số tổ hợp sao đặc biệt báo hiệu khả năng có con dị bào (con khác mẹ hoặc khác cha). Nếu có các cách sau:** Thiên Tướng hội sao Tuyệt, Thái Âm hội Thiên Phúc, Cự Môn đồng cung với Thiên Cơ, hoặc tổ hợp Cơ Nguyệt Đồng Lương, hay gặp Phục Binh, Tướng Quân, Thai, Đế Vượng thì cần xét thêm Âm Dương của cung Tử Tức để phân biệt. Nếu là Dương cung thì có con cùng cha khác mẹ; nếu là Âm cung thì có con cùng mẹ khác cha. **Nhất là khi có mặt của Không Kiếp.**

- Dù cung Tử Tức có nhiều sao mờ ám, nếu ba cung hội chiếu (Phu Thê, Quan Lộc, Phúc Đức) và các cung Mệnh, Thân có nhiều sao sáng sủa tốt đẹp hội hợp thì vẫn có thể sinh con dễ nuôi. Trường hợp này thường thấy ở người lấy vợ lẽ, sinh con dễ dàng và con cái cũng có phần khá giả về sau.

Sao Tử Vi thủ cung Tử Tức

Tử vi cho biết khá rõ số lượng con cái và sự phát triển của chúng. Nếu Tử Vi đơn thủ tại Ngọ thì thường có ba trai, hai gái và về sau đều trở nên quý hiến.

Khi Tử Vi đơn thủ tại Tý thì thường có bốn con và các con cũng khá giả về sau.

Trường hợp Tử Vi đồng cung với Thiên Phủ thì có thể có từ năm con trở lên.

Nếu đồng cung với Thiên Tướng thì có từ ba đến năm con.

Tử Vi gặp Thất Sát thì con cái rất ít, nhiều nhất là ba, lại khó nuôi và thường sống xa cha mẹ khi trưởng thành.

Nếu gặp Phá Quân thì nhiều nhất cũng chỉ có hai con và thường xảy ra sự xung khắc giữa cha mẹ với con cái.

Tử Vi gặp Tham Lang thì rất khó có con, may mắn lắm mới có được một đến hai người con.

Tử Vi Nhập Môn

Sao Liêm Trinh tọa thủ tại cung Tử Tức

Thường cho thấy sự khắt khe, khó khăn trong việc sinh dưỡng con cái.

Khi Liêm Trinh đơn thủ tại Dần hoặc Thân, thường chỉ có hai con.

Liêm Trinh đồng cung với Thiên Phủ thì có thể có từ ba đến năm con và về sau các con đều khá giả.

Khi đi với Thiên Tướng, số con thường chỉ là hai, nhưng rất khó nuôi, tuy nhiên nếu qua được giai đoạn đầu thì các con lại rất hiển đạt.

Trường hợp gặp Phá Quân thì chỉ có một con là cùng, nếu sinh nhiều cũng khó nuôi được toàn vẹn, con cái về sau thường không khá giả.

Liêm Trinh đi cùng Tham Lang, việc nuôi con rất khó khăn, phần lớn chỉ có một con và cũng không nên sự nghiệp.

Liêm Trinh gặp Thất Sát đồng cung thì sinh nhiều nhưng nuôi ít, số con thường rất hiếm hoi, may mắn lắm mới có được một người con nhưng thường kèm theo tật bệnh hoặc số phận truân chuyên, khiến cha mẹ suốt đời phiền muộn vì con.

ROSY RAIN

Tử Vi Nhập Môn

Sao Thiên Đồng thủ cung Tử Tức

Thường có ý nghĩa về sự sinh nở thuận lợi nhưng khó giữ được con hoặc con cái dễ thay đổi, không ổn định.

Thiên Đồng đơn thủ tại Mão thì số con thường từ bốn trở lên.

Thiên Đồng tọa thủ tại Dậu, thường chỉ có hai con, nhưng nếu đổi chỗ ở nhiều lần thì có thể sinh thêm con.

Trường hợp Thiên Đồng đơn thủ tại Tỵ hoặc Hợi thì thường chỉ có hai con, nếu sinh thêm cũng khó nuôi toàn vẹn; con cái về sau thường ly tán, phiêu bạt, trong đó ít nhất có một người du đãng hoặc chơi bời.

Thiên Đồng đơn thủ tại Thìn hoặc Tuất thì việc nuôi con vô cùng khó khăn, may mắn lắm mới có được một con.

Thiên Đồng đồng cung với Thái Âm tại Tý thì có thể sinh năm con, trong đó có một người là quý tử, được xem là thần nhân giáng thế.

Thiên Đồng đồng cung với Thái Âm tại Ngọ thì may mắn lắm mới có hai con.

Trường hợp đồng cung với Thiên Lương tại Dần thì thường có năm con và có quý tử trong đó.

Nếu đồng cung với Lương tại Thân thì thường chỉ có ba con, nhưng nếu sinh con gái đầu lòng thì sẽ có thể sinh được năm con.

ROSY RAIN

Tử Vi Nhập Môn

Thiên Đồng đi với Cự Môn đồng cung thì thường chỉ sinh được ba con, nhưng việc nuôi con rất khó, và về sau con cái dễ bất hòa, ly tán.

Sao Vũ Khúc thủ cung Tử Tức

Thông thường biểu hiện tính chất cứng rắn, lạnh lùng, nên đường con cái không được thuận lợi nếu không có sao tốt đi kèm.

Khi Vũ Khúc đơn thủ tại Thìn hoặc Tuất, thường sinh nhiều nhưng nuôi được ít, sau cùng thường chỉ có một người con nhưng rất khá giả, thành đạt.

Nếu Vũ Khúc đồng cung với Thiên Phủ thì thường sinh hai con, và cả hai đều quý hiển.

Trường hợp Vũ Khúc đồng cung với Thiên Tướng thì rất khó có con, may mắn lắm mới sinh được một người con; nếu có con nuôi thì mới sinh thêm được con đẻ.

Vũ Khúc đồng cung với Tham Lang thường phải muộn con mới dễ nuôi, sau này thường chỉ có hai người con.

Khi Vũ Khúc đồng cung Thất Sát, thường khó có con, hoặc con cái khó nuôi, khó thành, quan hệ cha mẹ – con dễ bất hòa, xa cách.

541

ROSY RAIN

Vũ Khúc đồng cung với Phá Quân thì thường có hai con nhưng việc nuôi dạy rất khó khăn.

Thái Dương thủ cung Tử Tức

Thường chủ về con trai, nếu sáng sủa thì dễ có nhiều con và con cái đều quý hiển.

Thái Dương đơn thủ tại Thìn, Tỵ hoặc Ngọ thì thường có từ năm con trở lên, con trai nhiều hơn con gái, nếu sinh con đầu lòng thì dễ nuôi và được toàn vẹn, con cái về sau đều quý hiển.

Thái Dương nếu đơn thủ tại Tuất, Hợi hoặc Tý thì phải muộn con mới dễ nuôi, về sau thường chỉ có ba con.

Trường hợp đồng cung với Cự Môn tại Dần thì thường có bốn con và về sau đều khá giả.

Thái Dương đồng cung với Cự Môn tại Thân thì nhiều nhất là ba con, muộn sinh thì mới dễ nuôi, và người con sinh sau thường rất quý hiển.

Tử Vi Nhập Môn

Thái Dương đồng cung với Thiên Lương tại Mão thì thường có năm con, về sau đều khá giả.

Thái Dương đồng cung với Lương tại Dậu thì phải muộn sinh mới có được ba con, nếu sinh sớm thì khó nuôi và dễ khổ sở vì con.

Trường hợp đồng cung với Thái Âm thì thường có từ năm con trở lên, trong số đó có quý tử.

Thiên Cơ thủ cung Tử Tức

Thiên Cơ đơn thủ tại Ty, Ngọ hoặc Mùi thì thường có hai con.

Thiên Cơ đơn thủ tại Hợi, Tý hoặc Sửu thì may mắn lắm mới có hai con.

Thiên Cơ đồng cung với Thiên Lương thì có thể sinh đến năm con, chưa kể con dị bào, về sau các con đều khá giả và có quý tử.

Thiên Cơ đồng cung với Thái Âm tại Thân thì thường có từ năm con trở lên, gái nhiều hơn trai mới dễ nuôi, thường có con dị bào.

Thiên Cơ đồng cung với Thái Âm tại Dần thì nhiều nhất là ba con, có nhiều con dị bào.

ROSY RAIN

Trường hợp Thiên Cơ đồng cung với Cự Môn thì rất khó nuôi, may mắn lắm mới có hai con, và nếu muộn sinh mới dễ nuôi con, về sau con cái mới khá giả.

Thiên Phủ thủ cung Tử Tức

Thiên Phủ đơn thủ tại Tỵ hoặc Hợi thì thường có từ năm con trở lên và cố quý tử.

Thiên Phủ đơn thủ tại Sửu, Mùi, Mão hoặc Dậu thì nhiều nhất là bốn con.

Thiên Phủ khi đồng cung với Tử Vi thì có thể có từ năm con trở lên.

Thiên Phủ đồng cung với Liêm Trinh thì thường có từ ba đến năm con, về sau các con đều khá giả.

Thiên Phủ đồng cung với Vũ Khúc thì thường có hai con, sau đều quý hiển.

Thái Âm thủ cung Tử Tức

Thái Âm đơn thủ tại Dậu, Tuất, Hợi thường có từ năm con trở lên, quý tử, con gái nhiều hơn con trai, sinh con gái đầu lòng thì con cái về sau mới dễ nuôi và toàn vẹn.

Tử Vi Nhập Môn

Đơn thủ tại Mão, Thìn, Tỵ thì may mắn lắm mới có ba con, nếu muộn sinh thì dễ nuôi nhưng con cái lớn lên thường không khá giả và hay xung khắc với cha mẹ.

Thái Âm Đồng cung tại Tý có năm con, trong đó có quý tử thần nhân giáng thế.

Thái Âm Đồng cung tại Ngọ may mắn lắm mới có hai con.

Thái Âm Thái Dương đồng cung từ năm con trở lên có quý tử.

Cơ đồng cung tại Thân từ năm con trở lên, nếu con gái nhiều hơn trai thì dễ nuôi và thường có con dị bào.

Cơ đồng cung tại Dần nhiều nhất là ba con và có nhiều con dị bào.

Tham Lang thủ cung Tử Tức

Tham Lang đơn thủ tại Thìn, Tuất thường sinh nhiều nhưng nuôi ít, may lắm mới được ba con, con hay bất hiếu, bất mục, xung khắc với cha mẹ.

Đơn thủ tại Dần, Thân thì nhiều nhất là hai con, sau này con có thể hiển đạt nhưng không hợp tính với cha mẹ.

545

Tử Vi Nhập Môn

Đơn thủ tại Tý, Ngọ sinh nhiều nuôi ít, may mắn lắm mới có một con nhưng con hư hỏng, chơi bời, thưở nhỏ khó nuôi, lớn lên khó dạy.

Tham Lang đồng cung với Tử Vi thì may mắn mới có hai con.

Đồng cung với Liêm Trinh rất khó nuôi con, thường chỉ có một con và cũng không khá giả.

Đồng cung với Vũ Khúc thì muộn sinh con mới dễ nuôi, về sau có hai con.

Cự Môn thủ cung Tử Tức

Cự Môn đơn thủ tại Hợi, Tý, Ngọ thì thường có từ năm con trở lên, nhưng con sớm xa cách cha mẹ.

Đơn thủ tại Tỵ, Thìn, Tuất thì may mắn mới có hai con, sinh nhiều nhưng khó nuôi, con lớn lên không hiển đạt, thường xung khắc với cha mẹ, gia đình thiếu hòa khí.

Cự Môn đồng cung với Thái Dương tại Dần thì có bốn con, sau đều khá giả.

Cự Môn Đồng cung với Thái Dương tại Thân thì nhiều nhất là ba con, nếu muộn sinh mới dễ nuôi, con sinh sau thường quý hiển.

ROSY RAIN

Đồng cung với Thiên Đồng thì may lắm mới có ba con nhưng khó nuôi, lớn lên con cái bất hòa, dễ ly tán.

Thiên Tướng thủ cung Tử Tức

Thiên Tướng đơn thủ tại Tỵ, Hợi thì thường có nhiều nhất là bốn con. Đơn thủ tại Sửu, Mùi thì có nhiều nhất là ba con.

Đơn thủ tại Mão, Dậu thì may mắn lắm mới có được hai con; nếu sinh muộn mới dễ nuôi và con cái sau này mới khá giả.

Thiên Tướng đồng cung với Tử Vi thì có từ ba đến năm con.

Đồng cung với Liêm Trinh thì chỉ có hai con, rất khó nuôi nhưng lớn lên thường hiển đạt.

Đồng cung với Vũ Khúc thì rất hiếm con, may lắm mới có một; nếu có con nuôi thì sau đó mới sinh thêm con đẻ.

Thiên Lương thủ cung Tử Tức

Thiên Lương đơn thủ tại Tý, Ngọ thường có từ năm con trở lên, trong đó có quý tử.

Đơn thủ tại Sửu, Mùi thì nhiều nhất là ba con.

ROSY RAIN

Tử Vi Nhập Môn

Đơn thủ tại Tỵ, Hợi thì chỉ có hai con; nếu sinh thêm cũng khó nuôi trọn vẹn, con cái về sau thường ly tán, phiêu bạt, trong đó có ít nhất một người ăn chơi, du đãng.

Đồng cung với Thiên Đồng tại Dần thì có năm con, trong đó có quý tử.

Đồng cung tại Thân thì có ba con, nếu sinh con gái đầu lòng thì có thể được năm con.

Thiên Lương Thái Dương đồng cung tại Mão thì nhiều nhất là năm con, đều khá giả.

Thiên Lương Thái Dương đồng cung tại Dậu thì muộn sinh mới có ba con; sinh sớm dễ khó nuôi và khổ vì con.

Đồng cung với Thiên Cơ thì có năm con (chưa kể con dị bào), sau đều khá giả, có quý tử.

Thất Sát thủ cung Tử Tức

Thất Sát đơn thủ tại Dần hoặc Thân dù sinh nhiều nhưng sau chỉ còn hai con, cả hai đều khá giả, có quý tử.

Đơn thủ tại Tý hoặc Ngọ thì may mắn lắm mới có hai con.

548

ROSY RAIN

Tử Vi Nhập Môn

Đơn thủ tại Thìn, Tuất thường sinh nhiều nuôi ít, may ra chỉ giữ được một con, nhưng con này dễ mắc tật bệnh hoặc là người bất lương mới có thể sống và được nuôi lớn.

Thất Sát đồng cung với Tử Vi thì nhiều nhất là ba con, rất khó nuôi, sau thường sống xa cha mẹ.

Đồng cung với Liêm Trinh thì sinh nhiều nhưng nuôi ít, hiếm con, nếu còn được một con thì cũng dễ mắc tàn tật hoặc bệnh ác nghiệt, khiến cha mẹ khổ tâm suốt đời.

Đồng cung với Vũ Khúc thì rất cô đơn, hiếm con, nếu có được một con thì hoặc là phế nhân, hoặc là người ăn chơi hư hỏng, lại có sự hình khắc với cha mẹ.

Phá Quân thủ cung Tử Tức

Phá Quân đơn thủ tại Tý hoặc Ngọ thường sinh nhiều nhưng nuôi ít, về sau còn ba con nhưng không hòa hợp với cha mẹ, thường sống xa nhà.

Đơn thủ tại Dần hoặc Thân thì rất khó nuôi con, dù có sinh nhiều cũng dễ bị hình khắc, may mắn lắm mới giữ được hai con.

Đơn thủ tại Thìn hoặc Tuất thì cũng chỉ còn được hai con, nhưng không hợp tính cha mẹ và thường sống cách biệt.

ROSY RAIN

Phá Quân đồng cung với Tử Vi thì nhiều nhất chỉ có hai con, nhưng hay xảy ra xung khắc với cha mẹ.

Đồng cung với Liêm Trinh thì thường chỉ có một con, nếu sinh nhiều cũng không nuôi được toàn vẹn, và con cái sau này cũng không khá giả.

Đồng cung với Vũ Khúc thì có hai con nhưng rất khó nuôi.

Kình Dương, Đà La, Địa Không, Địa Kiếp: Nếu đi cùng nhiều sao sáng sủa tốt đẹp thì thường sinh nhiều nhưng nuôi ít, con cái khó nuôi, về sau ít đứa khá giả, dễ bất hòa với cha mẹ.

Nếu đi với nhiều sao mờ ám xấu xa: dễ tuyệt tự, sống cô đơn, nếu may mắn có một con thì con đó cũng mang tật bệnh hoặc là kẻ bất lương, du đãng.

Hỏa Tinh, Linh Tinh: Gặp sao sáng sủa thì thường sinh muộn mới dễ nuôi con, con cái khá giả, dễ có con với vợ lẽ hoặc trong hoàn cảnh đặc biệt. Gặp sao mờ ám thì khó có con, nếu có được một hai người con thì đến cuối đời cũng không được gặp mặt.

Văn Xương, Văn Khúc: Gặp nhiều sao sáng sủa thường có thêm ba con, đều là quý tử, thông minh, sớm hiển đạt. Nếu đi với nhiều sao xấu: rất khó nuôi con.

Thiên Khôi, Thiên Việt: Có quý tử, con cái thông minh, tài đức.

Tả, Hữu: Thêm ba con. Nếu hội nhiều sao sáng đẹp thì có quý tử.

Lộc Tồn: Giảm hai con, muộn sinh tốt hơn. Con thường ở xa cha mẹ, bất hòa. Nếu hội nhiều sao xấu dễ tuyệt tự.

Hóa Lộc: Con khá giả, về sau được nhờ.

Hóa Quyền: Con sớm hiển đạt.

Hóa Khoa: Con thông minh.

Hóa Kỵ: Muộn con, khó nuôi, con hay xung khắc với cha mẹ.

Cô, Quả:

- Gặp sao sáng: muộn con, khó nuôi.
- Gặp sao xấu: tuyệt tự.

Đẩu Quân:

- Gặp sao sáng: con giàu.
- Gặp sao xấu: khó nuôi, hiếm muộn, con phá tán.

Tràng Sinh: Tám con. Gặp Tuần Triệt án ngữ còn bốn con.

Mộc Dục: Bảy lần sinh, nuôi được sáu.

Quan Đới, Lâm Quan: Ba hoặc bốn con.

Đế Vượng: Năm con.

Bệnh: Một con.

Tử: Rất khó nuôi, con lớn lên khắc cha mẹ.

Mộ (Thái Dương): Khó nuôi lúc đầu, muộn con thì dễ hơn. Nên có con nuôi.

Tuyệt: Có một con mù lòa.

Thai: Hai con gái, nuôi được một.

Dưỡng: Ba lần sinh, nuôi được hai. Có thể có con nuôi.

Long, Phượng: chỉ con cái đẹp đẽ, có quý tử.

Quang, Quý: có con nuôi rất hiếu thảo.

Khốc, Hư: con khó nuôi, thường xung khắc với cha mẹ.

Song Hao: sinh nhiều nuôi ít, con cái chơi bời, phá tán và không ở gần cha mẹ lâu dài.

Thiên Riêu: con ham chơi, phóng túng.

552

Thiên Hình: muộn con, nếu hội sao mờ ám dễ tuyệt tự, nếu có được con thì cũng mang tật bệnh, vất vả.

Đào Hoa: Con có bản tính đa tình, ham mê lạc thú.

Hồng Loan: con khéo tay, có tài về mỹ thuật hay nghề thủ công.

Tuần, Triệt án ngữ rất khó nuôi con đầu lòng, con hay xung khắc với cha mẹ, không thể chung sống lâu dài. Nếu gặp nhiều sao sáng thì số con giảm phân nửa, nếu gặp nhiều sao mờ ám thì số con tăng thêm.

Thiên Đồng, Nguyệt Đức đồng cung con sớm thành gia thất.

Nhật sáng sủa, Quang, Quý có quý tử là thần nhân giáng thế.

Nhật, Nguyệt, Thai đồng cung sinh đôi.

Nguyệt, Đồng, Tuế đồng cung tại Tý có con là thần nhân giáng thế.

Nguyệt, Hỏa, Thai có con cầu tự.

Tướng hoặc Lương, Đới đồng cung sinh con thánh thần.

Sát, Hình, Hổ đồng cung tuyệt tự.

Sát, Thai hay bị sẩy thai.

Kình, Đà, Không, Kiếp: Hiếm con, thường sinh con kém phát triển hoặc khó nuôi.

Lương, Khốc, hoặc Thái Tuế: Con cái hiển đạt, có tài năng nổi bật.

Tả, Hữu, Thai: Con dị bào thường khá giả và hiếu thảo.

Khốc, Hư, Dưỡng: Sinh nhiều con nhưng nuôi ít được.

Hổ, Tang, Không, Kiếp: Ít nhất phải trải qua ba hoặc bốn lần sinh nhưng không nuôi dưỡng được, về sau mới nuôi con dễ dàng.

Hổ, Tang, Mộc, Kiếp: Con sinh thiếu tháng hoặc bị dị tật về ngón chân, ngón tay.

Hổ, Thai đồng cung: Phụ nữ dễ sẩy thai.

Hổ, Kình, Sát: Không có con.

Tướng, Binh, Thai: Vợ chồng có thể có con riêng trước khi thành gia thất, hoặc quan hệ trước hôn nhân dẫn đến con riêng.

Hỷ Thần, Dưỡng: Có con thần đồng, thông minh vượt trội.

Đào, Tử, Phủ: Con gái nhờ sắc đẹp tiến thân, có địa vị và thành đạt hơn con trai.

Đào, Hồng, Xương, Khúc: Con gái có xu hướng sống phóng túng, dễ dãi trong tình cảm, thiếu ổn định.

554

Đào, Thai: Hiếm con.

Quan, Phúc, Quang, Tấu: Con cái có khí chất thánh thần, có **phẩm chất cao quý.**

Vô Chính diệu: Xem Chính diệu xung chiếu như Chính diệu tọa thủ.

CUNG PHU THÊ

THÊ THIẾP (PHU QUÂN)

Cung Thê Thiếp (Phu Quân) được dùng để luận đoán các vấn đề liên quan đến vợ chồng, việc lập gia đình và hạnh phúc trọn đời của người được xem.

Trước khi nhận xét ảnh hưởng của các sao tọa thủ tại cung Thê Thiếp (Phu Quân), cần phải xem xét và phân tích kỹ lưỡng các cung Mệnh, Thân, Phúc Đức, Quan Lộc và Nô Bộc. Việc luận đoán phải cân nhắc toàn diện các yếu tố tốt xấu của từng cung, đồng thời phối hợp chúng với cung Phu Thê để có nhận định chính xác và sâu sắc.

Các sao sáng sủa tọa thủ tại cung Mệnh, Thân và Phúc Đức có thể hóa giải hoặc giảm nhẹ nhiều hình khắc, đau thương, chia ly hay những xung đột, tranh chấp phát sinh từ ảnh hưởng của các sao ác độc, mờ ám trong cung Phu Thê.

Trong trường hợp người được xem phải trải qua hôn nhân lần thứ hai hoặc nhiều hơn nữa (lần ba, lần tư…), cần đặc biệt chú ý đến cung Quan Lộc và cung Nô Bộc để luận đoán về tương lai, sự ổn định và hạnh phúc trong các mối quan hệ vợ chồng tiếp theo.

Tử Vi Nhập Môn

Sao Tử Vi thủ cung Phu Thê

Tử Vi đơn thủ tại Ngọ: Thường được đánh giá tốt đẹp toàn diện vợ chồng hòa hợp từ thuở thanh xuân đến tuổi già, chung hưởng giàu sang phú quý.

Tử Vi đồng cung với Thiên Phủ, càng tăng phúc khí: bền lâu, gắn bó, sống thuận hòa, hạnh phúc.

Tử Vi đơn thủ tại Tý: Tình duyên bình thường, không quá sóng gió nhưng cũng không đặc biệt đậm sâu. Hôn nhân có thể hơi nhạt nhòa về cảm xúc.

Tử Vi đồng cung với Thiên Tướng: Vợ chồng đều mạnh mẽ, cứng cỏi và có cá tính độc lập. Giai đoạn đầu sống chung thường hòa hợp, nhưng càng về sau dễ phát sinh mâu thuẫn, bất hòa.

Hôn nhân bền vững nếu:

- Nam lớn tuổi hơn nữ.
- Nam lấy trưởng nữ, nữ lấy trưởng nam.

Tử Vi đồng cung với Thất Sát: Giai đoạn đầu thường gặp trắc trở trong hôn nhân, có thể hình khắc hoặc chia ly. Tuy nhiên nếu lập gia đình muộn, hôn nhân sẽ yên ổn, bền vững, có cơ hội hưởng phú quý trọn đời.

ROSY RAIN

Tử Vi Nhập Môn

Tử Vi đồng cung với Phá Quân: Hôn nhân nhiều xung đột, khó hòa hợp; thường có cảnh hờn giận kéo dài, sống chung mà tâm không thuận. Có thể phải trải qua chia ly hoặc tái hợp nhiều lần. Nên chọn người phối ngẫu nhiều tuổi hơn để giảm nhẹ hình khắc.

Tử Vi đồng cung với Tham Lang: Nên kết hôn muộn để hạn chế xung đột và tránh những sóng gió trong đời sống hôn nhân. Tuy nhiên, dù muộn kết hôn, trong gia đình vẫn dễ nảy sinh bất hòa, đặc biệt là do tính hay ghen tuông từ một trong hai người.

Sao Liêm Trinh thủ cung Phu Thê

Liêm Trinh đơn thủ tại Dần, Thân thường báo hiệu một đời sống tình cảm truân chuyên. Người có cách cục này thường trải qua nhiều lần kết hôn, thông thường là ba lần mới ổn định.

- Nam mệnh khó kết duyên trọn vẹn, tình duyên muộn màng hoặc gặp trở ngại lớn về phía đối tượng.
- Nữ mệnh dễ nên duyên với người kém về kinh tế, không được hậu thuẫn, duyên phận thường không bền vững.

Liêm Trinh đồng cung với Thiên Phủ là cách cục nên muộn lập gia đình. Vợ chồng có tính khí cương cường, dễ va chạm nhưng nếu cùng nhau vượt qua giai đoạn đầu, thì có thể sống với nhau đến tuổi già. Đây là bộ sao thể hiện sự ổn định về kinh tế và danh vọng, nếu biết nhẫn nhịn thì có thể hưởng phú quý lâu dài.

ROSY RAIN

Tử Vi Nhập Môn

Liêm Trinh đồng cung với Thiên Tướng cho thấy vợ chồng không hòa hợp, thường xuyên mâu thuẫn, bất đồng quan điểm. Dù có yêu thương ban đầu, quan hệ cũng dễ đưa đến chia xa, hoặc vì hoàn cảnh khách quan mà phải sống xa nhau. Khả năng tử biệt hoặc sinh ly khá cao nếu có nhiều sát tinh xâm phạm.

Liêm Trinh đồng cung với Thất Sát là cách cục hình khắc, chia ly. Hôn nhân trong trường hợp này thường chịu nhiều thử thách, từ sự khác biệt tính cách cho đến tác động ngoại cảnh. Người phối ngẫu thường dính đến pháp lý, hoặc có hiện tượng xa cách. Cần kết hôn muộn và có phúc đức tốt để hóa giải phần nào hậu vận cô đơn.

Liêm Trinh đồng cung với Phá Quân chỉ sự bất hòa sâu sắc trong hôn nhân. Vợ chồng khó lòng sống chung thuận thảo, dễ đi đến xa cách, ly thân hoặc ly dị. Đời sống kinh tế thiếu ổn định, sinh kế vất vả, ít được trợ duyên.

Liêm Trinh đồng cung với Tham Lang thường gắn với hôn nhân nhiều sóng gió, có thể gặp tai nạn, thị phi, hoặc quan hệ ngoài luồng. Duyên phận dễ tan vỡ, nếu không chủ động điều tiết thì dù có thành đôi cũng khó trọn vẹn. Một trong hai người dễ ghen tuông, nóng nảy, khiến đời sống hôn nhân căng thẳng và đầy nghi kỵ. Nếu lập gia đình với người xa quê, ngăn sông cách núi không sống cùng gia đình của cả hai bên ,thì tình cảm có phần thuận lợi hơn. Người phối ngẫu làm nghề buôn bán kinh doanh tự do, dính đến pháp lý, hoặc làm hành pháp tư pháp.

ROSY RAIN

Tử Vi Nhập Môn

Sao Thiên Đồng thủ cung Phu Thê

Thiên Đồng đơn thủ tại Mão biểu thị hôn nhân nếu thành vào tuổi muộn sẽ dễ thuận hòa và bền lâu. Bạn đời thường là người hiền hậu, dung mạo ưa nhìn. Nam mệnh nên kết hôn với trưởng nữ, nữ mệnh nên kết duyên với con trưởng, có thể hưởng ấm êm đến tuổi già. Đây là cách cục vượng về duyên phận nếu biết chờ thời.

Thiên Đồng đơn thủ tại Dậu là vị trí dễ tạo ra sự bất đồng trong đời sống vợ chồng. Hôn nhân có thể gặp nhiều trắc trở, vợ chồng khó ở gần nhau lâu dài, hoặc do hoàn cảnh mà phải sống cách biệt. Cần có các sao phúc tinh hoặc đắc cách chiếu để hóa giải xung khắc.

Thiên Đồng đơn thủ tại Tỵ cho thấy tình cảm dễ phát sinh nhanh chóng nhưng cũng dễ phai nhạt. Quan hệ vợ chồng hay gặp trắc trở, khó duy trì lâu bền nếu không có sự tương nhượng và ổn định về cảm xúc.

Thiên Đồng đơn thủ tại Thìn, Tuất là cách cục mang lại nhiều mâu thuẫn trong hôn nhân. Hai người dễ tranh cãi, xung đột vì những điều nhỏ nhặt. Nếu không chia ly về tình cảm cũng dễ gặp cảnh tử biệt. Hôn nhân muốn bền vững cần có sự tu dưỡng tâm tính và kiên nhẫn của cả hai bên.

560

ROSY RAIN

Thiên Đồng đồng cung với Thiên Lương là cách cục tốt đẹp. Hôn nhân thường xảy ra sớm, đôi bên dễ quen biết nhau từ trước, có thể cùng họ hàng hoặc hai gia đình đã có mối quan hệ thân thiết. Hôn nhân này thường đem lại giàu sang, phu thê tương đắc, vợ chồng đẹp đôi, dễ có danh vọng. Nhưng nếu có Tuần Triệt hoặc sát tinh thì nên lập gia đình muộn, người phối ngẫu thường là người lớn tuổi.

Thiên Đồng đồng cung với Thái Âm tại Tý mang lại cuộc sống hôn nhân hài hòa. Người chồng thường chịu ảnh hưởng từ vợ, có xu hướng nhường nhịn và được nhờ vả. Người phối ngẫu là người khéo léo, hỗ trợ được nhiều trong sự nghiệp và cuộc sống.

Thiên Đồng đồng cung với Thái Âm tại Ngọ lại nên muộn lập gia đình. Nếu kết hôn sớm dễ sinh bất hòa hoặc chia ly. Hôn nhân muộn sẽ ổn định và bền chặt hơn, thuận cả đường con cái lẫn kinh tế.

Thiên Đồng đồng cung với Cự Môn thường báo hiệu một hôn nhân bất ổn. Hai người tuy thông minh, tài trí nhưng thường mâu thuẫn, không thể hòa hợp lâu dài. Có thể sống xa nhau một thời gian dài, rồi mới tái hợp. Nếu không, hôn nhân dễ tan vỡ, mỗi người một nơi. Trường hợp có phúc tinh hóa giải mới mong được đoàn tụ và hòa hợp về sau.

Tử Vi Nhập Môn

Vũ Khúc thủ cung Phu Thê

Vũ Khúc đơn thủ tại Thìn, Tuất biểu thị một cuộc hôn nhân nên thành muộn để tránh hình khắc. Người phối ngẫu nên đồng tuổi hoặc gần tuổi thì dễ hòa hợp hơn. Đàn ông có số nhờ vợ mà vượng tài, đàn bà nhờ chồng mà được hưởng phú quý. Đây là cách cục "tương sinh" về tài vận thông qua hôn nhân.

Vũ Khúc đồng cung với Thiên Phủ cho thấy đời sống hôn nhân về cơ bản ổn định, tuy đôi lúc có bất đồng trong lời ăn tiếng nói hoặc cách điều hành gia đạo. Tuy vậy, cả hai đều được hưởng phú quý đến cuối đời, có của ăn của để, vợ chồng cùng nhau vượt khó và tích lũy.

Vũ Khúc đồng cung với Thiên Tướng là cách vợ chồng đều có tài năng và sự vững vàng. Đàn ông có số cưới được vợ giỏi giang, tháo vát, có tài sản riêng hoặc hỗ trợ đắc lực về tài chính. Đàn bà lấy được chồng có đức độ, thành đạt. Lúc trẻ vợ chồng hòa thuận, nhưng càng về sau dễ phát sinh tranh luận do cả hai đều có tính cứng cỏi. Dù vậy, vẫn là cách cục giàu sang trọn đời nếu biết tiết chế và nhường nhịn.

Vũ Khúc đồng cung với Tham Lang chỉ hôn nhân có phần chênh lệch tuổi tác, vợ chồng cần lập gia đình muộn mới tránh được hình khắc. Cả hai đều có chí lớn và năng lực, song nếu thành hôn sớm thì dễ xung đột, dễ dẫn đến chia ly. Đây là cách cục nếu thuận thời thì giàu có, nếu nghịch duyên thì tổn thương.

562

ROSY RAIN

Tử Vi Nhập Môn

Vũ Khúc đồng cung với Phá Quân là cách báo hiệu đời sống hôn nhân sôi động nhưng đầy sóng gió. Cả hai có tính cách mạnh mẽ, dễ va chạm. Nếu kết hôn sớm rất dễ xảy ra hình khắc, ly biệt, thậm chí tái giá. Cách này nên tránh gấp gáp trong tình duyên, cần có sự chuẩn bị kỹ càng về tâm lý lẫn tài chính.

Vũ Khúc đồng cung với Thất Sát mang nhiều bất ổn nghiêm trọng. Vợ chồng có duyên gặp nhau nhưng nghiệp không dài, thường sống chung một thời gian rồi xảy ra tai họa, biệt ly hoặc tử biệt. Sự hình khắc nặng nề, có thể dẫn đến cảnh một mất một còn. Đây là cách cục cực đoan, cần nhiều phúc tinh hóa giải mới mong giữ được hạnh phúc lâu dài.

Sao Thái Dương thủ cung Phu Thê

Thái Dương đơn thủ tại Mão, Thìn, Tỵ, Ngọ là cách cục chỉ vợ chồng tương kính như tân, sống hòa hợp, chung thủy và cùng nhau gây dựng gia đình phú quý. Đây là cách vượng phu ích thê, phối ngẫu không những hợp về tình cảm mà còn nâng đỡ lẫn nhau trên đường công danh sự nghiệp. Cuộc sống vợ chồng thường dài lâu, an vui, trọn vẹn cho đến đầu bạc răng long.

Thái Dương đơn thủ tại Dậu, Tuất, Hợi, Tý thì đường hôn nhân gặp nhiều trắc trở, có thể do hoàn cảnh, do người lớn can thiệp hoặc bản thân đương số lận đận trong việc lập gia đình.

ROSY RAIN

Nếu muộn kết hôn sẽ tránh được những cảnh chia ly hoặc bất hòa sâu sắc, đồng thời giúp hôn nhân bền vững và thuận lợi hơn.

Thái Dương đồng cung với Cự Môn tại Dần mang đặc trưng mâu thuẫn nội tâm, vợ chồng thường có xung đột trong quan điểm hoặc sinh hoạt hằng ngày. Tuy vậy, cả hai lại có thể cùng nhau vượt qua khó khăn, sống trong cảnh giàu sang và được người đời kính trọng, miễn là biết nhường nhịn và duy trì sự tôn trọng lẫn nhau.

Thái Dương đồng cung với Cự Môn tại Thân là cách báo hiệu hôn nhân không thuận buổi ban đầu. Việc lập gia đình nên để muộn mới có thể tránh được cảnh sinh ly hoặc cảnh đời sống vợ chồng quá nhiều sóng gió. Nếu sớm kết hôn, dễ dẫn đến ly biệt hoặc nhiều lần tái hôn.

Thái Dương đồng cung với Thái Âm là cách Nhật Nguyệt đồng cung, một trong những tổ hợp mang tính song cực âm dương. Trường hợp này, hôn nhân chỉ bền chặt nếu đương số kết hôn muộn. Nếu thành hôn sớm, rất dễ gặp cảnh xa nhau, tuy không nhất thiết là chia ly nhưng thường ít khi sống gần gũi dài lâu. Tuy nhiên, vợ chồng đều là người có phẩm chất tốt, có chí hướng và được trọng vọng. Đàn ông thường nể vợ, đàn bà thường nhún nhường chồng, sự phối hợp vẫn giữ được thể diện và giá trị xã hội, miễn là cả hai giữ lòng tôn kính và khoan dung cho nhau.

Tử Vi Nhập Môn

Sao Thiên Cơ thủ tại cung Phu Thê

Thiên Cơ đơn thủ tại Tỵ, Ngọ, Mùi thường biểu thị cuộc hôn nhân sớm nhưng bền chặt. Vợ chồng tuy đều có tính khí mạnh mẽ, cương cường, song vẫn biết nhường nhịn và tôn trọng nhau. Cả hai đều có tài năng và điều kiện vật chất khá giả. Trường hợp này, người chồng nên là con trưởng, mang trách nhiệm và vị thế trong gia đình, giúp giữ gìn nền nếp và sự hòa hợp hôn nhân.

Thiên Cơ đơn thủ tại Hợi, Tý, Sửu lại là cách chỉ nên muộn lập gia đình. Nếu cưới sớm, vợ chồng thường không hợp tính nhau, dễ bất đồng quan điểm, dẫn đến tình trạng lạnh nhạt hoặc bất hòa kéo dài. Cuộc sống hôn nhân khó giữ được sự ổn định nếu cả hai không học cách bao dung và điều tiết cái tôi.

Thiên Cơ đồng cung với Thiên Lương thường gặp người phối ngẫu hiền lương, trong sáng, có thể là người quen biết từ trước hoặc có mối quan hệ họ hàng xa. Hôn nhân dễ thành, thuận hòa, đời sống vợ chồng êm đềm và cùng nhau tạo dựng sự nghiệp khá giả. Nam mệnh thường cưới được người vợ nhan sắc, nữ mệnh lấy được người chồng đôn hậu, cả hai sống bên nhau đến tuổi già, tình cảm bền lâu.

Thiên Cơ đồng cung với Cự Môn là cách cục có nhiều mâu thuẫn nội tại trong hôn nhân. Tuy bên ngoài phú quý, phối ngẫu giỏi giang, có danh tiếng và địa vị, nhưng bên trong dễ xảy ra tranh cãi, hiểu lầm, thậm chí đi đến chia ly nếu cưới quá sớm.

Tử Vi Nhập Môn

Nên muộn đường hôn phối để có đủ thời gian chín chắn, hiểu biết và chọn đúng người phù hợp.

Thiên Cơ đồng cung với Thái Âm tại Thân cho thấy đôi bên đều có tài, biết lo toan làm ăn, đời sống vật chất sung túc. Kết hôn sớm không phải là vấn đề lớn trong trường hợp này, nhưng người chồng thường chịu ảnh hưởng sâu sắc từ vợ, thậm chí chịu lép vế, nhưng lại chính nhờ vậy mà gia đạo vững vàng.

Thiên Cơ đồng cung với Thái Âm tại Dần thì ngược lại, việc cưới hỏi thường gặp nhiều trắc trở do hoàn cảnh hoặc gia đình. Nếu vội vàng kết hôn sẽ dễ rơi vào cảnh bất hòa, xa cách. Muộn kết hôn sẽ giúp ổn định cả tình cảm lẫn cuộc sống chung. Trong tổ hợp này, vợ chồng đều có tài nhưng dễ xảy ra tranh giành quyền lực trong gia đình. Người nam thường nể vợ, người nữ tuy khéo léo nhưng có phần lấn át chồng.

Sao Thiên Phủ thủ cung Phu Thê

Thiên Phủ đơn thủ tại Tỵ hoặc Hợi thường chủ về hôn nhân hòa thuận, vợ chồng giàu sang, yên ấm cho đến tuổi già. Đây là cách cục lý tưởng để hưởng trọn vẹn sự bền vững trong đời sống gia đình, đặc biệt khi có thêm các sao phúc tinh hoặc văn tinh hỗ trợ. Cả hai bên đều biết gìn giữ nền nếp và hỗ trợ nhau về mặt vật chất lẫn tinh thần.

ROSY RAIN

Thiên Phủ đơn thủ tại các cung Sửu, Mùi, Mão hoặc Dậu là trường hợp vợ chồng cùng chung sống trong cảnh đầy đủ, sung túc, nhưng đời sống tình cảm thường gặp sự va chạm. Dù không đi đến mức tan vỡ, nhưng giữa hai người có sự bất đồng, dễ sinh khẩu thiệt, khiến gia đạo nhiều lúc không được an vui. Nếu một trong hai người biết nhường nhịn, cuộc sống gia đình sẽ càng ổn định hơn.

Thiên Phủ đồng cung với Tử Vi là cách cục chủ về sự hòa hợp bền lâu. Vợ chồng không những sống thọ bên nhau mà còn có tài vật dồi dào, đồng lòng mưu cầu sự nghiệp, danh giá, phú quý. Cặp đôi này thường tương hỗ lẫn nhau, đạt được sự ổn định và phát triển dài lâu về cả đời sống lẫn sự nghiệp.

Thiên Phủ đồng cung với Liêm Trinh thể hiện sự kết hợp giữa sự điềm đạm của Phủ và cương cường của Liêm. Đây là cục nên muộn lập gia đình để tránh hình khắc lúc ban đầu. Vợ chồng tuy tính khí mạnh, nhưng lại biết giữ lễ nghĩa, đồng thuận trong trách nhiệm gia đình, nên càng về sau càng gắn bó. Cuộc sống vừa có sự sung túc, vừa có tiếng tăm, thường thuộc tầng lớp có địa vị xã hội.

Thiên Phủ đồng cung với Vũ Khúc là cách chủ về vợ chồng chung sống trong cảnh giàu sang, tài chính ổn định. Tuy nhiên, giữa hai người có thể xảy ra những lúc bất hòa do sự chênh lệch về quan điểm hoặc cá tính mạnh. Dù vậy, nếu vượt qua được

567

những xung đột nhỏ, cả hai vẫn có thể sống bên nhau đến tuổi xế chiều và hưởng phú quý dài lâu.

Sao Thái Âm thủ cung Phu Thê

Thái Âm đơn thủ tại Dậu, Tuất hoặc Hợi là cách cục cát lợi về hôn nhân. Vợ chồng thường kết hợp sớm, sống trong cảnh phú quý và hòa thuận lâu dài. Nam mệnh có thể lấy được người vợ đẹp, giàu sang, hiền hậu, thường nhờ vợ mà thành đạt, có danh vị hoặc tài sản. Nữ mệnh kết hôn với người chồng hiền lành, có tư cách, thường là người có địa vị xã hội, nên dễ làm nên danh phận mệnh phụ.

Thái Âm đơn thủ tại Mão, Thìn, hoặc Tỵ lại chủ về hôn nhân trắc trở. Vợ chồng hay bất hòa, dễ gặp nghịch cảnh hoặc tính cách không tương đồng. Nam mệnh dễ gặp người vợ lẳng lơ, thiếu đoan chính, còn nữ mệnh lại dễ lấy phải người chồng bần tiện, khó nâng đỡ cho mình. Hôn nhân nên lập muộn để tránh sóng gió và chia ly không mong muốn. Nhưng nếu gặp Tuần Triệt thì lại là cách lập gia đình với người nước ngoài, trước trắc trở sau bình an.

Thái Âm đồng cung với Thiên Đồng tại Tý cũng mang ý nghĩa tương tự như trường hợp Thái Âm sáng sủa, nhưng nhấn mạnh vai trò người vợ trong gia đình.

Chồng thường nhường nhịn, nể trọng vợ, nhờ đó mà giữ được hòa khí và xây dựng cuộc sống khá giả.

Thái Âm đồng cung với Thiên Đồng tại Ngọ là cách nên muộn lập gia đình mới tránh được sự chia ly hay bất hòa. Về bản chất, cuộc hôn nhân có thể gặp thử thách ban đầu, nhưng nếu vượt qua, vẫn có thể duy trì bền vững.

Thái Âm đồng cung với Thái Dương là tổ hợp mạnh về danh phận, cả hai vợ chồng đều có thể đạt được thành tựu, địa vị. Tuy nhiên, cần muộn lập gia đình để tránh cảnh xa cách hoặc tình cảm không trọn vẹn lúc ban đầu. Đây là tổ hợp vừa có duyên vừa có kỵ, nên cần có sự trưởng thành và dung hòa từ cả hai phía.

Thái Âm đồng cung với Thiên Cơ tại Thân là cách vợ chồng tài giỏi, tương trợ nhau về sự nghiệp và đời sống. Hai người thường có sự tương kính lẫn nhau, nam mệnh thường nể phục tài năng và phẩm chất của vợ, gia đình có điều kiện khá giả, ổn định.

Thái Âm đồng cung với Thiên Cơ tại Dần lại thường gặp những trở ngại lúc đầu trong việc cưới hỏi, dễ có hoàn cảnh ngăn cách hoặc sự can thiệp từ bên ngoài. Nên muộn đường hôn phối để giảm thiểu các mâu thuẫn. Dù cả hai đều có tài và chí hướng, nhưng nam mệnh thường e dè trước người bạn đời có phần mạnh mẽ, lấn át hơn.

Tử Vi Nhập Môn

Tham Lang thủ cung Phu Thê

Tham Lang đơn thủ tại Thìn, Tuất: Hôn nhân dễ hình thành với người tài giỏi, giàu có nhưng thường kèm theo sự ghen tuông hoặc bất ổn tâm lý. Hôn phối muộn giúp giảm thiểu nguy cơ xung khắc hay chia ly.

Tham Lang đơn thủ tại Dần, Thân: Hôn nhân dễ hình thành với người tính khí phóng túng hoặc khó kiểm soát cảm xúc. Quan hệ dễ phát sinh mâu thuẫn, hình khắc. Nên lập gia đình muộn để tránh đổ vỡ.

Đơn thủ tại Tý, Ngọ: Có thể thuận duyên với người trưởng nữ hoặc trưởng nam. Tuy nhiên vẫn chịu ảnh hưởng đặc trưng của Tham Lang: dễ biến động, nên lập gia đình muộn.

Tham Lang đồng cung với Tử Vi: Cần muộn lập gia đình mới hy vọng được lâu bền. Dễ xảy ra bất đồng trong đời sống hôn nhân do khuynh hướng kiểm soát và ghen tuông từ một hoặc cả hai phía.

Đồng cung với Liêm Trinh: Quan hệ hôn nhân thường đi kèm sự kiện bất thường, có thể phát sinh tai họa hoặc bất hạnh. Gặp nhau dễ, rời nhau cũng dễ. Hôn nhân thường không bền vững.

Đồng cung với Vũ Khúc: Hôn nhân giữa hai người cùng có năng lực, ý chí nhưng dễ hình khắc nếu không có sự chênh lệch tuổi tác lớn. Nên lập gia đình muộn để giảm thiểu va chạm.

ROSY RAIN

Tử Vi Nhập Môn

Sao Cự Môn thủ cung Phu Thê

Cự Môn đơn thủ tại Tý, Ngọ, Hợi: Hôn nhân hình thành với người có ngoại hình và địa vị tốt, cả hai đều có phẩm chất nổi bật, nhưng dễ phát sinh bất hòa do bất đồng quan điểm hoặc tính khí mạnh.

Đơn thủ tại Thìn, Tuất, Tỵ: Đời sống hôn nhân thường gặp nhiều trắc trở, dễ dẫn đến chia ly. Cả nam và nữ có xu hướng tái hôn nhiều lần.

Cự Môn đồng cung với Thiên Đồng: Vợ chồng đều thông minh, nhưng khó tránh được chia ly. Nếu có đoàn tụ cũng phải trải qua một thời gian dài xa cách.

Đồng cung với Thái Dương tại Dần: Quan hệ hôn nhân có thể có xung đột thường xuyên, nhưng nếu biết nhường nhịn thì vẫn sống với nhau đến tuổi già, trong điều kiện vật chất tốt.

Đồng cung với Thái Dương tại Thân: Hôn nhân muộn giúp tránh được chia ly. Nếu lập gia đình sớm, dễ gặp cảnh phân ly hoặc xung đột nghiêm trọng.

Đồng cung với Thiên Cơ: Hôn nhân thuận lợi về mặt tài lộc và danh vọng. Cả hai đều có năng lực, nhưng nên kết hôn muộn để tránh tranh chấp, mâu thuẫn dẫn đến chia tay.

Tử Vi Nhập Môn

Sao Thiên Tướng thủ cung Phu Thê

Thiên Tướng thủ cung Phu Thê biểu hiện người hôn phối có cá tính mạnh, khí chất đường hoàng, giỏi giang và đảm đang.

- Nam mệnh có Thiên Tướng tại cung Thê thường nể vợ, vợ là người trưởng nữ hoặc mang dáng dấp trưởng nữ, khôn ngoan, chủ động, có uy tín trong nhà.
- Nữ mệnh có Thiên Tướng tại cung Phu thường có xu hướng lấn át chồng, có khả năng dẫn dắt, thường kết hôn với người là trưởng nam hoặc người có địa vị, thế lực hơn mình.

Đây là một sao cứng, nên hôn nhân dễ rơi vào thế giằng co, mạnh ai nấy giữ lập trường nếu không biết nhún nhường.

Thiên Tướng đơn thủ tại Tỵ, Hợi, Sửu, Mùi: Nên muộn lập gia đình để tránh hình khắc, ly biệt hoặc sự bất hòa kéo dài.

- Nam giới dễ cưới được vợ đẹp, tài giỏi, đảm đang, xuất thân khá giả.
- Nữ giới dễ lấy chồng có danh chức, giỏi giang, hơn mình nhiều tuổi.

Nếu hai người có họ xa hoặc quen biết từ trước thì càng tốt đôi, hỗ trợ nhau.

572

ROSY RAIN

Thiên Tướng đơn thủ tại Mão, Dậu: Hôn nhân thường gặp trở ngại, khó cưới hỏi thuận lợi, dễ bị phản đối hoặc hoãn lại. Nếu lập gia đình sớm dễ nảy sinh xung đột, chia ly. Nên muộn hôn phối để tránh khổ lụy.

Thiên Tướng đồng cung Tử Vi: Vợ chồng đều cứng cỏi, ương ngạnh. Lúc đầu hòa hợp, hỗ trợ nhau làm ăn, khá giả. Về sau dễ phát sinh xích mích, tranh chấp. Nên kết hôn khi chồng lớn tuổi hơn vợ. Nam nên lấy trưởng nữ, nữ nên lấy trưởng nam để lâu bền.

Sao Thiên Lương thủ cung Phu Thê

Thiên Lương thủ cung Phu Thê là cách cục biểu thị người phối ngẫu có phẩm chất thanh cao, đoan chính, phong nhã, thường có danh vị hoặc uy tín trong xã hội.

- Nam mệnh có Thiên Lương cư Phu Thê dễ lấy vợ có nhan sắc, xuất thân tốt, đoan trang.
- Nữ mệnh có Thiên Lương cư Phu Thê dễ kết hôn với người phong lưu, có phong độ và tài hoa.

Thiên Lương đơn thủ tại Tý, Ngọ: Lập gia đình sớm, dễ dàng, ít gặp trở ngại. Vợ chồng đều có danh vị, quý hiển, hỗ trợ nhau làm ăn. Nam nên lấy trưởng nữ, nữ nên lấy trưởng nam để dễ bền lâu.

Thiên Lương đơn thủ tại Tỵ, Hợi: Duyên gặp gỡ dễ dàng nhưng cũng dễ phân ly. Hôn nhân nếu sớm vội vàng dễ sinh bất trắc, nên muộn cưới để tránh chia ly.

Thiên Lương – Thái Dương đồng cung tại Mão: Vợ chồng hòa hợp, sống trong cảnh giàu sang, danh giá. Là cách phu thê mỹ mãn, sống với nhau đến đầu bạc răng long.

Thiên Lương – Thái Dương đồng cung tại Dậu: Hôn nhân gặp nhiều trắc trở, cưới hỏi khó thành, dễ bị phản đối hoặc hoãn lại. Nên muộn hôn phối để tránh điều chẳng lành.

Thiên Lương – Thiên Đồng đồng cung: Vợ chồng thường có họ xa hoặc quen biết từ lâu qua quan hệ hai gia đình. Hôn nhân đến sớm, đẹp đôi, dễ giàu sang.

Thiên Lương – Thiên Cơ đồng cung: Lập gia đình sớm, thuận lợi. Vợ chồng thường là chỗ quen biết cũ hoặc có mối dây thân thuộc. Nam lấy vợ đẹp, nữ lấy chồng hiền, hôn nhân hài hòa đến cuối đời.

Sao Thất Sát thủ cung Phu Thê

Thất Sát thủ cung Phu Thê biểu hiện đời sống hôn nhân thường nhiều biến động, dễ gặp hình khắc, xa cách, hoặc có sự bất đồng về cá tính giữa hai người. Thất Sát thuộc tính cương cường, quyết liệt, nên khi tọa thủ cung hôn phối, thường không thuận về đường tình cảm, trừ phi gặp được sao giải hoặc lập gia đình muộn.

Thất Sát đơn thủ tại Dần, Thân: Hôn nhân nên muộn để tránh hình khắc.

- Nam mệnh dễ lấy vợ tài giỏi nhưng hay ghen, thường là trưởng nữ.
- Nữ mệnh thường lấy chồng danh giá, phong độ, là trưởng nam.

  Cả hai đều tính mạnh, cứng cỏi, dễ va chạm.

Thất Sát đơn thủ tại Tý, Ngọ: Tương tự như Dần, Thân, nhưng nếu sớm cưới hỏi rất dễ gặp chia ly hoặc xung khắc dữ dội.

Thất Sát đơn thủ tại Thìn, Tuất: Rất xấu cho hôn nhân. Dễ trải qua hai đến ba lần kết hôn. Cuộc sống chung hay xảy ra tai ương, bất trắc lớn.

Thất Sát – Tử Vi đồng cung: Tiên trở hậu thành, tức giai đoạn đầu hay trắc trở, xung đột. Nếu muộn lập gia đình thì có thể hóa giải hình khắc, được hạnh phúc và giàu sang về sau.

Tử Vi Nhập Môn

Thất Sát – Liêm Trinh đồng cung: Tình trạng hình khắc, sinh ly rất nặng. Nên muộn lập gia đình để giảm bớt tai ương và đau buồn.

Thất Sát – Vũ Khúc đồng cung: Rất xung khắc, là cách "hình khắc thê thảm". Vợ chồng dễ sinh tai họa khi sống chung, có thể dẫn tới biệt ly hoặc một mất một còn.

Sao Phá Quân thủ cung Phu Thê

Phá Quân là sao chủ biến động, phá cách, thường mang tính cách mạnh mẽ, tranh đoạt, khó giữ ổn định. Tại cung Phu Thê, Phá Quân chủ về hôn nhân nhiều biến cố, dễ xung khắc, chia ly, hoặc lập gia đình muộn mới yên.

Tại Tý, Ngọ: Hôn nhân khá giả, vợ chồng có điều kiện vật chất. Tuy nhiên, nên kết hôn muộn. Nếu lập gia đình sớm, trong đời dễ có phen phải xa cách nhau.

Tại Dần, Thân: Hình khắc khó tránh. Nam mệnh dễ gặp vợ bất nhân, dâm loạn. Nữ mệnh dễ lấy phải chồng bất nghĩa, hoang đàng, đam mê ăn chơi.

Tại Thìn, Tuất: Hôn nhân không yên ổn nếu kết hôn sớm. Dễ phải hai ba lần kết hôn hoặc trải qua giai đoạn đứt gánh, chia ly.

Tử Vi Nhập Môn

Tử Vi đồng cung Phá Quân: Vợ chồng hay hình khắc hoặc chia ly. Nếu sống chung thì thường xuyên hờn giận, khó hòa hợp. Cuộc sống hôn nhân thiếu sự êm đềm. Trường hợp này nên lấy người lớn tuổi hơn để hóa giải phần nào.

Liêm Trinh đồng cung Phá Quân: Hôn nhân không thuận lợi. Thường có sự bất hòa, xa cách do khác biệt về tính cách hoặc khó khăn về tài chính, sinh kế.

Vũ Khúc đồng cung Phá Quân: Cả hai vợ chồng đều là người có năng lực, ý chí mạnh, biết lo liệu. Tuy nhiên, nếu gặp nhau quá sớm dễ xảy ra hình khắc. Trong nhiều trường hợp phải hai lần lập gia đình mới ổn định.

ROSY RAIN

Tử Vi Nhập Môn

Sát Tinh tại cung Phu Thê – Luận về Hôn Nhân

Tổng quát

Sát tinh là những sao mang tính chất gây phá rối, xung đột, thường chủ về hình khắc, tai họa hoặc biến động. Khi hội tụ nhiều tại cung Phu Thê, sát tinh ảnh hưởng lớn đến đời sống hôn nhân, đặc biệt là về mặt hòa hợp, chung sống và đạo đức người phối ngẫu.

1. Trường hợp có nhiều sát tinh nhưng sáng sủa (đắc địa, gặp cát tinh phụ trợ): Hôn nhân có thể có sự bất hòa, va chạm, nhưng không đến mức nghiêm trọng. Nếu có chia ly cũng chỉ là tạm thời, sau có thể hòa giải. Tình trạng này thường gặp trong các cuộc hôn nhân cá tính mạnh, cả hai bên đều có lập trường riêng.

2. Trường hợp có nhiều sát tinh mờ ám (hãm địa, không được hỗ trợ). Việc cưới xin thường gặp trở ngại, dễ lỡ dở hoặc phải muộn mới thành. Hôn nhân dễ xảy ra hình khắc, chia ly, hung họa nhiều.

- Nam mệnh: dễ gặp vợ bất nhân, dâm loạn, ghen tuông.
- Nữ mệnh: dễ lấy phải chồng bất nghĩa, ăn chơi hoang đàng, có tính quỷ quyệt.

578

ROSY RAIN

Tử Vi Nhập Môn

Các sao tại cung Phu Thê – Luận về Hôn Nhân

Văn Tinh (Văn Xương, Văn Khúc)

- Nam mệnh: dễ lấy được vợ xinh đẹp, thông minh, có học, đôi khi có thêm vợ lẽ hoặc nhân tình.
- Nữ mệnh: dễ lấy chồng có danh phận, phong lưu, học thức.

Vợ chồng nhìn chung thuận hòa, hòa hợp trong cuộc sống và giao tiếp.

Quý Nhân (Thiên Khôi, Thiên Việt)

- Nam mệnh: lấy vợ đẹp, có học, có tài sản, thường là trưởng nữ.
- Nữ mệnh: lấy chồng sang trọng, có địa vị, thường là trưởng nam.

Tăng cường tính danh giá và cao quý cho hôn nhân.

Phụ tá tinh (Tả Phù, Hữu Bật)

Gặp nhiều sao sáng sủa: Hôn nhân thuận lợi, cưới xin dễ dàng, không cần mai mối rườm rà. Vợ chồng hòa thuận, cùng nhau hỗ trợ trên nhiều phương diện trong cuộc sống.

Gặp nhiều sao mờ ám, hãm địa: Dễ gặp hình khắc, chia ly, đặc biệt nếu không có sao giải cứu đi kèm.

Tử Vi Nhập Môn

Tứ Hóa tại cung Phu Thê

Hóa Lộc:

- Nam mệnh: lấy vợ có của, tài sản.
- Nữ mệnh: lấy chồng giàu có, dư giả.

Hóa Quyền:

- Nam mệnh: thường nể vợ, vợ có uy quyền trong gia đình.
- Nữ mệnh: lấy chồng có danh vọng, địa vị.

Hóa Khoa:

- Nam mệnh: lấy vợ có học vấn, tri thức.
- Nữ mệnh: lấy chồng có danh chức, học vị.
- Tăng cường yếu tố học thức và phẩm giá trong hôn nhân.

Hóa Kỵ: Chủ về bất hòa vợ chồng, dễ xảy ra xung đột, phiền muộn trong đời sống hôn nhân.

Cần có sao giải hoặc gặp cách tốt mới giảm bớt ảnh hưởng xấu.

Lộc Tồn tại cung Phu Thê

- Chủ về tính toán, ổn định, nhưng lại nên cưới muộn.
- Nếu kết hôn quá sớm, dễ dẫn đến bất hòa, chia ly về sau.

Thiên Mã: Vợ chồng thường gặp nhau ở nơi xa, do di chuyển hoặc đi lại mà thành duyên hôn phối.

Phục Binh: Quen biết nhau từ trước, thường qua lại thân thiết một thời gian rồi mới cưới.

Tướng Quân: Cũng tương tự như Phục Binh, nhưng đi kèm với tính cách ghen tuông.

- Nam mệnh: thường sợ vợ vì vợ ghen và lấn lướt.
- Nữ mệnh: có xu hướng nể chồng ngoài mặt nhưng thích điều khiển.

Tuần, Triệt án ngữ cung Phu Thê:

Hôn nhân thường muộn màng hoặc kết duyên nơi xa mới tốt. Nếu kết hôn sớm, dễ có hai ba lần đứt gánh, chia ly.

Phá Quân, Tuần, Triệt cùng án ngữ cung Phu: Chủ về ba lần kết hôn, tình duyên lận đận, nhiều biến động.

Thái Tuế: Trong gia đình dễ xảy ra xích mích, lời qua tiếng lại, gây căng thẳng.

Cô Thần, Quả Tú: Vợ chồng thường xa cách, lạnh nhạt, ít hòa hợp.

Thiên Riêu: Cả hai vợ chồng đều không chính chuyên, hoang đãng về tình cảm.

Song Hao (gặp nhiều sao mờ ám): Hôn nhân quá dễ dàng, không chín chắn.

- Nam mệnh dễ lấy phải vợ phóng túng, hoang tàng.
- Nữ mệnh dễ lấy chồng cờ bạc, ăn chơi, phá sản.

Đào Hoa, Hồng Loan (gặp sát tinh hoặc hãm địa). Rất dễ ly tán, mất mát, có thể một mất một còn trong đời sống hôn nhân.

Đấu Quân (gặp sát tinh, hãm địa): Vợ chồng dễ xung đột, hình khắc, tai ương.

Tham Lang gặp nhiều Sát Tinh: Nam mệnh dễ hại vợ, nữ mệnh hại chồng, hôn nhân tiêu cực.

Quang Quý: Vợ chồng đến với nhau vì tình nghĩa, ơn sâu nghĩa nặng, hơn là vì duyên nợ thông thường.

Đào Hoa, Hồng Loan (gặp sáng sủa): Hôn nhân dễ thành, vợ chồng có duyên.

- Nam mệnh: thường lấy vợ xinh đẹp, nhưng dễ có thêm vợ lẽ hoặc nhân tình.
- Nữ mệnh: lấy chồng tài hoa, nhưng hay vướng rắc rối vì tình cảm ngoài luồng.

Thiên Tướng đồng cung Đào, Hồng:

- Nam mệnh lấy được vợ đẹp, khá giả.
- Nữ mệnh lấy chồng hiền lành, có danh giá.

Cự Môn, Hỏa Tinh, Linh Tinh tại cung Phu: Có nhiều mối lái nhưng vẫn khó thành hôn nhân. Tình duyên trắc trở, do khắt khe hoặc do hoàn cảnh không thuận.

Cự Môn, Hóa Kỵ tại cung Phu + Mệnh có Cô, Quả, Kình Dương, Đà La, Linh Tinh + Tử Tức có Tràng Sinh: Chủ nữ mệnh nhiều lần kết hôn, thường có nhiều con. Phối hợp này cho thấy duyên vợ chồng bất định, nhưng lại dễ sinh sản.

Tham Lang gặp Sát Tinh (như Kình Dương, Đà La, Hỏa Tinh, Linh Tinh, Không Kiếp...): Tình duyên nhiều sóng gió, dễ gây tổn hại cho hôn nhân.

- Nam mệnh có số hại vợ: phối ngẫu gặp tai nạn, bệnh tật, hoặc đổ vỡ tình cảm.
- Nữ mệnh có số hại chồng: chồng gặp bất lợi sau khi thành hôn, dễ chia ly, hao tổn.

Thiên Tướng đồng cung Đào Hoa, Hồng Loan: Hôn nhân tốt đẹp, gia đạo yên ổn.

- Nam mệnh lấy vợ xinh đẹp, có điều kiện kinh tế, dễ thành công trong đời sống vợ chồng.

- Nữ mệnh lấy chồng hiền lành, có phẩm chất, địa vị, được chồng thương yêu và tôn trọng.

Tham Lang đồng cung Đà La

- Nam mệnh: dễ lấy vợ phóng túng, hoang đãng.
- Nữ mệnh: dễ gặp chồng ham tửu sắc, ăn chơi, phóng túng.

Sát tinh mạnh hội tụ (Sát, Đà, Riêu, Dưỡng, Linh, Hỏa): Hôn nhân cực kỳ nguy hại.

Nam mệnh có thể gây tai họa cho vợ, nữ mệnh gây tổn hại cho chồng, đôi khi mang nghĩa sát phu/sát thê.

Kiếp Sát, Hóa Kỵ đồng cung: Vợ chồng dễ hại lẫn nhau, gây thương tổn về cả thể chất lẫn tinh thần.

Kỵ, Đà, Đào, Hồng: Dù có tình cảm nhưng vẫn lừa dối, phản bội nhau. Nam mệnh dễ gặp vợ trăng hoa, nữ mệnh dễ gặp chồng ngoại tình.

Kỵ, Riêu:

- Nam mệnh dễ lấy vợ dâm loạn, phóng túng.
- Nữ mệnh dễ gặp chồng chơi bời, ngoại tình nhiều lần.

Kỵ, Phục Binh xung chiếu: Vợ chồng ghét nhau, nói xấu, bôi nhọ, hạ thấp nhau sau hôn nhân.

Đào Hoa, Hồng Loan, Thiên Hỷ, Cô Thần, Quả Tú, Riêu, Cái (gặp Kỵ, Linh, Hỏa): Làm tăng tính lãng mạn lệch lạc, dễ dẫn đến ngoại tình, loạn luân, dâm tà, nhất là khi đi cùng với sao hãm địa.

Đào, Hồng, Cái: Dễ chia ly do các nguyên nhân liên quan đến dâm tính, ngoại tình.

Đào, Hồng, Kỵ đồng cung:

- Nam mệnh: thường lấy vợ lăng loàn, không chính chuyên.
- Nữ mệnh: kết hôn nhưng tơ duyên trắc trở, dang dở.

Đào Hoa đồng cung hoặc xung chiếu Thai: Vợ chồng gặp nhau khi đã có con riêng hoặc con ngoài giá thú.

Đào, Riêu

- Nam mệnh: lấy vợ ngoại tình hoặc sống không chính danh.
- Nữ mệnh: gặp chồng đa thê, loạn luân hoặc dâm tính.

Đào, Hồng, Phượng Các, Cái: Duyên đến dễ nhưng khó bền, dễ chia xa.

Hồng, Đào, Kỵ đồng cung: Sau khi chia tay hoặc góa bụa, có người khác đến kết duyên ngay, tình cảm không bền vững.

585

Tử Vi Nhập Môn

Đào, Hồng, Tả, Hữu

- Nam mệnh: nhiều vợ (cả chính và lẽ) nhưng thường thuận hòa.
- Nữ mệnh: dễ kết hôn nhưng cũng dễ chia tay, tính khí độc lập.

Mộc Dục, Cái đồng cung:

- Nam mệnh: lấy vợ dâm dật.
- Nữ mệnh: lấy chồng hoang đàng, không chính chuyên.

Lộc Tồn đồng cung Hồng Loan

Nam mệnh lấy vợ có tài sản, thuận duyên.

Lộc Tồn, Phượng Các, Long Đức đồng cung

- Nam mệnh lấy vợ giàu sang, gia thế.
- Nữ mệnh có hôn nhân quý hiển.

Lộc Tồn, Thiên Mã, Thanh Long đồng cung: Hôn nhân thuận lợi, dễ thành, thường gặp nhau ở xa và sống hòa thuận, khá giả.

Thiên Tướng đồng cung Đào, Hồng:

- Nam mệnh lấy vợ đẹp, khá giả.
- Nữ mệnh lấy chồng hiền lành, danh giá.

Đào, Hồng, Nguyệt Đức đồng cung: Hôn nhân thuận duyên, trai lấy vợ xinh đẹp, gái lấy chồng tài hoa, tử tế.

Thai, Phục Binh, Vượng, Tướng Quân: Hôn nhân thường có yếu tố đi lại với nhau từ trước, có con rồi mới kết hôn. Trong một số trường hợp, có con ngoài giá thú do ngoại tình từ một phía.

Thiên Mã, Tứ Không: Hôn nhân thiếu sự ổn định, dễ xảy ra phản bội. Nam mệnh dễ bỏ vợ theo nhân tình, nữ mệnh dễ bỏ chồng theo người khác.

Tang Môn, Bạch Hổ: Nếu cưới vào lúc gặp tang sự (cưới chạy tang) thì tránh được hình khắc, chia ly về sau. Đây là cách cưới "giải hạn" trong dân gian.

Thái Tuế, Đà La: Vợ chồng thường xuyên cãi vã, mâu thuẫn kéo dài. Vợ thường có tính lắm điều, đanh đá, khó hòa hợp.

Khốc, Tang, Hỏa Tinh: Hôn nhân chịu nhiều thử thách, chỉ thuận nếu một trong hai người có tật nguyền như khiếm khuyết thân thể (mù lòa, què cụt...). Đây là một dạng cách phá giải nghiệp lý trong sách cổ, thường mang tính tượng trưng.

Cự Môn, Hỏa Tinh, Linh Tinh (nối tiếp): Có nhiều mối dạm hỏi, mai mối, nhưng vẫn không thành duyên, hoặc duyên đến muộn.

Tử Vi Nhập Môn

Cung Phu vô chính diệu

Trường hợp này cần xem Chính tinh xung chiếu như tọa thủ để định luận.Nếu các sao xung chiếu sáng sủa, cát tinh đi kèm thì hôn nhân vẫn có thể tốt đẹp.

Nếu cung Phu Thê vô chính diệu và có nhiều sát bại tinh hội tụ, lại không được Mệnh, Thân, Phúc Đức hỗ trợ: Hôn nhân rất dễ muộn, nhiều trắc trở, chia ly, có thể phải làm lẽ, làm kế mới yên bề gia thất.

Nữ mệnh trong trường hợp này thường khó lập gia đình chính thức, hoặc kết hôn nhưng thiếu danh phận rõ ràng.

Tử Vi Nhập Môn

CUNG HUYNH ĐỆ

Cung Huynh Đệ trong Tử Vi dùng để xem xét về tình trạng anh chị em trong gia đình, bao gồm số lượng, sự hòa thuận hay bất hòa, khả năng giúp đỡ nhau hay phải xa cách, ly tán. Tuy nhiên, để luận đoán chính xác cung này, người nghiên cứu không nên chỉ nhìn vào các sao tọa thủ tại cung Huynh Đệ, mà còn cần cân nhắc kỹ lưỡng ảnh hưởng của cung Phúc Đức.

Phúc Đức là nền tảng của gia đạo, có mối liên hệ mật thiết với sự thịnh suy của toàn bộ hệ thống gia đình, nên sự tốt xấu của cung Phúc Đức sẽ phản ánh rõ rệt vào tình trạng của anh chị em.

Trong trường hợp cung Huynh Đệ có nhiều sao sáng sủa tốt đẹp, nhưng cung Phúc Đức lại bị nhiều sao khắc hãm, thì dù về hình thức có đông anh chị em, thực chất vẫn dễ xảy ra tình trạng xa cách, bất hòa, hoặc bị giảm số lượng do tử vong, nuôi người khác, hoặc các nguyên nhân khác.

Trái lại, nếu cung Huynh Đệ có nhiều sao mờ ám, hung sát, nhưng cung Phúc Đức vượng cát tinh, thì anh chị em có thể vẫn đông đủ, sống gần gũi, hỗ trợ lẫn nhau, và các bất trắc không đến mức gây chia lìa thực sự.

Ngoài cung Phúc Đức, cung Tử Tức cũng là một yếu tố cần xét đến phản ánh gián tiếp về mối quan hệ nối truyền giữa các đời trong gia đình.

589

ROSY RAIN

Tất cả những nhận định đối với cung Huynh Đệ chỉ mang tính chất tương đối, không thể cứng nhắc mà phải linh hoạt tăng giảm tùy theo cát hung, đắc hãm, tam hợp chiếu và các yếu tố hỗ trợ hay phá hoại từ toàn thể lá số.

Khi luận đoán cung Huynh Đệ, **điều kiện tiên quyết** là phải xét đến tính chất của chính tinh tọa thủ, vì đây là yếu tố quyết định xu hướng giới tính trong số lượng anh chị em.

Nếu cung Huynh Đệ có các chính tinh thuộc hệ Nam Đẩu như Thiên Phủ, Thiên Tướng, Thiên Lương, Thất Sát, Thiên Đồng, Thái Dương, Thiên Cơ thì thường cho thấy trong gia đình có nhiều anh em trai hơn chị em gái.

 Ngược lại, nếu tọa thủ là các chính tinh thuộc Bắc Đẩu như Thái Âm, Tham Lang, Cự Môn, Liêm Trinh, Vũ Khúc, Phá Quân thì chị em gái thường nhiều hơn anh em trai.

Trường hợp trong cung Huynh Đệ có hai chính tinh cùng tọa thủ, một thuộc Nam Đẩu và một thuộc Bắc Đẩu, thì cần xét tính chất âm dương của cung vị để phân định: nếu cung Huynh Đệ thuộc Dương cung (tức Dần, Thìn, Ngọ, Thân, Tuất, Tý), thì anh em trai sẽ nhiều hơn chị em gái; nếu là Âm cung (tức Sửu, Mão, Tỵ, Mùi, Dậu, Hợi), thì chị em gái sẽ nhiều hơn anh em trai.

Trường hợp đặc biệt là khi Tử Vi tọa thủ cung Huynh Đệ – vì Tử Vi vốn là Nam Bắc Đẩu giao thoa – thì cần xét đến chính tinh đồng cung với Tử Vi để phân định: nếu Tử Vi đi cùng một sao Nam Đẩu thì thiên về anh em trai; nếu đi cùng một sao Bắc Đẩu thì thiên về chị em gái.

Ngoài ra, âm dương của cung Huynh Đệ còn cho biết trật tự sinh thứ trong gia đình. Nếu cung Huynh Đệ là Dương cung, người bản mệnh là con thứ thì rất có khả năng có anh trai sinh trước. Nếu là Âm cung, thì khả năng cao là có chị gái sinh trước.

Cũng cần lưu ý thêm về khả năng có anh chị em dị bào – tức không cùng cha hoặc không cùng mẹ.

Nếu tại cung Huynh Đệ xuất hiện các sao như Thiên Tướng đi với sao Tuyệt, Thái Âm đi với Thiên Phúc, Cự Môn đồng cung với Thiên Cơ, tổ hợp Cơ – Nguyệt – Đồng – Lương, hoặc các sao Phục Binh, Tướng Quân, Thai, Đế Vượng thì có khả năng trong gia đình có người cùng cha khác mẹ hoặc cùng mẹ khác cha.

Khi gặp những bộ sao này, cần xét tiếp tính âm dương của cung Huynh Đệ để phân biệt: nếu là Dương cung thì có anh chị em cùng cha khác mẹ, nếu là Âm cung thì có anh chị em cùng mẹ khác cha. Nhất là khi thấy sự xuất hiện của Không Kiếp thì càng đúng.

ROSY RAIN

Tử Vi Nhập Môn

Sao Tử Vi thủ cung Huynh Đệ

Khi sao Tử Vi tọa thủ tại cung Huynh Đệ, việc phân tích cần kết hợp với vị trí địa bàn, cũng như chính tinh đồng cung, để luận đoán số lượng anh chị em, mức độ hòa hợp và điều kiện vật chất.

Tử Vi đơn thủ tại Ngọ, thường là người có anh trai sinh trước, anh chị em tuy không nhiều nhưng đều có phần khá giả, vinh hiển, ít gặp cảnh thiếu thốn.

Trường hợp Tử Vi đơn thủ tại Tý, cũng thường có anh trai sinh trước, nhưng anh chị em lại sớm phải xa cách nhau từ thuở thiếu thời, gia đạo dễ phân ly, không được đoàn tụ trọn vẹn.

Tử Vi đồng cung với Thiên Phủ, thường báo hiệu có ba người trở lên trong anh chị em, tất cả đều có quý cách, tài đức, được hưởng vinh hiển, tài lộc, dễ hòa thuận.

Tử Vi đồng cung với Thiên Tướng, số anh chị em có thể lên đến bốn người trở lên, tuy nhiên trong nhà thường phát sinh bất hòa do không ai chịu nhường ai, mỗi người đều có khí chất riêng, tuy vậy cuối cùng vẫn đều là người thành đạt.

Tử Vi đồng cung với Thất Sát thì số lượng không quá ba người, nhưng đều có tài năng, phẩm chất, được hưởng phú quý, thường lập nghiệp bằng chính sức mình.

Tử Vi đồng cung với Phá Quân, số lượng anh chị em cũng chỉ khoảng ba người, nhưng có thể thêm anh chị em dị bào, quan hệ

592

ROSY RAIN

trong nhà không êm ấm, dễ xảy ra chia cách từ nhỏ, khó tìm được sự đồng thuận về sau.

Cuối cùng, khi Tử Vi đồng cung với Tham Lang, số lượng anh chị em cũng thường không vượt quá ba người, nhưng đường đời mỗi người thường vất vả, bôn ba, lại dễ ly tán, mỗi người một phương, khó nương tựa.

Liêm Trinh thủ cung Huynh Đệ

Khi sao Liêm Trinh tọa thủ tại cung Huynh Đệ, số lượng anh chị em thường không nhiều, đồng thời dễ có xu hướng bất hòa, dù có phú quý cũng thiếu hòa khí thực sự.

Liêm Trinh đơn thủ tại Dần hoặc Thân, thường chỉ có hai anh chị em, trong đó mỗi người có cuộc sống riêng biệt, ít tương trợ hoặc gần gũi.

Liêm Trinh đồng cung với Thiên Phủ, số lượng tăng lên ba người, đều có phần khá giả về mặt vật chất, song lại không hợp tính nhau, khó tránh khỏi những bất đồng trong đời sống chung hoặc trong quan hệ lâu dài.

Liêm Trinh đồng cung với Thiên Tướng, số lượng thường chỉ hai người, nhưng cả hai đều có xu hướng quý hiển, có khả năng thành đạt và giữ vị trí xã hội nhất định, tuy nhiên tình cảm không nhất thiết đậm đà.

ROSY RAIN

Liêm Trinh đồng cung với Phá Quân, thường chỉ có một người, và người này thường nghèo khó, có thể mang tật, cuộc sống nhiều khổ cực, lại không được anh chị em giúp đỡ.

Liêm Trinh đồng cung với Thất Sát, số lượng anh chị em cực kỳ ít, may mắn lắm mới có một người, người đó lại bệnh tật, cô đơn, bất hạnh, dễ chết yểu hoặc sống một đời khổ cực, quan hệ với anh chị em thiếu hòa khí, dễ bất hòa.

Liêm Trinh đồng cung với Tham Lang, dù có anh chị em thì cũng không quá hai người, song thường xảy ra cảnh ly tán, thiếu sự hỗ trợ và cảm thông, mỗi người một phương, thậm chí còn xảy ra tranh chấp, cãi vã, tình thân bị tổn thương sâu sắc.

Thiên Đồng thủ cung Huynh Đệ

Khi sao Thiên Đồng tọa thủ tại cung Huynh Đệ, số lượng anh chị em và mức độ hòa hợp rất khác nhau tùy theo vị trí địa chi và sao đồng cung.

Thiên Đồng đơn thủ tại Mão, thường có bốn người trở lên, gia đạo khá thuận hòa, các anh chị em dễ gần gũi, hỗ trợ nhau. Ngược lại, nếu đơn thủ tại Dậu, số lượng chỉ khoảng ba người, nhưng thường sớm xa cách nhau, tình cảm gia đình mờ nhạt hoặc do hoàn cảnh phải phân ly từ nhỏ.

Thiên Đồng đơn thủ tại Tỵ hoặc Hợi, số lượng nhiều nhất là hai người, và thường xảy ra cảnh chia lìa từ lúc thiếu thời, mỗi người đi một ngả. Trong số đó dễ có người du đãng, ham chơi, phóng túng, ít gắn bó với gia đình.

Thiên Đồng tọa tại Thìn hoặc Tuất, thì may mắn lắm mới có một người, người này thường sống cô độc, phiêu bạt, chịu nhiều cảnh khổ cực, long đong trong cuộc đời, dễ cô lập.

Thiên Đồng đồng cung với Thiên Lương, số lượng khoảng ba người, đời sống vật chất khá giả, anh chị em tuy không quá gắn bó nhưng không đến mức bất hòa.

Thiên Đồng đồng cung với Thái Âm tại Tý, thường có bốn đến năm người, trong đó chị em gái nhiều hơn anh em trai, và tất cả đều thuận hòa, yêu thương, lại có phần khá giả.

Nếu Thái Âm đồng cung tại Ngọ, số lượng chỉ còn tối đa hai người, và thường rơi vào tình trạng bất hòa, dễ xa cách nhau, ít tương trợ trong cuộc sống.

Thiên Đồng đồng cung với Cự Môn, thì may lắm mới có hai người, nhưng trong gia đình thiếu hòa khí, anh chị em nếu không xa nhau từ sớm thì dễ xung đột, phiền toái, thậm chí có người mắc cố tật hoặc vướng vào vòng lao lý, làm ảnh hưởng đến thanh danh chung của gia tộc.

Tử Vi Nhập Môn

Vũ Khúc thủ cung Huynh Đệ

Khi sao Vũ Khúc tọa thủ tại cung Huynh Đệ, số lượng anh chị em thường không nhiều, nhưng mỗi người đều có chí hướng riêng, mạnh mẽ và dễ thành đạt, tuy nhiên thường thiếu hòa khí trong đời sống chung.

Vũ Khúc đơn thủ tại Thìn hoặc Tuất, thường chỉ có hai người, cả hai đều khá giả, song lại khó hòa hợp tính tình, dễ mâu thuẫn vì ai cũng cứng cỏi, độc lập.

Vũ Khúc đồng cung với Thiên Phủ, số lượng anh chị em có thể lên đến ba người, trong đó đều là người có tài năng, phú quý, địa vị xã hội, thường được xem là quý hiển, tuy nhiên mỗi người lại phát triển theo một hướng, ít hỗ trợ nhau.

Nếu Vũ Khúc đồng cung với Thiên Tướng, thì chỉ có hai người, có thể cùng lập nghiệp nhưng vẫn dễ xảy ra sự ganh đua ngầm hoặc bất hòa do cái tôi lớn.

Vũ Khúc đồng cung với Tham Lang, số lượng nhiều nhất là ba người, và sau này đều giàu có, nhưng lại sớm xa cách nhau, tình thân dễ phai nhạt do hoàn cảnh sống và lý tưởng khác biệt.

Vũ Khúc đồng cung với Phá Quân, chỉ có một người, và trong gia đình thường xảy ra xô xát, anh chị em dễ xa lánh, không hòa hợp, có khi cắt đứt quan hệ.

596

ROSY RAIN

Vũ Khúc đồng cung với Thất Sát, cũng chỉ có một người, nhưng người này có thể mang cố tật hoặc bị hình thương, nếu không xa cách từ sớm thì dễ dẫn đến hình khắc, xung đột nặng nề trong quan hệ huynh đệ.

Thái Dương thủ cung Huynh Đệ

Sao Thái Dương tọa thủ tại cung Huynh Đệ thường chỉ số lượng anh em trai nhiều hơn chị em gái, phản ánh tính chất dương cương và ngoại hướng của chính tinh này.

Thái Dương đơn thủ tại Thìn, Tỵ hoặc Ngọ, thường có sáu người trở lên, phần lớn đều là nam giới, và đều có quý cách, tài danh, dễ thành công trong cuộc sống. Gia đạo thường có danh vọng, mỗi người đều có khả năng tự lập và phát triển theo con đường riêng.

Ngược lại, khi Thái Dương đơn thủ tại Tuất, Hợi hoặc Tý, số lượng anh chị em nhiều nhất là ba người, và thường xảy ra bất hòa, mỗi người có khuynh hướng riêng, ít đồng thuận trong công việc hay quan điểm sống. Trong gia đình dễ phát sinh tranh chấp, chia rẽ nội bộ.

Thái Dương đồng cung với Cự Môn tại Dần, thường có ba người, trong đó mọi người đều có phần khá giả, song vẫn giữ khoảng cách nhất định trong giao tiếp.

ROSY RAIN

Tử Vi Nhập Môn

Thái Dương đồng cung với Cự Môn tại Thân, thì may mắn lắm mới có hai người, và cả hai lại bất hòa, thường phải cách xa nhau để tránh xung đột hoặc hiềm khích.

Thái Dương đồng cung với Thiên Lương tại Mão, số lượng thường vào khoảng năm người, tất cả đều có phẩm chất quý hiển, được trọng vọng trong xã hội, tuy nhiên vẫn cần đề phòng sự ganh đua âm thầm trong nội bộ.

Thái Dương – tại Dậu, thì số lượng anh em không đông, thường chỉ 1 hoặc 2 người, và có thể không trọn vẹn (xa cách, bất hòa, hoặc chia ly vì bệnh tật / đường đời khác biệt).

Thái Dương đồng cung với Thái Âm, thì thường có năm người trở lên, gia đạo khá giả, nhưng giữa anh chị em thiếu hòa khí, dễ hiểu lầm, xa cách về tinh thần.

Thiên Cơ thủ cung Huynh Đệ

Khi sao Thiên Cơ tọa thủ tại cung Huynh Đệ, số lượng anh chị em thường không nhiều, tính cách mỗi người thiên về trí tuệ, mưu lược, nhưng dễ thay đổi, khó tìm được sự đồng thuận lâu dài.

Thiên Cơ đơn thủ tại Tỵ, Ngọ hoặc Mùi, số lượng anh chị em nhiều nhất là ba người, trong đó mỗi người có khả năng riêng, nhưng quan hệ huynh đệ thường chỉ ở mức độ vừa phải, không quá gắn bó mật thiết.

ROSY RAIN

Thiên Cơ đơn thủ tại Hợi, Tý hoặc Sửu, thì may mắn lắm mới có hai người, thường là anh chị em không gần gũi, dễ bị chia tách do hoàn cảnh sống hoặc khác biệt chí hướng từ nhỏ.

Thiên Cơ đồng cung với Thái Âm tại Thân, thì thường có ba người, cuộc sống tương đối đầy đủ, mỗi người theo đuổi một hướng, ít có va chạm lớn.

Thiên Cơ đồng cung với Thái Âm tại Dần, thì may mắn lắm mới có một người, anh chị em sống xa cách, ít liên hệ hoặc sớm chia ly vì điều kiện môi trường sống.

Thiên Cơ đồng cung với Thiên Lương, thường chỉ có hai người, nhưng giữa họ lại thuận hòa, dễ thông cảm, hỗ trợ lẫn nhau, và cùng có phần khá giả.

Thiên Cơ đồng cung với Cự Môn, số lượng vẫn là hai người, tuy cũng có phần khá giả, nhưng lại không hợp tính, dễ xung đột vì bất đồng trong tư tưởng, lập trường sống hoặc mâu thuẫn ngầm về quyền lợi.

Thiên Phủ thủ cung Huynh Đệ

Sao Thiên Phủ tọa thủ tại cung Huynh Đệ thường cho số lượng anh chị em khá đông, cuộc sống vật chất tương đối khá giả, song tính chất hòa hợp trong gia đình còn tùy thuộc vào vị trí địa chi và tinh hệ đi kèm.

599

Thiên Phủ đơn thủ tại Tỵ hoặc Hợi, thường có năm người trở lên, gia đạo sung túc, anh chị em đông đúc, có phần đoàn kết và dễ thành công.

Thiên Phủ đơn thủ tại các vị trí Sửu, Mùi, Mão hoặc Dậu, thì nhiều nhất là bốn người, nhưng trong gia đình thường thiếu hòa khí, dễ xảy ra xung đột, hình thương, hoặc có người mang cố tật, đời sống tình cảm anh chị em thiếu sự gắn bó thật sự.

Thiên Phủ đồng cung với Tử Vi, thường có ba người trở lên, tất cả đều quý hiển, có tài năng và được trọng vọng trong xã hội, tuy nhiên mỗi người có chí hướng riêng nên không phải lúc nào cũng sát cánh bên nhau.

Thiên Phủ đồng cung với Liêm Trinh, số lượng thường không quá ba người, đều có điều kiện khá giả, nhưng tính cách không hòa hợp, mỗi người một tính, dễ bất đồng hoặc hiểu lầm.

Thiên Phủ đồng cung với Vũ Khúc, thì cũng không quá ba người, và tất cả đều có xu hướng giàu có, quý hiển, dễ thành đạt trên đường công danh hay tài lộc. Tuy nhiên, vẫn cần lưu ý đến yếu tố tự lập, cạnh tranh ngầm trong quan hệ huynh đệ.

Tử Vi Nhập Môn

Thái Âm thủ cung Huynh Đệ

Sao Thái Âm tọa thủ tại cung Huynh Đệ thường chỉ số lượng chị em gái nhiều hơn anh em trai, mang tính âm nhu, nội hướng và dễ chịu về mặt tình cảm.

Thái Âm đơn thủ tại Dậu, Tuất hoặc Hợi, số lượng anh chị em có thể lên đến sáu người trở lên, phần lớn là chị em gái, và gia đạo khá giả, cuộc sống yên ổn, dễ hỗ trợ lẫn nhau.

Thái Âm đơn thủ tại Mão, Thìn hoặc Tỵ, thì may mắn lắm mới có ba người, nhưng trong số đó có người mang cố tật hoặc gặp cảnh khốn khó cô đơn, anh chị em tuy cùng huyết thống nhưng khó sống chung lâu dài, dễ chia lìa hoặc bất hòa vì lối sống khác biệt.

Thái Âm đồng cung với Thiên Đồng tại Tý, thường có bốn đến năm người, phần lớn là chị em gái, tất cả đều thuận hòa, gắn bó, và có cuộc sống khá giả, hỗ trợ nhau trong nhiều phương diện.

Thái Âm đồng cung với Thái Dương (Nhật – Nguyệt đồng cung), số lượng thường từ năm người trở lên, gia đình tuy khá giả, nhưng trong nội bộ thiếu hòa khí, dễ có sự khác biệt rõ rệt về cá tính và lý tưởng sống, dẫn đến phân hóa.

Thái Âm đồng cung với Thiên Cơ tại Thân, thường có ba người, cuộc sống ổn định, mỗi người có khả năng riêng, tuy không quá gần gũi nhưng không đến mức xung đột.

Tử Vi Nhập Môn

Thái Âm đồng cung với Thiên Cơ tại Dần, thì may mắn lắm mới có một người, người này thường có xu hướng sống cô lập, độc lập, ít gắn bó với gia đình, số mệnh dễ gặp cảnh cô đơn hoặc long đong tình cảm.

Tham Lang thủ cung Huynh Đệ

Sao Tham Lang tọa thủ tại cung Huynh Đệ thường chỉ số lượng anh chị em ít, đời sống có phần long đong, phiêu bạt, và tình cảm gia đình thường thiếu hòa khí.

Tham Lang đơn thủ tại Thìn hoặc Tuất, thường có hai người, mối quan hệ tương đối bình thường, ít gắn bó sâu sắc.

Tham Lang đơn thủ tại Dần hoặc Thân, chỉ có một người, người này thường sống cô lập, tự thân lập nghiệp, quan hệ huynh đệ gần như không hiện hữu hoặc mờ nhạt.

Tham Lang đơn thủ tại Tý hoặc Ngọ, thì may mắn lắm mới có một người, nhưng người này ham chơi, phiêu bạt, suốt đời lang thang đây đó, ít khi ổn định. Tuy nhiên, trong trường hợp này lại có khả năng có nhiều anh chị em dị bào, và phần lớn những người đó lại khá giả.

Tham Lang đồng cung với Tử Vi, số lượng nhiều nhất là ba người, nhưng cuộc đời thường ly tán, mỗi người một phương, và vất vả trên đường đời, ít có sự tương trợ thực tế.

ROSY RAIN

Tử Vi Nhập Môn

Tham Lang đồng cung với Liêm Trinh, thì may mắn lắm mới có hai người, nhưng anh chị em lại khắc khẩu, không hợp tính, sống thiếu hòa khí, dễ xảy ra oán hận, bất mãn, và thậm chí xung đột, cãi vã thường xuyên.

Trường hợp Tham Lang đồng cung với Vũ Khúc (Vũ Tham đồng cung), thì nhiều nhất là ba người, tất cả đều có khả năng giàu có, thành đạt, nhưng lại sớm xa cách nhau, ít gắn bó trong tình cảm hay đời sống gia đình, mỗi người phát triển một hướng.

Cự Môn thủ cung Huynh Đệ

Sao Cự Môn tọa thủ tại cung Huynh Đệ thường chỉ quan hệ phức tạp, dễ xảy ra bất hòa, hiểu lầm, và gia đạo thường có ẩn ức, tranh chấp ngầm.

Cự Môn đơn thủ tại Hợi, Tý hoặc Ngọ, thì thường chỉ có hai người, nhưng giữa họ lại không hòa hợp, thường xảy ra mâu thuẫn hoặc hiểu lầm, ít khi gắn bó.

Cự Môn đơn thủ tại Tỵ, Thìn hoặc Tuất, thì may mắn lắm mới có một người, người này thường phải sống riêng, không thể sống chung với anh chị em. Tuy vậy, đôi khi lại có nhiều anh chị em dị bào, đặc biệt trong hoàn cảnh gia đình tái hôn hoặc phức tạp về hôn nhân cha mẹ.

ROSY RAIN

Cự Môn đồng cung với Thiên Đồng, thì may mắn lắm mới có hai người, trong nhà thiếu hòa khí, anh chị em nếu xa cách nhau từ sớm thì còn có thể giữ được sự yên ổn, bằng không rất dễ xảy ra xung đột, gãy đổ tình thân. Một trong số họ có thể mang cố tật hoặc vướng vào vòng lao lý, làm ảnh hưởng đến thanh danh gia đình.

Cự Môn đồng cung với Thái Dương tại Dần, thì có thể có ba người, tất cả đều khá giả, có năng lực, nhưng giữa họ vẫn tiềm ẩn sự ganh đua hoặc bất mãn ngầm.

Cự Môn đồng cung với Thái Dương tại Thân, thì may mắn lắm mới có hai người, và giữa họ bất hòa nặng, phải sống cách biệt nhau để tránh đổ vỡ tình thân.

Cự Môn đồng cung với Thiên Cơ, số lượng thường chỉ là hai người, đều có phần khá giả, nhưng lại không hợp tính, dễ hiểu lầm nhau, mỗi người phát triển theo hướng riêng, ít liên hệ hoặc không thể đồng hành lâu dài.

Thiên Tướng thủ cung Huynh Đệ

Sao Thiên Tướng tọa thủ tại cung Huynh Đệ thường chỉ anh chị em có tư cách đàng hoàng, biết đối nhân xử thế, tuy nhiên dễ xảy ra mâu thuẫn nếu ai cũng muốn giữ lập trường riêng, thiếu sự nhường nhịn.

ROSY RAIN

Thiên Tướng đơn thủ tại Tỵ, Hợi, Sửu hoặc Mùi, thường có hai người trở lên, mối quan hệ nhìn chung là khá hòa thuận, đặc biệt khi có các phụ tinh cát hội chiếu.

Thiên Tướng đơn thủ tại Mão hoặc Dậu, thì nhiều nhất là hai người, trong đó có thể một người giữ vai trò gánh vác chính, còn người kia sống đơn giản hoặc ít nổi bật. Trong những trường hợp này, tình cảm anh chị em ổn định nhưng không quá sâu sắc.

Thiên Tướng đồng cung với Tử Vi, số lượng anh chị em thường bốn người trở lên, tuy vậy trong nhà thường có sự bất hòa, phần lớn do ai cũng muốn thể hiện, không chịu nhường nhịn lẫn nhau. Dù vậy, tất cả đều khá giả, có năng lực riêng, mỗi người phát triển theo hướng độc lập.

Thiên Tướng đồng cung với Liêm Trinh, thường có hai người, cả hai đều có khả năng quý hiển, dễ có chức vị hoặc địa vị xã hội. Tuy nhiên, mỗi người lại có cá tính riêng biệt, cần sự hiểu biết và nhẫn nhịn mới có thể giữ hòa khí lâu dài.

Thiên Tướng đồng cung với Vũ Khúc, thì cũng chỉ có hai người, nhưng cả hai thường là người có năng lực, giỏi giang, có phần hướng ngoại, sống lý trí. Tình cảm giữa anh chị em trong trường hợp này thường không quá khăng khít, nhưng có sự tôn trọng và hỗ trợ nhau khi cần thiết.

ROSY RAIN

Thiên Lương thủ cung Huynh Đệ

Sao Thiên Lương tọa thủ tại cung Huynh Đệ thường cho thấy anh chị em là người lành tính, nhân hậu, có xu hướng sống lương thiện, biết đạo lý, nhưng số lượng và mức độ hòa hợp còn tùy thuộc vị trí tọa thủ cũng như sao đồng cung.

Thiên Lương đơn thủ tại Tý hoặc Ngọ, thường có hai đến ba người, cuộc sống khá giả và thuận hòa, anh chị em gắn bó, có thể hỗ trợ nhau lâu dài. Đây là một vị trí tốt đẹp, biểu hiện rõ tính chất đức độ của Thiên Lương.

Thiên Lương đơn thủ tại Sửu hoặc Mùi, thì may mắn lắm mới có một người, người này thường ít gắn bó với anh chị em, sống hướng nội hoặc cô lập, tình huynh đệ không được bền chặt.

Thiên Lương đơn thủ tại Tỵ hoặc Hợi, số lượng nhiều nhất là hai người, nhưng thường xa cách nhau từ lúc thiếu thời, trong đó có người hoang tàng, phiêu bạt, hoặc sống tự do, ít chịu ràng buộc gia đình.

Thiên Lương đồng cung với Thiên Đồng, thường có ba người, cuộc sống khá giả, tình cảm huynh đệ ổn định, dễ hỗ trợ nhau. Đây là một tổ hợp tốt đẹp nếu không gặp sát tinh phá hoại.

Thiên Lương đồng cung với Thái Dương tại Mão, thường có năm người, tất cả đều quý hiển, có danh vị, sự nghiệp vững vàng. Tuy nhiên mỗi người thường có chí hướng riêng nên ít khi cùng nhau phát triển chung đường.

Thiên Lương đồng cung với Thiên Cơ, thường có hai người, cả hai đều khá giả và thuận hòa, có sự thấu hiểu và phối hợp tốt trong cuộc sống, nhất là khi gặp thêm cát tinh hội chiếu.

Thất Sát thủ cung Huynh Đệ

Sao Thất Sát tọa thủ tại cung Huynh Đệ thường cho thấy anh chị em thưa thớt, quan hệ khiếm hòa, dễ xa cách, hoặc có xu hướng khắc khẩu, hình thương. Tính chất của Thất Sát mạnh, cương cường, nên nếu không được phối hợp với các cát tinh hóa giải, thường biểu hiện mất mát, cô độc trong tình huynh đệ.

Thất Sát đơn thủ tại Dần hoặc Thân, thì may mắn lắm mới có hai người, tuy có thể khá giả về vật chất, nhưng tình cảm thiếu gắn bó, dễ xảy ra bất hòa, tranh chấp hoặc lạnh nhạt.

Thất Sát đơn thủ tại Tý hoặc Ngọ, thì may mắn lắm mới có một người, nhưng người đó thường bị hình thương, mang tật, hoặc trải qua cuộc sống cô độc, không được nâng đỡ từ anh chị em, gia đình thiếu hòa khí rõ rệt.

ROSY RAIN

Thất Sát đơn thủ tại Thìn hoặc Tuất, thì không có anh chị em, hoặc có cũng không sống cùng, mối liên hệ hầu như rất mờ nhạt hoặc bị gián đoạn hoàn toàn.

Thất Sát đồng cung với Tử Vi, thì nhiều nhất là ba người, nhưng cả ba đều có xu hướng phát triển riêng biệt, mỗi người một phương, tuy vậy đều có khả năng đạt được phú quý nếu không bị sát tinh phá hoại.

Thất Sát đồng cung với Liêm Trinh, thì may mắn lắm mới có một người, người này thường mang tật, phải chịu cảnh khổ suốt đời hoặc đoản mệnh, anh chị em bất hòa, mối quan hệ có thể trở nên gãy đổ, xung đột sâu sắc.

Thất Sát đồng cung với Vũ Khúc, thì thường chỉ có một người, người này mang cố tật hoặc bị hình thương, và nếu không sớm xa cách nhau, thì tất sẽ xảy ra hình khắc, ảnh hưởng nghiêm trọng đến sự yên ổn trong gia đình.

Phá Quân thủ cung Huynh Đệ

Sao Phá Quân tọa thủ tại cung Huynh Đệ thường chỉ mối quan hệ thiếu ổn định, anh chị em không hòa hợp, dễ xa cách từ nhỏ, hoặc có sự xô xát, tranh chấp, gãy đổ trong tình thân. Phá Quân chủ sự biến động, ly tán, nên dù số lượng có nhiều, tình cảm huynh đệ vẫn không mấy gắn bó.

608

Phá Quân đơn thủ tại Tý hoặc Ngọ, thường có ba người, tuy khá giả nhưng giữa họ khiếm hòa, sớm xa cách nhau, mỗi người đi một hướng, ít chung sống hay hỗ trợ nhau về sau.

Phá Quân đơn thủ tại Thìn hoặc Tuất, thì may mắn lắm mới có một người, và người này cũng khó sống gần gũi với các thành viên khác trong gia đình, thường có khuynh hướng độc lập, hoặc do hoàn cảnh mà phải xa nhà từ sớm.

Phá Quân đơn thủ tại Dần hoặc Thân, thì may mắn lắm mới có một người, người này thường mang cố tật, bất hành nhân, cuộc sống nhiều trắc trở, không được nâng đỡ từ anh chị em, và dễ bị cô lập hoặc lạc lõng trong gia đình.

Phá Quân đồng cung với Tử Vi, thì có thể có ba người, ngoài ra còn có thêm anh chị em dị bào, nhưng tất cả sớm xa cách nhau, mối quan hệ thiếu hòa khí, không bền lâu. Đây là cách cục biểu thị sự phức tạp trong hệ thống gia đình, thường do tái hôn hoặc nhiều nhánh họ nội ngoại xen lẫn.

Phá Quân đồng cung với Liêm Trinh, thì thường chỉ có một người, bần cùng, cuộc sống gian nan, dễ mang tật, và tình cảm với anh chị em lạnh nhạt hoặc mâu thuẫn triền miên.

Phá Quân đồng cung với Vũ Khúc, thì cũng chỉ có một người, trong nhà thường xảy ra xô xát, xung đột, nếu không xa cách nhau sớm thì dễ hình khắc, bất hòa nghiêm trọng, ảnh hưởng cả tinh thần và sự phát triển của đôi bên

ROSY RAIN

SÁT TINH

Khi cung Huynh Đệ có Sát Tinh nhưng gặp được nhiều sao sáng sủa tốt đẹp, Chính Tinh sáng: giảm một nửa số anh chị em, trong nhà hay có sự bất hòa, thường có người mang tật.

Ngược lại nhiều sao mờ ám xấu xa: không có anh chị em, nếu có rồi cũng phải phiêu bạt, tàn lụi đến hết.

Văn Xương – Văn Khúc tại cung Huynh Đệ

Khi bộ sao Văn Xương – Văn Khúc thủ hoặc chiếu cung Huynh Đệ, chính tinh sáng sủa đắc địa thì chủ về anh chị em thông minh, học giỏi, có danh vọng và địa vị trong xã hội. Anh chị em thường có học vị cao, đỗ đạt hoặc thành công trong các ngành nghề liên quan đến văn học, giáo dục, hành chính, pháp luật, nghệ thuật. Gia đình có nề nếp, anh chị em quý trọng nhau, sống hòa thuận và hỗ trợ nhau về nhiều mặt. Trường hợp cung Huynh Đệ vốn có số lượng anh chị em hạn chế theo chính tinh, thì khi có thêm Xương Khúc hội chiếu tốt đẹp, số lượng có thể gia tăng thêm ba người.

Ngược lại, nếu Văn Xương – Văn Khúc hãm địa hoặc đi cùng với sát tinh, bại tinh như Hóa Kỵ, Địa Không, Địa Kiếp, Linh Tinh, Hỏa Tinh, hoặc bị Tuần Triệt án ngữ thì tác dụng trở nên tiêu cực. Anh chị em không những thưa vắng, mà còn dễ hình khắc, bất hòa, ít gắn bó hoặc xa cách nhau từ nhỏ.

Có trường hợp chỉ sinh một mình, hoặc có anh chị em nhưng duyên phận bạc bẽo, không chung sống lâu dài. Những người có cung Huynh Đệ như vậy thường cảm thấy đơn độc về mặt tình thân trong suốt cuộc đời, dù có gia đình riêng.

Thiên Khôi – Thiên Việt tại cung Huynh Đệ

Khi bộ sao Thiên Khôi – Thiên Việt tọa thủ hoặc hội chiếu cung Huynh Đệ, nếu sáng sủa, đắc địa, chủ về anh chị em quý hiển, thông minh, sớm có danh phận hoặc được người nâng đỡ mà thành công. Bộ sao này vốn là cặp sao quý nhân, mang tính chất cao sang, học thức, và có khả năng kết nối với người quyền quý. Vì vậy, nếu phối hợp với các chính tinh cát lợi như Tử Vi, Thiên Phủ, Thái Dương, Thiên Tướng… thì càng làm tăng thêm tính cách ưu tú của anh chị em trong gia đình: người thì đỗ đạt, người làm chức vụ lớn, hoặc có tiếng tăm trong xã hội.

Bên cạnh đó, Khôi – Việt còn tượng trưng cho sự sớm trưởng thành và có tinh thần trách nhiệm, do đó nếu tọa thủ tại cung Huynh Đệ, anh chị em thường đóng vai trò người dẫn dắt, hỗ trợ nhau, có sự tương thân tương ái, biết chia sẻ và nâng đỡ lẫn nhau trong cuộc sống.

Tuy nhiên, nếu Khôi – Việt lạc hãm hoặc bị sát tinh xung phá (gặp Đà, Kỵ, Không, Kiếp…), thì dù anh chị em có tài, vẫn gặp trở ngại về đường công danh hoặc có sự chia lìa, xa cách. Có thể có người trong số anh chị em tuy giỏi giang nhưng lập nghiệp ở nơi xa, ít có cơ hội gắn bó với gia đình. Một số trường hợp dù có quý hiển nhưng khó hòa hợp, không nhờ cậy được nhau.

Tả Phụ – Hữu Bật tại cung Huynh Đệ

Bộ sao Tả Phụ – Hữu Bật thuộc nhóm văn tinh phụ tá, mang ý nghĩa về sự trợ giúp, đùm bọc, tương trợ và tính cách trung hậu. Khi Tả – Hữu tọa thủ hoặc hội chiếu cung Huynh Đệ mà gặp nhiều sao sáng sủa, đắc cách, chủ về anh chị em đông đúc (có thể thêm ba người so với số lượng cơ bản theo chính tinh), sống thuận hòa, biết nâng đỡ lẫn nhau trong học tập, sự nghiệp và cuộc sống. Đây là cách cục gia đình nề nếp, có tình nghĩa, anh em như tay chân, có người giữ vai trò chủ chốt trong dòng họ hoặc làm chỗ dựa vững chắc cho người khác.

Trái lại, nếu Tả – Hữu đi cùng nhiều sao mờ ám, hãm địa hoặc bị phá cách, số lượng anh chị em chỉ tăng nhẹ (thường chỉ thêm một người) và khó tránh khỏi sự khắc khẩu, xa cách hoặc hiu quạnh. Trong nhà tuy có đông người nhưng không hòa hợp, ít người biết hy sinh cho nhau. Có trường hợp anh chị em chia rẽ vì danh lợi hoặc sự phân biệt vai vế, tuổi tác, trách nhiệm

Tả Hữu cũng mang ý nghĩa tương ứng với anh chị em có khả năng phụ tá, học thức vững vàng, thường xuất hiện trong các ngành hành chính, kế toán, quản trị, văn phòng hoặc ngành kỹ thuật cần sự chính xác. Gặp thêm các sao cát như Khôi – Việt, Xương – Khúc, Hóa Khoa, Long Đức, thì càng tốt đẹp

Lộc Tồn tại cung Huynh Đệ

Khi sao Lộc Tồn tọa thủ hoặc hội chiếu cung Huynh Đệ cùng nhiều sao sáng sủa tốt đẹp, cho thấy số lượng anh chị em thường ít hơn mức trung bình, nhưng những người này lại khá giả, có cuộc sống ổn định, đủ đầy về vật chất. Tuy nhiên, do tính chất của Lộc Tồn liên quan đến sự giữ lại, tồn tại và đôi khi là sự cô lập, nên các anh chị em này thường sớm có sự xa cách về không gian hoặc tâm lý, dẫn đến trong gia đình thiếu sự hòa khí và gắn bó thân thiết.

Anh chị em có thể có đường công danh, tài lộc tốt nhưng khó tránh khỏi những mâu thuẫn, tranh chấp hoặc ít có sự giúp đỡ lẫn nhau. Gia đình vì vậy thường có phần lạnh nhạt, không trọn vẹn về tình cảm thân tộc dù vật chất tương đối đầy đủ. Nếu Lộc Tồn gặp phải các sao sát tinh hoặc bại tinh, sự xa cách càng rõ nét, thậm chí dễ dẫn đến đổ vỡ hoặc mất liên lạc giữa anh chị em. Hoặc không có anh chị em.

Khi cung Huynh Đệ có các sao Hóa Khoa, Hóa Quyền và Hóa Lộc tọa thủ hoặc hội chiếu, điều này biểu thị anh chị em trong gia đình thường có cuộc sống giàu có, quyền quý và học vấn uyên thâm.

Hóa Khoa tượng trưng cho sự thông minh, khả năng học tập và thành công trong thi cử, tạo điều kiện cho anh chị em sớm đạt được danh vọng và địa vị trong xã hội.

Hóa Quyền mang ý nghĩa quyền lực và ảnh hưởng, cho thấy anh chị em thường có khả năng lãnh đạo, nắm giữ chức vụ quan trọng hoặc có sức ảnh hưởng trong các lĩnh vực họ tham gia.

Hóa Lộc biểu thị sự thịnh vượng, tài lộc dồi dào và cuộc sống đầy đủ sung túc.

Kết hợp ba sao này, anh chị em không chỉ có trí tuệ và tài năng mà còn được hưởng phú quý, địa vị và sự kính trọng từ người khác.

Mối quan hệ giữa các anh chị em thường gắn bó, hỗ trợ nhau phát triển sự nghiệp và xây dựng cuộc sống vững chắc.

Đây là cách cục rất tốt, tạo nền tảng cho sự phát triển bền vững của gia đình và dòng họ.

Tử Vi Nhập Môn

Cung Huynh Đệ có sao Hóa Kỵ tọa thủ anh chị em thường bất hòa, hay mâu thuẫn với nhau. Mối quan hệ giữa các anh chị em dễ xảy ra tranh cãi, thậm chí xa cách, ly tán. Gia đình thiếu sự hòa hợp, tình cảm anh em không bền vững và dễ bị tổn thương bởi những xung đột kéo

Cung Huynh Đệ có sao Song Hao tọa thủ hoặc hội chiếu, thường biểu thị sự chiết giảm số lượng anh chị em trong gia đình. Gia đình thiếu hòa khí, các anh chị em thường xa cách nhau về tình cảm hoặc địa lý. Trong số đó có thể có người phá tán, chơi bời, gây ảnh hưởng xấu đến sự đoàn kết và ổn định của gia đình. Mối quan hệ anh chị em do đó không được bền chặt, dễ dẫn đến chia ly hoặc ly tán.

Cung Huynh Đệ có sao Thiên Mã tọa thủ hoặc hội chiếu, anh chị em thường khá giả, có cuộc sống đủ đầy. Tuy nhiên, do Thiên Mã tính chất phiêu bạt, di chuyển nhiều, các anh chị em thường không ở gần nhau. Gia đình vì thế thiếu sự gắn bó về mặt không gian, dễ có sự xa cách về địa lý.

Cung Huynh Đệ có sao Quang và Quý tọa thủ hoặc hội chiếu, thường biểu thị có anh chị em nuôi trong gia đình.

ROSY RAIN

Điều này cho thấy ngoài anh chị em ruột thịt, còn có những người thân được nhận nuôi dưỡng, chăm sóc như anh chị em trong nhà. Mối quan hệ này tuy không phải do huyết thống nhưng cũng thường gắn bó và hỗ trợ lẫn nhau.

Cô, Quả tại cung Huynh Đệ:

- Gặp nhiều sao sáng sủa tốt đẹp: số lượng anh chị em thường bị chiết giảm, dù có cũng ít gắn bó, trong nhà thiếu hòa khí, tình cảm lạnh nhạt.
- Gặp nhiều sao mờ ám xấu xa: chủ về không có anh chị em, hoặc có thì sớm xa cách, ly tán, thậm chí đoạn tuyệt.

Tràng Sinh tại cung Huynh Đệ: Sao Tràng Sinh chủ về sự sinh sôi, phát triển, nên khi tọa thủ hoặc hội chiếu cung Huynh Đệ, thường làm tăng số lượng anh chị em, có thể thêm tới tám người. Gia đình đông con, dòng họ phát triển mạnh, anh chị em thường có duyên phận gắn bó, đông vui, dù có thể vẫn có vài mâu thuẫn nhỏ trong sinh hoạt chung.

Đế Vượng tại cung Huynh Đệ: Sao Đế Vượng tượng trưng cho sự hưng thịnh, vượng khí. Khi tọa thủ hoặc hội chiếu cung Huynh Đệ, thường làm tăng số lượng anh chị em, thêm khoảng năm người. Gia đình có sinh khí mạnh, anh chị em thường phát triển tốt, có địa vị và khả năng nâng đỡ lẫn nhau trong cuộc sống.

Quan Đới, Lâm Quan tại cung Huynh Đệ: Hai sao này thuộc vòng Tràng Sinh, mang tính chất phát triển và thăng tiến. Khi tọa thủ hoặc hội chiếu cung Huynh Đệ, thường làm tăng số lượng anh chị em, có thể thêm ba đến bốn người. Anh chị em trong nhà thường có chí tiến thủ, nhiều người có công danh, sự nghiệp ổn định, biết nâng đỡ và hỗ trợ lẫn nhau.

Mộ: Thêm ba người. Gia đình đông anh chị em, thường có sự gắn bó tương đối.

Bệnh, Thai: Thêm một người. Tuy số lượng không nhiều nhưng vẫn có sự hiện diện bổ sung trong gia đình.

Dưỡng: Thêm hai người, thường có em nuôi hoặc anh chị em không cùng huyết thống nhưng sống chung, gắn bó.

Tử: Anh chị em bất hòa, dễ xảy ra xung đột, khó hòa hợp lâu dài.

Tuyệt: Trong số anh chị em có người bị mù lòa, mang tật hoặc bệnh tật bẩm sinh. Gia đình thường có lo âu về sức khỏe người thân.

Tuần, Triệt án ngữ tại cung Huynh Đệ

Anh cả hoặc chị cả thường có số yếu, chết non; nếu sống thì cuộc đời cô đơn, lận đận, phải làm ăn xa xứ, khó được gần gia đình.

Trong nhà thiếu hòa khí, anh chị em khó sống gần nhau lâu, dễ xảy ra chia ly hoặc bất hòa.

Gặp nhiều sao sáng sủa tốt đẹp: Số anh chị em bị chiết giảm một nửa, dù khá giả nhưng vẫn có sự xa cách, lạnh nhạt.

Gặp nhiều sao mờ ám xấu xa: Số anh chị em chiết giảm ít, tuy nhiên cuộc sống thường khó khăn, thiếu sự gắn bó và dễ có người lâm vào cảnh bất hạnh.

Tử Vi, Tả, Hữu tại cung Huynh Đệ

Anh chị em khá giả, có năng lực và thường có địa vị trong xã hội. Trong gia đình, quan hệ anh chị em thuận hòa, biết hỗ trợ và nâng đỡ lẫn nhau. Tuy nhiên, trong số đó có người gặp trắc trở về hôn nhân, dễ muộn duyên, lận đận hoặc gặp nhiều biến động trong tình cảm.

Tử Vi, Tang Môn, Tả, Hữu tại cung Huynh Đệ

Anh chị em trong nhà khá giả, có tài và vị thế xã hội, tuy nhiên lại thiếu hòa khí, thường xảy ra bất đồng, tranh chấp nhỏ. Trong số đó, có người gặp trắc trở về hôn nhân, dễ ly hôn, bỏ vợ hoặc bỏ chồng, đời sống tình cảm không trọn vẹn.

Nhật, Nguyệt, Thai đồng cung, hoặc cung Tử Tức có sao Thai tọa thủ, được Nhật và Nguyệt giáp cung, là dấu hiệu chủ về có anh chị em sinh đôi. Tổ hợp này biểu hiện sự phát sinh đồng thời của hai sinh mệnh, thường gặp trong trường hợp gia đình có cặp song sinh.

Phá, Tướng tại cung Huynh Đệ: Anh chị em trong gia đình có người không đứng đắn, thường ưa thích cuộc sống phóng đãng, vui chơi lêu lổng. Họ dễ bị cuốn vào những mối quan hệ ngoài luồng, có thể gây ra những rắc rối, ảnh hưởng đến danh tiếng và sự ổn định gia đình. (Phá Quân đi cùng Tướng Quân có sát tinh, dâm tinh thì càng đúng)

Phá, Hình, Kỵ tại cung Huynh Đệ: Anh chị em thường làm hại nhau, mâu thuẫn gay gắt, quan hệ căng thẳng, dễ xảy ra xung đột và bất hòa lâu dài.

Tang, Mã tại cung Huynh Đệ: Gia đình dễ ly tán, anh chị em thường bất hòa, thiếu gắn kết và dễ xa cách.

Tang, Trực, hoặc Thái Tuế tại cung Huynh Đệ: Anh chị em thường xuyên tranh chấp, cãi vã, thiếu hòa thuận trong gia đình.

Tuế, Xương, Khúc tại cung Huynh Đệ: Trong số anh chị em có người rất quý hiển, đạt được công danh và sự nghiệp rạng rỡ, có tài văn chương lỗi lạc.

Hồng, Đào, Cái tại cung Huynh Đệ: Chị em gái thường có tính tình phóng túng, lẳng lơ trong tình cảm.

Hồng, Đào, Thai, Binh, Tướng tại cung Huynh Đệ: Trong nhà có người liên quan đến loạn luân hoặc có chị em gái mang thai ngoài ý muốn, gây rối loạn tình cảm và gia đình.

Đào, Riêu, Hỉ tại cung Huynh Đệ: Hai chị em gái có đời sống tình cảm phóng túng, dâm đãng, thường gây ra nhiều thị phi.

Dưỡng, Tam Không: Có em nuôi rất khá giả và trung hậu.

Vô Chính Diệu: Khi gặp Vô Chính Diệu, phải coi các sao Chính Diệu ở vị trí xung chiếu như Chính Diệu tọa thủ để luận đoán chính xác.

TRUYỀN TINH TRONG TỬ VI ĐẨU SỐ

Truyền Tinh trong Tử Vi là khái niệm dùng để chỉ trường hợp các sao chính tinh hoặc phụ tinh giống nhau, lặp lại giữa hai cung có mối quan hệ nghiệp duyên chặt chẽ, ví dụ giữa cung Tử Tức và cung Mệnh của con, giữa cung Phu Thê và cung Mệnh hoặc Thân của mình, giữa cung Phụ Mẫu và cung Mệnh của con.

Truyền Tinh biểu thị sự gắn bó, duyên phận sâu dày, có thể là duyên lành hoặc duyên xấu, tùy theo tính chất của sao. Nếu các sao giống nhau là cát tinh như Tử Vi, Thiên Phủ, Thiên Tướng, Văn Xương, Văn Khúc, Khôi, Việt, Long, Phượng, Khoa, Quyền, Lộc thì chủ về duyên lành, sự giúp đỡ, hỗ trợ, yêu thương và dễ nương nhờ lẫn nhau. Ngược lại, nếu các sao giống nhau là hung tinh hoặc bại tinh như Sát, Phá, Liêm, Tham, Kỵ, Đà, Linh, Hỏa, Riêu… thì chủ về duyên nghiệp trái, vướng mắc, khắc khẩu, dễ gây đau khổ, ràng buộc, tuy khó ở với nhau nhưng cũng khó dứt bỏ được.

Truyền Tinh còn cho biết mức độ hợp hay không hợp giữa cha mẹ và con, giữa vợ và chồng, giữa anh chị em, hoặc giữa mình và bạn bè thân thiết. Trong quan hệ vợ chồng, nếu cung Phu Thê có Truyền Tinh với cung Mệnh hoặc Thân thì vợ chồng dễ có duyên nghiệp sâu, khó dứt dù có lúc bất hòa, thường gắn bó hoặc dây dưa kéo dài. Trong quan hệ cha mẹ – con, nếu có Truyền Tinh thì đứa con đó sau này sẽ gần gũi, phụng dưỡng hoặc hỗ trợ cha mẹ; nếu không có Truyền Tinh hoặc bị phá cách (Bất truyền tinh) thì khó nhờ, con dễ xa cách hoặc chết sớm, hoặc cha mẹ mất trước khi con thành đạt. Như vậy, Truyền Tinh là chỉ dấu quan trọng để luận về mối dây tình cảm và sự ràng buộc trong đời, có thể tốt hoặc xấu, nhưng luôn chỉ ra mối nhân duyên đặc biệt không thể bỏ qua.

Thí dụ: Cung Tử Tức của cha mẹ có các sao Tử Vi, Thiên Phủ, Văn Xương, Văn Khúc, Long Đức, Phượng Các hội hợp; cung Mệnh của con cũng có Thiên Phủ, Thiên Tướng, Văn Xương, Văn Khúc, Long Đức, Phượng Các hội hợp, như vậy gọi là Truyền tinh.

Ý Nghĩa Hình Tượng Của Sao

Vật dụng biểu tượng bằng các sao

Sao	Tượng Trưng
Thiên Y	Quần áo
Thiên Y, Hồng Đào hội họp	Quần áo đẹp sang trọng
Tam Thai, Bát Tạo	Bàn ghế, giường tủ, đồ gỗ
Thai, Tọa, Khốc, Hư hội họp	Đồ đạc bị mối mọt
Hồng Loan	Vải vóc
Thiên Cơ	Máy móc
Thiên Hình	Dao kéo, binh khí
Kình Dương	Tràng, đục
Thiên Tướng	Bút
Quốc Ấn	Dấu, triện
Tấu Thư	Giấy
Văn Xương	Sách vở
Đà La	Mực
Ân Quang, Thiên Quý	Bài, Vở
Thiên Khôi, Thiên Việt	Văn bằng, nghị định, giấy khen
Vũ Khúc, Văn Khúc gặp Tấu Thư	Nhạc khí
Thiên Khốc	Chuông, Nhạc Ngựa
Thiên Mã	Xe cộ

ROSY RAIN

Tử Vi Nhập Môn

Những nhận định trên rất cần để luận đoán vận hạn được đầy đủ, chính xác và chi tiết, giúp hiểu rõ tính cách, đời sống và biến cố của mỗi người.

Biểu tượng hóa thức ăn, thức uống qua các sao trong Tử Vi, ngắn gọn, súc tích:

Sao	Tượng Trưng
Tham Lang	Thịt
Tham Lang Kỵ đồng cung	Thịt lợn
Vũ Khúc	Xương
Thiên Cơ	Ngũ cốc
Thiên Lương	Rau
Thanh Long	Cá
Đà La	Cá nhỏ nước ngọt hay rượu mạnh
Phượng Các	Gà Vịt
Long Trì	Tôm Cua, hải sản ở bể, hải vị
Bạch Hổ	Vật thực ở rừng, sơn hào
Thiên Tiếng	Cơm
Cự môn	Thịt bò
Thiên Mã gặp Thiên Khốc	Thịt trâu
Thiên Lương gặp Hỏa Linh	Thịt Dê, Thịt Ngựa
Hóa Quyền	Thịt Bê non, Thịt lợn sữa
Lộc Tồn	Lòng lợn, đồ gia vị

Tử Vi Nhập Môn

Hồng Loan	Tiết canh
Hóa Khoa	Con nhộng
Lưu Hà	Bún, miến, loài ốc nước ngọt
Thiên Khốc, Thiên Hư, Thiên Riêu	Con Rươi
Thất Sát	Hạt đậu nhỏ
Hoa Cái	Hạt đậu to

Hóa Lộc	Gia vị đắng
Thái Âm	Thức ăn mặn
Thái Dương	Thức ăn ngọt hay bánh trái
Nhật, Nguyệt đồng cung	Thức ăn quý, đắt tiền
Thiên Phủ	Thức ăn thịnh soạn
Đào Hoa	Rượu, hoa quả nước ngọt
Tấu Thư gặp Hỏa Linh	Rượu mùi
Hỏa Tinh, Tấu Thư đồng cung Cự Môn, Hóa Kỵ	Thuốc lá hay thuốc phiện

Cơ Thể trong người, biểu tượng bằng sao.

Sao	Tượng Trưng
Hóa Quyền	Hai gò má
Háo Quyền, Thiên Đồng đồng cung	Má đỏ

ROSY RAIN

Hóa Quyền, Cự Môn, Kỵ đồng cung	Má xám đen
Đế Vượng	Lưng
Đế Vượng, Kình Đà hội họp	Lưng có tật
Tham Lang	Nách
Thang Lang, Kỵ đồng cung	Viêm tuyến mồ hôi
Vũ Khúc, Văn Khúc	Ngực
Văn Xương, Tấu Thư đồng cung	Thính tai, có khả năng thẩm âm tốt
Thái	Rốn, tử cung hay âm hộ

Thiên Đồng	Bộ máy tiêu hóa
Thiên Đồng Hóa Kỵ đồng cung	Đau dạ dày
Hỷ thần	Hậu môn
Kình Dương	Dương vật
Thiên Mã	Chân Tay
Thiên Mã, Tuần, Triệt	Chân Tay què quặt
Bạch Hổ	Xương, máu
Thiên Riêu	Lông hay bộ ruột
Phi Liêm, Hồng Loan đồng cung	Tóc rậm dài, óng mượt
Tả Phụ, Hữu Bật	Lông mày
Vũ Khúc	Nốt ruồi

Vũ Khúc, Hồng, Đào đồng cung	Nốt ruồi đỏ rất quý
Hoa Cái, Không Kiếp, Hình hội họp	Mặt rỗ, sẹo hay có nhiều tan nhang

Mỗi sao trên đây tượng trưng cho một bộ phận cơ thể. Nếu sao đó tọa thủ tại cung Mệnh, Thân hoặc Tật Ách, lại gặp Sát tinh, Bại tinh, Hình, Kỵ xâm phạm thì bộ phận ấy sẽ bị thương tổn, đau đớn hoặc sinh bệnh. Những nhận định này còn dùng để luận đoán vận hạn, giúp phân tích kỹ càng và toàn diện hơn.

Tử Vi Nhập Môn

Kính gửi Quý độc giả,

Tử vi là một kho tàng tri thức cổ truyền quý giá, đã tồn tại và phát triển qua hàng nghìn năm, giúp con người hiểu rõ hơn về cuộc sống, vận mệnh và bản thân mình. Cuốn sách này được biên soạn với mong muốn mang đến cho bạn đọc, đặc biệt là những người mới bắt đầu, một cái nhìn tổng quan, dễ hiểu và gần gũi về môn học sâu sắc nhưng cũng đầy thú vị này.

Trong hành trình khám phá tử vi, mỗi chúng ta sẽ tìm thấy những câu trả lời, những lời khuyên hữu ích cho cuộc sống, giúp định hướng bản thân và tạo dựng tương lai tốt đẹp hơn. Tuy nhiên, tử vi không phải là định mệnh bất biến, mà chỉ là những luận giải dựa trên vận trình và các yếu tố thiên thời – địa lợi – nhân hòa. Chính vì vậy, sự hiểu biết và ứng dụng khôn ngoan mới là chìa khóa để làm chủ cuộc sống.

Mong rằng cuốn sách sẽ là người bạn đồng hành tin cậy, giúp bạn bước những bước đầu vững chắc trên con đường nghiên cứu và áp dụng tử vi, mở ra nhiều cơ hội mới để bạn phát triển và thăng hoa.

Chân thành cảm ơn quý độc giả đã tin tưởng và đồng hành cùng cuốn sách.

Chúc bạn thành công và hạnh phúc trong cuộc sống!

ROSY RAIN

GIỚI THIỆU CÁC TÁC PHẨM CỦA ROSY RAIN

Rosy Rain là tác giả uy tín trong lĩnh vực nghiên cứu và truyền tải kiến thức về Tử Vi và huyền học phương Đông. Các tác phẩm của cô đã được nhiều độc giả yêu thích và đánh giá cao về tính học thuật cũng như cách trình bày dễ hiểu, khoa học.

Hai cuốn sách tiêu biểu của Rosy Rain đã được xuất bản và phát hành rộng rãi là:

Cung Tật Ách: Một công trình sâu sắc phân tích về cung Tật Ách trong lá số Tử Vi, giúp người đọc hiểu rõ hơn về các bệnh tật, tai họa và cách phòng tránh trong cuộc sống.

Vô Chính Diệu Toàn Thư: Tác phẩm hệ thống hóa toàn bộ các cách cục Vô Chính Diệu trong Tử Vi, cung cấp nền tảng vững chắc cho những ai muốn nghiên cứu chuyên sâu về bộ môn này.

Bạn có thể tìm mua các đầu sách này trên các trang bán sách trực tuyến uy tín như IngramSpark hoặc các nền tảng thương mại điện tử khác bằng cách tìm kiếm theo tên sách kèm tên tác giả Jennifer Le bút hiệu Rosy Rain.

ROSY RAIN

ROSY RAIN

Tử Vi Nhập Môn

MỤC LỤC

ROSY RAIN

Tử Vi Nhập Môn

ROSY RAIN

Tử Vi Nhập Môn

ROSY RAIN

Tử Vi Nhập Môn

ROSY RAIN

Tử Vi Nhập Môn

ROSY RAIN

www.ingramcontent.com/pod-product-compliance
Lightning Source LLC
Chambersburg PA
CBHW070541130626
46556CB00001B/1